लक्ष्य UPSC

तरुण IAS अधिकाऱ्यांच्या प्रेरक जीवनकहाण्या

सज्जन यादव

अनुवादक : विकास बलवंत शुक्ल

MANJUL
मंजुल पब्लिशिंग हाउस

First published in India by

MANJUL

Manjul Publishing House

Corporate and Editorial Office

·2nd Floor, Usha Preet Complex, 42 Malviya Nagar, Bhopal 462 003 – India

Sales and Marketing Office

·C-16, Sector 3, Noida, Uttar Pradesh 201301, India

Website: www.manjulindia.com

Distribution Centres

Ahmedabad, Bengaluru, Kochi, Kolkata, Chennai, Hyderabad, Mumbai, New Delhi, Pune

Marathi translation of Scaling Mount UPSC by Sajjan Yadav

Marathi edition first published in 2025
by Manjul Publishing House Pvt. Ltd.

ISBN: 978-93-5543-474-6

Marathi translation: Vikas Balwant Shukla

Printed and bound in India by Thomson Press (India) Ltd.

लेखकाविषयी

लेखक आणि मुत्सद्दी असलेले सज्जन यादव हे भारतीय प्रशासकीय सेवेच्या (IAS) १९९५च्या बॅचचे आणि अरुणाचल प्रदेश-गोवा-मिझोराम व केंद्रशासित प्रदेश (AGMUT) केडरचे अधिकारी आहेत. त्यांचे याआधीचे पुस्तक *इंडियाज व्हॅक्सीन ग्रोथ स्टोरी : फ्रॉम काउपॉक्स टू व्हॅक्सीन मैत्री* हे एक राष्ट्रीय बेस्टसेलर पुस्तक असून, त्याचा स्पॅनिशसह १६ भारतीय भाषांमध्ये अनुवाद झाला आहे. त्यांचे लिखाण प्रतिष्ठित अशा राष्ट्रीय आणि आंतरराष्ट्रीय जर्नल्स, नियतकालिके आणि वृत्तपत्रांमधून मोठ्या प्रमाणात प्रसिद्ध झाले आहे.

यादव यांनी नामवंत लंडन स्कूल ऑफ हायजीन अँड ट्रॉपिकल मेडिसीन (LSHTM)मधून डॉक्टरेट मिळवली असून, पब्लिक पॉलिसी या विषयात युनिव्हर्सिटी ऑफ मिनेसोटा, यूएसएकडून मास्टर्स आणि दिल्ली युनिव्हर्सिटीच्या फॅकल्टी ऑफ मॅनेजमेंट स्टडीजकडून एमबीए या पदव्या प्राप्त केल्या आहेत.

सध्या ते भारत सरकारच्या वित्त मंत्रालयातील व्यय खात्यात (डिपार्टमेंट ऑफ एक्स्पेंडिचर) अतिरिक्त सचिव म्हणून कार्यरत आहेत. धोरण निर्मिती व अंमलबजावणीचा, तसेच केंद्र सरकार आणि विविध राज्य सरकारांमध्ये अनेक वरिष्ठ पदांवरून नेतृत्व करण्याचा तीस वर्षांचा समृद्ध आणि वैविध्यपूर्ण अनुभव यादव यांच्या गाठीशी आहे.

केंद्र सरकारात वित्त मंत्रालयातील कामासोबतच त्यांनी आरोग्य व कुटुंब कल्याण, महिला व बालविकास, अवजड उद्योग, सार्वजनिक उपक्रम आणि कार्पोरेट अफेअर्स अशा मंत्रालयांमध्येही काम केले आहे. गतकाळात यादव यांनी हाताळलेल्या महत्त्वपूर्ण जबाबदाऱ्यांमध्ये राष्ट्रीय पोषण अभियानाचे मिशन डायरेक्टर, राष्ट्रीय ग्रामीण आरोग्य अभियानाचे डायरेक्टर, दिल्लीच्या फूड अँड सप्लाईजचे कमिशनर, दिल्ली जल निगमचे मुख्य कार्यकारी अधिकारी, वॅटचे आयुक्त, एक्साईज, एंटरटेनमेंट व लक्झरी टॅक्सचे आयुक्त आणि पूर्व दिल्ली महानगर पालिकेचे आयुक्त यांचा समावेश होतो. त्यांनी अरुणाचल प्रदेश, मिझोराम, राजस्थान या राज्यांमध्ये तसेच दादरा व नगर हवेली, दमण व दिव आणि राजधानी दिल्ली या केंद्रशासित प्रदेशांमध्ये काम केले आहे. डिस्ट्रिक्ट मॅजिस्ट्रेट/डेप्युटी कमिशनर म्हणून त्यांनी अरुणाचल प्रदेशाच्या पूर्व कामेंग व तवांग या जिल्ह्यांमध्ये आणि दक्षिण दिल्लीच्या एनसीटी या जिल्ह्यांमध्ये काम केले आहे.

सार्वजनिक सेवेच्या क्षेत्रातील असाधारण कामगिरीसाठी त्यांना विविध सन्मान आणि पारितोषिके मिळाली असून, त्यांच्यात २०१७-१८ सालचा राष्ट्रीय ई-गव्हर्नन्स पुरस्कार आणि जनगणनेच्या कामातील असाधारण कामासाठी प्रेसिडेंट ऑफ इंडिया यांचे मेडल यांचा उल्लेख करावा लागेल.

पुस्तकाविषयी प्रास्ताविक प्रशंसा

'हे पुस्तक सिव्हिल सेवेत येण्यासाठी झगडणाऱ्या सहभागींच्या संघर्षाचे अतुलनीय चित्रण करते. या पुस्तकाचा लेखक स्वतः या प्रवासाचा एक दृढनिश्चयी प्रवासी राहिला आहे, त्यामुळे या लढाईत यश मिळवण्यासाठी जी ज्वाळा आतून पेटलेली असावी लागते, तिला त्याने एक स्पष्ट आवाज मिळवून दिला आहे.'

– मनोज कुमार शर्मा, आयपीएस, *12th* फेल चित्रपटाचे नायक

'हे पुस्तक वाचकाला त्या प्रत्येक उमेदवाराच्या प्रवासावर नेते, ज्याने 'माउंट यूपीएससी' सर करण्यासाठी, कमकुवतपणा आणि आत्मसंदेहापासून सुरुवात करून, शेवटी बोगद्याच्या अंताच्या ठिकाणी प्रकाश दिसू लागण्याचा क्षण येईपर्यंत धैर्य टिकवून ठेवण्याचा संघर्ष केला आहे. धैर्य, चिकाटी, कठोर परिश्रम, सातत्य आणि अदम्य मानवी आत्मबलाच्या या कथांमुळे वाचकाला शक्यतेच्या मर्यादांपलीकडे जाण्यासाठी प्रेरणा मिळते. हे पुस्तक प्रत्येकाने वाचायलाच हवे.'

– शिविन चौधरी, आयआरएस

'सात यूपीएससी हिरोंच्या प्रवासाचे वर्णन कादंबरीसारखे आहे, ज्यामुळे हे पुस्तक वाचकाला खिळवून ठेवते. प्रत्यक्षात, काही ठिकाणी हे इतके विलक्षण अनुभव देते की, वाचक नकळत पात्रांची कल्पना करू लागतो आणि त्यांचे आवाजही ऐकू लागतो. या पुस्तकाची प्रेरणादायक बाजू फक्त यूपीएससी उमेदवारांपुरतीच मर्यादित नाही, तर ती सर्वांसाठीच आकर्षण ठरणारी आहे. तीन शब्दांत सांगायचे, तर हे पुस्तक ज्ञानदायक, ऊर्जादायक आणि मनोरंजक आहे.'

– बालाजी डी. के., आयएएस अधिकारी आणि लेखक

'यूपीएससी सिव्हिल सर्व्हिसेस परीक्षा अलीकडेच उत्तीर्ण केलेली व्यक्ती म्हणून हे पुस्तक माझ्याशी वैयक्तिक पातळीवर सुसंवाद साधणारे वाटले. या सात टॉपर्सच्या कथा माझ्या स्वतःच्या संघर्षांच्या, शंकांच्या आणि यशांच्या आठवणी जागृत करतात. या परीक्षेने तुमच्या आयुष्यात घडवून आणलेली भावनिक आवर्तने– जागरणाच्या रात्री, न संपणाऱ्या उजळण्या आणि सततचा ताण – यांचे अप्रतिम चित्रण हे पुस्तक करते; पण या प्रवासाची मानवी बाजू या पुस्तकाने जशी उभी केली आहे, त्याने या पुस्तकाला खास बनवले आहे आणि तुम्हाला हे जाणवते की, चिकाटी आणि सहनशीलता यांमुळे कोणत्याही कठीण परिस्थितीवर मात करता येते. ही कठीण वाटचाल करणाऱ्या प्रत्येक उमेदवारासाठी हे पुस्तक म्हणजे एक प्रेरणादायी वाचन आहे!'

– अनिरुद्ध यादव, आयएएस २०२२

‘हे पुस्तक काश्मीरपासून केरळपर्यंतच्या आयएएस उमेदवारांच्या वैविध्यपूर्ण आणि सुसंबद्ध प्रवासांचे चित्रण करते, ज्यांनी आपल्या चिकाटी आणि निर्धाराच्या जोरावर शेवटी सर्व काही ठीकठाक केले. कौटुंबिक जबाबदाऱ्या, किरकोळ परिस्थितीतून केलेली सुरुवात, शारीरिक अडथळे आणि करिअरमधील धोके यांसारख्या आव्हानांचा सामना करताना, आपल्याला ओळखीची पात्रे किंवा परिस्थिती यांचा अनुभव देत, प्रत्येक कथा जिवंत होते. त्याशिवाय, प्रत्येक कथा व्यावहारिक सल्ला आणि प्रेरणा देऊन संपते आणि मुख्य म्हणजे परीक्षा झाल्यानंतर सार्वजनिक सेवेसोबतच्या प्राथमिक अनुभवांचाही शोध घेते. माझ्या मते, सिव्हिल सेवक होण्याचे स्वप्न पाहणाऱ्या आणि आपल्या कारकिर्दीत तसेच त्यापलीकडे महत्त्वपूर्ण योगदान देऊ इच्छिणाऱ्या प्रत्येकाने हे पुस्तक वाचलेच पाहिजे.’

– विकास दिव्यकीर्ती, संस्थापक, दृष्टी आयएएस

‘हे पुस्तक सीएससी परीक्षेचा आणि त्याच्याशी संबंधित संघर्षांचा उत्तम आढावा देते. सात अद्भुत कथा केंद्रस्थानी ठेवून, उमेदवारांच्या यशामध्ये चिकाटी आणि सातत्य या महत्त्वाच्या घटकांची योग्य मांडणी करते. यूपीएससी प्रवासात सामील असलेल्या प्रत्येक उमेदवाराने हे पुस्तक वाचलेच पाहिजे, अशी मी शिफारस करतो.’

– अनुदीप दुरीशेट्टी, आयएएस अधिकारी आणि लेखक

‘सामान्य कुटुंबांमधून येणाऱ्या आणि दरवर्षी सर्वोच्च सरकारी सेवेत प्रवेश करण्याचा प्रयत्न करणाऱ्या कोट्यवधी तरुणांना हे पुस्तक प्रेरणा देणारे आहे आणि त्यांच्यासाठी हे वाचायलाच हवे, या श्रेणीत मोडणारे आहे.’

– श्यामलाल यादव, वरिष्ठ सहसंपादक, इंडियन एक्स्प्रेस

माझी जीवनरेखा असलेली सुनीता,
माझी लाडकी कन्या सिया
आणि
माझा प्रिय पुत्र करण यांना अर्पण

माझे दिवंगत पालक : सावित्री देवी आणि सब.
मेजर (सेवानिवृत्त) रघुबीर सिंग यांच्या प्रेमळ स्मृतीस,
ज्यांची मूल्ये व शहाणपण मला आजही प्रतिदिनी मार्गदर्शन करतात.

अनुक्रमणिका

संक्षिप्त रूपांची यादी

AIEEE	All India Engineering Entrance Exam
AIIMS	All India Institute of Medical Sciences
ATI	Administrative Training Institute
BDO	Block Development Officer
BDS	Bachelor of Dental Science
BIPARD	Bihar Institute of Public Administration Rural Development
BPSC	Bihar Public Service Commission
CAD	Computer-Aided Design
CAPF	Central Armed Police Forces
CASRAE	Centre for Advanced Studies Research in Automotive Engineering
CAT	Common Admission Test
CBSE	Central Board of Secondary Education
CGM	Chief General Manager
CPI	Cumulative Performance Index
CSAT	Civil Services Aptitude Test
CSE	Civil Services Examination
CV	Curriculum Vitae
DAF	Detailed Application Form
DG	Director General
DTC	Delhi Transport Corporation
DTU	Delhi Technological University
EWS	Economically Weaker Section
GS-1	General Studies-1

GS-2	General Studies-2
HSC	Hamdard Study Circle
IAS	Indian Administrative Service
IFS	Indian Forest Service
IGNOU	Indira Gandhi National Open University
IIM	Indian Institute of Management
IIT-JEE	Indian Institute of Technology-Joint Entrance Examination
IMechE	Institution of Mechanical Engineers
IPS	Indian Police Service
Interview	Personality Test
JNU	Jawaharlal Nehru University
LBSNAA	Lal Bahadur Shastri National Academy of Administration
MH	Modern History
MPPSC	Madhya Pradesh Provincial Civil Service
NAB	National Association for the Blind
NABARD	National Bank for Agriculture and Rural Development
NCERT	National Council of Educational Research Training
NHAI	National Highways Authority of India
NIT	National Institute of Technology
ORN	Old Rajendra Nagar
PG	Paying Guest
PHQ	Police Headquarters
PIB	Press Information Bureau
PWD	Public Works Department
RBI	Reserve Bank of India
RCA	Residential Coaching Academy
RDO	Rural Development Officer
RML	Dr Ram Manohar Lohia Hospital

SDM	Sub-Divisional Magistrate
UGC	University Grants Commission
SSB	Services Selection Board
SDGs	Sustainable Development Goals
UIDAI	Unique Identification Authority of India
UPSC	Union Public Service Commission
VSSC	Vikram Sarabhai Space Centre
YASHADA	Yashwantrao Chavan Academy of Development Administration

प्रस्तावना

भारताच्या युवकांमध्ये असीम क्षमतांचा साठा आहे, सेवाभावाची प्रगाढ महत्त्वाकांक्षा आहे आणि प्रतिकूल परिस्थितींवर मात करण्याचा निर्धार आहे. भारतीय प्रशासकीय सेवे (IAS)च्या उमेदवारांमध्ये हे गुण सर्वाधिक ठळकपणे दिसून येतात, जे वर्षामागून वर्षे, जगातील सर्वांत कठीण असलेली UPSC सिव्हिल सर्व्हिसेस परीक्षा, उत्तीर्ण करण्यासाठी अद्वितीय समर्पण दाखवतात. *लक्ष्य UPSC* हे पुस्तक अशाच सात तरुण व्यक्तींच्या विलक्षण प्रवासांचे कथन करते, ज्यांनी या महान आव्हानावर विजय मिळवला आहे.

IAS हे केवळ एक करिअर नाही; ती राष्ट्रनिर्मितीसाठीची एक हाक आहे, या महान देशातील जनतेची सेवा करण्याची आणि बदल घडवून आणण्याची संधी आहे. सिव्हिल सर्व्हिसेस परीक्षेच्या कठोर प्रवासाला सामोरे जाणाऱ्या उमेदवारांना एक सामाईक स्वप्न एकत्र बांधून ठेवते : भारतातील विकासात योगदान देणे आणि आपल्या देशाच्या भविष्याची जडणघडण करणाऱ्या व्यवस्थेचा अविभाज्य भाग बनणे. या सातही कथा चिकाटी, सातत्य आणि त्याग या भावनांचे प्रतिबिंब आहेत.

या पुस्तकातील प्रत्येक कथा मानवी आत्म्याच्या ताकदीचे प्रमाण आहे. आर्थिक अडचणींवर आणि सामाजिक अडथळ्यांवर मात करण्यापासून ते व्यक्तिगत सुखसोयींचा त्याग करण्यापर्यंत आणि अपयश सहन करण्यापर्यंत. या तरुण यशस्वी व्यक्ती आपल्याला दाखवतात की, जर जिद्द आणि चिकाटीने पाठपुरावा केला, तर कोणतेही स्वप्न फार मोठे आणि आवाक्याबाहेरील नसते. त्यांनी हे जाणवून दिले की, यश फक्त पद मिळवण्यापुरतेच नसते, तर केलेला तो प्रवास, त्यात शिकलेले धडे आणि प्रत्येक अपयशानंतर पुन्हा उभे राहताना दाखवलेले धैर्य याबद्दल असते.

भारत २१व्या शतकात जागतिक नेता बनण्याकडे वाटचाल करत आहे आणि आपले नागरी सेवक (सिव्हिल सर्व्हंट्स) या परिवर्तनाच्या अग्रभागी आहेत. आपल्या देशाचे भविष्य अशा ठाम व्यक्तींच्या हातात सुरक्षित आहे, जे लोकसेवेसाठी आपल्या जीवनाचे समर्पण करायला तयार आहेत. त्यांची नवनिर्मिती करण्याची, सुधारणेची आणि धोरणे राबवण्याची क्षमता भारताच्या ३० ट्रिलियन अर्थव्यवस्था आणि २०४७पर्यंत एक विकसित राष्ट्र होण्याच्या प्रवासाला आकार देणार आहे.

मला आशा आहे की, हे पुस्तक त्या असंख्य उमेदवारांसाठी प्रेरणास्थान ठरेल, जे या देशाची सेवा करण्याचे स्वप्न पाहतात. मिन्नू पी.एम., सत्यम गांधी, भारत सिंह, लविश ओर्डिया, अंजली शर्मा, वसीम अहमद भट आणि श्रुती शर्मा यांच्या कथा प्रत्येक वाचकाला आपल्याच वाटतील, त्यांना स्फूर्ती देतील आणि त्यांनी निवडलेल्या कोणत्याही वाटेवर उत्कृष्टता साधण्यासाठी त्यांना प्रोत्साहित करतील.

जे हे पुस्तक हातात घेतील, त्या भविष्यातील उमेदवारांना मी सांगू इच्छितो की,

यशाचा मार्ग नेहमीच आव्हानांनी भरलेला असतो; पण ठाम निर्धार, शिस्त आणि स्वतःवरील विश्वास यांसोबत, अगदी माउंट यूपीएससीसारखे जगातील सर्वांत उंच शिखरदेखील सर होऊ शकते.

२२ ऑक्टोबर २०२४

अमिताभ कांत

आयएएस (निवृत्त)

G-20 शेर्पा आणि नीती आयोगाचे भूतपूर्व अध्यक्ष,

भारत सरकार

प्रास्ताविक

जगातील सर्वाधिक कठीण परीक्षेचे हिरो

आई, मी कलेक्टर झालो

दर वर्षी दहा लाखांपेक्षा अधिक संख्येने भारतीय तरुण झपाटून जाऊन एका समान स्वप्नाचा पाठलाग करतात. मोठ्या प्रतिष्ठेची, भारतीय प्रशासकीय सेवा (IAS) आणि इतर प्रमुख नागरी सेवांमध्ये सामील होण्यासाठी द्यावी लागणारी अत्यंत महत्त्वाची नागरी सेवा परीक्षा (CSE) उत्तीर्ण होणे, हे ते स्वप्न होय. केंद्रीय लोकसेवा आयोग (UPSC)द्वारे घेतली जाणारी ही परीक्षा जगातील एक अत्यंत व्यापक, कठीण आणि स्पर्धात्मक परीक्षा मानली जाते.

तीन दशकांपूर्वी मीही त्या इच्छुकांमध्ये होतो, जे या परीक्षेच्या हिमालयासारख्या उंच पर्वताला जिंकण्यासाठी आवश्यक असलेल्या प्रचंड तयारीत गुंतलेले होते. हरियाणातील सामान्य कुटुंबातून आलेला असल्याने, शालेय जीवनापासूनच आयएएस अधिकारी होण्याचे स्वप्न मी उराशी बाळगले होते. विद्यापीठात सुवर्णपदक जिंकून माझा आत्मविश्वास आणखीनच वाढला होता, तरीसुद्धा भारतीय तंत्रज्ञान संस्थेतून (IIT) आलेल्या अभियंता विद्यार्थ्यांनी ऐच्छिक विषयांत मिळवलेल्या भरमसाठ गुणांच्या गोष्टी मला अस्वस्थ करून सोडत.

केंद्रीय लोकसेवा आयोगाशी माझा पहिला सामना १९९३ साली घडून आला. माझ्या या प्रवासाची सुरुवात आश्वासक होती. कारण, मी पहिले दोन्ही टप्पे सुरळीतपणे पार पाडले होते आणि त्यामुळे आयोगाचे मुख्य कार्यालय असलेल्या भव्य धोलपूर हाउसचे दरवाजे माझ्या तिसऱ्या आणि

अत्यंत निर्णायक असलेल्या महत्त्वपूर्ण टप्प्यासाठी म्हणजेच व्यक्तिमत्त्व चाचणीसाठी उघडले गेले होते; परंतु जसे आयुष्य आपल्याला नेहमीच आठवण करून देत असल्याप्रमाणे माझे यश क्षणभंगुर ठरले. यशस्वी उमेदवारांच्या यादीतून माझे नाव गहाळ असल्याचे मी पाहिले आणि माझा प्रारंभिक आनंद होत्याचा नव्हता झाला. माझा जोश वादळी लाटांमध्ये सापडल्याप्रमाणे मला भासू लागले.

या अपयशामुळे मी खचून मात्र गेलो नाही. उलट माझा निर्धार अधिकच खंबीर झाला. दृढनिश्चयपूर्वक मी माझ्या धोरणाचे दुसऱ्यांदा मूल्यांकन केले आणि येऊ घातलेल्या १९९४ सालच्या परीक्षेच्या तयारीत स्वतःला जुंपून घेतले. जनरल स्टडीज आणि निबंध लेखन या विषयांत माझी तयारी कमी पडली होती, त्यांच्यावर मी माझे सर्व लक्ष केंद्रित केले.

अखेर तो अंतिम निकालाचा दिवस येऊन ठेपला. २२ जून १९९५ या दिवसाच्या संध्याकाळी निकालाची प्रतीक्षा आणि उत्सुकता शिगेला पोहोचली होती आणि माझ्या कॉलेजच्या वसतिगृहाच्या भिंती विजयी आरोळ्यांनी दणाणून गेल्या. या वेळी मी जिंकलो होतो आणि नागरी सेवा परीक्षा (CSE) १९९४मध्ये २६वी श्रेणी प्राप्त केली होती. यशाचा हा आनंद वेडावणारा होता. यशाची चव जिभेवर रेंगाळत असतानाच हरियाणा रोडवेजच्या बसमधून मी मसुरी या मंत्रमुग्ध करून टाकणाऱ्या शहरात असलेल्या प्रतिष्ठाप्राप्त लाल बहादूर शास्त्री नॅशनल अकॅडमी ऑफ ॲडमिनिस्ट्रेशन (LBSNAA)च्या दिशेने माझ्या स्वप्नमय प्रवासाला निघालेलो होतो.

गेल्या काही वर्षांत केंद्रीय लोकसेवा आयोगाने परीक्षा पद्धतीत बरेच लक्षणीय बदल घडवून आणून आधीच आव्हानात्मक असलेल्या या परीक्षेचे काठिण्य अधिकच वाढवले आहे. पूर्व परीक्षेत सिव्हिल सर्विसेस ॲप्टीट्यूड टेस्ट (CSAT) किंवा सीसॅटची भर करून आणि मुख्य परीक्षेत नैतिक मूल्यांचा (ethics) पेपर आणून त्यांनी प्रक्रियेतील गुंतागुंत अधिकच वाढवली आहे. ऐच्छिक विषय त्यांनी दोनवरून एकवर आणले आहेत आणि लिहायला लागणाऱ्या निबंधांची संख्या जास्त केली आहे. खरे तर भारतीय अर्थव्यवस्थेच्या उदारीकरणामुळे, तरुणांपुढे त्यांच्या करियरसाठी विविधतापूर्ण आणि आकर्षक अशा अनेक नवनवीन संधी उपलब्ध झाल्या आहेत. तथापि, परीक्षापद्धतीत झालेले बदल आणि पर्यायी करियर मार्गांची

उपलब्धता असूनही केंद्रीय लोकसेवा आयोगाच्या नागरी सेवा परीक्षांचे आकर्षण अधिकच वाढले असून स्पर्धा अत्यंत तीव्र झाली आहे.

२०२३ या वर्षी १०,१६,८५० इतक्या आश्चर्यकारक संख्येने उमेदवारांनी नागरी सेवा परीक्षांसाठी अर्ज भरले. त्यापैकी ५,९२,१४१ उमेदवारांनी पूर्व परीक्षा दिली. या प्रचंड संख्येपैकी केवळ १४,६२४ उमेदवार दुसऱ्या टप्प्यावर जाऊ शकले. यापैकी फक्त २,८५५ मुख्य परीक्षेचा किल्ला सर करू शकले आणि त्यांना अत्यंत हवेहवेसे वाटणारे 'व्यक्तिमत्त्व चाचणी'चे निमंत्रण प्राप्त झाले. सरतेशेवटी केवळ १०१६ उमेदवार शिखरापर्यंत पोहोचू शकले आणि त्यापैकी फक्त १८० जणांना IAS होण्याचा बहुमान लाभला.

यशस्वी होण्याचे प्रमाण इतके कमीत कमी असूनही या कठीण आव्हानाला या व्यक्ती का स्वीकारतात? याचे उत्तर IAS या सेवेमधील आकर्षणात आहे. ही अशी एक व्यावसायिक सेवा आहे जी विविध क्षेत्रांमध्ये काम करण्याच्या अभूतपूर्व संधी देते, असंख्य आव्हानांना सामोरे जाण्याची क्षमता आणि सार्वजनिक सेवेमध्ये मिळणाऱ्या आनंद व समाधानाचा अनुभव देते. IAS सोबत जोडलेले अधिकार, सन्मान आणि प्रभावाची प्रतिमा नागरी सेवा परीक्षेला एक राष्ट्रीय ध्यास बनवते. एक दिवस गर्वाने 'आई, मी कलेक्टर झालो आहे' असे म्हणण्याच्या तीव्र इच्छेने प्रेरित होऊन इच्छुक जाणीवपूर्वक या आव्हानात स्वतःला झोकून देतात.

यूपीएससी रूपी पर्वताचे स्वरूप समजावून घेऊ या

या कठीण नागरी सेवा परीक्षेचे खडतर असे तीन टप्पे आहेत : नागरी सेवा प्राथमिक परीक्षा (जी प्रिलिम या नावाने ओळखली जाते), नागरी सेवा मुख्य लेखी परीक्षा (जी मेन्स या नावाने ओळखली जाते) आणि व्यक्तिमत्त्व चाचणी (जी इंटरव्ह्यू या नावाने ओळखली जाते). दर वर्षी फेब्रुवारी महिन्यात यूपीएससीची जाहिरात झळकते आणि पूर्व परीक्षेसाठी आवेदनपत्रे मागवली जातात, त्या क्षणापासून ही प्रदीर्घ शर्यत सुरू होते. तीव्र स्पर्धा ही या परीक्षेची खूण असून, यशस्वी होण्याचा दर एक टक्क्यापेक्षाही कमी आहे. पुढील आकृतीमध्ये या परीक्षेची रूपरेखा दाखविलेली आहे :

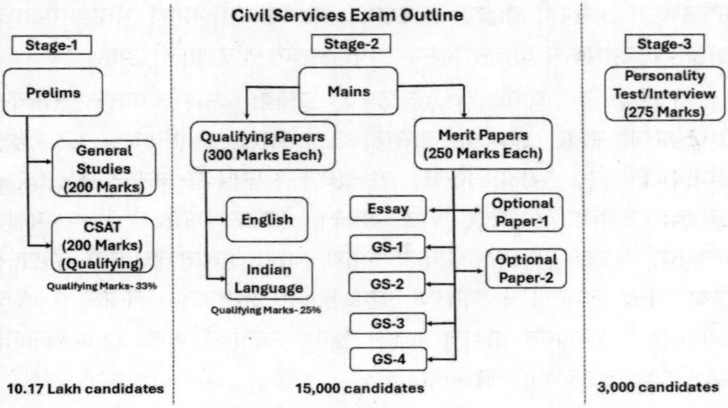

पूर्व परीक्षेत दोन अनिवार्य, वस्तुनिष्ट पद्धतीचे पेपर असतात. प्रत्येक पेपर २ तासांचा आणि २०० गुणांचा असतो. जनरल स्टडीज – १ (GS-1)मध्ये चालू घडामोडी, भारताचा इतिहास, भूगोल, राज्यशास्त्र, अर्थशास्त्र, पर्यावरण आणि सामान्य विज्ञान यांसारखे विविध विषय समाविष्ट असतात. प्रत्येक चुकीच्या उत्तरासाठी १/३ गुण कापले जातात. GS-2 किंवा CSAT पेपर हा क्वालिफायिंग प्रकारचा असतो आणि त्यात परीक्षार्थीला किमान ३३% गुण तरी मिळवावेच लागतात. या पेपरमधून कॉंप्रिहेन्शन, लॉजिकल रीझनिंग, डिसिजन मेकिंग, जनरल मेंटल ॲबिलिटी आणि बेसिक न्यूमरसी आजमवली जाते.

मुख्य परीक्षेसाठी अर्ज करण्यास पात्र उमेदवार शोधून काढण्याची परीक्षा म्हणून पूर्व परीक्षेचा स्क्रीनिंग टेस्ट सारखा वापर केला जातो. पूर्व परीक्षेत मिळालेले गुण हे अंतिम गुणवत्ता यादी (फायनल ऑर्डर ऑफ मेरिट) निश्चित करण्याच्या कामी विचारात घेतले जात नाहीत. जितक्या जागा भरायच्या असतात (टोटल नंबर ऑफ व्हेकन्सीज) त्याच्या बारा तेरा पट उमेदवार पूर्व परीक्षेतून निवडले जातात.

मुख्य परीक्षा ही वर्णनात्मक (डिस्क्रिप्टिव्ह) स्वरूपाची असते. तिच्यातून परीक्षार्थीच्या आकलनाची खोली, विश्लेषणात्मक विचार करू शकण्याची क्षमता आणि लिखाण कौशल्ये पारखून बघितली जातात. उमेदवारांकडून अपेक्षा असते की ते सामाजिक–आर्थिक उद्दिष्टांवर आपले विचार संकल्पनात्मक स्पष्टतेने आणि निर्दोष आयोजनाने मांडतील.

मुख्य परीक्षेचे नऊ पेपर असतात, ज्यात इंग्रजी भाषेचा एक आणि कोणत्याही एका भारतीय भाषेचा एक असे दोन पेपर असतात, ज्यांचा हेतू अर्हता मूल्यांकन (क्वालिफायिंग असेसमेंट) करणे हा असतो. संविधानाच्या आठव्या परिशिष्टामध्ये ज्या भारतीय भाषांचा समावेश आहे, त्यापैकी कोणतीही एक भाषा उमेदवार निवडू शकतो. शालान्त किंवा तिच्या समकक्ष परीक्षेच्या पातळीचे हे सर्व अनिवार्य पेपर्स जास्तीत जास्त ३०० गुणांचे असतात. त्या दोन्ही पेपर्समध्ये उत्तीर्ण होण्यासाठी परीक्षार्थीला किमान २५% गुण मिळवावे लागतात. या दोन अनिवार्य पेपर्समध्ये जर परीक्षार्थी पात्र झाला नाही, तर उरलेल्या सात पेपर्समध्ये त्याने कितीही गुण मिळवले असले तरी यूपीएससी त्यांना महत्त्व देत नाही.

उरलेले सात पेपर्स (पेपर १ ते पेपर ७) प्रत्येकी २५० गुणांचे असून, त्यातील गुणांचा अंतिम श्रेणी निश्चित करण्यासाठी विचार केला जातो. हे पेपर असे असतात :

- निबंध लेखन
- जनरल स्टडीज – १ : भारतीय वारसा आणि संस्कृती, जागतिक इतिहास आणि भूगोल
- जनरल स्टडीज – २ : राज्यकारभार, संविधान, राज्यशास्त्र, सामाजिक न्याय आणि आंतरराष्ट्रीय संबंध
- जनरल स्टडीज – ३ : तंत्रज्ञान, आर्थिक विकास, जैवविविधता, पर्यावरण, सुरक्षा आणि आपदा व्यवस्थापन
- जनरल स्टडीज – ४ : इथिक्स, इंटेग्रिटी व ॲप्टिट्यूड
- ऐच्छिक विषय – १
- ऐच्छिक विषय – २

यूपीएससीने पुरविलेल्या विषयांच्या यादीतील कोणताही एक विषय आपला ऐच्छिक विषय म्हणून परीक्षार्थी निवडू शकतो. या सर्व सातही पेपर्सचा अवधी तीन तासांचा असतो.

नागरी सेवा परीक्षेच्या प्रवासाचा चरमबिंदू म्हणजे प्रत्यक्ष मुलाखतीद्वारा घडून येणारी व्यक्तिमत्त्व चाचणी. ही अत्यंत महत्त्वाची असून, तिला २७५

गुण असतात. त्या वर्षीची परीक्षा जितक्या रिक्त जागा भरण्यासाठी घेतलेली असते, त्या जागांच्या साधारणपणे दुप्पट उमेदवार मुलाखतीसाठी बोलावले जातात. या टप्प्यावर उमेदवाराच्या अंगी, सार्वजनिक सेवेत करिअर करण्यासाठी आवश्यक असणारी मानसिक प्रखरता, वैयक्तिक अनुकूलता आणि नेतृत्व क्षमता कितपत आहे यांचा आढावा घेण्यासाठी एक मंडळ (बोर्ड) त्यांचे मूल्यांकन करते.

पंधरा महिन्यांचा हा कष्टप्रद प्रवास अनिश्चितता, तीव्र दबाव आणि अधूनमधून पदरी पडणाऱ्या निराशेने भरलेला असतो. उमेदवारांना सामाजिक, शारीरिक आणि आर्थिक अडचणींना सामोरे जावे लागते, यासाठी त्यांना त्यागही करावे लागतात आणि धाडसी निर्णयही घ्यावे लागतात. महिनोंमहिने, इच्छुक उमेदवार कठोर अभ्यासात गुंतलेले असतात, त्यासाठी वैयक्तिक आणि सामाजिक उपक्रमांचा त्याग करतात. काहींना लवकर यश मिळते, तर काहींना यशस्वी होण्यापूर्वी वारंवार अपयशाचा सामना करावा लागतो. प्रत्येक विजयी उमेदवाराचा प्रवास हा स्वप्ने, संघर्ष, अपयश, अढळ निश्चय आणि शेवटी मिळालेल्या विजयाची कहाणी असते.

हे पुस्तक त्या सात वैशिष्ट्यपूर्ण व्यक्तींच्या जीवनप्रवासाची गुंगवून टाकणारी कहाणी सांगते, ज्यांनी गेल्या पाच वर्षांमध्ये यूपीएससीचा अलांघ्य पहाड सर केला आणि ते आयएएस बनले. या हिरोंनी तोंड दिलेल्या गुंतागुंतीच्या आव्हानांवर आणि या कठोर परीक्षेच्या प्रत्येक टप्प्यावर मार्ग शोधण्यासाठी त्यांनी वापरलेल्या कल्पक रणनीतींवरही हे पुस्तक प्रकाश टाकते. प्रत्येक कथा मेहनत, समर्पण आणि अढळ आत्मविश्वासाच्या शक्तीचे प्रमाणपत्र ठरते.

आपले हे सात हिरो

मिन्नू पी. एम. : केरळच्या पोलीस खात्यात कनिष्ट कारकून असलेल्या मिन्नूने यूपीएससीचा दुष्कर पहाड सर करण्यासाठी पाच वर्षांची अविरत लढाई लढली. ती बारावीत असतानाच तिच्या वडिलांचे दुःखद निधन झाल्यापासून तिने अनेक आव्हानांचा सामना केला. लवकर लग्न झाल्यामुळे जन्माला आलेले दोन वर्षांचे मूल सांभाळणे, घरातील कामे आणि त्यासोबत आव्हानात्मक नोकरी; ही सारी कामे एकाच वेळी करताना तिची तारांबळ

उडत असे. गेली अनेक वर्षे अभ्यासाच्या विश्वापासून दूर असलेल्या मिन्नूचा यूपीएससीचा प्रवास हा कोणत्याही साहसापेक्षा वेगळा नाही. पूर्व परीक्षेत तीनदा नापास होणे आणि मुलाखतीच्या टप्प्यावर एकदा गडबडगुंडा उडणे अशा घटना घडूनही तिची जिद्द कधीच डगमगली नाही.

सत्यम गांधी हा बिहारच्या समस्तीपूर जिल्ह्यातील एका साधारण खेड्यातला २१ वर्षांचा मुलगा. याने आपल्या सर्व अडथळ्यांवर मात करत पहिल्याच प्रयत्नात यशस्वी होऊन बाजी मारली. IIT-JEE आणि NDA या दोन्ही परीक्षांमध्ये अनुत्तीर्ण झाल्यावरही सत्यमच्या जिद्द आणि निर्धाराची चमक मंदावली नाही. त्याच्या अभ्यासासाठी लागणारा पैसा त्याचे पालक अवाच्यासव्वा व्याजदराने उभा करत आहेत हे माहीत असल्यामुळे त्याने आपल्या पदवी अभ्यासक्रमाच्या अखेरच्या वर्षापासूनच यूपीएससीची तयारी सुरू केली होती. निकस भोजन, आर्थिक अडचणी, प्राध्यापकांचे टोमणे, आजारपण आणि कोविड-१९ अशा अनेक समस्यांना तोंड देत त्याने दिवसाचे चौदा तास अभ्यास केला. आपल्या तयारीसाठी त्याने एक उत्तम अभ्यास योजना (स्टडी प्लॅन) बनवली होती. ही सारी मेहनत फळाला आली आणि २०२० सालच्या नागरी सेवा परीक्षेत त्याने दहावी श्रेणी प्राप्त केली.

भारत सिंग याचा नोकरांच्या खोल्यांपासून कलेक्टरच्या बंगल्यापर्यंतचा प्रवास अत्यंत प्रेरणादायी आहे. तो हिंदी माध्यमाच्या सरकारी शाळेत सहावीत असताना त्याच्या पालकांनी त्याला इंग्रजी माध्यमाच्या उच्चभ्रू शाळेत हलवले, तेव्हा बालपणापासूनच त्याचा संघर्ष सुरू झाला होता. शाळेत जाणे आणि परत येणे यात त्याला रोज चार तास खर्च करावे लागत. या अडचणीला आणि आपल्या एकटेपणा व न्यूनगंडाला तोंड देत देत तो मॅकेनिकल इंजिनिअर बनला. मात्र या टप्प्यावर त्याने एक फार मोठा निर्णय घेतला. टाटा मोटर्समधील आकर्षक नोकरी, आयुष्यात प्रथमच प्राप्त झालेला आदर व दर्जा या सर्वांचा त्याने त्याग केला आणि आपले आयएएस बनण्याचे स्वप्न पूर्ण करण्याच्या मागे तो लागला. चार वर्षे त्याने अपयशे, आर्थिक ताण आणि मानसिक परीक्षांचा सामना केला आणि अंतिमतः तो विजयी झाला.

लविश ओर्डिया हा आयआयटी मुंबई इथून पदवीधर झालेला युवक, अमेरिकेतील ह्युस्टन येथे वैभवसंपन्न आयुष्य व्यतीत करीत होता. आरामशीर घर, महागडी एसयूव्ही गाडी, बिझनेस क्लासमधून प्रवास आणि घसघशीत

पगाराची नोकरी. तथापि, कार्पोरेट क्षेत्रातील या लखलखाटापेक्षा आयएएस होण्याची हाक अधिक शक्तिशाली ठरली. अमेरिकेतील ऐश-आरामाचे जीवन पाठीमागे टाकून लविश दिल्लीला आला आणि वातानुकूलित नसलेल्या वसतिगृहाच्या एका सामायिक खोलीत राहून परीक्षेची तयारी करू लागला. अभ्यासाचे खडतर वेळापत्रक, डोकेबाज नियोजन आणि ठरवलेल्या लक्ष्यापासून चित्त ढळू न देणे या आधारे आपल्या पहिल्याच प्रयत्नात त्याने यशाचे शिखर गाठले.

दहावीत असतानाच दृष्टी गेलेल्या **अंजली शर्मा**साठी आयुष्य म्हणजे केवळ अंधकार होता. सिक्कीममधील कारखान्यात मजुरी करणाऱ्या एका कामगाराची ती कन्या; परंतु या हानीमुळे यूपीएससी संदर्भातली तिची नजर मात्र अगदी स्वच्छ बनली. दृष्टिबाधितांसाठी साहाय्यक ठरणाऱ्या साधनांविषयी अनभिज्ञ असलेल्या अंजलीने सर्व अडचणींचा सामना केला आणि पदवीधर झाल्यावर लगेच नागरी सेवा परीक्षेसाठी फक्त स्व-अभ्यासाच्या बळावर तयारी करायला सुरुवात केली. तिला मिळणारे लेखनिक जरी सुमार दर्जाचे होते, वाचनासाठी दर्जेदार अभ्याससाधनेही उपलब्ध नव्हती, तब्येत साथ देत नव्हती आणि वारंवार अपयशाचे तोंड पाहावे लागत होते, तरीही फक्त आपली जिद्द आणि कठोर मेहनत यांच्या बळावरच तिने आपले स्वप्न साकार केले.

जम्मू-काश्मीर राज्यातील अनंतनाग जिल्ह्यातील एका मधुमक्षिकापालन करणाऱ्याचा पुत्र असलेला **वसीम अहमद बट** हा एकेकाळी अभियांत्रिकीने झपाटलेला होता. मात्र आयएएस झालेले तरुण कश्मिरी अधिकारी शाह फैजल आणि अथर अमीर यांनी त्याच्या कॉलेजला भेट दिली आणि त्याला आयएएस होण्याचे स्वप्न बघण्यासाठी प्रवृत्त केले. नोकरीच्या आकर्षक प्रस्तावांना धुडकावून वसीम, आयएएस होऊ पाहणाऱ्यांची मक्का असलेल्या जुने राजेंद्रनगर, दिल्ली इथे येऊन धडकला. काटेकोर पद्धतीने टिपणे घेणे, आकर्षक लेखनशैली आणि दररोज १४ तास अभ्यास करण्याची पद्धत फलदायी ठरली आणि २०२२ सालच्या परीक्षेत वसीम सातवी श्रेणी मिळवून यशस्वी झाला.

विनम्र आणि चारचौघींसारखी एक साधारण मुलगी असलेली **श्रुती शर्मा**, आयएएस होण्याचे स्वप्न बघणाऱ्या लाखो युवांसाठी तेव्हा आशा व प्रेरणेचे प्रतीक बनली, जेव्हा ती २०२१ सालच्या परीक्षेत सर्वोच्च

गुण मिळवून पहिली आली. उत्तर प्रदेशातील बिजनोर जिल्ह्यातील एका लहानशा गावातून आलेल्या श्रुती शर्माचा प्रवास म्हणजे कठोर मेहनत आणि दृढ निश्चयाने भरलेली एक प्रवासगाथा आहे. चुकून परीक्षेसाठी नको ते माध्यम निवडणे, पूर्व परीक्षेत अपयश येईल का अशी सतत भीती वाटणे आणि अपेक्षेनुसार न झालेल्या मुलाखतीचा सामना करणे अशा घटनांनी भरलेला तिचा प्रवास साधा-सोपा नव्हताच. तिच्या या संघर्षात तिच्या प्रिय अम्माने दिलेल्या प्रोत्साहनाने आणि त्यागाने तिचा मार्ग उजळून निघाला.

लक्ष्य UPSC हे शीर्षक असलेले या पुस्तकाचे शेवटचे प्रकरण, यूपीएससीचा पर्वत सर करण्यासाठी एक सर्वसमावेशक गाइड देऊ करते, जे या सात युवा प्राप्तकर्त्यांच्या प्रेरक जीवनकहाण्यांवर आधारित आहे.

वेगवेगळी पार्श्वभूमी लाभलेल्या आणि आव्हानांनी युक्त अशा या सात जणांच्या, भान हरपून टाकणाऱ्या जीवनकहाण्या आहेत. त्या आयएएस आणि अन्य नागरी सेवा परीक्षा देऊ पाहणाऱ्या लाखो इच्छुकांना प्रेरणा देणाऱ्या तर आहेतच, शिवाय दुष्कर असा यूपीएससी पर्वत सर करून आयएएस होण्याचे स्वप्न सत्यात उतरवण्यासाठी वैयक्तिक मार्गदर्शन करणाऱ्याही आहेत.

Ms. Minnu P M , IAS

प्रकरण १

कारकून ते कलेक्टर, एका मातेचा प्रवास

पोलीस गणवेशातील एक देवदूत

एक तरुण कनिष्ट कारकून असलेल्या मिन्नू पी. एम.साठी केरळातील तिरूअनंतपूरमची ऑगस्ट महिन्यातील ही सकाळ नेहमीप्रमाणे सर्वसाधारणच होती. मॉन्सूनचे दिवस असल्याने राज्यभर भरपूर पाऊस पडत होता. खाली लोंबणाऱ्या ढगांनी आकाश ओथंबलेले होते आणि पावसाच्या थेंबांच्या आवाजाने वातावरण भरून गेलेले होते. हवेला चिंब भिजलेल्या जमिनीचा वास होता.

परंतु या सगळ्याकडे लक्ष देण्यासाठी मिन्नूजवळ वेळ नव्हता. सोनेरी रंगाचे जाडजूड काठ असलेली दुधिया रंगाची साडी तिने परिधान केलेली होती आणि ॲडिशनल डीजीपी असलेले सूर्यकांत पांडा (नाव बदलले आहे) यांच्यासमोर ती दक्षतेने उभी होती. ते आता काय बोलतील याकडे तिचे सर्व चित्त लागलेले होते.

कालची सारी संध्याकाळ मिन्नूने गृह मंत्रालयाला पाठविण्यासाठी एक अत्यंत महत्त्वाचे टिपण आणि पत्र तयार करण्यात खर्च केली होती. त्यासाठी तिला खूप उशिरापर्यंत कार्यालयातच थांबावे लागले होते आणि त्यावरून तिची सासरची मंडळी नाराजही झाली होती. मिन्नूने तयार केलेली फाइल पांडासाहेब लक्षपूर्वक वाचत होते आणि त्यांना ती आवडल्याचे समाधान त्यांच्या मुद्रेवर झळकताना दिसून येत होते. वाचन संपवून त्यांनी मोठ्या आनंदाने पत्रावर सही केली.

''कारकूनी करण्यात तू तुझे आयुष्य का वाया घालवीत आहेस? त्याऐवजी तू नागरी सेवा परीक्षा द्यायला हवी आणि अधिकारी बनायला हवे,'' मिन्नूची जाडजूड फाइल तिच्याकडे सरकवताना पांडासाहेबांनी हसत हसत सूचना केली.

पांडासाहेबांच्या मुखावरील स्मितहास्य आणि त्यांच्या अभिप्रायाने मिन्नूचा जीव भांड्यात पडला. काल तिने जी जिवापाड मेहनत घेऊन एक कठीण काम पार पाडले होते, त्या श्रमांचे सार्थक झाल्यासारखे तिला वाटत होते. तिच्या कामाच्या गुणवत्तेबद्दल तिचे कौतुक होण्याची ही काही पहिलीच वेळ नव्हती. मात्र आजची ही वेळ जराशी वेगळी होती. पांडासाहेबांच्या शब्दांमुळे मिन्नूच्या मनात वेगळ्याच प्रकारच्या भावना आकार घेत होत्या. तिला चार बोटे हवेत गेल्यासारखेही वाटत होते आणि त्याच वेळी संशयाची भावनाही तिचे पाय खाली खेचत होती.

''माझ्याच्याने ते होईल असे नाही वाटत मला साहेब,'' मिन्नू चाचरत बोलली. जो मार्ग ते सुचवीत होते, तो तिला खूपच दूरचा आणि अवास्तव वाटत होता.

''का नाही होणार? तू तरुण आहेस, बुद्धिमान आणि मेहनती आहेस, पोस्टग्रॅज्युएट आहेस आणि विद्यापीठाची एक रँकहोल्डरदेखील आहेस. फाइल्सवर तू ज्या अप्रतिम नोट्स लिहितेस त्या मी वाचलेल्या आहेत,'' पांडासाहेब ठामपणे म्हणाले.

''पण साहेब, ही परीक्षा फार कठीण असते आणि तिच्या तयारीत वर्षानुवर्षे लागतात. मला तेवढा वेळ काढणे जमेलसे वाटत नाही,'' मिन्नू घुटमळत म्हणाली.

''पोरी, तुझ्यातील क्षमतेला कमी लेखू नकोस. परीक्षेच्या तयारीसाठी मी तुझी रजा मंजूर करीन,'' पांडासाहेब गंभीरपणे म्हणाले.

''ठीक आहे साहेब. मी यावर गंभीरपणे विचार करीन. धन्यवाद सर,'' अधिक वाद घालण्याचे मिन्नूने टाळले. तिने पटकन आपली फाइल उचलली आणि साहेबांच्या खोलीतून बाहेर पडली. मात्र तिचे हृदय जोरजोराने धडधडत होते.

पांडासाहेबांच्या कार्यालयातून आपल्या टेबलाजवळ जाताना तिने उचललेल्या तीस पावलांनंतर एका वेगळ्याच विश्वात पोहोचल्यासारखे तिला वाटले. आयएएस अधिकारी होण्याच्या तिच्या फार पूर्वीपासून

असलेल्या स्वप्नावर साचलेल्या धुळीचा जाडजूड थर पांडासाहेबांच्या शब्दांमुळे झटकला गेल्यासारखे झाले होते. २०१२ सालच्या पूर्व परीक्षेत तिने या पाण्यात उतरूनही पाहिलेले होते.

पोलीस मुख्यालयातील लहान मुलगी

नशिबाने घेतलेल्या अकस्मात वळणामुळे मिन्नू पोलीस मुख्यालयात कनिष्ट कारकून बनली. केरळ पोलीस खात्यात एक कॉन्स्टेबल असलेल्या तिच्या वडिलांचा ड्यूटीवर असताना २००७ साली मृत्यू झाल्यामुळे अनुकंपा तत्त्वानुसार तिला त्यांच्या जागी नोकरी देण्यात आली. सुरुवातीला तर तिच्या सहकाऱ्यांनी तिला पार निकालात काढले. कारण, तिची अनुकंपा तत्त्वावर झालेली नेमणूक. मात्र आपल्या कठोर मेहनती आणि कामाला वाहून घेण्याच्या स्वभावामुळे तिने आपले मूल्य सिद्ध करून दाखवले. वरिष्ठ असलेल्या आयपीएस अधिकाऱ्यांकडून तिच्या होणाऱ्या कौतुकामुळे तिच्या सहकाऱ्यांचा मत्सराने जळफळाट होऊ लागला.

आपल्या टेबलाशी परत आल्यावर आपली मनःस्थिती ठिकाणावर यावी म्हणून ती आपल्या आसनावर स्थानापन्न झाली. टेबलावरील थंड काचेवर तिने आपले मस्तक सावकाश टेकवले, आपले डोळे बंद करून घेतले आणि मुद्दामहून छोटे छोटे श्वास घेऊ लागली. काही महिन्यांपूर्वी जेव्हा पांडासाहेब तिथे बदलून आले होते, तेव्हा त्यांनी आपल्या पहिल्याच दिवशी स्टाफ मीटिंग बोलवली होती, तिची मिन्नूला आठवण झाली. त्यांनी प्रत्येकाला आपली ओळख करून द्यायला आणि आपल्या कामाबद्दल बोलायला सांगितले होते.

''ही लहान मुलगी इथे काय करतेय?'' मिन्नूची पाळी आल्यावर ती जेव्हा बोलायला उभी राहिली, तेव्हा पांडासाहेब गमतीने उदगारले होते. कारण, आपल्या वयाच्या मानाने मिन्नू खरोखर लहान दिसत असे. त्यांच्या विनोदामुळे तिथे खसखस पिकली होती.

''सर, माझे नाव मिन्नू पी. एम. असून, मी केरळ विद्यापीठाची बायोकेमिस्ट्रीमध्ये पोस्ट ग्रॅज्युएट आहे. मी शस्त्रास्त्रे आणि बांधकाम विभाग बघते,'' मिन्नूने जरा लाजतच आपली ओळख करून दिली होती.

मीटिंग संपल्यावर पांडासाहेबांनी मिन्नूवर एक आव्हानात्मक कामगिरी सोपवली. ''मिन्नू, मला सध्या सुरू असलेल्या सर्व बांधकाम प्रकल्पांचे

सर्वसमावेशक स्टॅटिस्टिक्स हवे आहेत आणि केरळ पोलिसांजवळ असलेल्या सर्व शस्त्रास्त्रांची तपशीलवार माहिती हवी आहे. ती तू मला देऊ शकशील काय?''

बेसावध पकडली गेल्याप्रमाणे मिन्नू गांगरली आणि तिच्या वरिष्ठांकडे म्हणजेच साहाय्यक एजीपी असलेल्या श्याम शर्मांकडे (नाव बदलले आहे) बघू लागली. ते तिच्या मदतीला धावले.

''सर उद्यापर्यंत ही सगळी माहिती तयार असेल,'' त्यांनी पांडासाहेबांना सांगितले.

''मला ती माहिती आजच्या आज हवी, उद्या नको,'' पांडासाहेब कठोरपणे बोलले.

''हो सर. मी आजच्या आज सारी माहिती गोळा करते,'' मिन्नू उत्तरली. आपल्या आवाजातील निर्धाराने ती स्वतःच चकित झाली होती.

ते खरोखर एक घाबरवून टाकणारे काम होते. मात्र मिन्नूला तिच्या आयपीएस असलेल्या अधिकाऱ्यांनी घालून दिलेल्या आव्हानात्मक डेडलाइन्सची चांगलीच सवय असल्याने ती त्वरेने आपले काम पूर्ण करायला निघाली. तासच्या तास न थकता केलेल्या कामाचे फळ मिळाले आणि तिने एक सर्वसमावेशक टिपण तयार केले. आपण घेतलेली ही एवढी कठोर मेहनत न बघताच पांडासाहेब निघून जातील की काय, या चिंतेपोटी ती घाईघाईने त्यांच्या कार्यालयाकडे गेली, तर त्यांची एक मीटिंग सुरू होती, त्यामुळे ती शेजारच्याच एका खोलीत वाट बघत थांबली.

आपल्या पर्यवेक्षकासोबत ती बोलत असतानाच एका त्रासिक आवाजाने तिचे लक्ष वेधून घेतले. ''मिन्नू, तू इथे काय करते आहेस? आणि मी सकाळी तुला जे काम सांगितले होते त्या कामाचे काय झाले?'' तिने पटकन मागे वळून पाहिले तो प्रत्यक्ष पांडासाहेब खोलीत प्रवेश करत होते.

थरथरत्या आवाजात मिन्नूने उत्तर दिले, ''सर ते काम तयार आहे.'' आणि तिने आपल्या हातात घट्ट पकडलेल्या फोल्डरकडे नजर टाकली.

''काय म्हणतेस? खरे की काय? दाखव बघू मला,'' पांडासाहेब आश्चर्याने उद्गारले. वास्तविकतः ते ही अपेक्षा करत होते की, मिन्नू काम वेळेत न झाल्याबद्दल माफी मागायला आली असेल. मात्र तिचे उत्तर ऐकून ते चकितच झाले.

मिन्नूने बनवलेले टिपण वाचल्यानंतर त्यांचा कठोर आविर्भाव खऱ्याखुऱ्या आनंदात बदलला. इतक्या तरुण कारकुनाकडून इतकी व्यापक आणि विश्लेषणात्मक नोट बनू शकेल, अशी त्यांनी अपेक्षाच केली नव्हती. ''फारच छान!'' त्यांनी प्रशंसोद्गार काढले. ते प्रभावित झाले असल्याचे प्रत्यक्ष दिसून येत होते.

भावनिक वादळ

डोळे बंद करून मिन्नू पांडासाहेबांशी झालेल्या तिच्या पूर्वीच्या संवादावर विचार करत होती आणि त्यांनी तिच्या मनात रुजवलेला विचार आठवीत होती. तिला नेहमीच वाटत आले होते की, तिचे खरे ध्येय एका कारकुनाच्या भूमिकेपलीकडे आहे; परंतु जीवनाने तिला लग्नानंतरच्या जबाबदाऱ्या सांभाळण्याकडे ढकलले होते. पती आणि सासरच्यांची काळजी घेणे, नोकरी सांभाळणे, घर चालवणे आणि लहान मुलाला वाढवणे या रोजच्या कर्तव्यांखाली तिचे स्वप्न दडपून गेले होते.

मी हे खरोखर प्राप्त करू शकेल काय? माझ्यापेक्षा वयाने तरुण असलेल्या परीक्षार्थींसमोर माझा टिकाव तरी लागेल का? तिचा पती जॉशी या कल्पनेला पाठिंबा देईल का? अम्मा आणि अप्पा कशी प्रतिक्रिया देतील? प्रश्न, प्रश्न आणि फक्त प्रश्न, ज्यांची उत्तरेच नव्हती, असे प्रश्न तिच्या मनात घोंगावत होते.

प्रश्नांच्या चक्रव्यूहात ती अडकलेली असतानाच एका परिचित आवाजाने तिची तंद्री भंग केली. ''मिन्नू, सारे काही ठीक आहे ना? पांडा साहेबांनी तुझी खरडपट्टी तर काढली नाही ना?'' शेजारच्या टेबलावरील तिची सहकारी तिच्याकडे झुकून तिला विचारत होती.

''नाही गं ताई, पांडा सरांनी तर माझ्या कामाचे तोंड भरून कौतुक केले. माझ्या प्रगतीविषयी त्यांना खरीखुरी आस्था आहे आणि त्यांनी असे सुचवले आहे की, मी नागरी सेवा परीक्षेला बसावे आणि एक अधिकारी व्हावे,'' हास्याने उजळलेल्या चेहऱ्याने मिन्नूने उत्तर दिले.

तिच्या सहकारीच्या चेहऱ्यावरील चिंतेचे भाव पटकन एका आश्वासक स्मितहास्यात बदलले. पांडासाहेबांच्या मताला तिने दुजोरा दिला. ''त्यांचे म्हणणे अगदी खरे आहे, माझ्या गोड पोरी! तू यावर खरोखर गंभीरपणे

विचार करायला हवास,'' मिन्नूच्या खांद्यावर मायेने थोपटत तिने तिला शाबासकी देत आपले मत मांडले.

पांडासाहेबांचा सल्ला कधी आपण आपल्या पतीला सांगतो या उत्सुकतेने मिन्नूचे मन सारखे उचंबळून येत होते. संध्याकाळी पाच वाजता जशी तिने घरी जाण्याची तयारी सुरू केली तसा तिचा चुलत भाऊ दिधीश तिला भेटायला आला. तोही तिच्यासारखाच पोलिसात नोकरी करीत होता. त्याला पाहून आनंदित झालेली मिन्नू त्याला म्हणाली, ''बरे झाले तू आलास दिधीश. मला तुझ्याशी काही महत्त्वाचे बोलायचे आहे. जॉशी खाली माझी वाट पाहत आहे. आपण सारे आपल्या आवडत्या ठिकाणी चहा प्यायला जाऊ या.''

मिन्नूचा प्रेमळ नवरा जॉशी हा तिरूअनंतपूरम इथल्या विक्रम साराभाई स्पेस सेंटरमध्ये तंत्रज्ञ म्हणून कामाला होता. मिन्नू त्याला प्रेमाने चेट्टन अशी हाक मारी.

''चेट्टन, आपण घरी जाण्यापूर्वी *मानवीयम वीदिहीला* थांबू या. आजचा दिवस माझ्यासाठी खूप महत्त्वाचा आहे आणि त्याबद्दल तुझ्याशी बोलण्यासाठी मी अगदी उतावीळ झाले आहे,'' आपले हेल्मेट चढवत आणि जॉशीच्या बाईकवर त्याच्यामागे बसत मिन्नू उत्साहाने म्हणाली. दिधीशने त्यांच्यामागोमाग आपली गाडी काढली.

चाय पे चर्चा

मानवीयम वीदिही हे शहरातील सांस्कृतिक घडामोडींचे एक केंद्र असून, ते तिथल्या कलाकृती, सांस्कृतिक कार्यक्रम आणि खाण्यापिण्याच्या सोयीसुविधांसाठी प्रसिद्ध आहे. तिघेही आपल्या आवडत्या जागी स्थानापन्न झाले. त्यांच्यासमोर वाफाळत्या चहाचे कप आल्यावर मिन्नूने त्या दोघांना आजच्या दिवसात काय काय घडून आले, त्याबद्दल मोठ्या उत्साहाने कथन केले. पांडासाहेबांसोबत झालेली चर्चा, नागरी सेवा परीक्षेबद्दल त्यांनी दिलेला सल्ला आणि अन्य आयपीएस अधिकाऱ्यांकडूनही तिचे होणारे कौतुक हे सारे तिने सांगितले. खेळकरपणे हसत हसत तिने त्यांना विचारले, ''काय वाटते तुम्हाला? करून पाहू का मी एक प्रयत्न?'' तिच्या या प्रश्नातून अनेक भावना प्रकट होत होत्या.

''का नाही? मला माहीत आहे, तुझ्या सध्याच्या नोकरीपेक्षा तुझी लायकी खूप जास्त आहे. मला आठवते, जेरेमीहाच्या जन्मापूर्वी आपण दोघे कोचिंग क्लासमध्ये जाऊन या परीक्षेबद्दल चौकशीसुद्धा करून आलो होतो; पण तुला लगेच मूल व्हायला हवे, अशी अम्माची इच्छा होती म्हणून आपण ती कल्पना रद्द केली होती,'' जॉशीने त्वरित उत्तर दिले. बोलताना त्याच्या डोळ्यांमध्ये आपल्या पत्नीबद्दल कौतुक झळकत होते.

नवऱ्याचे उत्तर ऐकून मिन्नूचा ऊरही अभिमानाने भरून आला. मात्र थोड्याच वेळात तिच्या मनाला कुशंकांनी घेरून टाकले.

''पण माझ्यावर एका दोन वर्षांच्या मुलाला वाढविण्याची फार मोठी जबाबदारी आहे. माझ्या स्वप्नाचा पाठलाग करताना मला एका क्षणासाठीही माझ्या मुलाकडे दुर्लक्ष करता येणार नाही,'' मिन्नूच्या मनातील मातृभावना उचंबळून आल्या.

''पण आत्तासुद्धा तुझा बराचसा वेळ कार्यालयातच जातो आणि जॉशीचे आई-वडील आनंदाने तुझ्या मुलाचा सांभाळ करतात. जर तू त्यांना राजी केलेस, तर ते अजून काही वेळ त्याला सांभाळतील,'' दिधीशने सुचवले.

पण मिन्नू चिंताक्रांत आणि अनिश्चित अवस्थेतच होती. तिच्या बोलण्यातून तिची मानसिक अवस्था प्रतिबिंबित होत होती. ''तीन पायऱ्यांची ही परीक्षा फारच आव्हानात्मक आहे. गेल्या अनेक वर्षांत मी कशाचाही अभ्यास केलेला नाही. त्याशिवाय माझ्या अंगावर ऑफिसच्या कामाचा खूप बोजा आहे. मी जरी खूप कठोर मेहनत घेतली तरी शक्यता अशी आहे की, मी पहिल्याच टप्प्यावर अडखळून पडेल,'' तिने आपल्या मनातील भीती बोलून दाखवली.

मात्र अशा शंका-कुशंकांच्या चक्रव्यूहात सापडलेली मिन्नू एकटी नव्हती. परीक्षेत यशस्वी होण्याचा दर ०.०१ इतका कमी असल्याने आयएएस बनण्याची इच्छा धरणारे सगळेच अशा अनिश्चिततांना तोंड देत असतात.

मात्र मिन्नूने आजवर केलेल्या त्यागांची कदर असल्याने जॉशीने सातत्याने तिला प्रोत्साहन दिले. आपल्या करियरची पर्वा न करता तिने लवकर लग्न केले होते. आपल्या पारिवारिक जबाबदाऱ्यांना प्राधान्य देऊन तिने आपल्या आयएएस होण्याच्या स्वप्नाला मागे ढकलले होते. या तिच्या त्यागांच्या

ओझ्याखाली तो आधीच दबलेला होता. जेव्हा तो मिन्नूला घरकामे करताना, जेरेमिहाला सांभाळताना आणि ऑफिसचे कामही व्यवस्थित करताना बघे, तेव्हा तिला स्वतःसाठी फारच कमी वेळ मिळतो हे बघून त्याला अपराधी वाटे, त्यामुळे तिची स्वप्ने पूर्ण करण्याचा त्याने मनोमन निश्चय केला होता.

''हे बघ मिन्नू, पुढची प्रीलिम येईपर्यंत तुझ्यापाशी जवळजवळ एक वर्ष आहे. रजा घे आणि स्वतःला अभ्यासात बुडवून टाक. तू यशस्वी होशील, याबद्दल मला ठाम खात्री आहे,'' जॉशीने तिला दिलासा दिला आणि दिधीशनेही सहमतीने मान डोलवली.

मिन्नू आणि जॉशी घरी आले. या आव्हानात्मक प्रवासासाठी जॉशीच्या पालकांचा पाठिंबा फार महत्त्वाचा होता. जेवणाच्या वेळी आपल्या आवडत्या अप्पमसोबत इष्टूचे भुरके मारत जॉशीने आपल्या आई-वडिलांना दिवसभरातल्या घडामोडी सांगितल्या. खास करून मिन्नूचे तिच्या कामाबद्दल वरिष्ठ आयपीएस अधिकाऱ्यांकडून होणारे कौतुक आणि नागरी सेवा परीक्षा देण्याचे तिचे स्वप्न याबद्दल त्याने जोर देऊन सांगितले.

मिन्नूची तर भूकच नाहीशी झाली होती. ती मोठ्या अपेक्षेने सासू-सासऱ्यांची काय प्रतिक्रिया होते हे बघत होती.

''बेटा, खरेच का तुझी ही इच्छा आहे? तिच्याबद्दल तू सांगोपांग विचार केला आहेस ना?'' आपले जेवण थांबवून जॉशीच्या अप्पांनी तिला आपुलकीने विचारले.

''अप्पा, मी कॉलेजात होते, तेव्हापासून माझी ती महत्त्वाकांक्षा आहे. माझ्या पोस्टग्रॅज्युएशनच्या काळात मी एकदा प्रयत्नही करून पाहिला होता,'' मिन्नू नम्रपणे म्हणाली. तिच्या नेत्रांमधून तिची महत्त्वाकांक्षा दिसून येत होती.

''अप्पा, विद्येच्या प्रांतात मिन्नूने नेहमीच उत्तम कामगिरी केलेली आहे. तिचे लग्न लवकर झाले आणि ही कारकुनी नोकरी तिच्या गुणवत्तेला पुरेसा न्याय न देणारी आहे,'' जॉशी संभाषणात घुसून म्हणाला. त्याला भीती वाटत होती की, त्याचे वडील लगेच नाही म्हणतील की काय.

''मी ऐकले आहे की, ही परीक्षा फारच टफ असते. तिला तयारीसाठी खूप जास्त रजा घ्यावी लागेल. कदाचित, बिनपगारीसुद्धा रजा घ्यावी लागेल. मग तुम्ही आर्थिक दृष्टीने कसे काय नियोजन कराल?''

जॉशीच्या वडिलांना परीक्षेबद्दल कल्पना होती, त्यामुळे त्यांनी महत्त्वाचा मुद्दा उपस्थित केला.

''अप्पा, काही महिन्यांची रजा घ्यावी लागेल. आम्हाला थोडीफार आर्थिक अडचण येऊ शकेल; पण ती आम्ही आमच्या बचतीतून निवारण करू शकू आणि जर नाहीच जमले, तर ती पुन्हा तिच्या नोकरीवर परतू शकेल,'' जॉशीने आवेगाने बाजू मांडली.

''जर तिचा निश्चय दृढ असेल, तर तिला करू दे. तिच्या क्षमतेविषयी मला खात्री आहे. घराची आणि आमच्या गोड नातवाची सारी जबाबदारी मी घेते,'' आतापर्यंत काहीही न बोलता फक्त ऐकत असलेली जॉशीची आई अकस्मात बोलली. तिच्या चेहऱ्यावर आश्वासक स्मितहास्य होते.

मिन्नूचे मन आनंदाने उचंबळून आले. आपल्या सासूबद्दल तिचा पूज्यभाव अधिकच वाढला. जरी तिची सासू अगदीच आधुनिक विचारांची नसली तरी तिला स्त्रियांचे शिक्षण आणि सबलीकरण याविषयी आस्था असल्याचे मिन्नूला माहीत होते आणि त्या आस्थेपोटीच तिने मिन्नूला पाठिंबा दिला होता.

सोन्याच्या शोधात

बालपणापासूनच मिन्नू जिज्ञासू, मेहनती आणि हुशार होती. तिच्या शाळेच्या आणि कॉलेजच्या संपूर्ण काळात तिने अनेक प्रतियोगिता आणि वक्तृत्व व निबंध स्पर्धांमध्ये भाग घेऊन बक्षिसे मिळवली होती. तिचे वडील पॉल राज हे नेहमीच यावर भर देत की, मुलांनी जगाविषयी माहीतगार असायला पाहिजे. आपले उत्पन्न साधारण असूनही ते तिच्यासाठी वृत्तपत्रे, मासिके आणि पुस्तके विकत घेत असत आणि तिच्यात वाचनाची आवड रुजवण्याचा प्रयत्न करीत असत. तिच्या वर्गातली मुले पाठ्यपुस्तकांमधील विषयांबद्दल बोलत असत, मिन्नू मात्र राष्ट्रीय आणि जागतिक घडामोडींबद्दल बोले, तेव्हा तिचे मित्र म्हणत, ''एक दिवस तू कलेक्टर होशील.''

तथापि, दैवाने भलतेच वळण घेतले आणि तिला कलेक्टरऐवजी कारकून व्हावे लागले. आयएएस अधिकारी बनण्याचे तिचे स्वप्न, दैनंदिन कामांच्या धबडग्यात पुरले गेलेले एक स्वप्न म्हणूनच उरले.

त्या रात्री मिन्नू वारंवार कूस बदलून झोपी जाण्याचा प्रयत्न करीत होती. मात्र तिला झोप येत नव्हती. तिच्या डोक्यात एकच विचार होता, यूपीएससीचा पर्वत आपण कसा सर करणार? पुन्हा एकदा अभ्यासाच्या मोडमध्ये प्रवेश करणे आणि आवश्यक असलेले प्रचंड ज्ञान मिळवणे ही बाब, एखाद्या कोचिंग अकॅडमीत प्रवेश घेऊन सगळा वेळ या एकाच कामासाठी वाहून घेतल्याशिवाय, अशक्यप्राय होती.

पुढच्याच सकाळी तिने विश्वासाने या महासागरात उडी घेतली आणि तीन महिन्यांच्या रजेसाठी अर्ज केला. अर्ज करून झाल्यावर ती आणि जॉशी एका खाजगी कोचिंग अकॅडमीत गेले. ती एक साधारण अकॅडमी होती आणि विविध स्पर्धा परीक्षांसाठी विद्यार्थ्यांना मार्गदर्शन करीत असे. संचालकांनी मिन्नूला प्रवेश देण्याचे मान्य केले. मात्र त्यासाठी त्यांनी २५,००० रु. फीची मागणी केली. जॉशी आपल्या नोकरीच्या ठिकाणाहून कर्ज घेतो असे म्हणत होता. मात्र मिन्नूने आपल्या सोन्याच्या बांगड्या गहाण ठेवण्याचा हट्ट धरला.

अंगात नव्याने संचारलेल्या उत्साहाच्या बळावर मिन्नूने एक काटेकोर वेळापत्रक बनवले आणि पुन्हा एकदा अभ्यासाच्या मोडमध्ये प्रवेश केला. अकॅडमीची वेळ सकाळी ८ ते संध्याकाळी ८ अशी होती. इथेच तिला शेरीन आणि दीपा या पाठराखण करणाऱ्या सख्या मिळाल्या. बराच काळ अभ्यासापासून दूर राहिल्यामुळे तिने शालेय क्रमिक पुस्तकांपासूनच सुरुवात केली. NCERTने काढलेली इ. ६वीपासून पुढची सर्व पुस्तके तिने अभ्यासायला सुरुवात केली आणि क्रमाक्रमाने ती त्यापुढची प्रगत पुस्तके अभ्यासू लागली.

इतिहास, भूगोल, अर्थशास्त्र आणि राज्यशास्त्र हे मिन्नूच्या आवडीचे विषय असल्याने त्यांनी तिला परीक्षेच्या तयारीसाठी जोमाने पुढे नेले. तिच्या शाळेच्या काळात ह्या विषयांबद्दलचे (ह्यूमॅनिटीज) तिचे प्रेम चमकून उठले होते. मात्र तिच्या पालकांना ती डॉक्टर किंवा इंजिनिअर व्हायला हवी होती. एका संध्याकाळी त्यांच्या घराच्या गच्चीवर सर्वांची गरमागरम वादावादीसुद्धा झाली होती. आजी मिन्नूच्या बाजूची असूनही शेवटी आईवडिलांच्या हट्टापुढे तिला मान तुकवावी लागली होती.

मिन्नूने रोज दोन वृत्तपत्रे काळजीपूर्वक वाचणे सुरू केले. त्यातून ती महत्त्वाची माहिती उतरवून घेऊ लागली, टिपणे काढू लागली आणि महत्त्वाचे अग्रलेख, बातम्या आणि फोटोग्राफ यांची कात्रणे काढून ठेवू लागली.

या परीक्षेतील एक लक्षणीय आव्हान म्हणजे नागरी सेवा कल चाचणी (CSAT) जी उमेदवाराची विश्लेषणात्मक कौशल्ये, तार्किक क्षमता आणि कल यांची चाचणी घेण्याकरिता तयार करण्यात आली आहे. मिन्नूने आपल्या शक्ती आणि कमतरतांचे विश्लेषण करून पाहिले असता तिला असे आढळले की, इंग्रजी कॉम्प्रिहेन्शन हे तिचे बलस्थान असून, गणित हा तिचा दुबळा विषय आहे म्हणून तिने तिच्या मजबूत विषयावर अधिक लक्ष केंद्रित करायचे ठरवले; परंतु परीक्षा उत्तीर्ण होण्यासाठी तेवढे पुरेसे नव्हते, त्यामुळे मग तिने रीझनिंग आणि मूलभूत गणिती कौशल्यांवर अधिक काम करायचे ठरवले.

मिन्नूच्या मेहनतीने आणि चिकाटीने तिच्यामध्ये आत्मविश्वास वाढवायला सुरुवात केली. काळ वेगाने पुढे जात राहिला आणि बघता बघता ऑगस्ट २०१६मध्ये तिच्यासमोर भलीमोठी पूर्व परीक्षा येऊन उभी ठाकली. मात्र, जॉशी आणि त्याच्या कुटुंबाच्या अपेक्षांना धक्का बसला. कारण, मिन्नू हा पहिला अडथळाच पार करू शकली नाही, तरीही या अपयशामुळे ती खचली मात्र नाही.

''मी अगदी काठावर नापास झाले. मी सीसॅटमध्ये पात्र ठरले आणि जनरल स्टडीजमध्येही मला चांगले गुण मिळाले. माझ्या पुढच्या प्रयत्नात मी नक्कीच यशस्वी होणार,'' तिने चेहऱ्यावर समाधानाचे हसू खेळवत आणि आपला निर्धार खंबीर असल्याचे दर्शवत जाहीर केले.

ते वर्ष संपण्याच्या सुमारास मिन्नू आपल्या पती आणि सासू-सासऱ्यांसह होली लँडच्या तीर्थयात्रेवर गेली. प्रथमच ती केरळच्या बाहेर पडत होती. होली लँड म्हणजे सध्याचा इस्राईल आणि पॅलेस्टाईन हा प्रदेश. या तीर्थयात्रेमुळे तिच्यात एक नवीनच स्फुल्लिंग जागृत झाले आणि आयएएस बनण्याच्या तिच्या स्वप्नामध्ये नव्याने प्राण फुंकला गेला. आयएएस अधिकारी बनावे आणि विशाल जगाचे हे सौंदर्य अधिकाधिक शोधावे, अशी आकांक्षा तिला प्रकर्षाने जाणवू लागली.

'मला एखाद्या प्रतिष्ठित कोचिंग अकॅडमीतून या खडतर प्रवासासाठी मार्गदर्शन मिळवायला हवे,' असा विचार तिच्या मनात आला. दर दिवसागणिक तिचा निर्धार अधिकाधिक दृढ बनत जात होता.

एक दिव्य आशीर्वाद

होली लँडच्या तीर्थयात्रेवरून परत आल्यावर तिच्या शेरीन (नाव बदलले आहे) या मैत्रिणीकडून तिला एक अत्यंत चांगली बातमी ऐकायला मिळाली, ''ताई, तुझ्यासाठी एक मस्त बातमी आहे माझ्याकडे.'' आपल्या हातातील वर्तमानपत्र आणि त्यातील जाहिरात मिन्नूच्या तोंडासमोर फडफडवत शेरीन घाईघाईने सांगू लागली, ''चेन्नईची सुप्रसिद्ध आयएएस अकॅडमी आपली शाखा या इथे, आपल्या तिरूअनंतपूरम शहरात उघडत आहे.''

या अकॅडमीचे खूप नाव होते आणि तिच्याबद्दल भरपूर स्तुती मिन्नूने आधीच ऐकलेली होती, त्यामुळे तिचे डोळे आनंदाने चमकू लागले. मात्र लगेच तिचा आनंद कमी झाला. ''पण शेरीन, इतकी मोठी अकॅडमी म्हणजे त्यांची फीसुद्धा जबरदस्त असणार. ती मला कशी काय परवडेल?'' चिंताक्रांत सुरात तिने विचारले.

शेरीनने लगेच तिची शंका दूर केली, ''ताई, तू जाहिरात नीट वाच तर खरी. ते सुरुवात टेस्ट सिरीजने करणार आहेत *(टेस्ट सिरीज म्हणजे परीक्षेची तयारी करण्यासाठी आयोजित केलेली नियमित सराव चाचण्यांची मालिका. यात विद्यार्थ्यांना विविध विषयांवर प्रश्नपत्रिका दिल्या जातात, ज्यामुळे त्यांना प्रत्यक्ष परीक्षेसारखा अनुभव मिळतो. या टेस्ट सिरीजमधून विद्यार्थ्यांना त्यांच्या तयारीचे मूल्यमापन करता येते आणि त्यांच्या कमकुवत गोष्टी सुधारण्याची संधी मिळते. – अनुवादक)* आणि त्याची फीसुद्धा अगदी परवडण्याजोगी आहे, तसेच ते रीडिंग रूमचीही सोय करणार आहेत. सध्या जिथे आपण तयारी करीत आहोत, त्यांच्यापेक्षा या सोयी तर फारच चांगल्या आहेत.''

मात्र शेरीनच्या आश्वासनानंतरही मिन्नूच्या मनातल्या आर्थिक काळजा काही कमी झाल्या नाहीत. जेवण झाल्यावर तिने आपली चिंता जॉशीजवळ बोलून दाखवली. ''काळजी करू नकोस मिन्नू. येशूने पैशांची पण व्यवस्था केली आहे. आजच मला माझ्या पगाराची थकबाकीची रक्कम मिळाली आहे,'' तोंड भरून हसत जॉशीने सांगितले तसे मिन्नूच्या मनावरचे दडपण बरेचसे उतरले.

१ डिसेंबर २०१६ या दिवशी मिन्नूने आयएएस अकॅडमीच्या टेस्ट सिरीजसाठी नाव नोंदवले आणि येत्या पूर्व परीक्षेसाठीच्या कठोर मेहनतीचा

शुभारंभ केला. कामावरून परत आल्यानंतरचा सारा वेळ तिने अभ्यासासाठी राखून ठेवला. ती रात्रभर अभ्यास करीत असे आणि पहाटे झोपत असे. शनिवार, रविवार आणि अन्य सुटीचे दिवस पूर्णपणे अभ्यासासाठीच असत.

गेल्या वेळी तिचा भर फक्त वाचनावरच होता. या वेळी मात्र तो वाचनाच्याही पुढे गेला. अकॅडमीच्या टेस्ट सिरीजच्या प्रश्नपत्रिका तिने काळजीपूर्वक सोडविल्या. त्याच बरोबर मागील वर्षांच्या प्रश्नपत्रिका आणि अन्य कोचिंग क्लासेसनी आपापल्या वेबसाईटवर टाकलेल्या प्रश्नपत्रिकाही ती सोडवू लागली. आपल्या तयारीच्या शिखरावर असताना, मिन्नू दररोज दहा ते अकरा तास अभ्यासासाठी देत होती, हे खरोखरच प्रशंसनीय होते.

मात्र एक भावना सतत तिच्या काळजाला कुरतडत होती की, ती आपला क्वालिटी टाइम आपल्या मुलासाठी देऊ शकत नव्हती. त्याला गाणी म्हणून किंवा गोष्टी सांगून झोपवणे, जेवू घालणे, कामावरून घरी आल्यावर त्याच्यासोबत खेळणे, त्याच्या बालवाडीतल्या वेगवेगळ्या कार्यक्रमांना त्याच्यासोबत जाणे अशा अनेक साध्या साध्या गोष्टींना ती मुकली होती. हे सारे मौल्यवान क्षण तिच्या हातातून निसटणाऱ्या वाळूप्रमाणे निसटून गेले होते आणि त्यामुळे ती खूपच दुःखी झाली होती.

मात्र या त्यागाच्या दुःखाला एक चंदेरी किनारही होती. टेस्ट सिरीजच्या प्रत्येक आवर्तनात तिची कामगिरी उत्तरोत्तर सुधारत चालली होती. ती अधिकाधिक गुण मिळवत होती आणि नेहमीच तिचा पहिला क्रमांक येत होता. याने तिचा आत्मविश्वास अधिकाधिक वाढत चालला होता. या सर्व काळात जॉशी हा तिचा मजबूत आधार म्हणून वावरत होता. तिला आर्थिक आणि भावनिक आधार देणे, घराच्या जबाबदाऱ्या आपल्या खांद्यावर उचलून घेणे, मुलाची काळजी घेणे, सामाजिक दबावाच्या समोर मिन्नूची ढाल बनणे आणि ताणतणाव व आत्म संदेहाच्या क्षणी तिचा चिअरलीडर बनणे ही सर्व कामे तो आनंदाने करीत होता.

२०१७ सालच्या पूर्व परीक्षेनंतर मिन्नू जॉशीला म्हणाली, ''चेट्टन, मी माझी उत्तरे, उत्तरतालिके (आन्सर की) बरोबर काळजीपूर्वक तपासली आहेत. मला खात्री आहे की या वेळी मी प्रिलिम्स पार करणार!'' तिच्या स्वरातून तिची उत्तेजितता स्पष्टपणे दिसून येत होती.

मिन्नूचा अंदाज अचूक ठरला. मुख्य परीक्षेसाठी पात्र ठरलेल्या उमेदवारांच्या यादीत तिचा रोल नंबर आला होता. सारे जॉशी कुटुंब आनंदाने बेभान झाले.

एका वाइल्ड कार्ड एंट्रीने हृदये जिंकली

पुढची सकाळ मुख्य परीक्षेच्या दुर्धर आव्हानाची वास्तविकता सोबत घेऊन उगवली. जरी मिन्नूला भूगोलाबद्दल सखोल प्रेम असले आणि तो तिने तिचा ऐच्छिक विषय म्हणून निवडला असला तरी शाळा सुटल्यानंतर तिने त्या विषयाकडे कधीच ढुंकून बघितले नव्हते.

''चेट्टन, मुख्य परीक्षेत मला या विषयाचे वैविध्यपूर्ण आणि सखोल ज्ञान दाखवून देणारी प्रदीर्घ उत्तरे लिहावी लागणार आहेत. एखाद्या कुशल शिक्षकाच्या मार्गदर्शनाखाली मला उत्तरे लिखाणाचा सराव करावा लागेल,'' सकाळची कॉफी प्राशन करीत असताना तिने जॉशीजवळ ही वास्तविकता बोलून दाखवली. तिचा चेहरा काळजीने ओढलेला दिसत होता.

''काळजी करू नकोस, मिन्नू, आपण तुझ्यासाठी एखादी नामवंत अकॅडमी शोधून काढू जी तुझी उत्तम तयारी करून घेईल,'' जॉशीने तिच्या खांद्यावर प्रेमाने थोपटत तिला आश्वस्त करण्याचा प्रयत्न केला.

भरपूर शोधाशोध करून झाल्यावर मिन्नू आणि जॉशी, तिरूअनंतपूरम शहरातील एका अकॅडमीच्या नावावर सहमत झाले. त्यांच्यासारख्याच एका परीक्षार्थीनेही तिथल्या भूगोलाच्या शिक्षकाबद्दल खूप चांगले उद्‌गार काढले होते.

तिथे गेल्यावर त्यांची भेट त्या अकॅडमीच्या संस्थापकांपैकी एक असलेल्या संचालकाशी झाली. त्याने त्या दोघांचे प्रेमाने स्वागत केले. मात्र ज्या आव्हानाला मिन्नू सामोरी जाणार होती ते किती अवघड आहे, याबद्दल बोलताना त्याने कुठलीच कसर बाकी ठेवली नाही. ''कॉलेज सुटल्यानंतर तू भूगोलाचा कोणताच अभ्यास केलेला नाही आणि आता मुख्य परीक्षेच्या तयारीसाठी तुझ्याकडे फक्त तीन महिने शिल्लक आहेत. आता सारा अभ्यासक्रम कव्हर करणे अत्यंत कठीण होणार आहे,'' असे म्हणून त्याने तिला सावधानतेचा इशाराही दिला, त्यामुळे मिन्नू आणि जॉशी या दोघांच्याही मनावर थोडेसे चिंतेचे सावटही पसरले.

मात्र जेव्हा त्याने असे सुचवले की, मी आधी तुझे उत्तरे लिहिण्यातले कौशल्य तपासतो आणि नंतर सांगतो की, तुला मी शिकवीन की नाही, त्या वेळी त्यांना जरासे हायसे वाटले.

त्याच दिवशी मिन्नूने उत्तरे लिखाणाच्या एका सत्राला हजेरी लावली. तिच्या शैलीदार लिखाणाने प्रभावित होऊन सरांनी तिला प्रवेश देण्याचे मान्य केले. प्रचंड आकाराचा अभ्यासक्रम पूर्ण होण्यासाठी त्यांनी एक आव्हानात्मक वेळापत्रक तिच्यासमोर ठेवले, दररोज दोन सत्रे. एक सकाळी ६ ते ८ आणि दुसरे संध्याकाळी ४.३० ते ६.३०.

या वेळापत्रकामुळे फक्त मिन्नूसमोरच नव्हे, तर जॉशीसमोरही अडचण उभी राहिली. कारण, दररोज तिला नेण्या-आणण्याचे काम तो करणार होता व ते त्याला त्याच्या कामावर जाणे आणि परत येण्याशी जुळवून घ्यायचे होते. मिन्नू तर दिवसभर अकॅडमीतच थांबणार होती आणि तिच्या उत्तरे लिखाणाच्या सत्रांच्या दरम्यान तिथल्या अभ्यासिकेचा (रीडिंग रूम)चा वापर करणार होती.

मुख्य परीक्षेच्या विविध विषय आणि प्रश्नपत्रिकांसाठी तयारी करण्याचे एक सर्वसमावेशक धोरण मिन्नूने बनवले. पात्रता ठरविणाऱ्या भाषेच्या दोन पेपर्समधील इंग्रजी भाषेविषयी तर काही प्रश्नच नव्हता. त्यात तिला कोणतीच अडचण नव्हती. तथापि मल्याळम भाषेवर पकड मिळविण्यासाठी तिला पुन्हा एकदा तिचा अभ्यास करण्याची गरज होती, जे तिने शाळा सुटल्यावर मुळीच केले नव्हते. मल्याळम भाषेची शिक्षिका असलेल्या तिच्या आईने ही जबाबदारी उचलली आणि मिन्नूला मल्याळम भाषा शिकवणे व तिची उत्तरे तपासून देण्याचे काम ती करू लागली.

जनरल स्टडीजसाठी मिन्नूने त्या विषयांचा अभ्यास सुरू केला ज्यांचा समावेश तिच्या पूर्व परीक्षेसाठीच्या अभ्यासात झालेला नव्हता. स्वतःच्या मर्यादित एकाग्रतेवर मात करण्यासाठी तिने एक मिश्र दृष्टिकोन स्वीकारला आणि दररोज थोडा थोडा वेळ सर्व विषयांचा अभ्यास करण्यासाठी ती देऊ लागली.

मिन्नूने तिच्या ऐच्छिक विषयासाठी एक धोरणात्मक दृष्टिकोन अवलंबला. पहिल्या पेपरमध्ये तिने मानवी भूगोलातील शक्य तितक्या प्रश्नांची उत्तरे देण्यावर लक्ष केंद्रित करण्याचे ठरवले. कारण, तिला हा भाग भौतिक भूगोलाच्या तुलनेत अधिक आवडत होता. दुसरा पेपर भारतीय भूगोलावर आधारित होता, ज्यामध्ये UPSC अधिक सामान्य स्वरूपाचे प्रश्न विचारत असे. मिन्नूने हुशारीने पहिल्या पेपरमधील सैद्धान्तिक संकल्पना दुसऱ्या पेपरमधील उत्तरांना समृद्ध करण्यासाठी वापरल्या.

तिने सोशल मीडियावरील तिची सर्व खाती निष्क्रिय केली, मित्रांबरोबर चकाट्या पिटणे बंद केले, सामाजिक समारंभाना जाणे टाळू लागली, बाहेर जेवायला जाणे पूर्णपणे बंद केले आणि आपल्या कार्यालयीन काम व इतर जबाबदाऱ्यांकडे काही काळासाठी काणाडोळा केला. ज्या प्रकारे महाभारतातील अर्जुनाला केवळ माशाचा डोळा तेवढा दिसत होता, मिन्नूची नजरही फक्त मुख्य परीक्षेवर एकाग्र झाली होती. तिच्यासाठी बाकीचे जग जणू अस्तित्वातच नव्हते.

तिच्या अविरत मेहनतीला फळ आले आणि ती मुख्य परीक्षेतही यशस्वी झाली. मिन्नू व तिच्या परिवारासाठी हा एखाद्या सणा-उत्सवासारखा प्रसंग होता आणि तो त्यांनी तसाच साजरा केला.

''अम्मा, मला तर विश्वासच बसत नाहीये की, मी मुलाखतीच्या टप्प्यापर्यंत पोहोचू शकले. ज्या प्रकारे वाइल्ड कार्ड एंट्री मिळवून एखाद्याने ग्रँड स्लॅमच्या फायनलला पोहोचावे तसे मला वाटत आहे.''

त्सुनामीला तोंड देताना

त्या रात्री वडिलांच्या आठवणीने मिन्नूचे अंतःकरण व्याकूळ झाले. तिला त्यांचा खूप लळा होता. का बरे ते इतक्या लवकर आपल्याला सोडून गेले? ते तिचे हिरो होते, शक्ती व सुरक्षिततेचे प्रतीक होते.

''आज जर ते जिवंत असते, तर आनंद आणि अभिमानाने त्यांचे मन दुथडी भरून वाहत असते,'' मिन्नूच्या मनात विचार आला. तिच्या हृदयात भावनांची वादळे उठत होती आणि त्याच्या लाटा तिच्या नेत्रांमधून अश्रूंच्या रूपात खाली ओघळत होत्या. २००७ सालच्या जून महिन्यात तिच्या वडिलांची नैराश्यासोबतची लढाई अचानक दुःखदायकपणे संपुष्टात आली होती. त्या काळाच्या आठवणी तिच्या मनात दाटून आल्या.

त्या दिवशी मिन्नूच्या शैक्षणिक कामगिरीबद्दल त्यांच्या चर्चकडून तिचा सत्कार करण्यात आला होता. तिने त्या आनंदात आपल्या वडिलांसोबत खरेदीला जाण्याची योजना आखली. ही आपली वडिलांसोबतची शेवटची खरेदी असेल, याची तिला कल्पनाही नव्हती.

''मी डॉक्टरांकडे जातो आणि वैद्यकीय प्रमाणपत्र घेऊन येतो,'' मिन्नूला घरी सोडून जाताना पॉल राज सांगून गेले. मात्र ते परत आलेच

नाहीत. त्यांचा परिवार अत्यंत चिंतेत पडला. दुसऱ्या दिवशी त्यांच्या मृत्यूची बातमी परिवाराला मिळाली आणि ते सारे जण शोकसागरात बुडाले. वडील जाण्याच्या दुःखात आणखीनच भर पडली, जेव्हा त्यांच्या मृत्यूला मिन्नू कारण असल्याची कुजबूज होऊ लागली आणि तिला तसे टोमणे ऐकावे लागले.

रस्त्यावरून जात येत असताना मिन्नूच्या कानावर ही दुष्ट कुजबूज पडे. ''ती पाहा, हीच आहे ती मुलगी, जी तिच्या वडिलांच्या मृत्यूला कारणीभूत आहे.'' बसस्टॉपवर तरुण पोरटी तिला टोमणे मारीत, ''वडील गेल्यावर आता कोण तुझी काळजी घेणार? तू असे कर ना, आमच्यासोबतच राहायला ये,'' आणि असे म्हणून ते वर निर्लज्जपणे दातही काढीत.

मात्र या वादळात तिला असणारे आधार म्हणजे तिच्या आजीचा पाठिंबा आणि तिच्या जॉन काकांचा सहवास. जगाच्या कठोरपणापासून त्यांच्या प्रेमानेच तिला संरक्षण पुरविले.

मिन्नूची पदवी परीक्षा जशी जवळ आली, तशी तिच्या लग्नाची चर्चा घरात होऊ लागली. मिन्नूच्या संदर्भात जी कुजबूज मोहीम सुरू होती, त्यामुळे तिच्या परिवाराला तिचे लग्न लवकर उरकून टाकण्याची घाई झाली होती. वडिलांच्या मृत्यूनंतर मिन्नूलासुद्धा त्या घरात राहणे नकोसे झाले होते आणि तिथून तिला सुटका हवी होती, त्यामुळे २०११ साली जेव्हा जॉशीच्या परिवाराकडून तिच्यासाठी विवाहाचा प्रस्ताव आला, तेव्हा मिन्नूने फारसा विचार न करता हो म्हणून टाकले.

पॉल राज हे केरळ सरकारच्या सेवेत असतानाच मरण पावले, त्यामुळे अनुकंपा तत्त्वानुसार त्यांच्या परिवारातील एका सदस्याला 'ग्रुप सी'मधील सरकारी नोकरी देऊ करण्यात आली. परिवाराने मिन्नूचे नाव दिले. आपल्या जॉन काकांच्या मार्गदर्शनाखाली तिने आवेदनपत्र दाखल करण्याची प्रक्रिया सुरू केली.

उपलब्ध पर्यांयांकडे एक नजर टाकून जॉन काकांनी तिला विचारले, ''तुला कोणती नोकरी करायला आवडेल मिन्नू? पोलीस कॉन्स्टेबलची की कारकुनाची?''

आपल्या वडिलांना आठवत मिन्नू विचार करू लागली. ''कॉन्स्टेबलची नोकरी म्हटली म्हणजे अंगात शक्ती आणि वेळी-अवेळी काम करण्याची तयारी लागणार,'' तिने आपले मत दिले.

जॉन काकांनी मान डोलवली, ''खरे आहे तुझे म्हणणे. मात्र कारकुनांच्या जागांसाठी मोठी प्रतीक्षा यादी आहे. कॉन्स्टेबलची नोकरी लगेच मिळणारी आहे.''

कॉन्स्टेबलच्या नोकरीसाठी कष्टप्रद प्रशिक्षण घ्यावे लागणार हा विचार मनात आल्यावर मिन्नू म्हणाली, ''मी कारकुनाची जागा रिकामी होईपर्यंत वाट बघीन. तोवर मी माझ्या अभ्यासावर लक्ष केंद्रित करते.''

''वाटलेच होते मला. तुझ्यासारखी आळशी मुलगी कॉन्स्टेबलच्या नोकरीला नाहीच म्हणणार!'' काकांनी हसत हसत तिची गंमत केली.

अशा रितीने मिन्नूचे नाव अनुकंपा तत्त्वावरील, कारकुनाच्या नोकरीसाठी असलेल्या प्रदीर्घ प्रतीक्षा यादीत जोडले गेले. मात्र ही यादी गोगलगायीच्या वेगाने पुढे सरकत होती आणि ही प्रक्रिया कधीच न संपणारी वाटत होती. दर महिन्यागणिक मिन्नूची आशा कमी कमी होत चालली होती. जॉशी बिचारा सतत तिला दिलासा आणि धीर देत होता की, लवकरच तिच्या नियुक्तीचे पत्र तिच्या हाती पडेल.

२०१२ सालच्या सप्टेंबर महिन्यात मिन्नूने बायोकेमिस्ट्रीमध्ये आपले पोस्टग्रॅज्युएशन पूर्ण केले आणि ती विद्यापीठात दुसरी आली. सरतेशेवटी डिसेंबर महिन्याच्या पहिल्या आठवड्यात केरळ पोलीस दलात कारकून म्हणून तिच्या नियुक्तीचे पत्र तिच्या हाती पडले एकदाचे. तिला २६ डिसेंबर २०१२ या दिवशी पोलीस मुख्यालयात हजर व्हायला सांगितले होते.

त्या दिवशी मिन्नूचे हृदय भावनांनी उचंबळून आले होते. तिला तिच्या वडिलांची आठवण येत होती. तिच्या आईच्या डोळ्यांतही पाणी तरळत होते. मिन्नू लवकर उठली, चर्चमध्ये जाऊन आली आणि कार्यालयातील आपल्या कामाच्या पहिल्या दिवसासाठी तयार होऊ लागली.

पोलीस मुख्यालयाच्या स्वागत कक्षातील एका वयस्कर महिलेने तिला सांगितले, ''भाग्यवान आहेस पोरी तू! तुला प्रत्यक्ष मुख्यालयात नियुक्ती मिळाली आहे. तू आता पहिल्या मजल्यावरील १२१ क्रमांकाच्या खोलीत जा आणि आपली कागदी कारवाई पूर्ण कर.''

मिन्नूच्या काळजाने आनंदाने उडी मारली. तिची तीव्र इच्छा अशी होती की, तिची नियुक्ती तिरूअनंतपूरम शहरात किंवा शहराच्या आसपास व्हावी आणि तसेच झाले होते. पुढील तीन वर्षे मिन्नूने तिच्या पोलीस मुख्यालयातील नोकरीला मनोभावे वाहून घेतले. आता तिच्या जीवनाची

घडी नीटनेटकी बसल्यासारखी वाटत होती. मात्र पांडासाहेबांच्या सल्ल्यामुळे तिच्या जीवनाचा मार्ग पार बदलून गेला होता.

शिखर मृगजळ ठरले

आता आपण मार्च २०१८मध्ये परत येऊ या.

CSE-२०१७ मुख्य परीक्षेच्या निकालानंतरचा एक दिवस आनंद साजरा करण्यात घालविल्यानंतर मिन्नू उत्साहाने प्रत्यक्ष मुलाखतीच्या तयारीला लागली. अंतिम आव्हानाला सामोरे जाण्यासाठी ती आणि जॉशी नवी दिल्लीकडे जाणाऱ्या केरळ एक्स्प्रेसमध्ये आरूढ झाले.

मुलाखतीच्या दिवशी मिन्नू नेहमीपेक्षा लवकर जागी झाली. चिंतेपोटी तिला न्याहारीसुद्धा धड करता आली नाही. घाईघाईने तिने तिचे प्रोफाईल आणि तिच्या उपलब्धींवर एक नजर टाकली आणि आजची वृत्तपत्रे चाळली. केरळ हाउसमध्ये त्यांचा मुक्काम होता. तिथून ऑटोरिक्षा करून ते शहाजहाँ रस्त्यावरील केंद्रीय लोकसेवा आयोगाचे मुख्यालय असलेल्या टोलेजंग धोलपूर हाउसकडे निघाले.

धोलपूर हाउसचा दिमाख बघून मिन्नू दबूनच गेली. सुरक्षा तपासणी संपवून तिने प्रशस्त प्रतीक्षालयात प्रवेश केला. दालन तिच्यासारख्याच इच्छुकांनी भरलेले होते. आयोगाच्या एका अधिकाऱ्याने त्या सर्वांना मुलाखतीच्या प्रक्रियेबद्दल माहिती दिली आणि त्यांचे शुभ चिंतून तो निघून गेला.

मुलाखत कशी होणार या काळजीने मिन्नूला जणू खाऊन टाकले होते. ती इतर उमेदवारांशी फारसे बोलूही शकत नव्हती. जेवढ्यास तेवढी उत्तर देत होती. बराच वेळ वाट पाहिल्यानंतर शेवटी एकदाचे तिचे नाव पुकारले गेले; पण तोवर जेवणाची वेळ झाली होती.

जशी ती मुलाखतीच्या दालनात प्रवेशली तसे बोर्डच्या प्रमुखांनी तिचे स्वागत केले आणि ते उद्‌गारले, ''जेवणाची वेळ होत आली आहे म्हणून आपण तुझी मुलाखत थोडक्यात आटोपू या. तू स्वतःची ओळख करून दे पाहू.''

चेहऱ्यावर हासू आणून मिन्नू आपला जीवनप्रवास सांगू लागली. प्रमुख लक्षपूर्वक ऐकत होते. मात्र त्यांच्या पुढच्या प्रश्नाने मिन्नू गांगरली, ''अशी

एखादी बाब आहे का, की जिचा तू तुझ्या डिटेल्ड ॲप्लिकेशन फॉर्म (डीएएफ)मध्ये समावेश केला नसून, आत्ता सांगू इच्छितेस?''

यावर काय उत्तर द्यावे हे मिन्नूला कळेचना. ती चाचरत बोलली, ''सर नव्याने सांगण्यासारखे माझ्याजवळ काही नाही. मला वाचनाची आणि प्रवासाची आवड आहे.''

''ते तर तुझ्या डीएएफमध्ये आहेच. परत सांगण्याची काही गरज नाही,'' प्रमुख म्हणाले तशी मिन्नू अधिकच अस्वस्थ झाली. मुलाखत पुढे सरकत राहिली. तिचे काम, तिने निवडलेले शैक्षणिक पर्याय, केरळ पोलिसांचे हत्यारांचे परवाने देण्याचे अधिकार आणि बायोलॉजी या विषयाची पार्श्वभूमी असूनही तिने ऐच्छिक विषय म्हणून भूगोल का निवडला या सर्व बाबींवर तिला प्रश्न विचारले गेले.

''तू इतक्या वर्षांपासून तिरूअनंतपूरम शहरात राहत आहेस, तुला कधी असे वाटले नाही का की आपण दुसरीकडे कुठेतरी जाऊन राहायला हवे?'' बोर्ड सदस्यांपैकी एकाने हा प्रश्न विचारला.

मिन्नूला हे सारे प्रश्न अनमानधपक्याने विचारल्यासारखे (रँडम) वाटत होते. तिने आपल्या डीएएफमध्ये लिहिलेल्या तपशिलाबद्दल आणि तिने निवडलेल्या विषयांबद्दल तिने काटेकोर तयारी केली होती. मात्र त्याबद्दल तिला काहीच विचारले गेले नव्हते. तिची मुलाखत पंधरा मिनिटांत संपली आणि खट्टू होऊन मिन्नू बाहेर पडली.

मुलाखत झाल्यानंतर तिने आपल्या कामगिरीचे काळजीपूर्वक विश्लेषण केले. तिला तिच्या कामगिरीत अनेक कमतरता आढळल्या : तिची देहबोली तिच्या मनातील भीती दाखवून देत होती, केरळमधील लुटुपुटीच्या (मॉक) मुलाखतींमध्ये मिळालेल्या नकारात्मक अभिप्रायांमुळे तिचा आत्मविश्वास कमी झाला होता, दिल्लीत आल्यावर तिथे आलेल्या देशभरातील उमेदवारांना पाहून तिच्या आत्मविश्वासात घट झाली होती आणि तिला माहीत असो किंवा नसो, प्रत्येक प्रश्नाचे उत्तर देण्याकडे तिचा कल होता.

स्वप्ने गडगडली

२७ एप्रिल २०१८च्या थंडगार सकाळी, मिन्नूच्या मनात तणावांचे वादळ उसळले होते. टेलिग्राम ॲपच्या एका समूहात निकाल लवकरच जाहीर

होणार असल्याच्या अफवा पसरत होत्या. कामावर लक्ष केंद्रित करणे तिच्यासाठी कठीण झाले होते आणि ती पुन्हापुन्हा आपला फोन तपासत होती. अखेर संध्याकाळी यशस्वी उमेदवारांची नावे असलेली एक पीडीएफ आली. अवरोधित श्वासानिशी मिन्नूने ती यादी पाहिली; परंतु तिचे नाव सापडले नाही आणि तिचे मन खचून गेले.

घरातील निराशा स्पष्टपणे दिसून येत होती. जेवणाच्या टेबलावर तिचे कुटुंब जमले असताना, त्यांच्या डोळ्यांत अश्रू दाटले होते; परंतु या उदासीच्या वातावरणातही मिन्नू खंबीर होती आणि तिने त्यांना धीर देण्याचा प्रयत्न केला. "कृपया, इतके दुःखी होऊ नका. मी मुलाखतीच्या टप्प्यापर्यंत पोहोचले, हेच मोठे यश नाही का? पुढच्या वर्षी नक्की माझे नाव यादीत असेल," तिने त्यांना दिलासा दिला.

तथापि, नियतीने तिच्या निर्धाराची आणि मानसिक ताकदीची अधिकच परीक्षा घेण्याचे ठरवले असावे. निकालाच्या काळात असलेला ताण आणि नंतर अपयशाची निराशा यामुळे ती फक्त दोन आठवड्यांनंतर असणाऱ्या पुढील पूर्व परीक्षेची तयारी करण्याच्या स्थितीत नव्हती.

प्रीलिम–२०१८मध्ये तिची कामगिरी समाधानकारक न होऊनही मिन्नूला आशा वाटत होती की, ती मुख्य परीक्षेपर्यंत पोहोचणार. मात्र जेव्हा तिने मुख्य परीक्षेसाठी पात्र ठरलेल्या उमेदवारांच्या यादीत आपले नाव नसल्याचे पाहिले, तेव्हा तिच्या तोंडून शब्द फुटेना. जेव्हा गुण जाहीर झाले, तेव्हा तिने पाहिले की जनरल स्टडीजमध्ये चांगली कामगिरी करूनही ती सीसॅटमध्ये पात्र ठरू शकलेली नाही.

निराशा आणि भीतीच्या ओझ्याखाली दबलेली मिन्नू जणू पांगळी झाली होती; या अपयशानंतर कार्यालयातील सहकाऱ्यांसमोर जाणे तिच्यासाठी अवघड झाले होते. कार्यालयात परत जाण्याची भीती तिला घरीच थांबवून ठेवत होती. जॉशीने मनापासून प्रयत्न केले; पण मिन्नू निराशेच्या जाळ्यात अडकलेलीच राहिली.

परंतु जॉशीच्या भक्कम पाठिंब्याने सावकाशपणे तिला पुन्हा एकदा रिंगणात उतरण्याचे धैर्य मिळवून दिले. नाखुशीने का होईना; पण ती कामावर परतली आणि तिच्या सहकाऱ्यांच्या कुजकट शेऱ्यांना सामोरे जाण्याची हिंमत तिच्यात आली. प्रत्येक जात्या दिवसाबरोबर त्यांच्या टोमण्यांकडे दुर्लक्ष करून आपला निग्रह अधिक मजबूत करण्याची शक्ती तिच्यात परतू लागली.

तिने पुन्हा एकदा आपली हिंमत गोळा केली आणि रजा घेऊन २०१९च्या पूर्व परीक्षेला ती सामोरी गेली. मात्र दैवाने तिला पुन्हा एकदा क्रूरपणे थप्पड लगावली आणि सीसॅटने तिच्या उमेदीवर पुन्हा एकदा पाणी ओतले.

पॅंडेमिकने बनवले जगणे सुंदर

१२ फेब्रुवारी २०२० या दिवशी, केंद्रीय लोकसेवा आयोगाची नागरी सेवा परीक्षा-२०२० साठीची जाहिरात मिन्नूच्या नजरेस पडली. ती पाहून तिच्या मनात विभिन्न भावना उचंबळून आल्या. उत्सुकता, उदासी, आशा आणि निराशा. ती आपल्या कामावरून निघाली, जाहिरातीची तिने एक फोटोकॉपी काढली आणि कारमध्ये बसल्यावर ती जॉशीला दाखवली.

''मी बसू का पुन्हा एकदा? पण पुन्हा नापास झाले तर?'' जॉशीला हे विचारताना तिच्या डोळ्यांत अश्रू उभे राहिलेले होते.

''यश मिळायला वेळ लागतोच मिन्नू. रजा घे आणि अत्यंत काळजीपूर्वक तयारी कर. हा प्रयत्न फक्त माझ्यासाठी म्हणून कर,'' तिचा हात आपल्या हाती घेऊन जॉशीने तिला हिंमत देत सांगितले.

''या परीक्षेपायी मी आधीच बऱ्याच गोष्टी गमवून झाल्या आहेत. त्यात आपल्या डूडलच्या (जेरेमीहा) वाढीचे अनेक मौल्यवान क्षणही आहेत. मी हा जुगार अंतहीन काळासाठी खेळत बसणार नाही. हा माझा शेवटचा प्रयत्न असेल,'' तिने ठामपणे जाहीर केले.

पुढच्याच दिवसापासून मिन्नूने आपली तयारी नवीन जोम व निग्रहाने सुरू केली. मात्र कोविड-१९ने तिच्या तयारीला ब्रेक लावला. हा साथीचा आजार पसरू नये म्हणून केरळ सरकारने कोचिंग क्लासेस बंद करवले आणि ८ मार्च २०२० रोजी परीक्षा अनिश्चित काळासाठी पुढे ढकलण्यात आल्या.

लाखो लोकांप्रमाणे मिन्नूही तिच्या घरी बंद झाली. त्या काळात तिने तिच्या आयुष्यातील अनेक गोष्टींचे पुनर्मूल्यांकन केले आणि त्यात तिला लागलेला सर्वांत महत्त्वाचा शोध म्हणजे तिचा पती जॉशी.

''मला असे वाटत होते की, आमचे लग्न टिकले आहे याचे कारण आम्ही दोघे एकमेकांच्या सोबत कमीतकमी वेळ असतो, हे आहे. मात्र मी चूक होते. लॉकडाऊनच्या काळात आम्ही सतत एकमेकांसोबत राहिलो. एकमेकांच्या सोबतीने आम्ही स्वयंपाक केला, टीव्ही पाहिला, तासन्तास

गप्पा मारल्या आणि परस्परांच्या सोबतीची मजा लुटली. मी आता जॉशीला पूर्णपणे समजून घेतले आहे,'' एका झूम कॉलच्या दरम्यान मिन्नूने आपल्या एका प्रिय मैत्रिणीजवळ हे कबूल केले.

मिन्नूच्या आयएएस परीक्षेच्या वेडाबद्दल जॉशीचे मित्रही त्याला वारंवार प्रश्न विचारीत असत.

''जर तुझी बायको आयएएस अधिकारी झाली, तर तू कसे काय जमवून घेशील? तू तर एक साधारणसा तंत्रज्ञ आहेस, तिच्यापेक्षा अनेक पटींनी तुझी श्रेणी खालची असेल. ती कारमधून प्रवास करेल, बंगल्यात राहील, तिच्या हाती भरपूर सत्ता व शक्ती असेल,'' अशी ते त्याच्याजवळ चौकशी करीत.

एके दिवशी जॉशीने थट्टेत मिन्नूला विचारले, ''तू परीक्षा उत्तीर्ण केलीस आणि आयएएस अधिकारी झालीस, तरीही तू माझ्यासोबत माझ्या बाईकवर माझ्यामागे बसून फिरशील का?''

त्यावर मिन्नूला खूप हसू आले आणि ती त्याला मिठी मारून म्हणाली, ''माझी फक्त नोकरी बदलेल; पण मी तर तीच राहील ना, तुझी मिन्नू? तुझ्यासोबत तुझ्या बाईकवरून तुझ्या मागे बसून फिरणे मला नेहमीच आवडेल.''

कोचिंग अकॅडमीकडून एक भेट

कोविड-१९ साथीच्या काळात मिन्नू तिच्या अस्वती (नाव बदलले आहे) या प्रिय मैत्रिणीबरोबर झूमवरून अभ्यास करीत असे. एके दिवशी अस्वतीने मिन्नूला विचारले, ''मिन्नू तुला माहीत आहे का, आपल्या कोचिंग सेंटरजवळच कोचिंग अकॅडमीच्या मालकीचा एक फ्लॅट आहे. तू सेंटर प्रमुखांना विचारून बघ ना, त्यांनी परवानगी दिली तर आपण त्या फ्लॅटवर राहून परीक्षेचा अभ्यास करू शकू? तशीही टेस्ट सिरीजमधली तू त्यांची टॉपर आहेस. तुझी विनंती ते अव्हेरणार नाहीत.''

ही कल्पना ऐकून मिन्नूचे डोळे चमकून उठले; पण आपल्या पती व पुत्राला सोडून अनेक महिन्यांसाठी दूर राहण्याच्या कल्पनेने ती खट्टू झाली आणि तिने त्या कल्पनेला अधिक खतपाणी न घालण्याचे ठरवले. मात्र हे संभाषण जॉशीनेही ऐकले होते. त्याने तिला राजी केले. ''तू जर

अस्वतीबरोबर त्या फ्लॅटमध्ये राहायला गेलीस तर तू तुझ्या अभ्यासावर अधिक एकाग्रतेने लक्ष देऊ शकशील,'' असे तो तिला म्हणाला. दुसऱ्याच दिवशी मिन्नूने सेंटरप्रमुखांना विनंती केली, जी त्यांनी आनंदाने मान्य केली.

आपले सामान बॅगांमध्ये भरत असताना तिच्या नसानसांमधून उत्सुकता दौडत होती. मात्र जशी घरातून निघण्याची वेळ आली, तशी दुःखाच्या लाटेने तिला घेरून टाकले. पुढील अनेक महिन्यांसाठी आपला पुत्र आणि पती यांना सोडून जाण्याच्या कल्पनेने ती व्याकूळ झाली.

त्या रात्री, अंधारात आपल्या खोलीत झोपेचा प्रयत्न करणाऱ्या मिन्नूला अजिबात झोप लागत नव्हती. तिच्या नजरेसमोरून तिच्या मुलाचा हसरा चेहरा आणि जॉशीची आश्वासक मुद्रा हलायला तयार नव्हती. तिच्या गालांवरून अश्रू मूकपणे ओघळत राहिले.

दुसऱ्या दिवशी सकाळी, न्याहारी आटोपल्यानंतर मिन्नूने आपल्या बॅगा कारमध्ये ठेवल्या. तिचा मुलगा तिला चिकटून आणि तिच्या गळ्याभोवती आपल्या चिमुकल्या हातांचा वेढा देऊन बसला होता. तिने त्याचा मुका घेतला आणि रोज त्याच्याशी व्हिडिओ कॉल करून बोलेल, लवकरात लवकर परत येईल असे त्याला, आपले अश्रू लपवत आश्वासन देऊन ती कारमध्ये बसली. यूपीएससीचा पर्वत सर करण्याचे आव्हान आता अधिक तीव्र झाले होते.

कोचिंग सेंटरने दिलेल्या फ्लॅटमध्ये राहायला आल्याबरोबर मिन्नू आणि अस्वती यांनी नव्या ताकदीनिशी स्वतःला अभ्यासात झोकून दिले. वेळेची बचत करण्यासाठी त्या दोन दिवसांतून एकदाच स्वयंपाक करीत आणि आठवड्यातून एकदा साफसफाई करीत. परीक्षेच्या तयारीच्या या धामधुमीत रोज आपल्या परिवारजनांसोबत फोनवरून संभाषण करणे, हाच त्यांचा एकमेव जीवनाधार होता.

शेवटी ४ ऑक्टोबर २०२० रोजी पूर्व परीक्षा एकदाची पार पडली. जरी मिन्नूची तयारी मनाजोगती झालेली असली तरी तिची सीसॅटबद्दलची भीती हटत नव्हती. ''चेट्टन, जनरल स्टडीजच्या पेपरबद्दल मला पूर्ण विश्वास आहे. मात्र सीसॅटमध्ये मी पात्र ठरणार की नाही, याची मला खात्री काही वाटत नाही बघ,'' परीक्षा केंद्राकडे जात असताना तिने आपली भीती जॉशीजवळ बोलून दाखवली.

''तू सीसॅटही पास होशील, याबद्दल माझ्याजवळ एक युक्ती आहे; पण ती मी तुला तुझा जनरल स्टडीजचा पेपर झाल्यावरच सांगीन,'' जॉशीने तिला हसत हसत धीर दिला.

मिन्नूच्या आधीच्या प्रयत्नांमधून तिची एक खोड (पॅटर्न) जॉशीच्या ध्यानात आली होती. जनरल स्टडीजचा पेपर झाल्यावर आणि सीसॅटच्या पेपरच्या आधी ती प्रश्नपत्रिका आणि तिचा फोन घेऊन कारमध्ये बसत असे आणि आपली उत्तरे बरोबर आहेत की नाहीत हे तपासून बघत असे. जर तिची काही उत्तरे चुकीची निघाली की, तिचा मूड जात असे आणि सीसॅटचा पेपर ती खचलेल्या आत्मविश्वासानिशी देत असे.

या वेळी ती जनरल स्टडीजचा पेपर देऊन बाहेर आल्याबरोबर जॉशीने पेपर आणि तिचा फोन, दोन्ही गोष्टी तिच्याजवळून काढून घेतल्या. ''हीच ती युक्ती आहे सीसॅटचा पेपर देण्याची, जिच्याविषयी मी तुला बोललो होतो. आता तू सीसॅटचा पेपर देऊन आल्यानंतरच तुला तुझा फोन आणि जनरल स्टडीजची प्रश्नपत्रिका मिळेल,'' त्याने खंबीरपणे जाहीर केले.

त्याची ही युक्ती खरोखर कामाला आली. या वेळी मिन्नू सीसॅटच्या आव्हानातूनही सुखरूप पार पडली.

अंतिम लढत

पूर्व परीक्षेच्या निकालाची वाट न बघता मिन्नू आणि अस्वतीने मुख्य परीक्षेची तयारी सुरू केली. २०१७ साली मिन्नूने जी शेवटची मुख्य परीक्षा दिली होती, तिच्यातील तिच्या कामगिरीचे तिने विश्लेषण केले. आपल्या दुबळ्या स्थानांवर तिने काम केले आणि प्रत्येक पेपरच्या टेस्ट सिरीजमध्ये भाग घेऊन उत्तर लेखनाचा प्रचंड सराव केला. टेस्ट सिरीजच्या तिच्या उत्तरपत्रिकांचे मूल्यमापन करणाऱ्याने दिलेला अभिप्राय (फीडबॅक) आणि सल्ला यांचा तिने, आपल्या उत्तरांची गुणवत्ता सुधारण्यासाठी परिणामकारकपणे उपयोग करून घेतला.

त्यांची कठोर मेहनत फळाला आली आणि मुख्य परीक्षेत मिन्नू व अस्वती दोघीही उत्तीर्ण झाल्या.

प्रत्यक्ष मुलाखतीबद्दल प्रशिक्षण देण्याच्या बाबतीत तिरूअनंतपूरमच्या मर्यादा ओळखून या वेळी मिन्नूने अस्वतीसोबत एक महिना दिल्लीत

काढण्याचा निर्णय घेतला. हा पूर्ण महिना लुटुपुटीच्या (मॉक) मुलाखतींनी भरलेला होता, ज्यामुळे मुलाखतीबाबतचा मिन्नूचा आत्मविश्वास प्रचंड प्रमाणात वाढला.

त्या दोघींनीही परस्परांच्याही मॉक मुलाखती घेतल्या. अस्वतीची मुलाखत मिन्नूच्या आधी पार पडल्यामुळे ती निघून गेली आणि तिच्या जागी मिन्नूची आई दिल्लीला येऊन तिच्यासोबत राहिली. तिच्या आईनेही तिच्या मॉक मुलाखती घेतल्या आणि तिच्या उठण्या–बसण्यावर आणि उत्तरे देण्याच्या कौशल्यावर आपला बहुमोल फीडबॅक तिला दिला.

मुलाखतीच्या आदल्या संध्याकाळी मिन्नूने पांडासाहेबांकडूनही मार्गदर्शन घेतले. आयपीएस असलेल्या पांडासाहेबांमुळेच ती या मार्गावर आली होती. त्यांचा सल्ला अगदी साधा मात्र मोलाचा होता. ''तू बोर्डबरोबर अतिशय मोकळेपणाने बोल, जशी माझ्याबरोबर मोकळेपणाने बोलतेस तशी. तू अगदी छान आहेस. फक्त तू जशी आहेस तशीच वाग,'' त्यांच्या या शब्दांमुळे मिन्नूच्या आत्मविश्वासात भर पडली.

२१ सप्टेंबर २०२१ रोजी, हिरव्या रंगाची सुंदरशी साडी परिधान करून मिन्नू आपल्या व्यक्तिमत्त्व चाचणीसाठी, जी मुलाखत या नावाने जास्त ओळखली जाते, पुन्हा एकदा धोलपूर हाउसच्या सेंट्रल हॉलमध्ये प्रविष्ट झाली. या वेळी तिची मुलाखत जेवणानंतरच्या सत्रात होती. शांत आणि सुस्थिर मनःस्थितीत असलेली मिन्नू आपली पाळी येण्याची वाट बघत आपल्यासोबतच्या अन्य उमेदवारांसोबत हास्यविनोदही करत होती. साडेपाच वाजता तिला मुलाखतीसाठी आत नेण्यात आले.

जशी ती प्रवेशली तसे बोर्डमधील कुणीतरी बोलले, ''माझ्या नातीचे नावही मिन्नूच आहे.'' तसे सर्वांच्याच चेहऱ्यावर हसू उमटले आणि वातावरणात मोकळेपणा आला. मिन्नूला खूप प्रसन्न वाटले आणि ती सैलावून हसतमुखाने मुलाखतीला सामोरी गेली.

बोर्डने विचारलेल्या प्रश्नांमध्ये तिच्या डीएएफमधील विविध पैलू, जसे की बायोकेमिस्ट्री, भूगोल आणि पोलीसदलातील तिच्या नोकरीचा अनुभव समाविष्ट करण्यात आले होते. तिच्या प्रवासाच्या अनुभवांबद्दलही त्यांनी तिला प्रश्न विचारले. तिने कोणकोणत्या राज्यांना भेटी दिल्या असून, परदेशप्रवासाचा तिचा अनुभव कसा होता, असे तिला विचारण्यात आले. त्यांचे प्रश्न अधिक माहिती जाणून घेणारे असले तरी ते समोरच्याला दडपून टाकणारे नव्हते.

भव्य धोलपूर हाउसमधून बाहेर पडताना मिन्नू आपल्या मुलाखतीतल्या कामगिरीबद्दल विचार करत होती. ''आपली मुलाखत अतिशय चांगली तरी झाली असेल अथवा अत्यंत साधारण. मात्र ती कशीही असो, ती शेवटची असेल हे मात्र नक्की. या इथे मी माझा यूपीएससीचा प्रवास संपुष्टात आणते,'' असे तिने स्वतःलाच बजावले.

राज्ञीचे आगमन

२४ सप्टेंबर २०२१ रोजी मिन्नू आपल्या कार्यालयात कामावर आली. आज मुलाखतीचा निकाल लागण्याची उत्सुकता सर्वत्र तरळत होती. व्हॉट्सअॅप आणि टेलीग्रामवरील समूहांवर २०२०च्या परीक्षेचा निकाल आज लागण्याच्या बातम्या येत जात होत्या. मिन्नूचे कामावर मन लागणे शक्यच नव्हते. ती सारखी आपला फोन चेक करत होती. याच तणावाच्या दरम्यान तिला ११ वाजता जॉशीचा फोन आला.

''मिन्नू, कोविड लशीचा तुझा दुसरा डोस आज आहे. तू VSCCला येशील की मी तुला घ्यायला येऊ?'' त्याने विचारले.

बेचैन असलेल्या मिन्नूने सांगितले, ''प्रियतमा, मला लस-बीस काही घेता येणार नाही. लोक म्हणतात आज मुलाखतीचा निकाल लागणार आहे. मी फार बेचैन आहे. तूच मला घ्यायला ये.''

जॉशीने तिला दिलास देत सांगितले, ''मिन्नू, तू प्लीज काही काळजी करू नकोस. अगदी शांत राहा. मी येतो तुला घ्यायला. या वेळी तू नक्की यश मिळवशील.''

तिचा डोस घेऊन झाल्यावर जॉशीने तिला पुन्हा तिच्या कार्यालयात पोहोचवून देण्याची तयारी दर्शविली; पण तिला जॉशीच्याच सहवासात राहण्याची इच्छा असल्याने तिने त्या कल्पनेला नकार दिला. ''चेट्टन, मी खूप बेचैन आहे. मी अर्ध्या दिवसाची रजा घेते. आपण बीचवर जाऊ या.''

तिच्या मनःस्थितीची जाणीव असल्याने जॉशीने तिच्या योजनेला होकार दिला. ते बीचपर्यंत कारमधून जरी आले तरी गरमी इतकी होती की, त्यांनी कारच्या आतच बसून राहणे पसंत केले. मिन्नूचा ताण हलका करण्यासाठी जॉशीने तिच्यावर तिच्या आवडत्या खाद्यपदार्थांचा मारा चालवला.

दिवस असाच पुढे सरकत होता. मिन्नूची तणावग्रस्त अवस्था आहे तशीच होती. अचानक तिने जाहीर केले, ''चेट्टन, मला अस्वतीला भेटावेसे वाटत आहे. आपण तिला सोबत घेऊ या आणि पुन्हा बीचवर येऊ या.''

त्यांनी अस्वतीच्या घरी जाऊन तिला सोबत घेतले आणि ते बीचवर परत आले. निकालाबद्दलच्या संदेशांचा सोशल मीडियावर पूर लोटला होता. शेवटी संध्याकाळी सात वाजता टेलिग्रामवर निकालपत्रकाचे फोटो एकदाचे झळकले.

मनोमन प्रार्थना पुटपुटत धडधडत्या काळजानिशी मिन्नू आणि अस्वतीने ते फोटो आपल्या फोनवर उतरवले आणि थरथरत्या बोटांनी त्यात आपले रोल नंबर त्या शोधू लागल्या. अचानक अस्वती आनंदाने किंचाळली, ''अभिनंदन मिन्नू! तू करून दाखवलेस! तुझा रोल नंबर १५० आहे या यादीत!'' जॉशी आनंदला आणि म्हणाला, ''शाब्बास मिन्नू! अखेर तुझी कठोर मेहनत फळाला आली. मी खूप खूश आहे आणि मला तुझा अत्यंत अभिमान वाटतो आहे.''

मिन्नूने घाईघाईने आपला रोल नंबर हाच आहे ना हे तपासून घेतले. तिचा सारा ताण क्षणार्धात नाहीसा झाला आणि तिच्या तोंडावर हसू व डोळ्यांत आनंदाचे आसू आले, तरीही तिचे डोळे अद्यापही यादीवरच जडलेले होते. ती आपल्या प्रिय मैत्रिणीचे, अस्वतीचे नाव शोधत होती. तिला दोघींनी मिळून आनंद साजरा करायचा होता.

त्यांनी यादी पुन्हा पुन्हा काळजीपूर्वक तपासली. मात्र अस्वतीचे नाव तिच्यात नव्हते. मिन्नूच्या आनंदात मिठाचा खडा पडला. तिच्या मैत्रिणीची निवड झाली नव्हती. मिन्नूचा पाच वर्षांचा खडतर प्रवास अनेक चढ-उतारांचा असला तरी त्याचा शेवट एकट्यानेच साजरा करण्यात तिला तो अपूर्ण असल्यासारखे वाटत होते.

एका स्टारचा जन्म

अस्वतीने घरी जाण्याचा हेका धरला, त्यामुळे त्यांनी तिला तिच्या घरी सोडले. मिन्नूचा फोन सारखा वाजत होता आणि जॉशी ते कॉल घेत होता. कारण, मिन्नू डोळे मिटून फक्त शांतपणे बसून राहिली होती. तिला एकदम रिते असल्यासारखे वाटत होते. तिचे यश अद्यापही तिच्या मनात खोलवर

उतरले नव्हते. हे खरे आहे की स्वप्न, असा तिला प्रश्न पडला होता. तिने एकदा जॉशीला तिला चिमटाही घ्यायला लावला. त्यानंतरच तिला ते खरे असल्याबद्दल खात्री पटली.

''मिन्नू, तुझ्या कोचिंग अकॅडमीचे भूगोलाचे सर फोनवर आहेत,'' मिन्नूकडे फोन सरकवत जॉशीने तिला सांगितले. मिन्नूला आनंदाचे भरते आले.

''अभिनंदन मिन्नू! आम्हा सर्वांना तुझा खूप अभिमान वाटतोय,'' सरांचे मृदू शब्द फोनवरून तिच्या कानी शिरले आणि तिला कृतकृत्य झाल्यासारखे वाटले.

''मिन्नू तू आत्ताच्या आत्ता अकॅडमीत ये,'' सरांनी तिला सांगितले.

कोणताही वेगळा विचार न करता दोघेही अकॅडमीकडे निघाले. सारे शिक्षक तिच्या स्वागतासाठी प्रवेशद्वाराजवळच थांबलेले होते.

''सर तुमचे खूप खूप आभार!'' गालांवरून अश्रू ओघळत असलेली मिन्नू आपल्या गुरूंचे आभार मानू लागली.

अकॅडमीच्या आत प्रवेश केल्यावर मिन्नूला आश्चर्याचा धक्काच बसला. अकॅडमीच्या संचालकांनी मिन्नूचे यश साजरे करण्यासाठी मोठा समारंभ आयोजित केला होता आणि त्यात शहरातील थोरामोठ्यांना बोलावले होते. त्यांच्यात एक मंत्रीमहोदयसुद्धा होते. प्रसार माध्यमे आणि वृत्तपत्रांचे प्रतिनिधीसुद्धा आपापले कॅमेरे आणि मायक्रोफोन घेऊन उपस्थित होते. त्यांचे कॅमेरे सारखे लकाकत होते आणि मिन्नूचे फोटो घेतले जात होते. निकालाच्या काही मिनिटांनंतरच मिन्नू प्रकाशझोतात आली होती आणि एक स्टार बनली होती. आपण हवेत उडत आहोत की काय असे तिला वाटत होते.

मिन्नूचे हे सारे कौतुक बघत असताना जॉशीला अत्यंत आनंद आणि अभिमान वाटत होता. त्याला जणू आपणही आयएएस पास झाल्यासारखे वाटत होते. गेल्या सहा वर्षांमध्ये मिन्नूने किती प्रचंड कष्ट उपसले होते आणि किती अगणित त्याग केले होते, याची त्याला आठवण येत होती. आपल्या बाळापासून दूर राहत असताना मिन्नूला किती वेदना होत होत्या, याची त्याला आठवण आली आणि त्याचेही डोळे भरून आले.

सुमारे तासाभराच्या अवधीत मिन्नूने अनेक पत्रकारांना अनेक मुलाखती दिल्या. त्यानंतर तिला आपला पती एका कोपऱ्यात उभा राहून तिच्याकडे आनंदाने आणि अभिमानाने पाहत असलेला दिसला. तिच्या आवतीभोवतीचा कोलाहल क्षणभरासाठी जणू शांत झाल्यासारखा तिला वाटला. प्रेम आणि कृतज्ञतेची एक लाट तिच्या अंगावर चालून आली. तिने आपल्या पतीच्या

डोळ्यांशी आपले डोळे मिळवले. तिच्या पतीच्या त्या नजरेतून तिला तोच आधार आणि अभिमान दिसून आला, जो तिच्या वडिलांच्या नजरेत, तिच्या बालपणी जेव्हाही ती एखादे यश मिळवी, तेव्हा दिसून येत असे.

मिन्नू आणि जॉशी जेव्हा घरी पोहोचले, तेव्हा रात्रीचे साडेदहा वाजले होते. तिचा मुलगा आणि सासू-सासऱ्यांनी तिचे स्वागत केले. त्यांच्याही नेत्रांमध्ये आनंदाचे अश्रू होते. घरीही नातेवाईक आणि मीडियाची माणसे आलेली होती. त्या सर्वांच्या कोलाहलाने घर अगदी गजबजून गेले होते.

आपल्या मातापित्याला बघून जेरेमिहा त्यांच्या दिशेने धावला आणि त्याने आईला घट्ट मिठी मारली. त्याच्या आईच्या संघर्षमय यशाबद्दल मीडियावाल्यांनी त्यालाही प्रश्न विचारले होते, त्यामुळे एव्हाना तो हे जाणून चुकला होता की, आपल्या आईने नक्कीच काहीतरी मोठ्ठे काम केले आहे. मिन्नूच्या आईचा आवाज भावनांनी चिंब भिजला होता. मिन्नूला आपल्या मिठीत घेऊन ती म्हणाली, ''आज तुझे वडील असायला हवे होते.''

मिन्नूचे हृदय आनंद आणि अभिमानाच्या मिश्रणाने तुडुंब भरले होते. तिला आपल्या यशाबद्दल आनंद तर वाटत होताच; पण आपल्या परिवाराने आपल्याला दिलेल्या आधार आणि पाठिंब्याबद्दलही तिला अभिमान वाटत होता. आजच्या आनंदोत्सवाच्या दरम्यान तिला आपल्या वडिलांच्या मृत्यूनंतर तिच्या आईने खाल्लेल्या खस्ता आणि झेललेल्या काबाडकष्टांचीही आठवण येत होती. त्यामुळे तिच्या मनात तिने इतकी वर्षे दडपून ठेवलेल्या भावनांचा बांध फुटला आणि तो तिच्या अश्रूंच्या रूपाने तिच्या डोळ्यांमधून ओघळू लागला.

समुद्रकिनारी राहणारी मुलगी हिमालयात थकून गेली

पुढचे दोन महिने उत्सवी वातावरण, दिलेल्या मुलाखती आणि पुनर्भेटींच्या गडबडीत चुटकीसरशी निघून गेले. ३० नोव्हेंबर २०२१ रोजी मिन्नू दिल्लीला जाणाऱ्या फ्लाइटची तयारी करत होती. तिने मागील काही दिवस मसुरी इथल्या लाल बहादूर शास्त्री नॅशनल अकॅडमी ऑफ ॲडमिनिस्ट्रेशन (LBSNAA), येथे लागणाऱ्या वस्तूंच्या लांबलचक यादीतील वस्तूंची खरेदी करण्यात घालवले. जॉशी तिचे सामान कारच्या ट्रंकमध्ये ठेवत असताना, अस्वती फुलांचा गुच्छ घेऊन आली. तिने मिन्नूला मनःपूर्वक

मिठी मारून शुभेच्छा दिल्या. मिन्नू भारावून गेली. ''मी उत्सुकतेने पुढच्या वर्षी तुला प्रशिक्षणार्थी अधिकारी म्हणून अकॅडमीमध्ये पाहण्याची वाट बघीन,'' असे तिने अस्वतीला मिठीत घेत सांगितले.

१ डिसेंबर २०२१ रोजी मिन्नू, मिथुन या दुसऱ्या यशस्वी उमेदवारासह, नवी दिल्लीहून मसुरीला जाण्यासाठी टॅक्सीमध्ये बसली. जेव्हा ती तिथे पोहोचली, तेव्हा त्या निसर्गरम्य हिल स्टेशनला पाहून तिचे मन मोहरले. LBSNAAचे पहिले दर्शन तिच्या मनात अनेक भावना जागवून गेले आणि गेल्या सहा वर्षांतील तिच्या संघर्षाची कहाणी तिच्या मनात चित्रपटासारखी चालू झाली. तिला आठवण आली त्या दिवसाची, ज्या दिवशी तिने पांडा सरांशी केलेली छोटीशी चर्चा तिच्या जीवनाचा मार्ग बदलून गेली.

लवकरच, मिन्नू नर्मदा वसतिगृहातील तिच्या नेमलेल्या खोलीत पोहोचली. खोलीत पाऊल टाकताच, एक उबदार आणि मैत्रीपूर्ण चेहरा प्रसन्न हसून तिचे स्वागत करीत होता. ''स्वागत आहे, मिन्नू. कधी तुझी भेट होतेय याची मी आतुरतेने वाट पाहत होते,'' भारतीय माहिती सेवा विभागासाठी निवडली गेलेली तिची रूममेट म्हणाली. मिन्नू हसली आणि तिने तिला मिठीत घेतले.

''तू माझ्यापेक्षा मोठी आहेस, मी तुला अक्का म्हणेन, तमिळमध्ये ज्याचा अर्थ मोठी बहीण असा होतो,'' रूममेट म्हणाली.

उबदारपणाने आणि आत्मीयतेने मिन्नूने उत्तर दिले, ''तुझी अक्का होणे मला नक्कीच आवडेल.''

पहिला दिवस, जे त्या दिवशी LBSNAAमध्ये सामील झाले होते, त्या इतर अधिकाऱ्यांना भेटण्यात गेला. संध्याकाळी ते जेवणासाठी मेसमध्ये गेले. वसतिगृहातून वर जाताना मिन्नूला दम लागला. ती इतकी थकली होती की, तिला खरे तर जेवण करता येत नव्हते, डोकेदुखीही होती आणि अन्नही तिच्या आवडीचे नव्हते; पण तिला, ज्यांची खूप दिवसांची इच्छा पूर्ण झाल्यामुळे आनंदित झालेले अनेक तरुण अधिकारी भेटल्याचा आनंद होता.

मसुरीचे अतिथंड हवामान उरू मिन्नूच्या सवयीच्या समुद्रकिनारी प्रदेशातील उबदार वातावरणापेक्षा खूप वेगळे होते. सुरुवातीला तिची तब्येत बिघडली आणि कोविड-१९चा उद्रेक झाल्यामुळे तिला तिच्या वसतिगृहातील खोलीतच राहावे लागले. मात्र, २०२२च्या प्रजासत्ताक दिनाच्या आसपास अकॅडमीतील तिचे जग उजळू लागले. तिने तिच्या

सहकाऱ्यांशी मैत्री करणे, कार्यक्रमांना उपस्थित राहणे आणि प्रत्येक क्षणाचा आनंद घेणे सुरू केले. तिला ते दिवस तिच्या कॉलेजच्या दिवसांसारखे वाटू लागले.

जिल्हा प्रशिक्षणात तारेवरची कसरत

पायाभरणी (फाउंडेशन) कोर्सच्या दरम्यान मिन्नूला तिचे संवर्ग (केडर) देण्यात आले. ती बातमी तिच्यासाठी आश्चर्य आणि समाधानाची भावना घेऊन आली. तिचा दुसऱ्या क्रमांकाचा पर्याय असलेले महाराष्ट्र केडर तिला देण्यात आले होते. ते राज्य आता तिचे दुसरे घर बनणार होते. पुण्यातील यशदा (यशवंतराव चव्हाण अकॅडमी ऑफ डेव्हलपमेंट ॲडमिनिस्ट्रेशन) येथे अल्पकाळासाठी प्रशिक्षण मिळाल्यानंतर मिन्नू आणि तिच्या सहकाऱ्यांना या गतिशील राज्याची ओळख व्हावी, यासाठी 'महाराष्ट्र दर्शनाच्या' सहलीवर पाठवण्यात आले.

त्यानंतर तिला तिच्या जिल्हा प्रशिक्षणासाठी वाशिम जिल्हा दिला गेला. वाशिमला तिचे स्वागत जिल्हाधिकारी असलेल्या शन्मुगराजन एस. यांनी केले. त्यांच्या हाताखाली तिला खूप मोलाचे प्रशिक्षण मिळाले आणि ते एक उत्तम गुरू ठरले.

मिन्नूने स्थानिक संस्कृतीची माहिती करून घेण्याचा आणि मराठी भाषा शिकण्याचाही प्रयत्न चालवला. मोडकी तोडकी का असेना पण मराठी भाषेतच आपल्या कर्मचाऱ्यांशी बोलण्याचा ती प्रयत्न करी आणि तिच्या त्या प्रामाणिक प्रयत्नांमुळे कर्मचाऱ्यांच्या आणि स्थानिक लोकांच्या चेहऱ्यावर स्मितरेषा उमटत.

विविध शासकीय कार्यालयांशी संलग्नता पार पडल्यानंतर तिच्याकडे वाशिम नगरपालिकेची मुख्य अधिकारी म्हणून कार्यभार सोपविण्यात आला. आपले कामकाज सुरू केल्याच्या दोन आठवड्यांनंतर तिला जिल्हाधिकारी साहेबांनी बोलवले.

''वाशिम शहराला अतिक्रमणाचा विळखा पडलेला आहे. अतिक्रमणाचे प्रमाण इतके मोठे आहे की रस्तेही ओळखू येईनासे झाले असून, नागरिकांना अतोनात त्रास सहन करावा लागत आहे,'' शन्मुगमराजन सरांनी सरळ मुद्द्याला हात घातला.

मिन्नूला अस्वस्थता जाणवू लागली. अतिक्रमणे हटवणे म्हणजे अनेक लोकांना त्यांच्या घरांपासून आणि रोजगारापासून वंचित करणे. त्याशिवाय तिचा स्वतःचा होणारा तोटा म्हणजे तिच्या मृदूभाषी व मैत्रीपूर्ण सार्वजनिक प्रतिमेला पोहोचणारी हानी. मानवीय दृष्टिकोनातून बोलण्याचा प्रयत्न करून पाहावा असा विचार करून ती म्हणाली, ''पण सर, या मोहिमेमुळे हजारो लोकांना त्रास भोगावा लागेल आणि अनेक कुटुंबांना त्यांच्या उपजीविकेला मुकावे लागेल.''

तथापि, तिच्या आवाहनाचा शन्मुगमराजन साहेबांवर काही परिणाम झाला नाही. ते ठाम राहिले. ''ही सर्व बेकायदेशीर बांधकामे असून, त्यांनी लोकांच्या येण्या-जाण्याच्या अधिकारावर अतिक्रमण केलेले आहे. तुम्ही त्या इतरांचाही विचार करा ना, ज्यांना या अतिक्रमणांमुळे त्रास व अडचणी सोसाव्या लागत आहेत,'' ते कडक आवाजात म्हणाले.

मिन्नूने ही मोहीम कशी टाळता येईल, याचा काही मार्ग सापडतो का हे चाचपून पाहण्याचे ठरवले आणि हिंमत करून ती म्हणाली, ''मी तुमच्याशी सहमत आहे सर; पण ही सगळी दाट वस्तीमधली कायम आणि अर्धकायम स्वरूपाची बांधकामे आहेत. ती हटवणे हे एक महाकठीण काम आहे. माझ्यासारख्या प्रशिक्षणार्थी मुख्य अधिकाऱ्याकडून हे काम करून घेण्यापेक्षा ते कायमस्वरूपी नेमणूक झालेल्या मुख्य अधिकाऱ्याने केलेले अधिक योग्य ठरणार नाही का?'' तिने आपली बाजू मांडली.

जिल्हाधिकारी आपल्या मुद्द्यावर अविचल राहिले. ''काम कठीण असणार याची मला कल्पना आहे मिन्नू; पण तुमच्यासारख्या तरुण अधिकाऱ्यांकडूनच असली गुंतागुंतीची आणि त्रासदायक कामे घडून येणे शक्य आहे. कारण, तुम्हाला कसलीही भीती नाही आणि तुम्ही कुणाची तरफदारी करणारेही नाही. शिवाय हा तुमच्या भविष्यकाळासाठी एक मोलाचा आणि आव्हानात्मक कामे कशी हाताळावीत हे शिकवणारा अनुभव ठरेल,'' साहेबांनी तिला प्रेरणा देण्याचाही प्रयत्न केला.

''या मोहिमेसाठी तुम्हाला जी मदत लागेल ती मी पुरवीन. ताबडतोब मोहिमेची तयारी सुरू करा आणि आजपासून दोन आठवड्यांत ती पूर्ण व्हायला हवी अशी मी अपेक्षा ठेवतो,'' त्यांनी हुकूम सोडला.

जिल्हाधिकारी साहेबांचे स्पष्ट निर्देश आणि अतिक्रमणांमुळे त्रस्त झालेल्या नागरिकांच्या अडचणी दूर करण्याचा निर्धार या बळावर मिन्नूने

स्वतःला एका सौम्य आणि प्रेमळ चेहऱ्याच्या व्यक्तीतून कडकलक्ष्मीच्या अवतारात परिवर्तित केले.

आव्हाने आलीच. त्यातही जास्त करून कायदेशीर लढायांची अनेक आली. तब्बल १५० केसेस तिच्या व जिल्हाधिकाऱ्यांच्या विरुद्ध जिल्हा न्यायालयात दाखल झाल्या. न डगमगता मिन्नू मुख्य जिल्हा न्यायाधीशांना भेटली आणि त्यांच्यासमोर अत्यंत प्रभावीपणे आपली बाजू तिने मांडली. परिणामतः सर्व दीडशे दावे एकाच वेळी फेटाळले गेले.

तथापि, इतर अनेक आव्हानेही होतीच आणि ती जास्त करून राजकीय स्वरूपाची होती. स्थानिक राजकीय नेत्यांनी दबाव आणायला सुरुवात केली. ज्या दिवशी मोहीम सुरू झाली, त्या दिवशी मोठमोठ्याने घोषणा देत आणि दगडफेक करीत एक मोठा जमाव त्यांच्या अंगावर चाल करून आला; पण मिन्नूने ताबडतोब त्यावर ठामपणे कारवाई केली आणि परिस्थिती हिंसक बनू दिली नाही.

शेवटी जेव्हा सर्व अतिक्रमणे एकदाची हटवली गेली, तेव्हा शहराचे झालेले रूपांतर बघून मिन्नू स्वतःच चकित झाली. वाशिम शहराच्या रहिवाशांचाही स्वतःच्या डोळ्यांवर विश्वास बसेना. पहिल्यांदा त्यांच्या नजरेसमोर त्यांच्या शहराचे सौंदर्य खुलेपणाने उघड झाले होते. प्रशस्त रस्ते, सुंदर कारंजी, जी एकेकाळी अतिक्रमणांच्या आड दिसेनाशी झाली होती, आता उघड्यावर येऊन ती हे जाहीर करीत होती की, आपले शहर किती विचारपूर्वक आणि सौंदर्यदृष्टी ठेवून नियोजित करण्यात आले होते.

आपले जिल्हा प्रशिक्षण संपवून जेव्हा ऑगस्ट २०२२मध्ये मिन्नू परत निघाली, तेव्हा तिला निरोप देण्यासाठी सर्किट हाउसमध्ये बराच मोठा जमाव गोळा झाला होता. तिच्या ड्रायव्हर आणि सचिवाच्या परिवाराने तिच्यासाठी प्रवासात खाण्यासाठी जेवण बनवून आणले होते. मिन्नूचे हृदय भावनांनी उचंबळून आले. सर्वांचा निरोप घेऊन ती कारमध्ये बसली आणि नवीन जिल्ह्याच्या आणि नवीन आव्हानांच्या दिशेने तिने प्रयाण केले.

* * *

मिन्नूच्या कहाणीतून आपण काय धडे घेणार?

१. **तुमच्या आयएएस होण्याच्या स्वप्नांना मूठमाती देऊ नका** : भारतातील अनेक महिला लग्न झाल्यावर किंवा माता बनल्यावर आपल्या आयएएस होण्याच्या स्वप्नांना तीलांजली देऊन टाकतात. मिन्नूचा प्रवास आपल्याला दाखवून देतो की, तुमचा निर्धार पक्का असेल, तर तुम्ही आपल्या पारिवारिक जबाबदाऱ्या सांभाळून आणि घर व काम या जागांवरील कठीण आव्हानांना तोंड देऊन आयएएस होण्याचे आपले स्वप्न सत्यात साकार करू शकता.

२. **वय ही फक्त एक संख्या आहे** : यूपीएससीने घालून दिलेल्या वयोमर्यादेच्या आत जर तुम्ही असाल, तर आपले आयएएस होण्याचे स्वप्न तुम्ही कोणत्याही वयात सत्यात आणू शकता. आपल्याला आपल्यापेक्षा वयाने तरुण असलेल्या उमेदवारांशी स्पर्धा करायची आहे या विचाराने कधीच नाउमेद होऊ नका. कठोर परिश्रम आणि शिस्तबद्ध अभ्यास यांच्या साहाय्याने तुम्ही वयातील फरक सहज मिटवू शकता. आपले वय आणि जीवनाचा अनुभव यांचा एक संपत्ती म्हणून विचार करा, अडथळा म्हणून नव्हे.

३. **अपयश ही यशाची पायरी समजा** : नागरी सेवा परीक्षेत अपयश येणे ही सर्वसाधारण घटना आहे, त्यामुळे तिच्याकडे शिकण्यातील एक अनुभव या नजरेने पाहायला हवे. तिन्ही टप्पे गाठून झाल्यानंतरसुद्धा लोक पुढच्या प्रयत्नात पूर्व परीक्षेत नापास होऊ शकतात, त्यामुळे नाउमेद होऊ नका. उलट अपयशाला आपला निर्धार अधिक पक्का करण्याचे हत्यार बनवा. त्याचा वापर करून पुढील प्रयत्नात अधिक उंच उडी घेण्याचा प्रयत्न करा.

४. **सीसॅटला गांभीर्याने घ्या** : CSAT हा जरी पात्रता आजमावून पाहणारा पेपर असला तरी तो अत्यंत महत्त्वाचा आहे. दर वर्षी अनेक उमेदवारांचे आयएएस होण्याचे स्वप्न, जनरल स्टडीजमध्ये चांगली कामगिरी करूनही फक्त सीसॅटमध्ये अपात्र ठरल्याने

भंगते. आपली बलस्थाने आणि दुबळ्या जागांचे विश्लेषण करा आणि त्या अनुषंगाने सीसॅटसाठी आपला वेळ गुंतवा. सीसॅट पेपरच्या आधी अगदी रिलॅक्स राहा. आपल्या जनरल स्टडीजच्या पेपरमधील कामगिरीवर डोके खपवून उदास न होता शांत आणि एकाग्र मनाने पेपर सोडवा.

५. **स्पर्धेची भीती बाळगू नका, स्वतःला कमी समजू नका** : दिल्ली किंवा तत्सम मोठ्या शहरातील उमेदवारांच्या तुलनेत आपण कमी पडू, अशी भीती मुळीसुद्धा बाळगू नका. जे महत्त्वाचे आहे ते म्हणजे तुमची कठोर मेहनत, शिस्त आणि चिकाटी. स्पर्धा स्वतःशी असू द्या, सातत्याने आपल्या कामगिरीत सुधारणा करत राहा आणि कुठल्याही न्यूनगंडाला तुमच्या डोक्यात घर करू देऊ नका.

६. **मुलाखतीत शांत, आत्मविश्वासयुक्त आणि प्रामाणिक असा** : मुलाखत ही फक्त तुमच्या ज्ञानाची चाचणी नसून, ती तुमच्या व्यक्तिमत्त्वाची चाचणी असते. तिला आत्मविश्वासाने, सचोटीने आणि शांतपणे सामोरे जा. जर एखाद्या प्रश्नाचे उत्तर येत नसेल, तर तसे सांगायला कचरू नका. बोर्ड जितकी तुमच्या ज्ञानाची कदर करते, तितकीच तुमच्या सचोटीचीसुद्धा कदर करते. मुलाखतीकडे एक परस्पर संवाद म्हणून बघा, तुम्ही जसे आहात तसेच असा आणि तुमचे खरेखुरे व्यक्तिमत्त्व तुमच्या मुलाखतीतून स्पष्टपणे दिसून येऊ द्या.

प्रकरण २

पहिल्याच प्रयत्नात अचूक लक्ष्यवेध

विजयी आरोळ्यांनी रेगरपुरा निनादला

२४ सप्टेंबर २०२१. मध्य दिल्लीच्या करोलबागेतील रेगरपुराचे रस्ते मावळत्या सूर्याच्या उबदार प्रकाशात न्हाऊन निघाले होते. विविध रंग व ध्वनींचा कोलाहल तिथे माजला होता. स्थानिक उपहारगृहे आणि रस्त्याकडेच्या खाद्यपदार्थांच्या हातगाड्यांवरून ऐकू येणारे संगीत आणि ग्राहकांच्या बडबडीमुळे तिथे जणू मधमाश्यांचे मोहोळ उठल्याचा भास होत होता.

एकेकाळी चामड्याच्या कारखान्यांचे केंद्र असलेल्या रेगरपुऱ्यात आता जाणवण्याइतका बदल झाला होता. तो आता दाट लोकवस्तीचा भाग बनला असून, दुकाने आणि पेयिंग गेस्ट (पीजी) निवाससुविधा पुरविणारा प्रदेश झाला होता. माफक दरात उपलब्ध असलेली लॉजेस आणि परिचित असलेल्या अनेक कोचिंग संस्था नजिकच असणे यांमुळे रेगरपुरा, नागरी सेवा परीक्षेच्या तयारीसाठी दिल्लीत येणाऱ्या इच्छुकांची आवडती जागा बनला होता.

सुमारे पावणेसातच्या सुमारास दाट लोकवस्तीच्या त्या भागातील एका साधारणशा चार मजली इमारतीमधून अचानक विजयी आरोळ्यांचे आवाज निनादले. इमारतीच्या तळमजल्यावर भावनांची वादळे उठल्यासारखी परिस्थिती होती.

अचानक हा आरडाओरडा कसला हे बघण्यासाठी त्याच मजल्यावर राहणारी तीन पोरे आवाजाच्या दिशेने धावली. ती सत्यम गांधी नावाच्या

एका एकान्तप्रिय तरुणाची छोटीशी खोली होती. सुमारे दीड वर्षापूर्वी तो या खोलीत राहायला आला होता आणि आपल्या खोलीतून क्वचितच बाहेर पडणारा मुलगा म्हणून तो प्रसिद्ध होता.

खोलीचे बंद असलेले दार एका मुलाने घाबरतच ढकलले, तसे ते सताड उघडले. त्यांना खोलीत जे दृश्य दिसले ते आश्चर्यचकित करून सोडणारे होते. सुमारे पन्नास चौरस फुटांची ती खोली पुस्तके, वृत्तपत्रे आणि मासिकांनी काठोकाठ भरलेली होती. टेबल, जमीन, पलंग... जिथे जागा मिळेल तिथे हाच पसारा दिसत होता.

या सर्व गोंधळाच्या मधोमध त्यांना हर्षवायू झाल्याप्रमाणे दिसणारा सत्यम गांधी दिसला. तो आपल्या पलंगावर एखाद्या लहान मुलासारखा उड्या मारत होता आणि वेड लागल्याप्रमाणे कधी हसत तर कधी रडत होता. ''मी ते करून दाखवले! माझाच माझ्यावर विश्वास बसत नाहीये! पहिल्याच प्रयत्नात मी ते करून दाखवले!'' असे काहीतरी तो किंचाळत होता.

याने असा कोणता तीर मारला हे जाणून घेण्याच्या उत्सुकतेपोटी एका तरुणाने त्याला विचारले, ''काय झाले भावा?''

त्या तिघांनी अचानक त्याच्या खोलीत प्रवेश केल्याने सत्यम जरी थोडासा ओशाळला तरी त्याच्या चेहऱ्यावर असलेले तोंडभर हसू जराही कमी झाले नाही. 'मी सीएसई (नागरी सेवा परीक्षा) क्रॅक केली! माझा हा पहिलाच प्रयत्न होता आणि तरीही मी दहाव्या श्रेणीने उत्तीर्ण झालो!'' आपल्या डोळ्यांतले आनंदाश्रू थरथरत्या हाताने पुसत त्याने त्या मुलांना सांगितले.

सत्यम हा सीएसईची तयार करत आहे, अशी त्या मुलांना थोडीफार कल्पना होतीच. स्वतःला वाहून घेऊन त्याने चालवलेला अभ्यास आणि त्यासाठी त्याचे खोलीबाहेरही न निघणे हे त्यांनी पाहिलेले होते, तरीही सत्यमने जे यश प्राप्त केले होते त्याचा प्रचंडपणा त्यांच्या ध्यानात आल्यावर ते चाटच पडले. आपला हा तरुण शेजारी इतक्या वरची श्रेणी मिळवून परीक्षा पास करेल, याची त्यांना मुळीच अपेक्षा नव्हती.

''हे तर अविश्वसनीय यश आहे, भावा! आम्हाला तुझा खूप खूप अभिमान आहे,'' ते तिघे एकाच वेळी म्हणाले. त्यांच्या स्वरात थोडासा अविश्वास डोकावत होता. त्यांनी सत्यमशी हात मिळवले, त्याला मिठी

मारून त्याचे अभिनंदन केले आणि मग खोलीत त्यांना जिथे आणि जितकी जागा मिळाली तिथे ते स्थानापन्न झाले. सत्यमचा फोन तर एकसारखा वाजतच होता. त्याच्या अभिनंदनाचे संदेश आणि कॉल त्यावर येत होते. खोलीचा आकार इतका लहान होता की, फोनवरून पलीकडील व्यक्ती काय बोलत आहे हे सारे या त्रिकुटालाही ऐकू येत होते.

''पापा, मी यूपीएससी क्लिअर केली. दहावी रँक मिळाली,'' आनंदाने वेडावलेल्या स्वरात सत्यमने आपल्या वडिलांना बातमी दिलेली त्यांनी ऐकली.

''अरे वाह, बेटा! माझा तुझ्यावर पूर्ण विश्वास होता,'' त्याचे वडील आनंद आणि अभिमानाच्या सुरात म्हणाले.

''अगं ऐकलंस का? तुझा मुलगा आयएएस झालाय म्हटलं!'' स्वयंपाक बनवण्यात गुंतलेल्या आपल्या पत्नीला सत्यमच्या वडिलांनी बातमी दिली. तिने घाईघाईने आपले काम सोडले आणि पतीच्या हातून फोन हिसकावून घेतला.

''माँ, देवाने तुझी प्रार्थना ऐकली,'' आपल्या आईचा आवाज कानावर पडताच सत्यमच्या डोळ्यांतून आसवे ओघळली आणि तो आईला म्हणाला.

सत्यमची आई आनंदाने आणि देवाच्या प्रती कृतज्ञतेने रडत असल्याचे त्या तिघांना ऐकायला आले. काही क्षणांनंतर तिने स्वतःला सावरले आणि म्हणाली, ''भगवान महादेवाने आज आपल्यावर फार मोठी कृपा केली आहे. शाब्बास बेटा! तू आमचा मान वाढवलास.''

त्यादरम्यान सत्यमचा कॉलेजमधील मित्र असलेला नतांश एक छोटासा केक घेऊन आला. टाळ्यांच्या गजरात सत्यमने तो कापल्यावर त्याचा छोटासा भाग त्यांनी सत्यमच्या चेहऱ्यावर चोपडला आणि मग सर्वांनी केकचा एक एक तुकडा खाल्ला.

''चला आज आपण बाहेर जाऊ या आणि पार्टी करून तुझा विजय साजरा करू या!'' नतांशने सुचवले.

पण सत्यमजवळ जंगी पार्टी करण्याएवढे पैसेच नव्हते, तरीही न डगमगता सत्यम त्या सर्वांना घेऊन बाहेर पडला आणि जवळच असलेल्या गुरू गोविंद सिंग मार्केटमधील एका चहाच्या टपरीवर जाऊन लाडू व चहाची पार्टी आपल्या मित्रांना दिली आणि आपले भव्य यश साजरे केले.

दिघराचा पहिला गांधी

बिहारच्या समस्तीपूर जिल्ह्यातले एक लहानसे खेडे असलेल्या दिघरा गावातून सत्यम आला होता. त्याचे वडील अखिलेश कुमार हे जवळच असलेल्या पुसा येथील राजेंद्र कृषी विद्यापीठाच्या ऊस खात्यात साहाय्यक म्हणून नोकरी करीत. सत्यमची आई मंजू देवी ही कौशल्याने आपले घर सांभाळी.

आपल्या बालवयातच सत्यमला एक आगळावेगळा बहुमान मिळाला. तो त्यांच्या गावातील पहिली व्यक्ती होता जिला 'गांधी' हे आडनाव बहाल करण्यात आले. कसे काय घडून आले हे?

शाळेला जेव्हा सुट्या लागल्या, तेव्हा सत्यमचे आई-वडील देवघरच्या यात्रेला गेले होते. त्या काळात सत्यम आणि त्याचा भाऊ शिवम हे दोघे मुजफ्फरपूरला, आपले मामा प्रेमरंजन व मामी सिद्धी यांच्याकडे सुट्टी घालविण्यासाठी गेले.

''सत्यम हा फारच शांत मुलगा आहे, अगदी गांधीजींच्या अहिंसेचा मूर्तिमंत आविष्कारच जणू! तो तर आपली आवडती खेळणी आणि खाऊसुद्धा दुसऱ्यांना देऊन टाकतो,'' सिद्धीमामी एका संध्याकाळी म्हणाली.

''अगदी खरे आहे. तू त्याला जे वाढशील, तेही तो कोणतेही नखरे न करता आवडीने खाऊन टाकतो. मग ताटात अगदी कार्ल्यांची भाजी आली, तरी त्याची काही तक्रार नसते.'' कोपऱ्यात शांतपणे खेळत असलेल्या सत्यमकडे एक नजर टाकून प्रेमरंजन मामांनी आपली पुस्ती जोडली.

''मी तर त्याला गांधी अशीच हाक मारू लागले आहे, आपला छोटासा गांधीबाबा!'' गालातल्या गालात हसत मामी म्हणाली.

...आणि अशा तऱ्हेने सत्यम हा सत्यम गांधी बनला. त्याच्या वडिलांनाही सत्यमचे हे नवीन नाव इतके आवडले की, त्यांनी २००५ साली राजेंद्र विद्यापीठाच्या केंद्रीय विद्यालयात सत्यमचे नाव टाकताना ते अधिकृतपणे सत्यम कुमारऐवजी सत्यम गांधी असे बदलून घेतले.

सत्यमलाही आपल्या गांधी या आडनावाचा अभिमान वाटे. शाळेच्या फॅन्सी ड्रेस स्पर्धेत तो आनंदाने महात्मा गांधी बनत असे.

त्यांच्या गावातील एक आदरणीय व्यक्तिमत्त्व असलेल्या सच्चिदानंद राय यांचा सत्यम हा आवडता नातू. राजेंद्र विद्यापीठातून सहाय्यक म्हणून रायसाहेब सेवानिवृत्त झाले होते. दर संध्याकाळी आसपासची मुले

रायसाहेबांच्या घरी जमत आणि ते त्यांना त्यांच्या अभ्यासात मदत करीत. ते त्या मुलांना नाना कथा कहाण्या आणि किस्से सांगत असत.

''जेव्हा आमच्या गावात टेलिव्हिजन आला, तेव्हा लोकांना असे वाटे की कुणीतरी त्या खोक्याच्या आत बसलेला असून, तो आतून बोलत आहे,'' आपल्या आठवणी सांगताना सत्यमचे डोळेही हसत होते.

''तसेच जेव्हा कुणीतरी गावात पहिल्यांदा टॉर्च आणला, तेव्हा लोकांना त्याला हात लावायची भीती वाटे. त्यांना वाटे टॉर्चला हात लावला, तर आपले हात भाजतील,'' दुसरी एक आठवण सत्यमने हसत हसत सांगितली.

सत्यमचे आजोबा रोज वर्तमानपत्राचे एक पान सत्यमला वाचायला लावीत असत. अशा रितीने त्यांनी सत्यमच्या अंगी वाचनाची आवड रुजवली. गावोगावी होणाऱ्या कलेक्टरच्या दौऱ्यांचा बातम्या सत्यमच्या कानांवर पडत असत. कलेक्टर येतात आणि गावातील स्थानिक समस्यांचे निराकरण करतात म्हणजे नेमके काय करतात हे त्याला गौडबंगाल वाटे. कलेक्टर ही इतकी महत्त्वाची आणि प्रभावी व्यक्ती कशी काय असते, याची त्याला खूप जिज्ञासा वाटत असे. एके दिवशी तो दादाजींकडे गेला आणि त्यांना विचारून आपली जिज्ञासा शमविण्याचा त्याने प्रयत्न केला.

''बेटा, कलेक्टर हा सरकारने नेमलेला जिल्ह्याचा प्रमुख अधिकारी असतो. फक्त आयएएस अधिकारीच कलेक्टर बनू शकतात,'' दादाजींनी उत्सुकतेने ऐकणाऱ्या सत्यमला सांगितले.

दादाजींचे डोळे आशेने चमकत होते. ते पुढे म्हणाले, ''आपला परिवार इतका मोठा आहे. माझी अशी इच्छा आहे, माझ्या नातवंडांपैकी निदान एकाने तरी कलेक्टर बनावे.''

''दादाजी, तुमची इच्छा मी पूर्ण करीन आणि एक दिवस मी कलेक्टर होईन.'' निश्चय आणि आश्वासनाने चमकणाऱ्या नेत्रांनी चिमुकल्या सत्यमने आपल्या आजोबांना वचन दिले.

त्या क्षणापासून सत्यमच्या हृदयात आयएएस अधिकारी बनण्याची इच्छा तेवत होती आणि ती इच्छा लवकरात लवकर पूर्ण होणे त्याच्यासाठी गरजेचे होते. कारण, त्याचे आजोबा आधीच ८५ वर्षांचे झालेले होते.

प्रयत्ने वाळूचे...

दिघरा येथील एका खोलीच्या साधारणशा घरात सत्यमच्या परिवाराचा दिवस भल्या पहाटे, सूर्य क्षितिजावर येण्याआधीच सुरू होत असे. जेवण बनवून झाल्यावर मंजू देवी, छत असलेल्या छोट्याशा बाल्कनीत झोपलेल्या सत्यम आणि त्याचा भाऊ शिवम यांना जागे करीत असे.

तोवर अखिलेश आपल्या वाहनाला, म्हणजेच जिच्या दांडीला दोन टॉवेल्स गुंडाळून पक्के लपेटून ठेवले आहेत, अशा एका जुनाट सायकलीला, हवा भरून घासून पुसून तयार करीत असत. हे टॉवेल्स सत्यम आणि शिवम यांच्यासाठी आसनांचे काम करीत. पुढे कोण बसणार यावर दोन्ही भावांचे रोज युद्ध होत असे. बरोब्बर साडेसहा वाजता त्या तिघांचा आपल्या गावापासून शाळेपर्यंतचा पाच कि.मी.चा प्रवास सुरू होत असे.

सत्यम हा एक हुशार आणि उत्साही विद्यार्थी होता. वादविवाद स्पर्धा, सामान्य ज्ञान प्रतियोगिता आणि विज्ञान प्रदर्शने याबद्दलचे त्याचे वेड, त्याच्या बुद्धिमत्तेचे विविधरंगी चित्र उभे करीत असे. दहावीत असताना पुसा इथल्या विज्ञान प्रदर्शनात त्याने ठेवलेल्या हवामान बदलावरील मॉडेलमुळे त्याची निवड, राष्ट्रीय पातळीवर आयोजित केल्या जात असलेल्या चिल्ड्रन सायन्स काँग्रेससाठी करण्यात आली होती.

पौगंडावस्थेत असताना प्रत्येकाची, आपण कोण होणार याबद्दल तऱ्हेतऱ्हेची स्वप्ने असतात. आयएएस अधिकारी बनण्याच्या स्वप्नासोबतच सत्यमचे लष्करात आणि त्यातही विशेषतः भारतीय हवाई दलात (आयएएफ) दाखल होण्याचेही स्वप्न होते. एका लढाऊ विमानात बसून आकाशात उंच उडत, हवेत वेगवेगळ्या कसरती करून दाखविण्याची स्वप्ने तो बघत असे. इंटरनेटवरून त्याने ही माहिती शोधून काढली होती की, हवाई दलात दाखल होण्यासाठी बारावी नंतर नॅशनल डिफेन्स अकॅडमी (एनडीए)च्या प्रवेश परीक्षेत उच्च श्रेणी प्राप्त करणे आवश्यक आहे.

आपले ध्येय गाठण्याकरिता त्याने इयत्ता नववीपासूनच एक इंग्रजी वृत्तपत्र रोज वाचून काढण्याचा सराव सुरू केला. या त्याच्या सवयीमुळे केवळ त्याचे इंग्रजीच उत्तम झाले नाही, तर तो चालू घडामोडींबद्दलही चांगलाच माहीतगार बनला.

जेव्हा त्याच्या दहावीच्या परीक्षेचा निकाल लागला, तेव्हा त्याचा सारा परिवार आनंदाने बेभान झाला. सत्यमने दहा पैकी दहा असा अचूक जीपीए प्राप्त

केला होता. त्याचे हे यश घरात, फक्त सणासुदीलाच बनणारा शिरा (हलवा) बनवून साजरे करण्यात आले. त्या आनंदी वातावरणात अखिलेश कुमार, तत्कालीन प्रत्येक पालकाप्रमाणे, आपला मुलगा इंजिनिअर झाल्याचे स्वप्न बघू लागले. त्यासाठी त्याने विज्ञान शाखेत प्रवेश घ्यावा, असे त्यांचे म्हणणे होते.

''पण पप्पा, मला ह्युमॅनिटीजचे विषय आवडतात म्हणून मी कला शाखेला जाण्याचा विचार करीत होतो,'' वडिलांनी अचानक केलेल्या घोषणेमुळे जरासा हादरलेला सत्यम चाचरत बोलला.

''नाही बेटा, तू विज्ञान शाखेकडेच जायला हवे. ज्यांना चांगले गुण मिळालेले नसतात किंवा ज्यांच्यात जिद्द नसते, तीच मुले कला शाखेकडे जातात,'' कपाळावर आठ्या आणत अखिलेश म्हणाले.

अखिलेश यांचा निर्णय आणि तो प्रकट करण्याची रीत जरी कठोर आणि अवास्तव असली तरी ती भारतातील अनेक पालकांची मानसिकता दाखवून देणारी होती. आपल्या मुलांनी कोणते शिक्षण घ्यायला हवे हे अनेक घरांत पालकच ठरवीत असतात आणि मुलांना आपल्या आवडी बाजूला ठेवून त्यांच्या इच्छेपुढे नमते घ्यावे लागत असते.

सत्यमनेही तसेच केले आणि तो विज्ञान शाखेकडे गेला. तो बारावीला असताना पुन्हा एकदा त्याला वडिलांचा हट्ट मान्य करावा लागला आणि आयआयटी प्रवेशासाठी द्याव्या लागणाऱ्या जॉइंट एंट्रन्स परीक्षेला (जेईई) बसावे लागले. अभियांत्रिकी विषयांत रस नसलेल्या आणि पुरेशी तयारी न केलेल्या सत्यमची अखिल भारतीय श्रेणी चांगली भली मोठी, एखाद्या सहा अंकी टेलिफोन नंबरसारखी आली, यात आश्चर्य वाटण्याजोगे काय असणार?

तरीही यामुळे डगमगून न जाता सत्यमची नजर दिल्ली विद्यापीठावर पक्की रोखलेली राहिली.

स्वप्न भंगले

२०१७ सालच्या सप्टेंबर महिन्यातील एका शांतशा संध्याकाळी, करीअप्पा कॉलनी बंगरूळू इथल्या १७-सर्व्हिसेस सिलेक्शन बोर्ड (एसएसबी)च्या कॅम्पसमध्ये गोळा झालेल्या चाळीस तरुणांच्या मनात खळबळ सुरू होती. १८ ते २० वयोगटांतील ही मुले एनडीएला प्रवेश घेण्याचे आणि संरक्षण दलात भरती होण्याचे स्वप्न उराशी बाळगून तिथे आलेली होती.

तिथे जमलेल्या प्रत्येकाच्या मनात यशस्वी होण्याची अभिलाषा उचंबळत होती आणि त्यामुळे तिथले वातावरण भारल्यासारखे झालेले होते. सर्व जण एकाग्रतेने कॉन्फरन्स रूममध्ये बसले होते आणि तणाव व उत्कट आशेच्या संमिश्र भावनेने निकालाच्या घोषणेची वाट पाहत होते. गेल्या सात दिवसांत त्यांना, मानसिक गुणधर्म, बुद्धिमत्ता, शारीरिक तंदुरुस्ती, सर्जनशील विचार, संवाद कौशल्य आणि नेतृत्व क्षमता तपासण्यासाठी सततच्या चाचण्या आणि मुलाखतींना सामोरे जावे लागले होते.

अत्यंत महत्त्वाचा असा निकालपत्राचा कागद हातात घेऊन एसएसबीच्या अध्यक्षांनी तिथे प्रवेश केला आणि ताण अधिकच वाढला. त्यांच्या स्वागतासाठी प्रत्येक जण उठून उभा राहिला.

''शुभ संध्या, पोरांनो. या खोलीत किती मोठ्या प्रमाणात ताण भरलेला आहे याची मला कल्पना आहे. चला, मला सांगा मी निकाल कशा पद्धतीने जाहीर करू? चेस्ट क्रमानुसार की कोणताही क्रम न पाळता (रँडमली)?'' त्यांनी विचारले.

''रँडमली सर!'' जोरदार आवाजात त्यांना एकसारखेच उत्तर मिळाले.

''ठीक आहे तर. लक्षपूर्वक ऐका. ज्या उमेदवारांची निवड झाली आहे ते आहेत चेस्ट क्रमांक एकूण चाळीस, पाच, अकरा आणि अठ्ठावीस.''

त्यांच्या तोंडून कानावर पडलेला अकरा हा आकडा सत्यमला मधुर संगीतासारखा भासला; पण काही क्षणांसाठी त्याचा स्वतःच्या कानांवर विश्वास बसेना. खरेच का त्याने आपल्या पहिल्याच प्रयत्नात एसएसबी जिंकली होती? मात्र लगेचच त्या अविश्वासाला त्याने झटकून टाकले आणि त्याच्या आनंदाला जणू पंख फुटले. भारतीय हवाई दलात प्रवेश मिळून वैमानिक होण्याचे त्याचे स्वप्न सत्यात उतरण्याची वेळ जवळ येऊन ठेपली होती.

पुढच्याच सकाळी, निवडलेले चारही उमेदवार बंगळुरूच्या कमांड हॉस्पिटलमध्ये त्यांच्या समग्र वैद्यकीय तपासणीसाठी पोहोचले. ही तपासणी पाच दिवस चालणार होती आणि उमेदवाराची प्रत्येक बाब तपासली जाऊन त्याचा फिटनेस ठरवण्यात येणार होता.

तपासणीचा शेवटचा दिवस डोळ्यांच्या तपासणीचा होता. आधीच्या प्रत्येक चाचणीत फिट ठरल्यामुळे सत्यमच्या आत्मविश्वासाचा प्याला काठोकाठ भरून ओसंडत होता. आपली नजर उत्तम असल्याने आपली

डोळ्यांची तपासणी पॉझिटिव्ह येणार याबद्दल त्याला पूर्ण खात्री होती. तपासणी संपल्याबरोबर कधी एकदा घरी जाणारी गाडी पकडतो व आपल्या परिवाराबरोबर आपली स्वप्नपूर्ती साजरी करतो, यासाठी तो अगदी उतावीळ झाला होता. त्याच्या मनोमनी, तो आधीच स्वतःला गणवेश परिधान करून, एक फायटर जेटमधून अथांग निळ्या आकाशात सफर करताना आणि नेत्रदीपक कौशल्यांनी भरलेल्या हवाई कसरती करताना पाहत होता.

सुरुवातीला त्याच्या नजरेची तपासणी झाली, जी त्याने सहज पार केली. त्यानंतर त्याला एका अंधाऱ्या खोलीत रहस्यमय अशा 'लँटर्न टेस्ट'साठी नेण्यात आले. विविध रंगछटा बदलत असलेले LED दिवे त्याच्यासमोर उजळत होते आणि तो आत्मविश्वासाने प्रत्येक रंगाचे नाव मोठ्याने उच्चारून सांगत होता. मात्र त्याच्या उत्तरांवर त्याच्या सोबतचे बाकीचे तिघे उमेदवार मोठ्याने का हसत आहेत हे त्याच्या लक्षात येत नव्हते. ''तुम्ही का हसत आहात?'' असे त्याने त्यांना विचारलेसुद्धा.

''ठीक आहे, सत्यम आता आपण पुढच्या तपासणीकडे जाऊ या. हिला आम्ही इशिहारा टेस्ट म्हणतो.'' डॉक्टरांनी घोषणा केली. ते शेजारच्या खोलीत गेले. तिथे डॉक्टरांनी सत्यमच्या हातात एक पुस्तक ठेवले. पुस्तकाच्या प्रत्येक पानावर अगदी जवळ जवळ असलेल्या ठिपक्यांनी बनवलेली नक्षी (मोझैक) होती.

''या प्रत्येक पानाकडे काळजीपूर्वक बघ. या ठिपक्यांमध्ये एक आकडा लपलेला आहे जो तू मला सांगायचा आहे,'' डॉक्टरांनी सत्यमला सूचना केली.

सत्यमने प्रत्येक पानाकडे खूप बारकाईने निरखून बघितले आणि मग तो डॉक्टरांना म्हणाला, ''डॉक्टरसाहेब, मला या पुस्तकाच्या कोणत्याही पानावर कोणताही आकडा दिसून येत नाहीये. मला फक्त ठिपकेच दिसत आहेत.'' त्याच्या स्वरातून त्याचा उडालेला गोंधळ दिसून येत होता.

...आणि मग डॉक्टरांचे पुढचे वाक्य त्याच्या कानांवर एखाद्या विजेच्या लोळासारखे कोसळले, ''सैन्य दलात प्रवेश करण्यासाठी तू अपात्र आहेस.''

सत्यमला त्यांच्या बोलण्याचा अर्थच कळेना. हे काय बोलत आहेत? हे असे का बोलत आहेत? घटनांनी अचानक घेतलेल्या या वळणाचा अर्थ लावण्याचा त्याचे मन प्रयत्न करीत होते.

''सर, कृपा करून असे काही बोलू नका. मी अगदी ठणठणीत आहे. जर एखादी किरकोळ समस्या असेल, तर ती मी नक्कीच सुधारू शकेल. त्यावर उपचार घेऊ शकेल,'' त्याने जवळ जवळ रडतच डॉक्टरांची याचना केली.

''...तू रंगांधळा आहेस, सत्यम. तुला विविध रंग वेगवेगळे ओळखता येत नाहीत.'' चिंतेने जवळजवळ वेडापिसा झालेल्या सत्यमच्या कानांवर गृप कॅप्टनने ही बातमी टाकली.

''सर मी त्याच्यावर इलाज करीन. त्याच्यावर एखादे औषध किंवा शस्त्रक्रिया नक्कीच उपलब्ध असेल,'' तीव्र निराशेने किरट्या झालेल्या आवाजात सत्यमने विनवणी केली.

''ही एक जन्मजात अवस्था असते सत्यम. दुर्दैवाने तिच्यावर काही इलाज नसतो. तुझे नशीब वाईट होते, बस,'' कॅप्टनने त्याचे सांत्वन करण्याचा प्रयत्न केला.

हळूहळू सत्यमला सत्याचा साक्षात्कार होऊ लागला. आता सशस्त्र दलांमध्ये जाण्याचे दरवाजे त्याच्यासाठी कायमचे बंद झाले होते. त्या कटू सत्याच्या प्रतिध्वनीत त्याच्या मनात एक शांत निर्धार आकार घेत होता.

'माझ्या कुटुंबाचे जीवनमान उंचावण्यासाठी आणि एक सन्मान्य जीवन मिळवण्यासाठी आता एकच मार्ग उरला आहे. कदाचित, हाच दैवी संकेत आहे की माझे भविष्य सशस्त्र दलात नाही, तर IASमध्ये आहे,' तो स्वतःशीच पुटपुटला.

रोल मॉडेलचा शोध

दिल्ली विद्यापीठाच्या दयालसिंग कॉलेजात राज्यशास्त्राच्या पदवीच्या शिक्षणासाठी सत्यमने प्रवेश घेतला होता. पहिल्या वर्षाच्या अखेरीस कॉलेजच्या सूचनाफलकावर त्याला एक आकर्षक जाहिरात दिसली. रांची येथील जिल्हाधिकारी कार्यालयात, उन्हाळी सुटीतल्या बिनपगारी प्रशिक्षणाची (इंटर्नशिप) ती जाहिरात होती. त्याने लागलीच अर्ज करून टाकला आणि जेव्हा काही दिवसांतच त्याला त्याची निवड झाल्याचा निरोप मिळाला, तेव्हा त्याच्या आनंदाला पारावार राहिला नाही.

रांची जिल्हाधिकारी कार्यालयात पाय ठेवल्यावर त्याची अन्य ११ प्रशिक्षणार्थींबरोबर भेट झाली. जिल्हाधिकारी महिमापत राय यांनी त्या

सर्वांचे प्रारंभिक सत्र घेतले. इथेच सत्यमची एखाद्या कलेक्टरशी प्रत्यक्षात आमने-सामने भेट झाली आणि त्याच्या मनात थरार व जिज्ञासा यांचे एक उत्तेजक मिश्रण तयार झाले.

राय यांनी आपल्या लक्षणीय बुद्धिमत्ता व धडाडीच्या साहाय्याने सत्यमला खूपच प्रभावित केले. आपल्याला प्रशिक्षणार्थींकडून काय अपेक्षित आहे हे त्यांनी अगदी तपशीलवार समजावून सांगितले, ''ग्रामीण विकासाच्या सरकारी योजनांची अंमलबजावणी कशी होत आहे, याचा अभ्यास करा आणि त्या कितपत प्रभावी आहेत, याबद्दल आपला अहवाल बनवा.''

प्रत्येक प्रशिक्षणार्थीला एकेक गट (ब्लॉक) नेमून देण्यात आला. सत्यमला प. बंगाल सीमेनजीक असलेला सिल्ली हा गट दिला होता. येथे सत्यमने दीड महिना, गट विकास अधिकाऱ्यांचे दैनंदिन काम कसे चालते याचा अभ्यास केला. सरकारी योजनांचा प्रभाव कितपत पडला याचे मूल्यमापन करण्याच्या सोबतीनेच त्याने एका अनोख्या प्रकल्पातही भाग घेतला. 'प्रकाशाचा पुढारी' या प्रकल्पात महिला बचत गटांना, सौर दिवे कशा प्रकारे जोडणी करून उभारावे याचे प्रशिक्षण दिले जात होते.

या अनुभवातून सत्यमला खूपच समाधान मिळाले. आयएएस अधिकाऱ्याचे काम किती वैविध्यपूर्ण आणि प्रभावी असते हे त्याला या प्रशिक्षणातून पाहायला मिळाले आणि या नोकरीबद्दल त्याच्या मनात तीव्र ओढ निर्माण केली.

प्रशिक्षणाच्या शेवटच्या दिवशी राय यांनी त्यांच्या प्रशस्त बंगल्यात सर्व प्रशिक्षणार्थींसाठी रात्रीच्या जेवणाचे आयोजन केले. आपुलकीच्या वातावरणात, त्यांनी प्रत्येकाला आपले अनुभव कथन करण्यास प्रोत्साहित केले. सत्यमला राय यांच्या रूपात एका रोल मॉडेलचा शोध लागला होता.

लाजपत नगरमधील बरसाती

दिल्लीत आल्यावर सुरुवातीला सत्यम आपल्या मामाकडे राहिला; पण त्यांचे घर कॉलेजपासून अत्यंत लांब सेक्टर ६२, नॉयडा इथे होते. एका लहानशा खेड्यातून आलेल्या सत्यमसाठी दिल्लीतल्या मोठमोठ्या गगनचुंबी इमारती, मेट्रो ट्रेन्सचे जाळे आणि प्रचंड जनसमुदाय या गोष्टी थक्क करून सोडणाऱ्या होत्या. मात्र काही महिन्यांतच त्याच्या हे लक्षात आले की,

नॉयडा ते दयालसिंग कॉलेज अशा रोज येरझारा करणे त्याच्यासाठी केवळ खर्चिकच नव्हे, तर वेळखाऊसुद्धा आहे. त्यासाठी त्याला रोज तीन तास प्रवास करावा लागत असे.

जसे त्याच्या कॉलेजचे दुसरे वर्ष सुरू झाले, तो कॉलेजजवळ घर शोधू लागला. खूप बारकाईने संशोधन आणि अभ्यास केल्यानंतर लाजपतनगरमधील एक जागा त्याला पसंत पडली. तिचे मासिक भाडे ७००० रु. होते. दिल्लीतले त्याचे हे पहिले घर म्हणजे एक मामूली बरसातीवजा खोपटे होते. (बरसाती म्हणजे एखाद्या इमारतीच्या गच्चीवरील पाऊस आला, तर पटकन आश्रय घेण्यासाठी बनवलेली पत्र्याची शेड.) पलंग घेण्याची ऐपत नसल्याने एक गादी आणि गॅसवर चालणारी एक लहानशी शेगडी इतकेच त्याचे फर्निचर होते.

मात्र जेवणा-खाण्याची सोय हे त्याच्यासाठी भले मोठे आव्हान होते. बाहेर जेवण करणे फारच महाग होते. एका जेवणाचा खर्च १०० रु. होई. खर्च कमी होण्यासाठी सत्यम व्यवस्थित जेवण करणेच टाळू लागला. याचा परिणाम त्याच्या तब्येतीवर झाला. दुसरे वर्ष संपुष्टात आले, तेव्हा त्याचे वजन ६५ किलोंवरून ५२ किलोपर्यंत घसरले होते.

मात्र या अडचणी त्याच्या मार्गातील बाधा न बनता त्याच्या, आयएएस होऊन आपल्या परिवाराच्या सर्व आर्थिक अडचणी एकदाच्या संपविण्याच्या निर्धाराला खतपाणी घालण्याचेच काम करू लागल्या. नागरी सेवा परीक्षा देण्यासाठी काय काय आवश्यकता असतात आणि त्यासाठी जास्तीत जास्त परिणामकारक तयारी कशी करायची असते, यासाठी त्याने व्यापक संशोधन केले. रोज द *हिंदू* हे वृत्तपत्र वाचण्याची त्याने सवय लावून घेतली.

त्याच्या कॉलेजात त्याला कमलनयन चौबे आणि प्रकाश यांच्यासारखे थोर गुरू लाभले. मात्र त्यांच्या जोडीलाच त्याला असेही काही शिक्षक भेटले, ज्यांनी त्याला आयएएस होण्यापासून परावृत्त करण्याचा प्रयत्न केला. काहींनी त्याला याऐवजी प्राध्यापक बनण्याचा सल्ला दिला.

मात्र सत्यम आपल्या निर्धारापासून जराही ढळला नाही. दुसऱ्या वर्षापासूनच त्याने कॉलेजचा अभ्यास आणि नागरी सेवा परीक्षेची तयारी अशी दुहेरी आघाडी उघडली. इतक्या आधीपासून तयारी सुरू केल्यामुळे, पुढे जाऊन त्याला जो खडतर प्रवास करायचा होता, त्याचा पाया घातला गेला.

नागरी सेवा परीक्षा देऊ पाहणाऱ्यांच्या मक्केत

आपल्या शिक्षणासाठी आपले वडील गावातील बट्टूकदेव या सावकाराकडून अवाच्या सवा व्याजदराने पैसे उचलतात, या गोष्टीचे दडपण सत्यमच्या मनावर सतत असे. या आर्थिक आव्हानाच्या धगीमुळे यूपीएससीचे शिखर सर करण्याचा आपला प्रवास अधिक वेगाने आणि तातडीने सुरू करण्याचा सत्यमने निर्धार केला आणि आपल्या पदवी परीक्षेचे शेवटचे वर्ष पूर्ण होण्याच्या आधीच, २०२० सालच्या नागरी सेवा परीक्षेला बसण्याची तयारी २०१९ साली सुरू केली. करोलबागेतील एका लोकप्रिय कोचिंग क्लासमध्ये त्याने प्रवेश घेतला; परंतु लाजपत नगरहून करोलबागेतील क्लासला रोज ये-जा करण्यात त्याचा मौल्यवान वेळ वाया जात असल्याचे बघून त्याने लाजपतनगरच्या बरसातीतील आपले बस्तान हलविण्याचे ठरविले.

निवासाच्या जागेसाठीचा त्याचा शोध रेगरपुऱ्यातील एका चिमुकल्या खोलीत येऊन संपुष्टात आला. एका चार मजली इमारतीत असलेली ही खोली केवळ दहा बाय पाच फुटांची होती. तिच्यात एक लहान पलंग आणि एक छोटीशी टेबल खुर्ची इतकेच सामान मोठ्या प्रयासाने मावत होते. कपाट किंवा फडताळ ठेवायला जागाच नसल्याने सत्यमला आपली पुस्तके जमिनीवर आणि पलंगावर ठेवावी लागत होती. या खोलीचा फायदा म्हणजे तुलनेने कमी भाडे आणि क्लासच्या नजीक असणे.

आपल्या परिवाराच्या नाजूक आर्थिक परिस्थितीमुळे सत्यमने आपल्या मासिक खर्चावर १२००० रुपयांची मर्यादा घातली होती, ज्यात खोलीचे मासिक भाडे रुपये आठ हजारही सामील होते. या मर्यादेमुळे त्याला आपल्या आहाराच्या खर्चावर कठोर बंधने घालावी लागली आणि एका जेवणाचे ६५ रु. या दराचा दोन वेळचा साधारणसा डबा लावावा लागला.

कोचिंग क्लासची वेळ संध्याकाळी साडेपाच ते साडेसात अशी होती. सत्यमने सुरुवातीला सकाळी कॉलेज आणि संध्याकाळी कोचिंग असा समतोल साधायचा प्रयत्न केला; पण यामुळे त्याला त्याच्या नागरी सेवा परीक्षेच्या तयारीसाठी फारच कमी वेळ मिळू लागला. कॉलेजमध्ये रोज जाण्या-येण्याचा खर्चही होतच होता. त्याचाही ताण त्याच्या आर्थिक नियोजनावर येत होता, त्यामुळे त्याने कॉलेजला फक्त चाचण्या आणि असाईनमेंट सबमिशनसाठीच जाण्याचा कठोर निर्णय घेतला.

सत्यम वर्गात अधूनमधूनच दिसू लागल्याने त्याच्या प्राध्यापकांचा पारा भडकला. जेव्हाही तो कॉलेजमध्ये उगवे, तेव्हा ते त्याला उपहासाने 'कलेक्टर साहेब' अशी हाक मारून शरमिंदा करू लागले, त्याला टोमणे मारू लागले. काही जण तर त्याला वर्गात मुद्दाम कठीण प्रश्न विचारत आणि त्याला उत्तर देता आले नाही की, त्याच्या फजितीवर त्याची खिल्ली उडवीत.

तथापि, या अपमानांनी सत्यमचा निश्चय अधिकच दृढ केला. त्याने अधिक मेहनत घेण्याचा निर्धार केला, अधिक अभ्यास केला आणि संपूर्णतः अभ्यासावर लक्ष केंद्रित करण्यासाठी स्वतःला आपल्या खोलीत एकांतात ठेवले.

वेळ वाचवण्याच्या युक्त्या

सत्यमचे वेळेच्या व्यवस्थापनाचे धोरण त्याच्या परीक्षेच्या तयारीचा प्रमुख भाग बनले. दररोज रात्री झोपण्यापूर्वी तो दिवसभराच्या वेळेचा बारकाईने आढावा घेत असे, विविध उपक्रमांवर घालवलेला प्रत्येक मिनिट नोंदवत असे. ही विश्लेषणे तो कागदावर लिहून ठेवी असे, ज्यामुळे त्याला वेळेचा अपव्यय समजण्यास मदत होई आणि हळूहळू त्याच्यात शिस्तबद्धता रुजत गेली. दोन महिन्यांतच ही सवय त्याच्या स्वभावाचा भाग बनली, ज्यामुळे अभ्यासासाठी राखीव असलेल्या वेळेत वाढ झाली.

महाविद्यालयात जाण्या-येण्याच्या प्रवासातही सत्यम आपला वेळ फलदायी पद्धतीने वापरी असे. तो वाचनासाठी साहित्य सोबत नेई, मेट्रो रेल्वेमध्ये किंवा वर्गातही अभ्यास करी. कोचिंग क्लासला वेळेपूर्वी पोहोचून पहिल्या रांगेत जागा मिळवण्याचा प्रयत्न करत असे. इतर स्पर्धक रांगेत उभे असताना सहज गप्पा मारण्यात गुंतलेले असायचे; पण सत्यम मात्र या वेळी आपली टिपणे वाचीत असे.

कोचिंग अकॅडमीतील अनेक तासिका परिणामकारक नसल्याचे सत्यमला लवकरच समजले. हे विषय तो स्वयंअभ्यासाद्वारे एक तृतीयांश वेळेत पूर्ण करू शकतो, हे त्याने जाणले. ₹१.६ लाख इतकी मोठी फी भरली असल्यामुळे प्रत्येक तासिकेवर ₹५०० खर्च होत होते, तरीसुद्धा सत्यमने वेळेचे महत्त्व आर्थिक गुंतवणुकीपेक्षा अधिक मानले, त्यामुळे त्याने फक्त कठीण वाटणारे विषय शिकवणाऱ्या तासांनाच उपस्थिती लावली.

सामाजिक माध्यमांवर, रील्स आणि शॉर्ट व्हिडिओंवर वेळ घालवण्याचा मोह किती वेळखाऊ ठरू शकतो, हे सत्यमने ओळखले म्हणून त्याने आपली सर्व सोशल मीडिया खाती बंद केली. यात, ज्यावर तो आपल्या फोटोग्राफी कौशल्याचे प्रदर्शन करत असे ते त्याचे आवडते इंस्टाग्राम खातेही होते. हे पाऊल उचलल्यामुळे तो अभ्यासावर पूर्ण लक्ष केंद्रित करू शकला.

त्याने जाणूनबुजून आपल्या बहुतेक मित्रांपासून अंतर ठेवले. कारण, मैत्रीत खूप वेळ गुंतवला जातो, हे त्याला ठाऊक होते. वेळ वाया न घालवण्याच्या तत्त्वावर ठाम राहून त्याने ठरवले की, खरे मित्र या तात्पुरत्या दुराव्याला समजून घेतील.

सत्यमने फक्त दोन मित्रांसोबतच संपर्क ठेवला – हर्ष आणि नतांश. नतांश त्याचा महाविद्यालयीन मित्र होता, तर हर्षशी त्याची ओळख कोचिंग सेंटरमध्ये झाली होती. हर्ष त्याला कधीही, अगदी मध्यरात्रीसुद्धा, शंका विचारण्यासाठी उपलब्ध होता आणि तो अर्थशास्त्राच्या संकल्पना त्याला अनेकदा समजावून सांगत असे. हर्षने कधीही चिडचिड न करता, संयमाने सत्यमला सर्व संकल्पना स्पष्ट करून समजावून दिल्या.

सुरुवातीला, सत्यम सकाळी ५:३० वाजता उठून ६ वाजता अभ्यास सुरू करण्याचा कठोर दिनक्रम पाळत होता. मात्र, लवकरच त्याला जाणवले की, हा दृष्टिकोन त्याच्यासाठी प्रभावी नाही. त्यानंतर त्याने 'ब्रह्ममुहूर्त' पाळण्याची कल्पना सोडून दिली आणि आपली झोप व उठण्याच्या वेळांनुसार आपली दिनचर्या बदलली. मिनिटागणिक कठोर नियोजनाऐवजी त्याने आपला वेळ सकाळ, संध्याकाळ आणि रात्र अशा तीन टप्प्यांमध्ये विभागला, ज्यामुळे त्याला आपल्या मूडनुसार अभ्यासाचे विषय निवडण्याची लवचीकता मिळाली.

एक कुशल रणनीतीकार

आपल्या तयारीच्या प्रवासाला सुरुवात करण्यापूर्वी, सत्यमने सखोल संशोधन केले, IAS टॉपर्सचे व्हिडिओ पाहिले आणि त्यांचे ब्लॉग तसेच उत्तरपत्रिका वाचल्या. त्यातून त्याने एक महत्त्वाचा धडा घेतला – पुस्तकांची आणि नोट्सची अनेक वेळा उजळणी करणे अत्यावश्यक आहे, तसेच त्याला हेही समजले की, निवडक व अचूक साधनांमधून अध्ययन करणे अधिक उपयुक्त ठरते.

सत्यमने सहा महिन्यांच्या कालावधीसाठी आपल्या तयारीचा मार्ग कुशलतेने आखला. त्याने आपली उद्दिष्टे आठवड्याप्रमाणे आणि दिवसांप्रमाणे विभागली, जसे की, किती पाने किंवा प्रकरणे (चॅप्टर्स) पूर्ण करायची. त्याचा ठाम विश्वास होता की, फक्त तासांवर आधारित अभ्यास यशस्वी होऊ शकत नाही. त्याऐवजी, रोजच्या उद्दिष्टांची पूर्तता करण्यासाठी प्रयत्नशील राहणे गरजेचे आहे.

आरंभीच्या काही महिन्यांत, सत्यमने दररोज सर्व विषयांचा अभ्यास केला आणि झोपण्यापूर्वी आपली रोजची उद्दिष्टे पूर्ण करण्यासाठी एकाग्र प्रयत्न केले. जर एखाद्या दिवशी उद्दिष्टे पूर्ण होऊ शकली नाहीत, तर त्याने त्या कमतरता भरून काढण्यासाठी रविवार राखीव ठेवला. या कठोर धोरणाचे पालन आणि मेहनतीमुळे पूर्व परीक्षेपूर्वी त्याची प्रत्येक विषयाची अनेक वेळा उजळणी होऊन गेली होती.

याशिवाय, सत्यमने परीक्षेत कोणत्या विषयांवर अधिक प्रश्न येण्याची शक्यता आहे हे ओळखण्यासाठी विषयांचे बारकाईने विश्लेषण केले. त्याला जाणवले की, काही स्पर्धक जागतिक इतिहास किंवा स्वातंत्र्योत्तर इतिहासासारख्या विषयांवर खूप वेळ आणि परिश्रम खर्च करीत होते, ज्याचा परीक्षेत तुलनेने कमी फायदा होत होता. त्याच्या मते, राजव्यवस्था, मध्ययुगीन इतिहास, अर्थशास्त्र आणि भूगोल यांसारख्या विषयांवर लक्ष केंद्रित करणे अधिक फायदेशीर होते. कारण, हे विषय सोपे असण्याबरोबरच त्यांच्यावर प्रश्न वारंवार विचारले जातात, त्यामुळे आधीच मर्यादित असलेल्या अभ्यासाच्या वेळेचा अधिक चांगला वापर करून घेता येत होता.

सत्यमच्या यशस्वी रणनीतीचा आणखी एक महत्त्वाचा भाग म्हणजे कोचिंग क्लासनुसारचा अभ्यास आणि स्वयंअभ्यास (सेल्फ स्टडी) यांची योग्य विभागणी. सत्यमला वाटत होते की, कोचिंगमध्ये शिकवलेल्या दिवसभराच्या अभ्यासाचे घरी पुनरावलोकन करणे हा वेळेचा अपव्यय आहे. त्याऐवजी, त्याने उलट धोरण स्वीकारले – कोचिंगमध्ये शिकवल्या जाणार असलेल्या विषयांचा आधीच स्वतःहून अभ्यास करणे, त्यामुळे कोचिंग सत्रांदरम्यान त्याला आपल्या शंकांचे निरसन करता आले आणि विषयांचे अधिक सखोल आकलन मिळाले.

सध्याच्या घडामोडींबद्दल (करंट अफेयर्स) अद्ययावत राहण्यासाठी सत्यमने रोज सकाळी *हिंदू* आणि झोपण्यापूर्वी *इंडियन एक्स्प्रेस* ही दोन

वृत्तपत्रे वाचण्याचा नित्यक्रम ठेवला. सुरुवातीला तो वृत्तपत्र संपूर्ण वाचत असे. पुढे तो त्या बाबतीतही चोखंदळ (सिलेक्टिव्ह) बनला. मुख्य परीक्षेच्या अभ्यासाच्या वेळी कराव्या लागणाऱ्या प्रचंड वाचनाच्या वेळी खूप मानसिक थकवा येणार आहे हे त्याने आधीच ओळखले होते आणि स्वतःच्या आराम क्षेत्राच्या (कंफर्ट झोन) सीमा अधिकाधिक विस्तीर्ण करण्याच्या मागे तो लागला होता.

सत्यमने 'ॲडॅप्टेशन फॉर्म्युला' असे नाव दिलेल्या 'तयारी–मूल्यमापन–कमजोरी शोधणे–पुन्हा तयारी' या प्रक्रियेला अमलात आणले आणि आपल्या कमकुवत बाजूंवर पद्धतशीरपणे काम केले. ज्या क्षेत्रांत त्याला कमी गुण मिळाले होते, त्यावर त्याने विशेष लक्ष केंद्रित केले. ज्या विषयांमध्ये सतत चुका होत होत्या, त्यासाठी त्याने मूलभूत गोष्टींचा अभ्यास करून चुका होण्याच्या मूळ कारणांचा शोध घेतला आणि त्या दुरुस्त केल्या.

तथापि, इतर अनेक स्पर्धक करत असलेल्या एका सामान्य चुकीला टाळण्यात तो यशस्वी झाला. ती चूक म्हणजे तयारीच्या सुरुवातीच्या टप्प्यातच मॉक टेस्ट देणे. याच्या विपरीत, त्याने स्वतःची चाचणी घेण्याआधी ज्ञानाची मजबूत पायाभरणी करण्यावर लक्ष केंद्रित केले.

एकात्मिक धोरणाचा फायदा

सत्यमने एक एकात्मिक धोरण आखले आणि पूर्व परीक्षा व मुख्य परीक्षेच्या अभ्यासाचे काळजीपूर्वक सम्मीलन (ब्लेंडिंग) केले. त्याचे असे मानणे होते की, पूर्व परीक्षेच्या तयारीची मजबूत पायाभरणी असेल, तर ती मुख्य परीक्षेतील यशासाठी भक्कम आधार बनते.

मुख्य परीक्षेसाठी केवळ मूलभूत पुस्तके पुरेशी ठरत नाहीत, हे सत्य जाणून सत्यमने वाजीरामची यलो बुक आणि व्हिजन IASचे व्हॅल्यू ॲडेड मटेरियल यांसारखी पूरक साहित्ये वाचली. आपल्या नोट्सची गुणवत्ता वाढवण्यासाठी त्याने दोन पुस्तकांचा एकाच वेळी अभ्यास केला. त्यासाठी तो एक पुस्तक एका बाजूला आणि दुसरे दुसऱ्या बाजूला ठेवून, प्रत्येक विषयासाठी समाकलित नोट्स तयार करत असे. ही पद्धत वेळखाऊ असली तरी त्याच्या अभ्यासाची खोली वाढवण्यास मोठ्या प्रमाणात उपयुक्त ठरली.

सप्टेंबर २०२०मध्ये सत्यमने UPSC मुख्य परीक्षेच्या अभ्यासक्रमाचा काळजीपूर्वक आढावा घेतला. त्याने हा अभ्यासक्रम A-4 आकाराच्या कागदांवर लिहून काढला आणि आपल्या अभ्यासाच्या जागेसमोर स्पष्टपणे लावून ठेवला. यामुळे त्याला विषयांचा समग्र दृष्टिकोन मिळाला आणि फक्त संबंधित विषयांवरच लक्ष केंद्रित करणे शक्य झाले.

सुरुवातीला, सत्यम नोट्स तयार करण्यासाठी बांधीव रजिस्टर वापरत असे. मात्र, तयारी पुढे जात असताना रजिस्टरमध्ये नवीन नोट्स जोडता येणे अशक्य असल्याचे त्याच्या लक्षात आले, त्यामुळे त्याने सुट्या सुट्या A-4 कागदांवर नोट्स तयार करण्यास सुरुवात केली. या पद्धतीमुळे त्याला वृत्तपत्रे आणि मासिकांसारख्या सतत बदलत्या अभ्याससाहित्यातून तयार होणाऱ्या नोट्स अधिक लवचीकतेने समाविष्ट करता आल्या.

कोविड–१९मुळे सारेच लांबणीवर पडले

२०२०च्या मार्च महिन्यात कोविड १९ या नकोशा भीषण पाहुण्याने भारताचे दार ठोठावले. या विषाणूने इतर देशांत घातलेल्या थैमानाबद्दल वाचून सत्यमला त्याची गंभीरता समजली होती. १५ मार्च २०२०पर्यंत दिल्लीमध्ये फक्त दहा प्रकरणे जरी नोंदवली गेली असली तरी त्याला परिस्थिती आणखी बिकट होण्याची शक्यता जाणवली. एकटा आणि चिंतेत असलेल्या सत्यमने त्वरित रेल्वेचे तिकीट बुक केले आणि आपली पुस्तके दोन मोठ्या बॅगांमध्ये भरत घाईघाईने तयारी केली. दुसऱ्या दिवशी, पीजी रूम रिकामी न करता, काही काळात परिस्थिती नियंत्रणात येईल या अपेक्षेने, तो आपल्या गावाला निघून गेला. चंदीगडमध्ये शिक्षण घेत असणारा त्याचा भाऊ शिवमही त्याच्यासोबत होता.

सत्यम आणि शिवम पुस्तके भरलेल्या जड बॅगांसह पुसा स्टेशनवर उतरले. प्लॅटफॉर्मबाहेर बॅगा कशा न्यायच्या याचा विचार करत असतानाच, अचानक दोन पोलीस त्यांच्याकडे धावत येऊ लागले. हे पाहून दोन्ही भावांची घाबरगुंडी उडाली.

''काय नेताय तुम्ही या जड पेट्यांमधून? ताबडतोब उघडून दाखवा,'' एका पोलीसदादांनी दरडावून विचारले.

''साहेब, यात फक्त पुस्तके आहेत, आणखी काही नाही,'' एका बॅगेची चेन उघडत सत्यम चाचरत बोलला.

''तू काय आम्हाला येडाबिडा समजलास का? सगळी पुस्तकं बाहेर काढ आणि आम्हाला दाखव. तू नक्की त्या पुस्तकांच्या खाली दारूच्या बाटल्या दडवून ठेवल्या आहेत,'' दुसऱ्याने कडक आवाजात हुकूम सोडला.

बिहार राज्यात संपूर्ण दारूबंदी असल्याने चोरून लपून दारू आणण्याचे प्रकार घडतच असत, त्यामुळे ही दोन तरुण मुले त्याच प्रकारात गुंतली असल्याचा पोलिसांना संशय वाटणे साहजिक होते. शेवटी सत्यम व शिवम दोघांना एकूण एक पुस्तक बॅगेतून बाहेर काढून दाखवावे लागले आणि मगच पोलिसांचा संशय फिटला.

कोविड महामारीमुळे ३० मे २०२० रोजी होणारी पूर्व (प्रिलिम्स) परीक्षा पुढे ढकलून ४ ऑक्टोबर २०२० रोजी ठेवण्यात आली. लॉकडाऊन आणि अनिश्चिततेच्या पार्श्वभूमीवर, UPSCने उमेदवारांना परीक्षा केंद्र बदलण्याची परवानगी दिली. या परिस्थितीत, सत्यमने आपले केंद्र दिल्लीवरून पाटण्याला बदलण्याचा निर्णय घेतला.

घरी आला खरा; पण लवकरच सत्यमला घरी अभ्यास करणे अवघड असल्याचे जाणवले, त्यामुळे जुलै २०२०मध्ये, कोविड-१९ साथीच्या दरम्यान, त्याने मोठा धोका पत्करून पुन्हा दिल्लीला परतण्याचा निर्णय घेतला. साथीमुळे अभ्यासासाठी अधिक वेळ मिळाल्यामुळे, हे त्याच्यासाठी एक प्रकारे वरदान ठरले. त्याने विस्तृत नोट्स तयार केल्या आणि यापूर्वी दुर्लक्षित राहिलेल्या विषयांचा अभ्यास पूर्ण केला.

परंतु त्याच्या निर्धाराची कसोटी लवकरच लागली. परीक्षेच्या काही दिवस आधी, ३० सप्टेंबर २०२० रोजी, सत्यमला सपाटून ताप भरला. ताप १०४ अंशांपर्यंत चढला. परिस्थिती गंभीर असतानाही, अभ्यास खंडित होईल, या भीतीने रुग्णालयात जाणे त्याने टाळले. त्याऐवजी, त्याने स्थानिक औषध दुकानातून पॅरासिटामॉल आणि मल्टिव्हिटॅमिन्स घेऊन ताप नियंत्रणात ठेवण्याचा प्रयत्न केला.

त्याचे परीक्षा केंद्र पाटण्यात असल्याने आणि पुन्हा उपलब्ध केंद्र बदलण्याचा पर्याय नसल्याने, सत्यमने अंगात ताप असूनही रेल्वेने पाटण्याचा प्रवास केला. परीक्षेनंतर, त्याने कोचिंग संस्थांनी प्रसिद्ध केलेल्या

उत्तरतालिकेशी आपली उत्तरे नीट तपासली. त्यातून त्याला आपण मुख्य परीक्षेसाठी नक्कीच पात्र ठरू हा आत्मविश्वास मिळाला. फक्त दोन दिवसांची अल्प विश्रांती घेऊन, सत्यमने लगेच मुख्य परीक्षेची तयारी सुरू केली.

दुसराही अडथळा पार

पूर्व परीक्षेनंतरच्या पहिल्या महिन्यात सत्यमने उर्वरित विषयांसाठी नोट्स तयार करण्यावर लक्ष केंद्रित केले, दिवसाला किमान बारा तास अभ्यास करत. त्याने काळजीपूर्वक नियोजन करून विविध विषयांचा अभ्यास आणि उत्तरलेखन सराव यामध्ये उत्तम संतुलन राखले.

मात्र, या टप्प्यावर त्याच्यासमोर एक मोठे आर्थिक आव्हान उभे राहिले. त्याला जनरल स्टडीज आणि एथिक्स या विषयांसाठी टेस्ट सिरीज खरेदी करायच्या होत्या. त्याशिवाय, त्याला राज्यशास्त्र आणि आंतरराष्ट्रीय संबंधांसाठी क्रॅश कोर्समध्ये प्रवेश घ्यायचा होता. यासाठी सुमारे १ लाख रुपयांची गरज होती, जी त्याच्या कुटुंबावर प्रचंड आर्थिक ओझे ठरली असती.

एके दिवशी, कोचिंग वर्गात सत्यम स्पष्टपणे चिंताग्रस्त दिसत होता. नेहमीच त्याच्या प्रेरणास्थानी असलेल्या त्याचा मित्र हर्षने सत्यमला आपली समस्या मोकळेपणाने सांगायला लावली. हर्ष एका समृद्ध कुटुंबातून आलेला होता; पण त्याची नम्रता, समर्पण आणि वेळ वाया घालवण्याची नावड, यामुळे तो सत्यमसाठी एक आदर्श बनला होता.

त्या दिवशी संध्याकाळी, हर्षच्या वडिलांचा सत्यमला फोन आला. त्यांनी सत्यमच्या चाचणी मालिका आणि क्रॅश कोर्ससाठी लागणारा खर्च स्वतः करण्याचा उदार प्रस्ताव दिला. सत्यमने आभार मानत प्रथम तो प्रस्ताव नाकारला; परंतु हर्ष आणि त्याच्या वडिलांनी सातत्याने आग्रह केल्यानंतर, पैसे परत देण्याच्या बोलीवर त्याने प्रस्ताव स्वीकारला. ही चाचणी मालिका त्याच्या उत्तरलेखनाचे कौशल्य सुधारण्यासाठी अमूल्य ठरली.

निबंधाच्या पेपरसाठी, सत्यमने दुरुशेट्टी यांचे Fundamentals of Essay and Answer Writing हे पुस्तक अभ्यासले, तसेच वर्तमानपत्रे, इतर पुस्तके आणि कोचिंगच्या नोट्समधील माहितीने आपला अभ्यास पूरक केला. सुरुवातीला, त्याला भाषेच्या अडचणीबद्दल चिंता होती; पण लवचीक मांडणी आणि ज्ञानाची खोली असल्यास साध्या इंग्रजीतही चांगले

गुण मिळू शकतात, हे त्याला कळले. सातत्यपूर्ण सराव, विस्तृत वाचन, मूल्यांकनकर्त्यांच्या अभिप्रायाचे सूक्ष्म विश्लेषण आणि सुधारण्यासाठी लक्ष्याधारित प्रयत्नांमुळे त्याने इंग्रजीतही प्रगती साधली, तसेच सत्यमने निबंधांमध्ये वापरण्यासाठी प्रभावी आणि वैविध्यपूर्ण अवतरणांची (कोट्स) साठवणही तयार केली, ज्यामुळे त्याचे निबंध अधिक दर्जेदार झाले.

एथिक्सच्या पेपरसाठी सत्यमने आपली तयारी वर्तमानपत्रे, टॉपर्सचे व्हिडिओ, टेस्ट सिरीज आणि कोचिंग सेंटरने पुरविलेले मूल्यवर्धित साहित्य यांच्या आधाराने केली. खरेखुरे संदर्भ देता येण्यासाठी त्याने मोठ्या मेहनतीने, प्रत्यक्षात घडून आलेल्या घटनांची उदाहरणे (रिअल लाइफ एक्झांपल्स) शोधून काढली.

परीक्षेत स्पष्ट हस्ताक्षर आणि कार्यक्षम वेग यांचे महत्त्व ओळखून, सत्यमने यावर विशेष लक्ष केंद्रित केले. ''एकही प्रश्न अनुत्तरित ठेवू नये आणि निर्धारित वेळेत उत्तरलेखन पूर्ण करावे,'' टॉपर्सच्या या सल्ल्याचा विचार सतत त्याच्या मनात घोळत होता. कारण, मुख्य परीक्षेतील यशासाठी हे अत्यंत महत्त्वाचे आहे.

सुरुवातीला, सत्यमने आपल्या ऐच्छिक विषयाकडे म्हणजेच राज्यशास्त्र आणि आंतरराष्ट्रीय संबंध (PSIR), फारसे लक्ष दिले नाही. नोव्हेंबरपर्यंत हा विषय हाताळण्याचे टाळत, त्याने केवळ पुस्तकवाचनावरच अवलंबून राहण्याचा निष्काळजी दृष्टिकोन ठेवला. त्याने नोट्स तयार करण्याचेही टाळले; परंतु जेव्हा त्याने पहिल्या मॉक टेस्टमध्ये सहभाग घेतला, तेव्हा वास्तवाची तीव्र जाणीव त्याला झाली. ही चूक सुधारण्यासाठी सत्यमने तत्काळ libgen.isवरून मोठ्या प्रमाणावर नोट्स आणि पुस्तके डाउनलोड केली. *(Libgen.is म्हणजे Library Genesis ही डिजिटल लायब्ररी... ही वेबसाइट मोठ्या प्रमाणावर विनामूल्य पुस्तके, संशोधन पेपर्स, लेख आणि इतर शैक्षणिक सामग्री डाउनलोड करण्यासाठी प्रसिद्ध आहे. Library Genesis ही एक ओपन-ॲक्सेस लायब्ररी आहे, जिथे वाचकांना विविध विषयांवरील शैक्षणिक आणि अ-शैक्षणिक सामग्री मिळू शकते. त्यामध्ये शास्त्र, कला, तंत्रज्ञान, समाजशास्त्र, राज्यशास्त्र, साहित्य इत्यादी क्षेत्रांतील सामग्री असते. - अनुवादक)* त्यासोबत विख्यात कोचिंग शिक्षकांच्या नोट्स समाकलित करून, त्याने विषयाची सखोल आणि व्यापक समज देणाऱ्या वैयक्तिक नोट्स तयार केल्या, त्यामुळे त्याच्या ऐच्छिक विषयाची तयारी अधिक ठोस आणि प्रभावी झाली.

नर्व्हस ब्रेकडाऊन

सत्यम आपल्या कठोर परिश्रमयुक्त आणि काटेकोर अभ्यासपद्धतीत मग्न होता, रोज १२ तासांहून अधिक वेळ त्याने तयारीसाठी समर्पित केला होता. सुरुवातीला, तो ठरावीक झोपेच्या वेळापत्रकाचे पालन करत असे, रात्री ११ वाजता अभ्यास आटोपून झोपत असे; परंतु लवकरच रात्रीच्या शांततेचे महत्त्व त्याच्या लक्षात आले आणि ती वेळ एकाग्रतेसाठी अत्यंत पोषक असल्याचे जाणवले, त्यामुळे त्याने आपल्या दिनचर्येत मोठा बदल केला. रात्रभर अभ्यास करत, सकाळी ८ वाजता झोपणे आणि दुपारी ३ वाजता उठणे, अशी त्याची नवी दिनचर्या झाली.

आपल्या परिवाराजवळील आर्थिक स्रोत मर्यादित आहेत याची जाणीव असल्याने, टिकटिक करत पुढे पुढे पळणाऱ्या घड्याळाची आणि आपल्याला उपलब्ध असलेल्या प्रयत्नांच्या मर्यादित संख्येची प्रचंड धास्ती सत्यमच्या मनात होती. जसजशी मुख्य परीक्षा जवळ येऊ लागली तशी अभ्यासक्रमाची विशालता आणि अद्याप अभ्यास करायचे राहिलेले विषय या दोन गोष्टींनी सत्यमच्या मनावर प्रचंड दडपण आणले. तो चिंताक्रांत बनला. या सर्व बाबी २९ डिसेंबर २०२० रोजी कळसास पोहोचल्या आणि मुख्य परीक्षेच्या काही दिवस आधी तो मानसिकरीत्या व भावनिकरीत्या कोसळला. त्याचा नर्व्हस ब्रेक डाऊन झाला.

आपल्या वेळापत्रकाप्रमाणे तो रोज रात्री ९ वाजता घरी फोन करीत असे. तसा त्याने केला आणि त्याच्या आईने फोन उचलल्यावर अचानक तो मोठमोठ्याने ढसाढसा रडू लागला. आई घाबरली. तिने विचारले, ''काय झाले बेटा? का रडतोस? रडू नकोस. मला नीट सांग.''

''माँ, प्लीज मला माफ कर. तुम्ही माझ्या कोचिंगसाठी भरपूर कर्ज उचलले आहे, याची मला कल्पना आहे; पण या वेळी माझ्याच्याने परीक्षा पास होईल असे काही मला वाटत नाही. मला अधिक चांगली तयारी करू दे आणि पुढच्या वर्षी परीक्षा देऊ दे. मी फक्त २१ वर्षांचा आहे. मला खूप वेळा परीक्षा देता येऊ शकेल,'' हुंदके देत तो कसेबसे बोलत होता.

त्याची आई नेहमीप्रमाणेच त्याच्या पाठीशी उभी राहिली. ''मी समजू शकते बेटा. तू पहिल्याच फटक्यात पूर्व परीक्षा पास करून आम्हाला खूप अभिमान वाटायला लावला आहेस. तू पैशांची काळजी करू नकोस. आधी

शांत हो, तुला हवा तितका वेळ घे आणि पुढच्या वर्षी पुन्हा प्रयत्न कर,'' सत्यमच्या वडिलांनीही आईला दुजोरा दिला.

पालकांशी बोलल्यावर सत्यमला खूपच धीर आला. बरे वाटू लागले. आपली शक्ती पुन्हा अंगी आल्यासारखे त्याला वाटू लागले. पहिल्याच प्रयत्नात आयएएस अधिकारी होण्याच्या त्याच्या स्वप्नाने पुन्हा एकदा उचल खाल्ली. पुन्हा आपला निग्रह कठोर करून त्याने पुस्तके उचलली आणि तो पुन्हा अभ्यासाला लागला. सकाळी ८ वाजेपर्यंत त्याने अभ्यास केल्यावर आपला फोन बंद केला आणि तो झोपी गेला.

दुपारी जेव्हा तो जागा झाला आणि त्याने फोन सुरू केला, तेव्हा त्यावर घरून आलेले साठ मिस कॉल बघून तो हादरलाच. लगेच त्याने घरी फोन लावला. आईने त्याचा आवाज फोनवरून ऐकला आणि तिचा बांधच फुटला. हुंदके देत व ओक्साबोक्शी रडत तिने विचारले,

''सत्यम, कुठे आहेस पोरा तू? तुझा फोन का लागत नव्हता? बरा आहेस ना तू? काल रात्री आपले बोलणे झाल्यावर आम्ही खूपच काळजीत होतो. आम्हाला तुझी परिस्थिती समजते. तू नाही दिलीस यंदा परीक्षा तरी आम्हाला काही फरक पडणार नाही. मात्र कोणताही वेडावाकडा विचार मनात आणू नकोस आणि स्वतःला काही दुखापत करून घेऊ नकोस. तू आमच्या काळजाचा तुकडा आहेस,'' हे सारे ती एका दमात बोलली.

तो अगदी चांगला असून, रात्रभर त्याने अभ्यास केल्यावर फक्त फोन बंद करून रोजच्यासारखा दुपारी ३पर्यंत झोपला होता, हे आपल्या पालकांना समजावून सांगता सांगता सत्यमच्या नाकीनऊ आले.

सत्यमला खूप अपराधी वाटले खरे मात्र त्याबरोबरच तो आनंदितही झाला. आपला परिवार इतका प्रेमळ असून, आपल्यावर इतके प्रेम करतो हे पाहून तो मनोमनी खूप सुखावला. त्याच्या लक्षात आले की, आयएएस होण्याचे स्वप्न त्याचे एकट्याचे नसून, ते आता त्याच्या पूर्ण परिवाराचे स्वप्न बनले आहे.

आपल्या एकाकीपणा व नैराश्यावर मात करण्यासाठी सत्यमने शेजारच्या वाचनालयात जाणे सुरू केले. आपल्या आसपास लोकांना बघून तो आनंदला आणि वातावरणातला हा बदल त्याला आवडला. त्याने आपल्या वेळापत्रकात हलकासा बदल केला. चार तासांची झोप आणि मग सहा तासांचा अभ्यास असे सत्र सुरू केले. पूर्व परीक्षा उत्तीर्ण

झाल्यानंतर मुख्य परीक्षा होईपर्यंत त्याने केस न कापण्याचा निर्णय घेतला होता, त्यामुळे त्याची दाढी व डोक्याचे केस खूपच वाढले होते. सध्याच्या जटा व दाढीधारी, तसेच वजन वाढलेल्या सत्यमला त्याच्या कॉलेजच्या एकाही मित्राने ओळखले नसते.

प्रवेशपत्राचे प्रकरण

७ जानेवारी २०२१ या दिवशी, मुख्य परीक्षेचा पहिला म्हणजे निबंधलेखनाचा पेपर होता. सत्यमने पहाटेपर्यंत अभ्यास केला होता आणि एक डुलकी घेऊन जेव्हा तो उठला, तेव्हा सकाळचे ७ वाजले होते. तो घाईघाईने तयार झाला आणि आपले प्रवेशपत्र व आधार कार्ड शोधू लागला. कारण, ते दाखविल्याशिवाय त्याला परीक्षाकेंद्रात प्रवेश मिळाला नसता; पण त्याला प्रवेशपत्र व आधार कार्ड काही सापडेना. त्याने खोलीतला सारा पसारा वरखाली करून पाहिला तरी ते त्याला सापडले नाही. तसे त्याच्या फोनवर त्याने दोन्ही कागदपत्रांच्या प्रती ठेवलेल्या होत्या; परंतु परीक्षाकेंद्रात मोबाईल फोन नेण्याला परवानगी नसल्याने त्याचा काही उपयोग नव्हता.

घाबऱ्याघुबऱ्या तो आपल्या खोलीबाहेर पडला. दिल्लीतल्या कडाक्याच्या थंडीतली ती सकाळ. सर्वत्र दाट धुके पसरलेले. ती कागदपत्रे डाऊनलोड करून त्यांची प्रिंट काढण्यासाठी त्याने जवळच्याच करोलबाग मार्केटकडे धाव घेतली; पण तिथली सर्व दुकाने बंद होती. दुकानाच्या बाहेर लिहिलेल्या मालकांच्या मोबाईल नंबर्सवर त्याने फोन केले आणि त्यांना मदत करण्याची विनवणी केली; पण त्याच्या विनवणीला कुणीही भीक घातली नाही. असाहाय्य आणि हताश अवस्थेत तो तिथेच पदपथावर बसला आणि रडू लागला. त्याच्या स्वप्नांचे वजन आणि त्या क्षणी त्याच्या मनावर असलेला प्रचंड ताण यामुळे त्याच्या भावनांचा बांध फुटला आणि त्या धुकाळ थंडगार सकाळी त्याच्या डोळ्यांतून उष्ण अश्रू त्याच्या गालांवर ओघळू लागले.

अचानक त्याचे लक्ष त्याच्या घड्याळाकडे गेले. ८ वाजत आले होते. अर्ध्या तासात परीक्षा केंद्रात प्रवेश देणे सुरू होणार होते. कसेबसे त्याने स्वतःला सावरले, एक रिक्षा थांबवली आणि परीक्षाकेंद्राकडे निघाला.

रस्ताभर तो देवाची प्रार्थना करीत होता की, काहीतरी चमत्कार घडावा आणि त्याला परीक्षा देता यावी.

त्याच्या सुदैवाने त्याची प्रार्थना फळाला आली. केंद्रप्रमुखाने अपवाद म्हणून त्याला आपला फोन आत नेण्याला परवानगी दिली, या बोलीवर की, त्याने वर्गप्रमुखाला फोनवर आपली कागदपत्रे दाखवून झाल्यावर पुन्हा येऊन फोन जमा करावा. तथापि, या सर्व प्रकरणात त्याच्या मनःशांतीचे आणि एकाग्रतेचे बारा वाजले. जी अवतरणे आणि किस्से आपल्या निबंधात वापरण्यासाठी त्याने तयार आणि पाठ केली होती, ती सारी तो विसरला. अनेक तथ्ये, आकडेवारी व तपशील त्याच्या स्मरणातून पुसले गेले, तरीही त्याने आपले दोन्ही निबंध पूर्ण लिहिले.

मात्र पुढच्या जनरल स्टडीजच्या आणि ऐच्छिक विषयांच्या परीक्षेत त्याने उत्तम कामगिरी केली आणि उत्तर दिल्याशिवाय एकही प्रश्न सोडला नाही. परीक्षा पूर्ण पार पडल्यावर त्याला खूपच आत्मविश्वास वाटू लागला की, त्याच्या मुख्य परीक्षेत यशस्वी होण्याची शक्यता ९०% तरी आहे.

रस्त्यावर केलेले नृत्य

मुख्य परीक्षेनंतर सत्यमने फिटनेसला प्राधान्य देण्याचा निर्णय घेतला. त्याने आपल्या दैनंदिन दिनचर्येत धावणे आणि जिमला जाणे यांचा समावेश केला. याशिवाय, त्याने कुटुंबीयांना भेट दिली आणि दोन पदभ्रमणांवर (ट्रेक्स) जाण्याचा आनंद घेतला.

२४ मार्च २०२१ रोजी, त्याच्या कोचिंग अकॅडमीच्या टेलिग्राम ग्रुपमध्ये मुख्य परीक्षेच्या निकालाच्या प्रतीक्षेबाबत चर्चा रंगली होती. दिवसभर तणावाखाली निकालाची वाट पाहून, संध्याकाळी सत्यमने जिमला जाण्याचा निर्णय घेतला. वर्कआउटच्या दरम्यान, त्याने सहजच फोनकडे पाहिले आणि त्याचे हृदय जोरात धडधडू लागले. कोणीतरी ग्रुपवर निकालाची पीडीएफ पोस्ट केली होती.

जिममधून पटकन बाहेर येत, त्याने पीडीएफ डाउनलोड केली आणि आपला रोल नंबर शोधण्यासाठी सर्च फंक्शनचा वापर केला. रोल नंबर दिसताच आनंदाच्या भरात तो हरकून गेला. रस्त्यावरच नाचत, उड्या मारत, आनंदाने हवेत मुठी उंचावून तो मोठ्याने ओरडला. जिममधील मोठ्या काचांमधून त्याला पाहणारे लोक अचंभित झाले होते. त्यांच्या

नजरेसमोर घडून येत असणाऱ्या त्या आनंदी नृत्याचे काय कारण असावे हे ते समजून घेण्याचा प्रयत्न करत होते.

आपल्या हर्षवायूच्या दरम्यान अचानक तो भानावर आला आणि त्याच्या लक्षात आले की, तो सार्वजनिक जागी रस्त्यावर आहे आणि त्याच्या आसपास बघे गोळा झाले असून, ते त्याच्या नृत्याची मजा बघत आहेत. ओशाळून तो पटकन जिमच्या आत शिरला. आत आल्याबरोबर जिममधील लोकही त्याच्या आवतीभोवती गोळा झाले आणि त्याच्या रस्त्यावरील आनंदोत्सवाचे कारण त्याला विचारू लागले.

जसे त्याने त्यांना सांगितले तशी त्या जमावातून आश्चर्य व अविश्वासाची लहर दौडत गेली. त्यांच्यापैकी काही जण असे होते की, त्यांनी पूर्व परीक्षेसाठीच अनेकदा प्रयत्न करूनही ती ते उत्तीर्ण होऊ शकले नव्हते, त्यांना आपले आश्चर्य लपवता येत नव्हते. त्यांच्यापैकी एकाने तर जणू सर्वांच्या मनातील प्रश्नच बोलून दाखविला, ''तू तर कॉलेजच्या पहिल्या वर्षाच्या पोरासारखा दिसतोस आणि तू ही महाकठीण परीक्षा पास तरी कशी काय झालास?''

पुनर्जन्म

३१ मे २०२१ रोजी सत्यमची मुलाखत होणार होती. तिची उत्सुकतेने वाट बघत असलेल्या सत्यमचे जग उलथेपालथे झाले. कारण, कोविड १९च्या साथीने पुन्हा डोके वर काढले होते आणि या वेळी त्या विषाणूच्या डेल्टा प्रकाराने भारतात धुमाकूळ घातला होता. १० एप्रिल २०२१ रोजी सत्यमला सपाटून ताप भरला आणि त्याचा खोकला थांबता थांबेना. त्याने कोविड तपासणी करून घेतली आणि त्याला कोविडची लागण झाली असल्याचा निष्कर्ष निघाला.

त्या काळात दिल्लीतली परिस्थिती अत्यंत गंभीर होती. कोणत्याही इस्पितळात जागा मिळवणे अशक्यप्राय होते. आपल्या लहानशा खुराडेवजा खोलीत आपण एकट्याने प्राण सोडत आहोत, या कल्पनेने सत्यमचा थरकाप उडाला. त्याने वैद्यकीय मदत मिळवण्याचा निश्चय केला आणि तो राम मनोहर लोहिया इस्पितळात पोहोचला.

तिथले दृश्य फारच भयानक होते. रुग्णवाहिकांच्या रांगा, प्राणवायूची नळकांडी लावलेले रुग्ण आणि प्लॅस्टिक पिशव्यांमध्ये गुंडाळून आणलेले

नेले जाणारे मृतदेह. सावध आणि चिंतातूर असलेल्या सत्यमने न डगमगता आपला मोर्चा जवळच्याच बी.एल.कपूर इस्पितळाकडे वळवला. इथेही लोहिया इस्पितळासारखीच परिस्थिती होती. तरीही त्याने धीर न सोडता, प्रदीर्घ काळाच्या प्रतीक्षेनंतर कॉरिडॉरमधेच एका डॉक्टरची भेट मिळवली.

आर्त स्वरात, त्याने रुग्णालयात दाखल करून घेण्याची विनंती केली, आपली कमकुवत अवस्था आणि आपण एकटे राहतो हे त्याने स्पष्टपणे सांगितले. मात्र, डॉक्टरांचा प्रतिसाद निष्ठुर व उपहासपूर्ण हास्याचा होता. ''तुम्ही तर तरुण आहात आणि बऱ्यापैकी ठीक दिसत आहात. तुम्हाला दिसत नाही का की इथे शेकडो गंभीर रुग्ण आहेत, ज्यांना बेडची तुमच्यापेक्षा जास्त गरज आहे?'' असे म्हणत डॉक्टर तिथून निघून गेले.

पराभूत होऊन मात्र हताश न होता सत्यम आपल्या खोलीवर परतला. येताना त्याने व्हॉट्सअॅपवर फिरणाऱ्या मेसेजनुसार काही औषधे विकत आणली : पॅरेसिटोमॉल, झिंक, अॅझिथ्रोमायसिन, मल्टिव्हिटॅमिन आणि एक नाडी व रक्तातील प्राणवायूचे प्रमाण मोजणारे ऑक्झिमीटर नावाचे यंत्र. त्याने नियमितपणे औषधे घेणे चालू केले आणि आपली प्राणवायूची पातळी दर काही तासांनी मोजत राहिला. तिसऱ्या दिवशी जेव्हा ती ८८पर्यंत खाली आल्याचे त्याने बघितले, तेव्हा त्याचे धाबे दणाणले. आता जर ती पातळी अधिकच खाली गेली, तर आपले काय होणार या भयाने तो गारठला; पण सुदैवाने तिने अधिक खालची पातळी काही गाठली नाही.

हा थोडाफार दिलासा मिळूनही, सत्यमला शारीरिक वेदना सहन कराव्या लागत होत्या. त्याला श्वास घेण्यास त्रास होत होता आणि तो एकटेपणा व भीती या भावनांशी झगडत होता. त्याच्या आजूबाजूच्या एकाकी आणि उदासवाण्या वातावरणात सतत रुग्णवाहिकांच्या सायरनचा आवाज घुमत असे, जो त्याच्या एकटेपणाच्या भावनेस अधिक गडद करी. त्याचे आई-वडील आणि भाऊ त्याच्यासाठी खूप चिंतेत होते.

त्याची साधीसुधी टिफिन सेवादेखील थांबली होती, ज्यामुळे त्याची चिंता आणखी वाढली. खायलाच काही मिळाले नाही तर जगणार कसे अशा अस्तित्वाच्या आव्हानासमोर, त्याला अचानक लाजपत नगरच्या बरसातीमध्ये राहत असताना वापरलेल्या गॅस शेगडीची आठवण झाली. त्या आशादायक क्षणी त्याने पटकन ती शेगडी स्वच्छ केली आणि ती चालू

होताच त्याला कमालीचा आनंद झाला. जवळच्या किराणा दुकानातून थोडे तांदूळ मिळवून त्याने साधेसे जेवण शिजवले.

ताप हळूहळू कमी झाल्यामुळे सत्यमने हा प्रचंड संकटकाळ कसा तरी पार केला. त्याला जणू त्याचा पुनर्जन्म झाल्यासारखे वाटत होते, तरीही त्याच्या छातीत अस्वस्थ करणारा एक जडपणा शिल्लक होता. बरे होण्यासाठी योग्य वातावरणात राहायला हवे असा विचार करून सत्यमने नोएडा येथे मामाजींच्या कुटुंबासोबत राहण्याचा निर्णय घेतला. मात्र, आजाराच्या परिणामांमुळे त्याला तीन महिने अंथरुणाला खिळून राहावे लागले. सुदैवाने, महामारीमुळे त्याची मे महिन्यात नियोजित असलेली मुलाखत १ सप्टेंबर २०२१पर्यंत पुढे ढकलण्यात आली. यामुळे सत्यमला सावरण्यासाठी आणि मुलाखतीची तयारी करण्यासाठी आवश्यक वेळ मिळाला.

आपल्या Detailed Application Form (DAF)वरून मुलाखतीत जे जे प्रश्न विचारले जाऊ शकतात, त्यांची सत्यमने जय्यत तयारी केली. मुलाखतीसाठीचा आपला आत्मविश्वास बळकट व्हावा आणि इंग्रजी भाषेची आपली सहजता वाढावी यासाठी त्याने अनेक ऑनलाइन व ऑफलाइन मॉक मुलाखती दिल्या. गतवर्षीच्या टॉपर्सच्या यू ट्यूबवर असलेल्या मॉक मुलाखतींचे व्हिडिओ त्याने अभ्यासले, विशेषतः त्या उमेदवारांचे, ज्यांनी मुलाखतीत २००पेक्षा अधिक गुण मिळवले होते. आपली भाषाविषयक कौशल्ये वाढावी म्हणून त्याने इंग्रजी नाटके पाहिली व कल्पनारम्य (फिक्शन) आणि वास्तव (नॉन फिक्शन) साहित्याचे वाचन केले.

मॉक मुलाखतींमध्ये मिळालेल्या सकारात्मक अभिप्रायांनी सत्यमचा आत्मविश्वास वाढवला. तथापि, मुलाखत घेणाऱ्यांनी त्याला काही सुधारणा सुचवल्या : भुवयांच्या हालचाली आणि हातवारे कमीत कमी ठेवावेत, आवाज मृदू आणि सौम्य असावा, तसेच सैनिकासारखी ताठ सरळ बसण्याची/उभं राहण्याची मुद्रा स्वीकारावी. तथापि, या सुधारणा करताना उत्तरे विसरण्याचा धोका लक्षात घेऊन, सत्यमने आपली पद्धत संतुलित ठेवण्याचा निर्णय घेतला. या प्रक्रियेत त्याने आवश्यक ते बदल करताना स्वतःच्या नैसर्गिक शैलीलाही जपले.

एक दुर्मीळ प्रशंसा

मुलाखतीचे आमंत्रण सत्यमसाठी आर्थिकदृष्ट्या मोठे आव्हान होते. या विशेष प्रसंगासाठी त्याला नवीन शर्ट, सूट, टाय आणि शूज घ्यावे लागले, ज्यासाठी तब्बल १०,००० रुपये खर्च झाले. या खर्चासाठी त्याला बट्टूकदेवकडून अवाच्या सवा व्याजाने पैसे उसने घ्यावे लागले.

१ सप्टेंबर २०२१ या शुभदिवशी, साधारण सकाळी ११ वाजता, सत्यमने सूट आणि टाय घालून स्वतःला सजवले. फेस शिल्ड, मास्क आणि ग्लोव्हज घालून सजलेल्या त्याने आरशात स्वतःला पाहिले. स्वतःचा अवतार पाहून त्याला हसू आवरता आले नाही; त्याला जणू अणुभट्टीत प्रवेशासाठी तयार झाल्यासारखे वाटले. प्रार्थना करून आणि मामाजी-मामीजींचे आशीर्वाद घेऊन तो UPSC इमारतीकडे निघाला, जिथे त्याची मुलाखत दुपारनंतरच्या सत्रात होणार होती.

UPSC इमारतीच्या मध्यवर्ती सभागृहात प्रवेश केल्यावर सत्यमने सुमारे ५०-६० उमेदवारांना वेगवेगळ्या रांगेत बसलेले पाहिले. वातावरण मॉक मुलाखतीच्या तुलनेत पूर्णतः वेगळे होते. मुलाखतीची खोलीही वेगळी वाटली. विस्तृत हॉल्स आणि कॅमेऱ्यांच्या सेटअपऐवजी, ही खोली एका सरकारी कार्यालयासारखी वाटत होती - एका छोट्या जागेत घोड्याच्या नालेच्या आकाराच्या टेबलाभोवती पाच लोक बसले होते. खोली पाहून एक क्षण त्याला वाटले की, तो चुकीच्या जागी तर आला नाही ना!

त्या दिवशी सकाळीच वृत्तपत्रांत तिमाही GDP आकडेवारी प्रकाशित झाली होती. अर्थशास्त्र हा त्याचा तुलनेने दुर्बल भाग असल्याने त्याला यावर प्रश्न विचारले जातील का, याची चिंता वाटत होती. मात्र, आश्चर्य म्हणजे अशा कोणत्याही प्रश्नांचा सामना त्याला करावा लागला नाही.

मुलाखतीच्या खोलीत प्रवेश करताच चेअरमनने त्याला फेस शिल्ड काढण्यास सांगितले. त्यानंतर, त्याला स्वतःची ओळख करून द्यायला सांगण्यात आले. त्यानंतर त्याच्या DAF (Detailed Application Form) वर आधारित प्रश्नांची मालिका सुरू झाली. पॅनलने त्याच्या NDAसाठी दिलेल्या SSBच्या परीक्षेच्या अनुभवांबाबत विचारले. जेव्हा एका सदस्याने विचारले, ''तुम्ही कोणत्या पूसा गावाचे आहात? मूळ बिहारमधल्या की दिल्लीत असलेल्या डुप्लिकेट पूसा गावाचे?'' त्यावर त्याने दिलेल्या उत्तराने काही जण हसले, तेव्हा वातावरण थोडेसे हलके झाले.

यानंतर चर्चा बिहार आणि झारखंडच्या विकासात्मक समस्यांवर वळली. त्याच्या कॉलेजमधील फोटोग्राफी सोसायटीच्या अध्यक्षपदी असताना त्याने काय काय केले, यावर बरेच प्रश्न विचारण्यात आले. तिथे त्याने घेतलेल्या पुढाकारांवर आणि मिळवलेल्या कौशल्यांवर चर्चा झाली. त्याच वेळी चर्चा भारतीय सिनेमांच्या भवितव्यावरही विस्तारली.

सत्यमने आपला छंद म्हणून विज्ञानकथा वाचण्याचा उल्लेख केल्यामुळे एका सदस्याने भारतातील अवकाश क्षेत्राच्या स्थितीबाबत विचारले, ''हे अधिक प्रगत का नाही?'' यावरून चर्चेने विज्ञानकथांतील काल्पनिक गोष्टी वास्तवात येऊ शकतील का, यावर एक विचारप्रवर्तक वळण घेतले.

नंतर, चर्चेने पंतप्रधानांच्या 'वोकल फॉर लोकल' संकल्पनेवर आणि भारत-चीनच्या विकासाच्या तुलनेवर लक्ष केंद्रित केले. पॅनेलमधील एका सदस्याला त्याची उत्तरे समाधानकारक वाटली नाहीत, असे त्याच्या हावभावांवरून जाणवत होते. सत्यमने त्याच्याशी नेत्रसंपर्क (आय काँटेक्ट) साधण्याचा प्रयत्न केला तरी तो सदस्य खिडकीबाहेर पाहत राहिला. सत्यमला वाटले की, हा त्याच्या मानसिक स्थैर्याचा कस पाहणारा प्रसंग होता. त्याच वेळी एक महिला सदस्य त्याचा आत्मविश्वास आणि बोलण्याची शैली यांचे बारकाईने निरीक्षण करीत होती.

मुलाखत संपल्यानंतर आपण यशस्वी झालो की अपयशी, याबद्दल सत्यमचा गोंधळ उडाला होता; पण बाहेर पडताना पॅनेलमधील ज्या एका सदस्याने बिहार आणि झारखंडच्या विकासाबाबत प्रश्न विचारले होते, त्यांनी अगदी अनपेक्षितपणे प्रशंसात्मक उद्‌गार काढले, ''तुम्ही मुलाखत खूप छान दिली आहे. (यू हॅव डन व्हेरी वेल.)''

पॅनेल सदस्यांकडून अशी सकारात्मक प्रतिक्रिया मिळणे दुर्मीळ असते. यामुळे सत्यम आनंदला आणि त्याचा आत्मविश्वासही वाढला. आता तो निकालाच्या प्रतीक्षेच्या तणावपूर्ण टप्प्याला सामोरा जाण्यास तयार झाला होता.

रंगांधळेपणाचा मुद्दा पुन्हा उगवला

त्याच्या मुलाखतीनंतर त्याची वैद्यकीय तपासणी होऊ घातली. दिल्लीतल्या लेडी हार्डिंज मेडिकल महाविद्यालयात तो वेळेच्या आधीच येऊन पोहोचला.

परीक्षेचा ताण आता पूर्णपणे संपुष्टात आल्याने तो अत्यंत निवांत मनःस्थितीत होता. आपल्या सोबतीच्या उमेदवारांसोबत तो शांत व सहजपणे गप्पागोष्टी करीत होता.

जेव्हा तपासणीसाठी रक्त देण्याची वेळ आली, तेव्हा त्याची चिंता सुरू झाली. त्याला सुईची अतिशय भीती वाटे. या आधी जेव्हाही रक्त देण्याची वेळ आली होती, तेव्हा भीतीने त्याला घेरी आली होती. आत्ताही तसेच झाले आणि त्याच्यासोबतचे उमेदवार घाबरले. मात्र इस्पितळाच्या कर्मचाऱ्यांसाठी असे प्रसंग नेहमीच घडणारे असल्याने त्याचे त्यांना काही नवल वाटले नाही. त्यांनी सत्यमला एका खाटेवर झोपवले आणि काही क्षणातच तो पुन्हा शुद्धीवर आला.

एकेक तपासणी होता होता डोळ्यांच्या तपासणीची वेळ येऊन ठेपली. या वेळी त्याच्या रंगांधळेपणाची इथे व्यवस्थित तपासणी झाली नाही आणि त्याची निवड झाल्यानंतर प्रशिक्षण संस्थेत पुन्हा होणाऱ्या तपासणीच्या वेळी तो मुद्दा दिसून आला तर गुंतागुंत वाढेल, या चिंतेने त्याने तपासणी करणाऱ्या डॉक्टरांना त्याच्या या परिस्थितीबद्दल आणि त्यामुळे तो आयपीएस व तत्सम अन्य पोलीस सेवांमध्ये अपात्र असल्याची कल्पना आधीच देऊन टाकली.

मात्र त्याचा हा प्रामाणिकपणा त्याच्याच अंगाशी आला. तपासणीच्या दरम्यान डॉक्टरांना सत्यमला उच्च पातळीवरील रंगांधळेपणा असल्याचे लक्षात आले आणि त्यांनी त्याच्या फॉर्मवर 'फक्त आयपीएस आणि अन्य पोलीस सेवांसाठी अपात्र' असे न लिहिता 'कोणत्याही सेवेसाठी अपात्र' असा शेरा मारून ठेवला आणि तो फॉर्म त्याच्या हाती दिला. तो त्याला दुसऱ्या दिवशी यूपीएससीला सादर करायचा होता.

डॉक्टरांचा शेरा वाचून सत्यम हादरलाच. त्याने डॉक्टरांना वारंवार विनवून सांगितले की, रंगांधळेपणाचा मुद्दा फक्त तांत्रिक सेवांनाच लागू असून, तो अतांत्रिक सेवांसाठी पूर्णपणे पात्र आहे. त्यामुळे त्यांनी त्यांच्या निष्कर्षांचा पुनर्विचार करावा. त्याने कळकळीने केलेल्या विनवणीचा डॉक्टरांवर काडीचाही परिणाम झाला नाही आणि त्यांनी सत्यमला अपील दाखल करण्याचा सल्ला दिला.

हार मानण्यास नकार देत सत्यम डॉक्टरांच्या खोलीबाहेर बसून राहिला. जोवर शेरा बदलला जात नाही, तोवर मी इथून हलणारच नाही, असे त्याने डॉक्टरांना ठामपणे बजावले. ''मी तर फक्त रंगांधळा आहे. मात्र जे उमेदवार

पूर्णपणे अंध असतात, त्यांनाही आयएएस किंवा अन्य सेवांसाठी बंदी नसते,'' त्याने तावातावाने डॉक्टरांना समजावून सांगण्याचा प्रयत्न केला.

संध्याकाळचे आठ वाजले. सर्व उमेदवार आपापली वैद्यकीय तपासणी आटोपून निघून गेले. डॉक्टरही काम संपवून घरी जाण्यासाठी निघाले. पाहतात तो सत्यम अद्याप बाहेरच बसलेला. डॉक्टरांना बघून त्याने पुन्हा त्यांच्यासमोर हात जोडले आणि आपल्या विनंतीचा पुनरुच्चार केला. तो हेही म्हणाला की, त्याची विनंती मुळीच गैर नसून, ज्या मार्गदर्शक सूचना आहेत, त्यांच्याशी सुसंगत आहे. क्षणभर विचार केल्यानंतर डॉक्टरांचा विरोध मावळला आणि त्यांनी आपला शेरा बदलून 'आयपीएस आणि अन्य पोलीस सेवांसाठी अपात्र. इतर अतांत्रिक सेवांसाठी पात्र' असा केला. तेव्हा कुठे सत्यमला हायसे वाटले आणि तो निर्धास्त झाला.

बॅगा भरल्या : मसुरी की दिघरा?

सत्यमला माहीत होतं की, त्याच्या कुटुंबावर आर्थिक ताण होता आणि ते दिल्लीतील त्याचा राहण्याखाण्याचा आणि कोचिंगचा खर्च पुढे चालवू शकणार नव्हते. दिवसागणिक खर्च आणि बट्टूकदेवकडून घेतलेले कर्ज वाढत चालले होते. उच्च व्याजदराच्या कर्जामुळे आई-वडिलांवर पडणारा ताण सत्यमला सतत टोचत होता. या आर्थिक संकटाचा सामना करण्यासाठी त्याने एक निर्णय घेतला : निवड झाली तर मसुरीतील LBSNAAमध्ये IASच्यासाठी प्रशिक्षणाला जाणे आणि निवड न झाल्यास दिल्लीत न राहता पुढील प्रयत्नाच्या तयारीसाठी आपल्या दिघरा गावाला परतणे.

२४ सप्टेंबर २०२१ रोजी यूपीएससी निकाल जाहीर करणार होती. सत्यम खूप अस्वस्थ होता. व्हॉट्सॲप आणि टेलिग्रामवर निकालाची उत्सुकता शिगेला पोहोचली होती. ताण असह्य होऊन दुपारी तीन वाजता सत्यमने आपला अभ्यास थांबवला. संध्याकाळी सव्वासहा वाजता जेव्हा निकालाची पीडीएफ टेलिग्रामवर अवतरली तोवर उत्सुकता कळसाला पोहोचली होती.

निकाल काहीही असो, तो ताबडतोब बघून टाकायचा असा निर्धार केलेल्या सत्यमने निकाल डाऊनलोड केला, फोन फ्लाइट मोडवर टाकला, मनोमन देवाची प्रार्थना केली आणि टॉप रँक मिळविणाऱ्यांच्या नावांपासून

निकाल शोधायला सुरुवात केली. जेव्हा पहिल्याच पानावर त्याला आपले नाव दिसून आले, तेव्हा त्याच्या आश्चर्याला पारावार उरला नाही. हा आपलाच परीक्षा क्रमांक आहे ना हे त्याने दोनदा तपासून घेतले, तरीही त्याची खात्री पटली नव्हती. कदाचित ही पीडीएफ खोटी किंवा चुकीची असेल, कुणीतरी आपली थट्टा करण्यासाठी ती बनवून अपलोड केली असेल, अशीही त्याला शंका येत होती. त्याने आपला फोन फ्लाइट मोडवरून काढला आणि सुरू केला तसा त्याचे अभिनंदन करणाऱ्या संदेशांचा पूर आलेला त्याला दिसला. मग मात्र त्याच्या सर्व शंका दूर झाल्या.

सावकाश सत्य जेव्हा त्याच्या मनात प्रविष्ट झाले, तेव्हा सत्यमच्या हे लक्षात आले की, त्याने केवळ त्याच्याच आयुष्याचा मार्ग बदलला नाही, तर आपल्या कुटुंबाचेही नशीब बदलले आहे. दादाजींची इच्छा पूर्ण झाल्याचा आणि पालकांचे स्वप्न साकार झाल्याचा आनंद केवळ अमूल्य होता.

दरम्यान, दिघरा येथील सत्यमच्या घरी प्रसारमाध्यमांचे प्रतिनिधी पोहोचले. सत्यमच्या अनुपस्थितीत त्याच्या पालकांनी कौशल्याने परिस्थिती हाताळली आणि त्यांच्या प्रश्नांची योग्य उत्तरे दिली. गंमत म्हणजे आयएएस जावई हवा असलेले अनेक वधुपितेही त्यांच्या घरी पोहोचले होते. एका वृत्तवाहिनीच्या व्हिडिओमध्ये सत्यमने पाहिले की, त्याची आई त्याच्या छायाचित्राला तिलक लावत होती आणि हे पाहून त्याला हसू आले. सत्यमच्या आयुष्यातील या बदलांची ही केवळ झुळूक होती जी पुढे जाऊन झंझावातात रूपांतरित होणार होती.

हिरोचे घरी आगमन

आयएएस अधिकारी होणे, तेही इतक्या वरच्या श्रेणीने ही बिहारमध्ये अत्यंत गौरवास्पद बाब समजली जात असल्यामुळे सत्यमच्या घरी शुभेच्छा देण्यासाठी लोकांची गर्दी उसळली. मात्र, त्याला आपल्या परिवाराला शांतपणे भेटण्याची इच्छा असल्याने त्याने १९ ऑक्टोबर २०२१ या दिवसाचे ट्रेनचे तिकीट गुपचूप बुक केले. कोणताही गाजावाजा न करता परतण्याची इच्छा त्याने व्यक्त केली असली, तरी प्रत्यक्षात वेगळेच वास्तव त्याला सामोरे आले.

रेल्वे स्थानकावर उतरल्यावर त्याचे स्वागत केवळ त्याचे आई-वडील आणि भाऊ यांनीच नाही, तर हार घेऊन आलेल्या एका मोठ्या जमावाने केले. स्टेशनच्या बाहेर बऱ्याच गाड्यांचा ताफा त्याची वाट पाहत होता आणि त्यांच्यात फुलांनी सजवलेली एक खास कार होती. प्लॅटफॉर्म उत्साहाने गजबजला होता आणि सत्यम फुलांच्या हारांनी अक्षरशः झाकला गेला होता.

गावात पोहोचल्यावर त्याच्या स्वागताचा थाट पाहून तो अवाक झाला. गावाच्या प्रवेशद्वारावर भव्य स्वागत कमान उभारण्यात आली होती आणि तो ज्या गल्ल्यांतून गेला, त्या प्रत्येक गल्लीच्या तोंडावर अशाच कमानी दिसल्या. गावभर त्याचे फोटो असलेले स्वागताचे पोस्टर्स लावले गेले होते. त्याच्यावर फुलांची उधळण होत होती आणि सगळीकडे उत्सवी वातावरण होते. या मंगल क्षणांनी त्याचे आई-वडील आणि दादाजी अतिशय आनंदित झाले.

सत्यमला या भपक्याचे फारसे आकर्षण नसले, तरी त्याची आई त्याला समजावत म्हणाली, ''बेटा, रागावू नकोस. हे गावकऱ्यांचे तुझ्यावरचे प्रेम आहे. तू आता समाजासाठी एक आदर्श बनला आहेस. त्यांना असे वाटायला लागू देऊ नकोस की, तू गर्विष्ठ झाला आहेस.''

त्याच्या घराबाहेर सार्वजनिक समारंभ आयोजित करण्यात आला, जिथे गावातील प्रमुख व्यक्ती उपस्थित होत्या. भाषणे झाली आणि दिवस संपता संपता थकलेल्या सत्यमलाही त्याचे विचार मांडण्यासाठी बोलावण्यात आले.

काही दिवसांनंतर, त्याला आपल्या शाळेत कार्यक्रमाचा प्रमुख पाहुणा म्हणून निमंत्रण मिळाले, ज्यामुळे त्याला प्रचंड आनंद झाला. जेमतेम तीन वर्षांपूर्वी तो वार्षिक स्नेहसंमेलनात आणि क्रीडादिवसाला जिल्हाधिकारी आणि अन्य मान्यवरांचे स्वागत करण्यासाठी रांगेत उभा असायचा, त्यांची भाषणे ऐकायचा. आज तोच त्या विद्यार्थ्यांच्या अशाच स्वागताचा सन्माननीय अनुभव घेत होता. हे अत्यंत विलक्षण आणि समाधानदायक क्षण होते.

गावात असताना सत्यम नेहमीच लोकांनी वेढलेला असे. अनेक श्रीमंत व्यक्ती त्याच्यासाठी त्यांच्या मुलींचे विवाह प्रस्ताव घेऊन आल्या. गाड्यांमधून, सुकामेव्याच्या व मिठाईच्या मोठ्या खोक्यांसह आलेल्या

लोकांकडे पाहून त्याचे पालक थक्क झाले. नातेवाइकांची रांगही घराबाहेर लागली होती, ज्यापैकी काहींनी यापूर्वी त्यांच्याशी कधी चकार शब्दही बोलला नव्हता.

सत्यमला सुरुवातीला बिहार केडर मिळेल, असा विश्वास होता. मात्र, त्याच्या अपेक्षांना धक्का बसला. व्हॉट्सॲप ग्रुपवरून समजले की, पहिल्या आणि सातव्या क्रमांकावरील दोन उमेदवारही बिहारचेच आहेत, त्यामुळे त्याला बिहार केडर मिळण्याची संधीच उरली नव्हती.

जेव्हा केडर वाटप जाहीर झाले आणि सत्यमला महाराष्ट्र केडर मिळाल्याचे समजले, तेव्हा केवळ त्याच्या परिवाराचीच नव्हे, तर अख्ख्या गावाची निराशा झाली. लग्नाच्या बाजारातला उत्साह मावळला आणि अनेकांच्या वागण्यात उफाळून आलेले प्रेमही अदृश्य झाले.

एका पुस्तकी किड्याचे रूपांतरण

मसुरीच्या प्रशिक्षणादरम्यान सत्यम एक व्यायामप्रेमी बनला. प्रशिक्षण वर्ग संपल्यावर तो घोडदौडीच्या मैदानावर धाव घेई आणि दीडेक तास घोडदौड शिके. ते संपल्यावर तो जिममध्ये जाई, खेळ खेळी व भल्या पहाटे रनिंगलाही जाई. शनिवारी-रविवारी तो आपल्या निवडक मित्रांसह गिरीभ्रमणाची (ट्रेकिंग) मौज लुटी.

जेवणावर आडवा हात मारणारा म्हणून त्याची ख्याती असली तरी या मेहनतीच्या नित्यक्रमामुळे त्याने आपले वजन ७२ किलोवरून पाच किलोंनी कमी करून ६७ किलोवर आणले. त्याला पोहणेसुद्धा शिकायचे होते. मात्र पाण्यात उतरल्यावर श्वास कोंडला जाणे आणि पाण्याची भीती वाटणे यामुळे नाइलाजाने त्याला आपल्या या इच्छेचा त्याग करावा लागला.

त्याच्या विपरीत त्याच्या खोलीदोस्ताचे म्हणजे अभिषेकचे वागणे होते. सकाळचा व्यायाम आटोपून सत्यम खोलीवर परतेपर्यंत अभिषेक डाराडूर झोपलेलाच असे. सत्यम अभिषेकच्या ब्रशवर पेस्ट लावून ठेवी आणि ८.५५ला त्याला उठवण्याचा प्रयत्न करीत म्हणे, ''भावा आता तरी ऊठ! ९ वाजताच्या वर्गात जर तू पोहोचला नाहीस, तर तुला मेमो मिळेल आणि कारणे दाखवावी लागतील!''

धुळ्यातील बालविवाहांवर उपाययोजना

जिल्हा प्रशिक्षणासाठी सत्यमला धुळे जिल्हा दिला गेला, जिथे जलज शर्मा हे २०१४ बॅचचे आयएएस अधिकारी जिल्हाधिकारी म्हणून नियुक्त होते. त्यांचा स्वभाव नारळासारखा होता. वरकरणी ते कठोर दिसत आतून मात्र ते मृदू होते. आपल्या प्रशिक्षणार्थींना ते नेहमीच पाठिंबा देत. सुरुवातीला सत्यमला मीटिंग्समध्ये वापरली जाणारी भाषा कळतच नसे. हळूहळू ती त्याला कळू लागली.

सत्यमला आणखीन एक काळजी भेडसावत होती. तो खूपच तरुण होता. त्याच्या हाताखालचे कर्मचारी त्याच्यापेक्षा वयाने ज्येष्ठ होते. त्यांना तो कसे काय मॅनेज करू शकेल, याची त्याला काळजी लागली होती. मात्र त्याची ही चिंता निराधार ठरली. त्याने गट विकास अधिकारी, तहसीलदार आणि प्रांताधिकारी म्हणून स्वतंत्र कारभार (चार्ज) समाधानकारक रितीने हाताळला.

राजकारण्यांकडून येणाऱ्या फोन कॉल्सचा सामना कसा करायचा आणि राजकीय कार्यकर्ते व नेत्यांकडून आणण्यात येणाऱ्या दबावांशी कसे निभावून न्यायचे, हे कौशल्यही त्याने आत्मसात केले आणि त्याचबरोबर राजकीय हस्तक्षेप टाळण्यातही तो यशस्वी झाला.

धुळे हा आदिवासी पट्ट्यातील जिल्हा असल्याने त्याची स्वतःची काही आव्हाने होती. जिल्ह्यात जितकी लग्ने लागत त्यापैकी ४०% बालविवाह असत. या परिस्थितीचा सामना करण्यासाठी सत्यमने भरपूर प्रयत्न केले. त्याने आदिवासी भागातील गावे आणि पाडे यांना अनेक भेटी दिल्या आणि पालकांना बालविवाहामुळे त्यांच्या मुलींच्या आरोग्यावर घडून येणाऱ्या दुष्परिणामांबद्दल जागृत करण्याचा प्रयत्न केला. त्याने १०९८ या टोल-फ्री क्रमांकाचा सक्रियपणे वापर केला आणि त्याच्या महत्त्वाबद्दल जनजागृती केली. त्याचबरोबर त्याने अनेक बालविवाहांच्या विवाहस्थळावर, लग्न लागण्याच्या काही वेळ आधी धाडीसुद्धा टाकल्या आणि बालविवाह लावणाऱ्यांचे मनसुबे उधळून लावले.

हे सगळे हस्तक्षेप घडवून आणत असताना त्याचा स्वतःचा दृष्टिकोन आणि स्थानिक जनतेची मानसिकता यांतील प्रचंड तफावतीची त्याला कल्पना आली. गरिबी व शिक्षणाचा अभाव यातून जनतेची मानसिकता

आकारास आलेली होती. बऱ्याच लोकांना तर हेही माहीत नव्हते की, १५ वर्षे वयाच्या मुलीचे लग्न लावणे हेच बेकायदेशीर आहे. त्यांच्या मते, आपल्या मुलीसाठी एक पोटापाण्याची सोय करणारा मिळवून देणे आणि तिच्या कल्याणाची तजवीज करणे, असा त्याचा अर्थ होत होता.

सत्यमने त्यांच्या दृष्टिकोनाला समजून घेण्याची गरज ओळखली. कारण, केवळ धोरणे आणि कायदे बदल घडवू शकत नाहीत, हे त्याला जाणवले. समाजात अपेक्षित बदल घडवण्यासाठी, स्थानिक पातळीवर लोकांना त्यांच्या भाषेत आणि दृष्टिकोनातून समजावून घेणे आवश्यक आहे. ही एक आव्हानात्मक पण अत्यावश्यक पद्धत आहे.

* * *

सत्यमच्या कहाणीतून आपण काय धडे घ्यायचे?

१. **पहिल्याच प्रयत्नात टॉप रँक मिळवणे ही शक्यतेच्या कोटीतील गोष्ट आहे** : आपल्या पहिल्याच प्रयत्नात यूपीएससीचे शिखर सर करणे आणि उच्च श्रेणी प्राप्त करणे हे सर्वतोपरी शक्य आहे. सुयोग्यपणे आखलेली रणनीती, शिस्तबद्ध नित्यक्रम, ठरवलेल्या डेडलाइन्स हुकू न देणे आणि या कामासाठी स्वतःला सर्वतोपरी वाहून घेणे, या गोष्टींचे पालन केल्यास पदवीधर झाल्या झाल्या तुम्ही यूपीएससीसुद्धा होऊ शकता.

२. **अपयशाला यशाकडे नेणारी पायरी बनवा** : अपयश किंवा अडथळ्यांमुळे निराश होऊ नका. एक दरवाजा बंद होणे हा दुसऱ्या मोठ्या संधीचे दार उघडण्याचा संकेत असतो. अपयशाचा उपयोग तुमचा निर्धार वाढवण्यासाठी, नव्याने प्रयत्न करण्यासाठी आणि आपल्या उद्दिष्टावर पुन्हा लक्ष केंद्रित करण्यासाठी करा. प्रत्येक अपयश हा एक धडा असतो, जो तुम्हाला पुढच्या वेळी यशाचा वेध घेण्याजोगे बळ देतो.

३. **परीक्षेच्या दिवसाचा ताण कमी करण्यासाठी सुव्यवस्थित असा** : परीक्षा केंद्रात लागणारी सर्व आवश्यक कागदपत्रे सहज सापडतील अशा रितीने तयार ठेवा. या गोष्टी चुकीच्या पद्धतीने ठेवल्याने परीक्षेच्या सकाळी अनावश्यक ताण निर्माण होतो, तुमचे लक्ष विचलित होते आणि तुमच्या कामगिरीवर परिणाम होतो. आदल्या रात्री सर्व तयारी करा, तुमचा परीक्षेचा दिवस शांत आणि संयोजित पद्धतीने सुरू होईल हे सुनिश्चित करा, ज्यामुळे तुम्हाला हाती घेतलेल्या कामावर पूर्ण लक्ष केंद्रित करता येईल.

४. **समय व्यवस्थापन अंगी बाणवा** : तुमच्या वेळेचे काटेकोरपणे व्यवस्थापन करा. तुमच्या दैनंदिन क्रियांची नोंदवही ठेवल्याने तुम्हाला कठोर वेळापत्रकाशी जुळवून घेण्यात, अंगी शिस्त बाणवण्यात आणि वेळेचा अपव्यय टाळण्यात मदत होते. स्वतःला अभ्यासात पूर्णपणे बुडवून टाका, मित्रांशी बोलण्याचे प्रमाण कमी करा आणि सोशल मीडियाचा वापर बंद किंवा कमीत कमी करा. यामुळे तुमची उत्पादकता वाढेल.

५. **तुमचा वैकल्पिक (ऑप्शनल) विषय दुर्लक्षित करू नका :** तुम्ही कॉलेजमध्ये शिकलेला विषय जरी तोच असला तरीही तुमच्या वैकल्पिक विषयाकडे दुर्लक्ष करू नका. अभ्यासक्रम, शिफारस केलेली पुस्तके आणि परीक्षकांच्या अपेक्षा वेगळ्या असतात. तुमच्या वैकल्पिक विषयात उच्च गुण मिळवणे फक्त तुमच्या संपूर्ण यशासाठीच नव्हे तर तुमची इच्छित सेवा आणि संवर्ग (केडर) मिळवण्यासाठीही महत्त्वाचे आहे.

६. **टोमणे बसणे आणि अपमान होत असूनही एकाग्रता ढळू देऊ नका :** टोमणे मारण्याच्या आणि तुमचा अपमान करण्याच्या प्रयत्नांमुळे निराश होऊ नका. तुम्ही यशस्वी व्हाल या विचारानेही अनेकांना हेवा वाटू शकतो. तुमचे लक्ष आणि एकाग्रता कायम ठेवा आणि तुमचे यश हेच त्यांच्या नकारात्मकतेला सर्वोत्तम उत्तर असू द्या.

प्रकरण ३

नोकरांच्या खोल्यांतून बंगल्यापर्यंत झेप

'एक दिवस मीसुद्धा बंगल्यात राहीन'

२००१ सालच्या डिसेंबर महिन्यातील कडाक्याच्या थंडीतील एका सकाळी, दिल्लीतल्या सिव्हिल लाइन्समधील एका भव्य बंगल्यात एक हृदयस्पर्शी भांडण सुरू होते. बंगल्याच्या पाठीमागे असलेल्या नोकरांच्या खोल्यांमधील (सर्व्हंट क्वार्टर्स) रहिवाशांशी सार्वजनिक बांधकाम खात्याचे (पीडब्लूडी) अधिकारी तावातावाने वाद घालीत होते. बघ्यांचा एक छोटासा घोळकाही फाटकापाशी उभा राहून भांडणाची गंमत बघत उभा होता.

आत्तापर्यंत त्या बंगल्यात दिल्लीचे मुख्य सचिव असलेले पी. व्ही. जयकृष्णन राहत होते. नोकरांच्या खोल्यांमध्ये राहणाऱ्या तीन परिवारांनी नुकताच अश्रूपूर्ण नेत्रांनी श्री. व सौ. जयकृष्णन यांना निरोप दिला होता. आत्ताही त्या तीन परिवारांपैकी एक असलेली उमा हीच नोकरांच्या वतीने अधिकाऱ्यांशी वाद घालीत होती. तिघे परिवार हवालदिल झाले होते.

उमा, तिचा पती टिकम सिंग आणि आठ वर्षांची डॉली व सहा वर्षांचा भारत ही त्यांची मुले, गेल्या सहा वर्षांपासून या जागेत राहत होती. टिकम कमलानगरमधील एका दुकानात काम करत होता. भारत याच खोल्यांत जन्मला होता. आता पीडब्ल्यूडीच्या अधिकाऱ्यांनी, एका साहाय्यक अभियंत्याच्या नेतृत्वाखाली, मुख्य बंगला रिकामा झाल्याचे कारण देत त्यांना बेघर करण्याचा आग्रह धरला होता.

त्यांच्या या कृतीला विरोध करत उमाने विनवणी केली, ''साहेब तुम्ही आम्हाला का बरे हे क्वार्टर्स खाली करायला लावत आहात? आम्ही गेल्या कितीतरी वर्षांपासून इथे राहत आलो आहोत.''

''जर मुख्य बंगला रिकामा असेल, तर आम्ही सर्वंट क्वार्टर्समध्ये कुणालाही राहण्याची परवानगी देऊ शकत नाही.'' साहाय्यक अभियंत्याने कठोरपणे सांगितले.

दुसऱ्या खोलीत राहणारी गंगा ही महिला पुढे आली आणि केविलवाण्या आवाजात याचना करत म्हणाली, ''साहेब आमच्यावर दया करा. आमची मुलेबाळे लहान आहेत. या अशा कडाक्याच्या थंडीत आम्ही आमच्या बालबच्चांना कुठे घेऊन जाणार?''

परंतु तिच्या विनवणीवर अभियंत्याचा प्रतिसाद दयाहीन होता. ''आता एकच गोष्ट आम्ही तुम्हाला शंभर वेळा सांगायची का? नियमानुसार आम्ही तुम्हाला इथे राहू देऊ शकत नाही.''

उमाच्या आवाजातली हताशा अधिकच गडद झाली होती. तिने शेवटचा प्रयत्न करत हात जोडले. ''साहेब, नवीन मुख्य सचिव लवकरच येथे राहायला येतील आणि आम्ही त्यांची सेवा करू. ही फक्त काही दिवसांचीच गोष्ट आहे. कृपया आम्हाला इथेच राहू द्या.''

साहाय्यक अभियंता मात्र ठाम होता. ''आम्ही आधीच सांगितले आहे की, हे शक्य नाही, त्यामुळे आमचा वेळ वाया घालवू नका आणि तुमचे सामान उद्यापर्यंत हलवा. नाहीतर आम्हाला ते बाहेर फेकावे लागेल,'' असे सांगत त्याने उमाला बाजूला ढकलले आणि आपल्या पथकासोबत तिथून निघून गेला.

त्या तिन्ही कुटुंबांवर जणू वज्राघात झाला होता. थंडी प्रचंड होती आणि त्यांच्याकडे पर्यायी आसराही नव्हता. जवळच्या बंगल्यांच्या सेवकांच्या चाळीत एखादा कोपरा मिळेल या आशेने ते धडपडू लागले; पण एवढ्या कमी वेळात हे अशक्यच होते. त्यांच्या तुटपुंज्या उत्पन्नामुळे जवळच्या झोपडपट्ट्यांमध्येही भाड्याने खोली घेणे आर्थिकदृष्ट्या कठीण होते. त्या रात्री त्यांना झोप लागली नाही.

दुसऱ्या दिवशी उमा पीडब्ल्यूडीच्या अधिकाऱ्यांकडे पुन्हा एकदा कळकळीने विनंती करण्यासाठी गेली. मात्र तिचे म्हणणे कोणाच्याच मनाला

भिडले नाही. या वेळी अधिकारी ठरवल्याप्रमाणे पोलीस आणि मजुरांसह आले आणि त्यांनी निर्दयपणे त्या कुटुंबांचे सामान बाहेर फेकले.

उमा रडतरडत आपले किडुकमिडुक रिक्षात भरत होती. तिच्या मनात हताशा आणि निर्धार अशा दोन्ही भावना एकवटल्या होत्या. बंगल्याच्या परिसरातून निघताना तिने आपल्या मुलांना घट्ट मिठी मारली. अचानक पदरी आलेल्या या बेघरपणामुळे आणि पीडब्ल्यूडी अधिकाऱ्यांकडून मिळालेल्या निर्दयी वागणुकीमुळे तिचे मन वेदनांनी पिळवटत होते. अश्रू गालांवर ओघळत असलेल्या अवस्थेत तिने मनाशी ठाम निर्धार केला, ''माझी मुले अधिकारी होतील आणि मी एके दिवशी बंगल्यात राहीन.''

अस्तित्वाची लढाई

हताश उमा, तिच्या राजेश चौहान या मोठ्या भावाकडे, जो दिल्ली जल निगम (DJB)मध्ये चालक म्हणून नोकरीला होता, मदतीसाठी वळली. राजेश आपल्या पत्नी आणि दोन मुलींसह जवळच असलेल्या दिल्ली जल निगमच्या चंद्रावल वॉटर वर्क्सच्या वसाहतीतील एका छोट्याशा खोलीत राहत होता. जागा कमी असतानाही संकटाच्या वेळी त्याने उमाला मदतीचा हात दिला.

राजेशचे साधे घर दोन्ही कुटुंबांना सामावून घेऊ शकण्याइतके मोठे नव्हते. उमा आणि टिकम यांच्या लवकरच लक्षात आले की, त्यांच्या उपस्थितीमुळे राजेशच्या कुटुंबाचे हाल होत आहेत, त्यामुळे त्यांनी घराच्या छपरावर असलेल्या एका छोट्याशा झोपडीवजा बरसातीमध्ये राहायला जाण्याचा आग्रह धरला.

त्यांची बरसाती फक्त ८० चौरस फुटांची जागा होती, जिच्या भिंती उघड्या होत्या आणि छत जाड टिनाचं होतं, जे गळत असे. उन्हापासून किंवा पावसापासून कोणतीच संरक्षणाची सुविधा नसल्यामुळे ती जागा अतिशय गैरसोयीची होती, तरीही दुसरा कोणताही पर्याय नसल्यामुळे त्यांनी तिथे एक वर्ष काढले. अखेर त्यांची घर शोधण्याची धडपड फळाला आली. त्यांना जवळच एका IAS अधिकाऱ्याच्या बंगल्याच्या सेवकचाळीत जागा मिळाली.

या नव्या, तुलनेने प्रशस्त घरामध्ये त्यांचे आयुष्य अधिक सुसह्य झाले. उमाला मोलकरिणीची नोकरी मिळाली; पण हा दिलासा फार काळ टिकला

नाही. काही कारणांमुळे त्यांना हे घरही सोडावे लागले. नंतर उमाला श्यामनाथ मार्गावर असलेल्या दिल्ली ट्रान्स्कोच्या फ्लॅट्समध्ये नोकरी मिळाली, ज्यामुळे कुटुंबाला त्या फ्लॅटशी संलग्न सेवक चाळीत स्थलांतर करावे लागले.

नवीन वसाहत लहान कॉलनीसारखी वाटत होती. तिथे एका रांगेत असलेल्या १४ नोकरांच्या खोल्या होत्या. एका फ्लॅटला जोडलेल्या दोन नोकरांच्या खोल्या असा हिशोब होता. टिकमचा लहान भाऊ अमर सिंगचं कुटुंबही त्यापैकी एका खोलीत राहत होते. इथे डॉली आणि भारत खूश होते. कारण, त्यांची शाळा रस्त्याच्या पलीकडेच होती आणि त्यांच्यासारख्या अनेक मुलांसोबत त्यांना खेळता येत होते.

परंतु लवकरच उमा आणि टिकम यांना जाणवले की, कॉलनीचे वातावरण त्यांच्या मुलांच्या विकासासाठी अनुकूल नाही. इतर मुले सतत खेळत राहायची आणि गलिच्छ भाषा वापरायची. डॉली आणि भारतच्या भविष्यासाठी चिंतेत असलेल्या उमाने त्यांना इतर मुलांसोबत खेळण्यास मनाई केली. जेव्हाही उमा आणि टिकम घराबाहेर जात तेव्हा ते आपल्या मुलांना घरात कोंडून ठेवत. खिडकीतून इतर मुलांना खेळताना पाहून डॉली आणि भारत फार उदास व्हायचे.

त्यांच्या घरी केबल कनेक्शन नव्हते, त्यामुळे डॉली आणि भारतसाठी उपलब्ध असलेला एकमेव टीव्ही चॅनेल होता दूरदर्शन. त्यातही शाळेच्या परीक्षांचा काळ आला की, उमा टीव्हीचा वीजपुरवठा आणि अँटेना वायर काढून टाकायची आणि टीव्ही चादरीत गुंडाळून ठेवायची.

आयुष्य बदलणारी संधी

२००३मधील एका संध्याकाळी, टिकम कामावरून परतला, तेव्हा त्याच्या हातात मिठाईचा पुडा होता आणि त्याचा चेहरा उत्साहाने उजळलेला होता. ''मला चाणक्यपुरीतील संस्कृती स्कूलमध्ये शिपायाची नोकरी लागली आहे,'' तो अभिमानाने मिठाईचा बॉक्स उघडत म्हणाला. त्याच्या डोळ्यांत आनंदाचे तेज होते.

''पण चाणक्यपुरी खूप लांब आहे. रोज प्रवास करणे कठीण होणार नाही का?'' उमाने चिंता व्यक्त केली.

''संस्कृती स्कूल ही अतिशय प्रतिष्ठित शाळा आहे, उमा. आयएएस अधिकारी, लष्करी अधिकारी आणि मंत्र्यांची मुले तिथे शिकतात. शिवाय पगारही बराच जास्त आहे,'' टिकमने तिला समजावत तिची चिंता दूर करण्याचा प्रयत्न केला.

उमाच्या मनात स्वप्ने रंगू लागली. ''कधी तरी डॉली आणि भारतही संस्कृती स्कूलमध्ये शिकतील असं वाटतंय,'' ती आशेने बोलून गेली.

कधी कधी हृदयातून उमटलेल्या प्रामाणिक इच्छा थेट दैवी शक्तीपर्यंत पोहोचतात, जिथे त्या काळजीपूर्वक ऐकल्या जातात आणि पूर्णही होतात.

दोन वर्षांनी, एका संध्याकाळी टिकम घरी परतला, तेव्हा त्याचा चेहरा आनंदाने चमकत होता. उमाने त्याला पाणी दिले, तेव्हा तो आपल्या उत्साहाला आवरू शकला नाही. ''भारतसाठी आयुष्य बदलणारी एक संधी आली आहे. तो संस्कृती स्कूलमध्ये शिकू शकतो,'' टिकम आनंदाने सांगू लागला. त्याचे डोळे आशेने लकाकत होते.

उमा आनंदून गेली; पण तिच्या काही शंका होत्या. ''पण ते कसं शक्य आहे? संस्कृती स्कूल तर वरिष्ठ IAS आणि सिव्हिल सेवा अधिकाऱ्यांच्या मुलांसाठीच आहे ना?'' तिने विचारले.

''शिक्षण हक्क कायद्यामुळे (RTE) आता शाळांना गरीब कुटुंबातील काही मुलांना प्रवेश द्यावा लागतो. संस्कृती स्कूल लवकरच चाचणी घेणार आहे आणि शाळेतील कर्मचाऱ्यांच्या मुलांना प्राधान्य दिले जाईल,'' टिकम तिच्या प्रश्नाचे उत्तर देत म्हणाला.

तरीही, आर्थिक अडचणींची चिंता उमाला भेडसावत होती. ''शाळेची फी खूप जास्त असेल आणि पुस्तके, गणवेश यासाठीही खर्च येईल,'' ती काळजीने म्हणाली.

''काळजी करू नकोस. गरीब कुटुंबातील विद्यार्थ्यांसाठी फी माफ केली जाईल. शिवाय, शाळा पुस्तके आणि गणवेशही मोफत देईल,'' टिकमने तिला समजावले.

दरम्यान, भारत शांतपणे या संभाषणाकडे लक्ष देत होता. त्याच्या मनात संमिश्र भावना होत्या. संस्कृती स्कूलमध्ये जाण्याच्या संधीने तो आनंदित झाला होता; पण सरकारी शाळेतले त्याचे मित्र सोडायची वेळ येणार होती यामुळे त्याचे मन हेलावले होते.

काही दिवसांनी, भारत संस्कृती स्कूलमध्ये ६वीच्या प्रवेश परीक्षेसाठी बसला. मोजकीच मुले परीक्षेसाठी होती आणि तोही निकालाची आतुरतेने वाट पाहत होता. दुसऱ्या संध्याकाळी टिकम नवीन शाळेच्या दप्तरात भरलेली पुस्तके आणि नवे कोरे गणवेश घेऊन घरी परतला.

त्याच्या डोळ्यांत आनंदाश्रू तरळत होते. ''भारतला संस्कृती स्कूलमध्ये प्रवेश मिळाला आहे,'' तो अभिमानाने म्हणाला.

इतक्या साध्या परिस्थितीतून आलेल्या पालकांसाठी हा क्षण अभिमान आणि आनंदाने भरलेला होता. आता त्यांचा मुलगा देशातील सर्वोच्च प्रशासक आणि राजकारण्यांच्या मुलांसोबत शिकणार होता, यापेक्षा मोठा सन्मान त्यांच्यासाठी काय असू शकतो?

जुळवून घेण्याचे महाकठीण काम

दुसऱ्याच दिवसापासून भारतच्या आयुष्याने नाट्यमय वळण घेतले. त्याला कधीच वाटले नव्हते की, त्याची शैक्षणिक क्षमता, शारीरिक सहनशक्ती, सामाजिक स्वीकारार्हता आणि भावनिक ताकद यांची इतकी कठोर परीक्षा त्याला कधी द्यावी लागेल.

पहिली कठीण गोष्ट होती शाळेत वेळेवर पोहोचण्यासाठीचा रोजचा संघर्ष. पहाटे ४.३० वाजता, जेव्हा बहुतेक मुले अजून गाढ झोपेत असायची, उमा त्याला उठवायची. टिकमला वर्ग सुरू होण्याच्या तासभर आधीच शाळेत हजेरी द्यावी लागायची, त्यामुळे भारतला त्याच्यासोबत जाण्याशिवाय दुसरा पर्याय नव्हता. दिल्ली ट्रान्सपोर्ट कॉर्पोरेशनच्या (DTC) तीन गजबजलेल्या बसेस बदलत, त्यांचा प्रवास पहाटे ५ वाजता सुरू व्हायचा.

शाळेचा दिवस शेवटच्या घंटेनंतरही संपत नसे. टिकमचे काम ४ वाजेपर्यंत चालायचे, त्यामुळे भारतला वडिलांचे काम संपण्याची वाट पाहत थांबणे अपरिहार्य होत होते. गर्दीने भरलेल्या DTC बसमधून परतीचा प्रवास त्याला अधिकच थकवायचा. घरी पोहोचायला ६ वाजायचे आणि लगेच भारतला शिकवणी वर्गासाठी धाव घ्यावी लागे, जो ८ वाजता संपायचा. कधी कधी डॉलीला थेट बसस्टॉपवर त्याचा डबा द्यायला यावे लागायचे, जेणेकरून तो तिथूनच शिकवणीसाठी जाऊ शकेल. दिवसभराच्या थकव्यामुळे खेळायला किंवा मित्रांशी बोलायला त्याला वेळच मिळत नसे.

संस्कृती स्कूलमधील त्याचा पहिलाच दिवस त्याला चक्रावून टाकणारा होता. त्याला समजून चुकले की, या नव्या शाळेत स्वतःला सामावून घेणे महाकठीण असणार आहे. सकाळच्या प्रार्थनेदरम्यान सर्व सूचना इंग्रजीतून दिल्या गेल्या. त्यांचा अर्थ लावण्यासाठी भारत धडपडत राहिला. मदतीसाठी विचारणे निरुपयोगी ठरले. कारण, उत्तरेही त्याच भाषेत मिळत होती.

वर्गातील परिस्थिती अधिकच अवघड होती. भारत आणि इतर चार आर्थिकदृष्ट्या दुर्बल घटकांमधील (EWS) विद्यार्थी–पंकज, सुशील, हिना आणि गुरमीत–यांना जणू वाळीत टाकल्यागत केले गेले होते. ते आणि त्यांचे समृद्ध घरांतून आलेले सहाध्यायी, यांच्यामधील अंतर एक मोठ्या दरीसारखे होते. त्यांच्या तेलकट केसांवर, काजळ लावण्याच्या सवयीवर, अडखळत्या इंग्रजीवर आणि त्यांच्या तथाकथित कनिष्ठतेवर श्रीमंत विद्यार्थ्यांनी नावे ठेवत हसणे आणि चिडवणे सुरू ठेवले. लुकडा आणि कुपोषित भारत, त्यांना चिडवण्यासाठी एक सोपे लक्ष्य बनला.

भारतची आधीची सरकारी शाळा आणि संस्कृती स्कूलमधील शैक्षणिक फरकही लक्षणीय होता. त्याच्या जुन्या शाळेत तो वर्गात पहिला असायचा; पण ती गती इथे त्याला साधता येईना. शिक्षक इंग्रजीतून शिकवत असल्यामुळे संवादात अडथळे येत होते. तोंडी परीक्षांनी तर त्याला घाबरवून टाकले होते; इंग्रजीत उत्तरे देणे त्याच्यासाठी कर्मकठीण होते.

त्याच्यासारख्या आर्थिकदृष्ट्या कमकुवत घटकातील विद्यार्थ्यांच्या मदतीसाठी शाळेने स्वतंत्र वर्ग आयोजित केले. तिथे, आशिया मॅडम भारतच्या गुरू बनल्या. त्यांनी त्याला इंग्रजी सुधारण्यासाठी मदत केली आणि त्याचा आत्मविश्वास हळूहळू परत आणला.

तरीही परीक्षांमध्ये चांगले गुण मिळवणे भारतसाठी कठीण होते. पालकांची नाराजी आणि राग टाळण्यासाठी तो आपले गुण लपवू लागला; पण पालक–शिक्षक सभांमध्ये टिकमला त्याच्या कामगिरीची माहिती मिळायची आणि त्यानंतर भारतला रागावले जाई, कधी कधी थोबाडलेही जाई. भारतला जुनी शाळा परत मिळावी असे वाटू लागले. हा असंतोष त्याच्या आत्मसन्मानावर परिणाम करत होता आणि कनिष्ठतेची भावना (इन्फिरिऑरिटी कॉम्प्लेक्स) त्याच्या मनात घर करू लागली.

संस्कृती स्कूलमधील सुरुवातीची तीन वर्षे भारतसाठी जणू भयानक स्वप्नं ठरली. मात्र, नवव्या वर्गात पोहोचेपर्यंत त्याने थोडे स्थैर्य मिळवले.

अनेक अडथळे पार करत तो 'श्रीमंत मुलांच्या गटाशी' थोडा थोडा एकरूप होऊ लागला. इतर EWS विद्यार्थी हा दबाव सहन न करू शकल्यामुळे शाळा सोडून गेले; पण भारतने मात्र टिकून राहण्यात यश मिळवले.

वेळेवर आलेली जाग

संस्कृती स्कूलमध्ये उच्चभ्रू नागरी सेवा जगताशी भारतची ओळख झाली. त्याचा जिवलग मित्र फैज अहमद याचे वडील एक आयपीएस अधिकारी होते. भारतचे अन्य मित्र आपापल्या पालकांच्या मोठमोठ्या पदांवर असल्याबद्दलच्या कहाण्या इतरांना सांगत असत. त्या ऐकून भारतच्या मनात एक बीज पेरले गेले – नागरी सेवा परीक्षा देण्याचे. त्याने जर ती परीक्षा क्रॅक केली, तर त्याच्या परिवाराचा आर्थिक संघर्ष तर संपुष्टात येईलच; पण त्यांचा सामाजिक दर्जाही वाढेल.

दहावीत भारतने उत्तम कामगिरी करून १० पैकी ८.८चा चांगला सीजीपीए प्राप्त केला. अकरावीसाठी त्याने पारंपरिक विषय म्हणजे फिजिक्स, केमिस्ट्री, गणित (पीसीएम) इंग्रजी आणि कॉम्प्युटर सायन्स हे निवडले. आपल्या वर्गसोबत्यांचे अनुकरण करून त्याने आपल्या पालकांना त्याच्यासाठी, तब्बल एक लाख रुपये फी असलेला आयआयटी–जेईईचा कोचिंग क्लासही लावायला लावला. मात्र स्वतःच्या अभ्यासाच्या बाबतीत तो निष्काळजी बनला. फक्त जरुरीपुरते गुण मिळविण्याकडे त्याची प्रवृत्ती झुकली. वर्ग बुडविणे आणि एखाद्या मित्राबरोबर कँपसमध्ये भटकत राहणे ही सवय त्याला लागली. शिक्षणाचा बोर्या वाजविण्यासाठी हमखास यशस्वी होणारी ही पाककृती असल्याने लवकरच तसे झाले. बारावीच्या पूर्व परीक्षेत भारत तीन विषयांत नापास झाला. लज्जित आणि संतप्त झालेल्या टिकमने घरी आल्यावर भारतची चांगलीच खरडपट्टी काढली.

"शाळेत माझी जी काही इज्जत होती, तिचा तू कचरा केलास. प्रिन्सिपल मॅडमनी जेव्हा दुपारी मला त्यांच्या ऑफिसमध्ये बोलावून घेतले आणि मला झापले, तेव्हा शरमेने तोंड कुठे लपवावे ते मला कळेना. त्यांनी मला धमकी दिली आहे, तू शाळेचे निकाल बरबाद केल्यामुळे त्या तुला शाळेतून काढून टाकणार आहेत."

उमाही अत्यंत नाराज झाली होती. दुसऱ्या दिवशी सकाळी ती आपल्यासोबत भारतला घेऊन चार मंदिरांत जाऊन आली आणि तिच्यासोबत त्यालाही देवाची करुणा भाकायला लावली.

या सगळ्या प्रकरणाने भारत जणू खडबडून जागा झाला. पुढील चार महिने त्याने स्वतःला अभ्यासात पूर्णपणे बुडवून घेतले. त्याची कठोर मेहनत फळाला आली. बारावीच्या निकालात त्याने उत्तम कामगिरी बजावून त्याच्या सर्वोत्तम चार विषयांत ८८% गुण मिळविले. आयआयटी-जेईई परीक्षीत जरी त्याला यश आले नसले एआय ट्रिपल ई या अभियांत्रिकीच्या प्रवेश परीक्षेत उत्तम श्रेणी मिळवून दिल्ली टेक्नॉलॉजिकल युनिव्हर्सिटीत (DTU) प्रवेश मिळवला. टिकम आणि उमाच्या आनंदाला सीमा उरली नाही.

त्याला मोटारगाड्यांचे वेड असल्याने DTUत त्याने मेकॅनिकल अभियांत्रिकीची शाखा निवडली. जेव्हा त्याला हे समजले की, नागरी सेवा परीक्षेसाठी मेकॅनिकल अभियांत्रिकी हा एक ऐच्छिक विषयही आहे, तेव्हा त्याला अतिरिक्त समाधान मिळाले. संस्कृती स्कूलमध्ये असताना त्याच्या हृदयात जे नागरी सेवा परीक्षेचे बीज रुजले होते, त्याने आता मूळ पकडले होते.

टीम इंडिया पोहोचली हाँगकाँगला

दिल्ली टेक्नॉलॉजिकल युनिव्हर्सिटीच्या (DTU) गजबजलेल्या वातावरणामध्ये भारतला समानतेचा नवीन अनुभव मिळाला. इथे कोणताही वर्गभेद नव्हता. ना 'कमकुवत आर्थिक गटातला (EWS)' ही ओळख त्याचे पाय खेचत होती, ना त्याच्या कुटुंबाची पार्श्वभूमी कोणाला माहीत होती. वडिलांनी बक्षीस दिलेला मोबाइल फोन आणि दरमहा मिळणारा १५०० रुपयांचा पॉकेटमनी, यामुळे त्याच्या या स्वातंत्र्यात अधिकच आनंद भरला होता.

DTUच्या कार टीम्सनी भारतची कल्पनाशक्ती काबीज करून टाकली. टीम सोलारिस सौरऊर्जेवर चालणाऱ्या वाहनांवर काम करत होती, तर टीम डिफायन्स रेसिंग उच्च-गतीच्या कार्सवर संशोधन करत होती. मात्र, सर्वांत हवेहवेसे ठिकाण म्हणजे ऑटोमोबाईल अभियांत्रिकीतील प्रगत अभ्यास आणि संशोधन केंद्र (CASRAE), ज्याला सर्वसामान्यपणे बायोडिझेल लॅब म्हटले जात असे. हा संशोधकांचा गट पर्यायी इंधने आणि प्रगत ब्रेकिंग प्रणालींवर संशोधन करत होता.

पण कठीण प्रवेश परीक्षेने भारतचे या लॅबमध्ये सामील होण्याचे स्वप्न भंगून टाकले. त्याचे मन खट्टू झाले; पण त्याचा आत्मविश्वास डगमगला नाही. त्याला अंध व्यक्तींना मदत करणाऱ्या उपकरणांच्या डिझाइन स्पर्धेची माहिती मिळाली. हाँगकाँगमध्ये होणाऱ्या जागतिक स्पर्धेत देशाचे प्रतिनिधित्व करण्याची संधी मिळेल, या कल्पनेने त्याला प्रेरित केले. भारतने आशिष, गौतम आणि मोहम्मद झुबैर या विविध शाखांतील विद्यार्थ्यांना सोबत घेत, त्यांना संघात सामील करून घेतले. त्यांनी मिळून 'नेत्र' नावाची स्मार्ट वॉकिंग स्टिक तयार केली.

नेत्रमध्ये अनेक वैशिष्ट्ये होती : प्रकाश ओळखणारा सेन्सर, जो अंधारात LED लाइट सुरू करत असे, अल्ट्रासाऊंड सेन्सर, जो वापरकर्त्याच्या मार्गात अडथळा आल्यावर इशारा देत असे, आपत्कालीन बटण, ज्यात SIM कार्ड लावले होते, हे बटण दाबल्यावर निवडलेल्या फोन नंबरला आपत्कालीन संदेश आणि GPS स्थान पाठवले जात असे. याशिवाय, त्यांनी एक अँड्रॉइड ॲप विकसित केले, जे या सूचना दाखवण्याचे आणि पाठवणाऱ्याचे स्थान ट्रॅक करण्याचे काम करत असे.

त्यांच्या या शोधाला त्वरित यश मिळाले. राष्ट्रीय स्पर्धेत विजय मिळवल्यामुळे त्यांना सप्टेंबर २०१३मध्ये इन्स्टिट्यूशन ऑफ मेकॅनिकल इंजिनियर्स (IMechE) आयोजित जागतिक स्पर्धेत जाण्याची संधी मिळाली. IIT दिल्लीच्या संघाला हरवून राष्ट्रीय स्तरावर विजय मिळवणे ही बाब त्यांच्यासाठी अतिरिक्त आनंदाची (चेरी ऑन द टॉप) ठरली. वयाच्या अवघ्या अठराव्या वर्षी, आंतरराष्ट्रीय मंचावर उभे राहण्याचा थरारक अनुभव अतुलनीय होता.

हाँगकाँगमध्ये 'टीम इंडिया'ने नेत्र सादर केले आणि जागतिक पातळीवर प्रशंसा मिळवली. परीक्षकांनी त्याच्या वैशिष्ट्यांचे, परवडणाऱ्या किमतीचे आणि वापरकर्ता अनुकूल (यूजर फ्रेंडली) डिझाइनचे कौतुक केले. अंध व्यक्तींनी नेत्र वापरून पाहिल्यावर समाधान व्यक्त केले आणि मनःपूर्वक कृतज्ञता व्यक्त केली.

द्वितीय उपविजेतेपद आणि १०० पाउंडचे रोख बक्षीस जिंकणे ही 'टीम इंडिया'साठी मोठी उपलब्धी होती. विजयाचा आनंद वाढवणारी गोष्ट म्हणजे हाँगकाँगच्या मुख्य कार्यकारी अधिकाऱ्यांनी विजेत्या संघांसाठी आयोजित केलेल्या भव्य, रात्रीच्या मेजवानीचे निमंत्रण.

कमी गुण मिळवणाऱ्या मुलाची उच्च नोकरीसाठी निवड

हाँगकाँगमधील विजयाने भारतसाठी DTUच्या अत्यंत प्रतिष्ठित बायोडिझेल लॅबचे दरवाजे उघडले. संशोधनात रुची वाढवत, त्याने लॅबमध्ये तासन्तास मेहनत घेतली. त्याच्या समर्पणामुळे नामवंत आंतरराष्ट्रीय जर्नल्समध्ये दोन संशोधन प्रबंध प्रसिद्ध झाले : एक रिजनरेटिव्ह ब्रेकिंगबद्दल आणि दुसरा, पर्यायी इंधन म्हणून हायड्रोजनच्या वापराबद्दल.

बायोडिझेल लॅबच्या प्राध्यापकांनी भारत आणि त्याची मित्र अमया काक यांना, दहा वर्षे जुना पेट्रोलवर चालणारा जनरेटर हायड्रोजनवर चालवून दाखविण्याचे आव्हान दिले. हे आव्हान उत्साहाने स्वीकारून त्यांनी मर्यादित निधीचा प्रभावी वापर करत तीन महिने अथक परिश्रम घेतले. एका संध्याकाळी, त्यांच्या प्रयत्नांना यश मिळाले आणि जनरेटरने हायड्रोजनवर सुरू होत जोरदार गर्जना केली. हा विजय लॅबमध्ये जल्लोशाने साजरा करण्यात आला.

मात्र, संशोधनावर अधिक लक्ष केंद्रित केल्यामुळे भारतच्या शैक्षणिक निकालांवर विपरीत परिणाम झाला. दुसऱ्या वर्षानंतर त्याचे सरासरी गुण फक्त ५८ टक्के होते. जेव्हा त्याने वरिष्ठ विद्यार्थ्यांच्या प्लेसमेंटचे रेकॉर्ड पाहिले, तेव्हा त्याला कळले की, प्लेसमेंट चाचण्यांना बसण्यासाठी किमान ६५ टक्के गुण आवश्यक आहेत. या गोष्टीची जाणीव होताच, भारतने अभ्यासात स्वतःला झोकून दिले आणि योग्य वेळी आपले सरासरी गुण ६६ टक्क्यांवर नेले.

१ ऑगस्ट २०१५ रोजी प्लेसमेंट प्रक्रिया सुरू झाली. भारतला त्याच्या ७० टक्क्यांखालील सरासरी गुणांमुळे वारंवार नकार मिळाला. काही ठिकाणी परीक्षा देण्याची संधी मिळाली; पण तेथेही तो लेखी चाचणीत अपयशी ठरला. १५ सप्टेंबर २०१५पर्यंत त्याच्याकडे कोणत्याही कंपनीचे ऑफर लेटर नव्हते. मात्र, टाटा मोटर्सची प्रक्रिया अद्याप बाकी असल्यामुळे त्याला थोडीफार आशा होती.

१६ सप्टेंबर २०१५ रोजी भारतने टाटा मोटर्सची लेखी चाचणी उत्तीर्ण केली. मुलाखत तुलनेने सोपी होती. कारण, ती त्याच्या संशोधन प्रकल्पांवर केंद्रित होती.

सरासरीपेक्षा कमी गुण आणि वर्गात तळाच्या १० टक्क्यांमध्ये असतानाही भारतला टाटा मोटर्समध्ये नोकरी मिळाली. त्याचे सहाध्यायी आणि प्राध्यापक त्यामुळे खरोखरच आश्चर्यचकित झाले. बायोडिझेल

लॅबमधील त्याचे काम आणि प्रसिद्ध झालेले संशोधन प्रबंध यामुळे त्याला ही नोकरी मिळवता आली.

भारतची नियुक्ती दिल्लीतील टाटा मोटर्सच्या ऑपरेशन्स विभागात झाली. संशोधन क्षेत्रात विशेष रस असल्यामुळे, पुण्यातील इंजिनिअरिंग रिसर्च सेंटरमध्ये पोस्टिंग न मिळाल्याचे त्याला दुःख झाले; पण नियतीने त्याच्या आयुष्यासाठी वेगळेच काही आखले होते.

अत्यंत महत्त्वाचा निर्णय

टाटा मोटर्समध्ये नोकरी लागल्याने भारतच्या डोक्यावरील बराचसा भार हलका झाला. त्याची कामावर रुजू होण्याची तारीख जवळजवळ वर्षभर दूर असल्याने नवनवीन गोष्टींचा प्रयत्न करून पाहण्यासाठी त्याच्याजवळ वेळच वेळ होता. नोकरी तर मिळाली; पण तिच्यापेक्षाही काहीतरी मोठे करून बघण्याची सुप्त इच्छा त्याच्या मनात रेंगाळतच होती. नागरी सेवा परीक्षा देण्याचे स्वप्न, ज्याचे बीज आयएएस अधिकाऱ्याच्या बंगल्यातील नोकरांच्या खोलीत आणि संस्कृती स्कूलच्या वातावरणात रुजले होते, त्यानेही आपले डोके वर काढले.

तथापि, भारत आत्मसंदेह व दाबून टाकलेल्या आकांक्षांच्या आवरणात गुरफटलेला असल्याने त्याने आपल्या स्वप्नाविषयी उघडपणे बोलण्याची हिंमत केली नाही. त्याने शांतपणे त्याबद्दल गूगल व यू ट्यूबवर शोध घेणे सुरू केले. नागरी सेवा परीक्षांच्या (CSE) तयारीची पहिली पायरी म्हणजे NCERTची पाठ्यपुस्तके अभ्यासणे होय, हे त्याला समजल्यावर त्याने गुप्तपणे त्यांचा अभ्यास करणे सुरू केले.

२०१६च्या ऑगस्ट महिन्यात भारत मुंबईत येऊन टाटा मोटर्समध्ये रुजू झाला आणि त्याने कंपनी जगतात प्रवेश केला. एका आठवड्यानंतर त्याला प्रशिक्षणासाठी लखनौ येथे पाठविण्यात आले. आपल्या उबदार घरापासून दूर आणि दरमहा ४५००० रुपयांचे उत्पन्न मिळत असल्याने तो वाईट सवयींना बळी पडला आणि प्रचंड धूम्रपान करू लागला. आपल्या आयुष्यात कोणते वादळ येऊ घातले आहे, याची त्याला मुळीच कल्पना नव्हती.

लखनौच्या टाटा मोटर्सच्या गेस्ट हाउसमध्ये एका रात्री एकटाच निद्राधीन झालेला असताना, कडाक्याच्या थंडीच्या पहाटे साडेचार वाजता

त्याला प्रचंड खोकला सुरू झाला. तो थांबता थांबेना. त्याच्या खोकल्यातून रक्तही पडत होते. आपल्याला काहीतरी भयानक आजार झाला असल्याच्या आशंकेने तो भयभीत झाला. त्याच्या डोळ्यांतून आसवे ओघळू लागली. अस्तित्वाविषयीच्या अनेक प्रश्नांचा त्याच्या मनात पूर लोटला. जीवनाची क्षणभंगुरता त्याच्यासमोर उभी ठाकली. 'मी कोणता वारसा माझ्यामागे सोडून जाणार आहे? जवळ पैसा नाही, स्वतःच्या मालकीचे घर नाही, वडील सेवानिवृत्तीच्या उंबरठ्यावर उभे आणि अद्याप बहिणीचे लग्न व्हायचे बाकी असताना आपण जर मेलो, तर आपल्या परिवाराचे काय होणार?' या प्रश्नांनी त्याला वास्तवाची कठोर जाणीव करून दिली.

त्या निर्णायक क्षणी, जीवन बदलून टाकणारे दोन दृढनिश्चय जन्मास आले. पहिला म्हणजे धूम्रपानाचा त्याग आणि दुसरा यूपीएससीचे शिखर सर करण्याच्या दुष्कर आव्हानाला अत्युच्च सचोटीने भिडणे. भारतला ती नोकरी त्याच्या कुटुंबाला आर्थिक अस्थिरतेच्या जोखडातून मुक्त करण्यासाठी आणि समाजात सन्मान मिळवून देण्यासाठी आवश्यक अशी संजीवनी वाटली.

भारतचे आयुष्य पुढे सरकत राहिले. लखनौ येथील प्रशिक्षण संपल्यावर भारतची नेमणूक दिल्ली परिवहन मंडळाच्या (DTC) रोहिणी इथल्या डेपोत झाली. बसेसची देखभाल करणाऱ्या एका टीमला सुपरवाईझ करणे, हे भारतचे काम होते. भारतला त्याचे हे काम खूप आवडू लागले. कारण, त्याच्या आयुष्यात असे पहिल्यांदाच घडत होते की, लोक येऊन त्याला रिपोर्ट करत होते आणि त्याच्याकडून मार्गदर्शन मागत होते. बस दुरुस्तीच्या यंत्रांच्या घरघराटासोबतच भारत एनसीईआरटी पुस्तकांची पाने शांतपणे पलटत, कामाच्या मागण्या आणि स्वप्नाचा पाठलाग यांचा समतोल साधण्याचा प्रयत्न करत होता. त्याने २०१७च्या नागरी सेवा परीक्षेसाठी अर्ज केला.

कामाचे घाईगर्दीचे वेळापत्रक, अनियमित पाळ्या आणि कामाचा सहा दिवसांचा आठवडा यांमुळे भारतला नागरी सेवा परीक्षेच्या तयारीसाठी पुरेसा वेळ देणे कठीण झाले. त्याने १८ जून २०१७ रोजी प्रिलिम्स परीक्षा दिली; परंतु त्याची कामगिरी समाधानकारक झाली नाही.

सामान्य अध्ययनाच्या (GS) पेपरनंतर आणि CSAT पेपरच्या आधी जवळच्या उद्यानात साधेसे घरगुती भोजन करत असताना त्याच्या वडिलांनी प्रश्न केला, 'बेटा, परीक्षा कशी झाली?'

''पप्पा, या वेळी मी पास होणार नाही असे वाटते. ही परीक्षा उत्तीर्ण होण्यासाठी मला नोकरी सोडून पूर्णवेळ तयारी करावी लागेल,'' भारतने आपले प्रामाणिक मत व्यक्त केले.

त्याच्या उत्तराने वातावरण गंभीर झाले. टाटा मोटर्सची सुरक्षित नोकरी, कुटुंबाला नव्याने मिळालेली आर्थिक स्थिरता आणि समाजात मिळू लागलेला सन्मान यावर मोठे संकट आले असते. मात्र, टिकमने कोणताही विचार न करता धाडकन भारतच्या स्वप्नांना आशीर्वाद दिला. ''नोकरीची चिंता करू नकोस. पूर्ण मनाने तयारी कर, स्वतःला झोकून दे आणि हे करून दाखव,'' असे ते म्हणाले.

वडिलांच्या या शब्दांनी भारत आश्चर्यचकित झाला, सुखावला. ''मी वचन देतो, पप्पा, मी तुमची अपेक्षा फोल जाऊ देणार नाही,'' असे म्हणत भारतने आपल्या हव्याहव्याशा नोकरीचा त्याग करण्याचा मोठा निर्णय घेतला.

दुसऱ्याच दिवशी आपल्या स्वप्नांच्या आगीने पेटलेल्या भारतने आपल्या नोकरीचा राजीनामा दिला.

दोन गंभीर चुका

सामान्य अध्ययनाच्या (GS) पेपरसाठी भारतच्या मनात एखाद्या नामवंत कोचिंग संस्थेत प्रवेश घेण्याची तीव्र इच्छा होती. मात्र, दीड लाख रुपयांहून अधिक असलेल्या भरमसाठ फीमुळे त्याची इच्छा भंग पावली; पण जर इच्छा प्रामाणिक असेल, तर जिथे एक दार बंद होते, तिथे दुसरे उघडते.

भारतने मार्गदर्शनासाठी टाटा मोटर्समधील आपला वरिष्ठ असलेल्या रजतकडे जाण्याचा निर्णय घेतला. त्यानेही आयएएसच्या स्वप्नासाठी एक वर्षापूर्वी नोकरी सोडली होती आणि दिल्लीतील एका प्रतिष्ठित कोचिंग संस्थेत GSच्या ध्वनिमुद्रित व्याख्यानांसाठी प्रवेश घेतला होता. भारतची आर्थिक परिस्थिती लक्षात घेऊन, रजतने मदतीचा हात पुढे केला, ''एक हार्ड डिस्क घेऊन ये आणि माझ्या लॅपटॉपमधून सर्व व्याख्याने कॉपी करून घे,'' असे त्याने दिलदारपणे सुचवले.

रजतच्या या प्रस्तावाने भारत अवाक् झाला. इतकी मोठी मदत आपल्याला मिळतेय, यावर त्याचा विश्वासच बसेना. दुसऱ्या दिवशी सकाळीच भारत रजतच्या घरी पोहोचला आणि कृतज्ञ अंतःकरणाने त्याने सर्व व्याख्याने डाउनलोड करून घेतली.

पुढचे आव्हान होते वैकल्पिक विषय निवडण्याचे. अनेक पर्यायांमधून भारतने भूगोल निवडला. कारण, त्याला तो सामाजिक विज्ञानांमधील (सोशल सायन्सेस) तांत्रिकदृष्ट्या सर्वांत आकर्षक वाटला. त्याचा अभ्यासक्रम वैज्ञानिक संकल्पनांशी निगडित होता – उष्णता वाहून नेणे, वारे, तापमान, हवेचा दाब आणि पर्जन्यवृष्टी–ज्या विषयांत भारत आधीपासूनच पारंगत होता.

भूगोलात नवखे असल्यामुळे भारतने साडेतीन महिन्यांच्या कोचिंग प्रोग्राममध्ये प्रवेश घेतला. त्याने वर्गात पुढच्या रांगेत बसून मन लावून अभ्यास केला आणि एकही वर्ग न चुकवण्याचा निर्धार केला.

घरी अभ्यास करणे एकाग्रतेच्या दृष्टीने कठीण असल्याचे भारतच्या लक्षात आले म्हणून त्याने करोल बागमधील एका खाजगी वाचनालयाची सदस्यता घेतली. वातानुकूलित असलेल्या या वाचनालयात अभ्यासासाठी टेबले आणि खुर्च्या होत्या.

दररोज सकाळी सात वाजता भारत आपल्या दिवसाची सुरुवात करत असे. प्रवासादरम्यान सकाळच्या बातम्या वाचणे हे त्याच्या अभ्यासाचा एक भाग बनले होते. संध्याकाळी नऊच्या सुमारास मेट्रोने परतताना तो नोट्सचा आढावा घेत असे.

प्रिलिम्स परीक्षेच्या आदल्या दिवशी भारत प्रचंड तणावात होता. इतका की, त्याला फक्त दोन तास झोप लागली. टाटा मोटर्सची प्रतिष्ठित नोकरी सोडून एक वर्ष उलटले होते आणि बचतीचे पैसे झपाट्याने कमी होत असल्याने परीक्षेत याच प्रयत्नात यश मिळवणे गरजेचे होते. आता अपयश म्हणजे आणखी एक वर्ष मेहनत आणि प्रतीक्षा.

परीक्षेचा अनुभव चांगला होता आणि कोचिंग संस्थांनी पुरवलेल्या उत्तरतालिकांशी आपली उत्तरे पडताळून भारतला आत्मविश्वास आला. वेळ वाया न घालवता त्याने लगेच मुख्य परीक्षेच्या तयारीला सुरुवात केली.

तथापि, मुख्य परीक्षेच्या तयारीत त्याने काही गंभीर चुका केल्या. स्वातंत्र्योत्तर इतिहास आणि जागतिक इतिहास यांसारख्या, तुलनेने कमी प्रश्न विचारल्या जाणाऱ्या विषयांवर त्याने एक महिना वाया घालवला. भूगोलासाठी कोचिंगच्या नोट्सवर खूप जास्त प्रमाणात अवलंबून राहून मानक पाठ्यपुस्तके न वाचण्याची दुसरी चूक त्याच्याकडून झाली. परिणामी, मुख्य परीक्षेत आपले काम चांगले झाले नाही, अशी भीती त्याला सतावू लागली.

विजय आणि शोकाचा पट

भारत निराश मनःस्थितीत महिनाभर घरी निष्क्रिय बसून होता. मात्र, मुख्य परीक्षेचा निकाल पाहून त्याचा स्वतःच्या डोळ्यांवर विश्वास बसेना. त्याने ही पायरी यशस्वीरीत्या पार केली होती आणि त्याला मुलाखतीसाठी बोलावण्यात आले होते. भारतची मुलाखत ८ मार्च २०१९ रोजी ठरली होती.

त्याचे भवितव्य ठरविणाऱ्या त्या दिवशी तो लवकर उठला. स्वतःची तयारी करत असताना, त्याची आई उमा पहाटेपासूनच त्याच्या यशासाठी देवाची प्रार्थना करत होती. पहाटेच्या त्या शांत वातावरणात, आपल्या कामावर जाण्यासाठी घराबाहेर निघण्यापूर्वी त्याचे वडील टिकम यांनी त्याला आशीर्वाद दिले. हलका नाश्ता करून आणि आईचा आशीर्वाद घेऊन भारत रिक्षाने सुप्रसिद्ध धोलपूर हाउसकडे निघाला.

मुलाखतीच्या खोलीकडे जाण्याचा प्रवास हा केवळ शारीरिक प्रवास नव्हता, तर ती भारतच्या स्वप्नांची एक तीर्थयात्रा होती. मुलाखतीच्या खोलीत पाऊल टाकताना त्याच्या मनात थोडीशी भीती आणि उत्सुकता होती. पहिला प्रश्न नेहमीच्या मॉक इंटरव्ह्यूमध्ये विचारल्या जाणाऱ्या प्रश्नांप्रमाणे साधा होता – त्याच्या नावाबाबत. यासाठी तो आधीच तयार होता.

मात्र, त्यानंतर अध्यक्षांच्या प्रश्नांनी वेगळे वळण घेतले. ''शाहरुख खानचे चित्रपटांमधले नाव बहुतेक वेळा सारखेच का असते?'' या अनपेक्षित प्रश्नाने भारत थोडासा गोंधळला; पण अध्यक्षांनी विचारणे थांबवले नाही, ''अभिनेते चित्रपटांमध्ये आपल्या पात्राचे नाव एकच का ठेवतात? यामागे अंधश्रद्धा असेल का?'' त्यांनी प्रश्न फेकला. त्यानंतर आणखी एक गुगली प्रश्न – ''मनोज कुमारचे चित्रपटांमधले नाव काय असायचे आणि त्यामागील कारण काय?''

मुलाखतीच्या निकालाची उत्सुकतेने वाट बघत असताना भारतच्या आजीचे निधन झाल्याने कुटुंबावर दुःखाचा डोंगर कोसळला. अशा कठीण काळात जेव्हा निकाल जाहीर झाला, तेव्हा त्याने त्यांच्या शोकात आणखीन एका कारणाची भर घातली. भारतचे नाव यादीत नव्हते.

उमा आणि टिकम निश्चितच निराश झाले होते; पण त्यांनी त्यांची भावना भारतसमोर व्यक्त केली नाही. ''तू पहिल्याच प्रयत्नात मुलाखतीपर्यंत

पोहोचलास, हे स्वतःतच एक मोठे यश आहे. पुढच्या वेळी नक्कीच तू आयएएस अधिकारी होशील,'' असा त्याला त्यांनी दिलासा दिला.

मात्र, यूपीएससी परीक्षेच्या वेळापत्रकात कुणालाही श्वास घ्यायला वेळ मिळत नाही. काही दिवसांतच पुढील पूर्व परीक्षा समोर येऊन ठाकली होती. भारतजवळ रडत बसण्यासाठी वेळच नव्हता. त्याला पुन्हा अभ्यासाला जुंपून घ्यावे लागले.

आता परीक्षेचे दडपण वाढले होते आणि आव्हानेही अधिक कठीण झाली होती; पण भारतची जिद्दही तितकीच भक्कम झाली होती.

जाळे लांबवर फेकले

CSE प्रिलिम्स-२०१९च्या निकालाने भारतच्या डोळ्यांत उज्ज्वल भविष्याची नवी आशा जागवली. त्याच वेळी, यूपीएससीने CSE मेन्स-२०१८मधील गुण जाहीर केले. भूगोल या त्याच्या वैकल्पिक विषयामधील कमी गुणांमुळे त्याचे IAS अधिकारी होण्याचे स्वप्न भंगले होते. पराभव स्वीकारायचा नाही, या निर्धाराने भारतने भूगोल विषयासाठी अधिक वेळ दिला आणि शिफारस केलेल्या पुस्तकांमधून तसेच नामांकित कोचिंग वर्गांच्या नोट्समधून बारकाईने अभ्यास केला.

तथापि, त्याच्या अथक प्रयत्नांनंतरही, मेन्स-२०१९मधील भूगोल विषयाच्या पेपरमध्ये तो समाधानकारक कामगिरी करू शकला नाही, त्यामुळे यशाच्या अनिश्चिततेचे सावट त्याच्यावर होते. यानंतर, त्याने आपल्या संधींचा आवाका वाढवण्यासाठी जाळे दूरवर फेकण्याचा निर्णय घेतला आणि मध्य प्रदेश प्रांतीय नागरी सेवा (MPPCS) परीक्षेसाठी अर्ज केला. अनेक IAS परीक्षार्थी अनिच्छेने अशा पर्यायी संधी निवडत असले, तरी MPPCS परीक्षेने राज्य-विशिष्ट (स्टेट स्पेसिफिक) प्रश्नांसारखी स्वतःची आव्हाने उभी केली होती.

एक सन्माननीय नोकरी मिळणे आणि सन्मानाने जगता येणे यासाठी भारतने केंद्रीय सशस्त्र पोलीस दल (CAPF)मध्ये साहाय्यक कमांडंट पदासाठीही परीक्षा दिली. लेखी परीक्षेतील यशाची बातमी त्याला क्षणभरापुरताच आनंद देऊन गेली. कारण, आता त्याला कठोर शारीरिक चाचणीला सामोरे जावे लागणार होते. या चाचणीमध्ये १६ सेकंदांपेक्षा कमी वेळात १०० मीटर

धावणे, ३ मिनिटे ४५ सेकंदांपेक्षा कमी वेळेत ८०० मीटर धावणे, ३.५ मीटर लांब उडी आणि ४.५ मीटर गोळाफेक असे आव्हान होते.

CSE परीक्षेच्या तयारीला जुंपून घेतल्यामुळे झालेल्या बैठ्या व निष्क्रिय जीवनशैलीमुळे तब्बल १०० किलो वजन गाठलेल्या भारतसाठी या शारीरिक चाचणीच्या अटी अधिकच कठीण ठरल्या. तो केवळ स्थूल झाला होता असे नाही, तर या चाचणींसाठी लागणाऱ्या दमदारपणाचाही (स्टॅमिना) त्याच्यात अभाव होता. मात्र, व्यक्तिमत्त्वाची खरी ताकद अशा आव्हानात्मक परिस्थितीतच दिसून येत असते.

भारतने खचून न जाता एका भगीरथ प्रयत्नाची सुरुवात केली. फक्त पंचवीस दिवसांत १५ किलो वजन त्याने घटवले. चाचणीच्या दिवशी तो तंदुरुस्त आणि ऊर्जावान दिसत होता. ट्रॅकवर त्याचे पुनरुत्थान दिसून आले आणि गोळाफेकीच्या मैदानावर त्याच्या निर्धाराचा जयघोष झाला. मात्र, दुर्दैवाने, लांब उडी त्याच्यासाठी ॲचिलेस हिल *(म्हणजे अचिलेसची टाच, जी त्याच्या शरीरातील सर्वांत कमकुवत भाग होती. जसे की दुर्योधनाची मांडी)* ठरली. पहिल्याच प्रयत्नात त्याचा पाय लचकला आणि त्याला पात्र होण्यात अपयश आले.

भारतच्या अपयशाचा आलेख अधिकच खालावत गेला. रिझर्व्ह बँक ऑफ इंडिया (RBI)च्या ग्रेड-इ अधिकाऱ्यांच्या परीक्षेतही तो अपयशी ठरला. या अपयशांच्या मालिकेत तो कमी दर्जाच्या कर्मचारी निवड आयोगाच्या (SSC) पदवीधर स्तरावरील परीक्षेकडेही वळला; पण एका साध्या चुकीमुळे, त्याचा मुख्य अर्ज भरायचा राहून गेला आणि त्याला प्रवेशपत्र डाउनलोड करता आले नाही. या अपघातामुळे त्याच्या मनःस्थितीने न्यूनतम टप्पा गाठला.

दर दिवसागणिक आपली स्वप्ने अधिक दूर जात असल्याचे दिसू लागल्याने भारतला स्वतःच्या निर्णयांबद्दलच प्रश्न पडू लागला. टाटा मोटर्ससारखी चांगली नोकरी सोडून IASच्या स्वप्नासाठी तीन वर्षे खर्च करणे योग्य होते का, हा विचार त्याला सतावू लागला. त्याचे मित्र कॉर्पोरेट जगतात उंच भरारी घेत होते, MBAमुळे त्यांना उच्च पगाराच्या संधी उपलब्ध होत होत्या.

एके दिवशी मानसिक संघर्षाचे ओझे असह्य झाल्याने भारत आईसमोर कोसळून पडला. डोळ्यांत अश्रू आणि मुखावाटे हलकेसे हुंदके देत त्याने आईसमोर आपले मन मोकळे केले. उमा शांतपणे त्याचे बोलणे ऐकत

होती; तिचे हृदय मुलाच्या वेदनेने कळवळत होते. त्याच्या खांद्यावर प्रेमाने हात ठेवत ती म्हणाली, ''भारत, तुझा प्रवास इथे संपलेला नाही. स्वतःवर विश्वास ठेव. तुझे स्वप्न अजूनही पूर्ण होऊ शकते.''

नोकरीसाठी पायपीट

अनिश्चिततेच्या वादळात, भारत गरज आणि स्वप्नांच्या चौफुलीवर अडकला होता. स्वतःच्या मनातील गोंधळाशी झुंज देत, तो विचार करू लागला, ''जर एखाद्या कंपनीत नोकरी मिळाली, तर मला CSE परीक्षेसाठी तयारी करता येणार नाही. मला कमवायचे तर आहे; पण तयारीसाठी वेळही हवा आहे.''

बराच विचार केल्यानंतर, त्याने एखाद्या कोचिंग संस्थेत साहित्य विकासक (Content Developer) म्हणून नोकरी शोधायचे ठरवले. ''यामुळे मला उपजीविकेसाठी कमाई करता येईल आणि CSEची तयारीही करता येईल,'' असा त्याने विचार केला. निर्धाराने काठोकाठ भरलेल्या मनाने भारतने पंचवीस कोचिंग संस्थांमध्ये अर्ज पाठवून दिला.

मात्र, पुन्हा एकदा निराशा त्याच्या वाट्याला आली. कोणत्याही संस्थेकडून त्याच्या अर्जाला प्रतिसाद मिळाला नाही.

खचून न जाता, कोचिंग संस्थांचा गजबजलेला गड असलेल्या करोलबागच्या रस्त्यांवर भारत फिरू लागला. प्रत्येक संस्थेच्या दारावर आपली अडचण सांगितल्यावर त्याला नकारच मिळत होता. निराशेच्या समुद्रात डुंबत आणि गटांगळ्या खात, तो, मलुका IAS या एका छोट्याशा संस्थेच्या दारात येऊन पोहोचला. मध्यम वयाचे सरदारजी लच्छन सिंग मलुका यांनी घामाने कपडे भिजलेल्या आणि चेहऱ्यावर निराशा दाटलेल्या या तरुणाकडे एक नजर टाकली.

आणखी एका अपमानाची मनोमनी तयारी करत भारत म्हणाला, ''सर, मला तुम्हाला काही सांगायचे आहे.'' पण आश्चर्यकारकरीत्या, मलुकांनी त्याला धुडकावून लावले नाही. उलट, त्यांनी त्याला बसण्यासाठी खुर्ची आणि प्यायला पाणी दिले.

पाणी एका घोटात संपवून, भारतने आपल्या संघर्षाची कहाणी सांगायला सुरुवात केली. ''सर, मी दोन वेळा प्रिलिम्स पास केले आहे, यावर्षीसुद्धा. मला कंटेंट डेव्हलपरची नोकरी हवी आहे,'' असे त्याने मलुकांना सांगितले.

मलुकांनी त्याचा वैकल्पिक विषय विचारला तसा भारतच्या मनात आशेचा किरण डोकावला; पण त्यानंतरचे मलुकांचे वाक्य पुन्हा निराशेचे सावट पसरवणारे ठरले.

''दुर्दैवाने, आमची संस्था फार मोठी नाही आणि आमच्याकडे कंटेंट तयार करण्यासाठी आधीच तीन लोक आहेत,'' असे मलुका म्हणाले.

मात्र, पुढच्याच वाक्यात मलुकांनी नवा मार्गही सुचवला; ''पण आमच्याकडे भूगोल शिक्षकाची जागा रिकामी आहे. तू शिकवू शकशील का? दोन तास पंचवीस मिनिटांच्या वर्गासाठी मी तुला १६०० रुपये देईन,'' त्यांनी प्रस्ताव दिला.

भारतने क्षणाचाही विचार न करता हा प्रस्ताव स्वीकारला. त्याचे मन कृतज्ञतेने भरून गेले. या प्रस्तावाने केवळ आर्थिक आधारच नव्हे, तर भूगोल विषयावरची त्याची पकड आणखी मजबूत करण्याची संधी दिली. मलुकांच्या शब्दांनी भारतच्या खचलेल्या आत्मविश्वासाला जणू नवे बळ दिले.

पुनरुत्थान

भारतसाठी नियतीने अजून एक क्रूर आघात राखून ठेवलेला होता. १४ जानेवारी २०२० रोजी तो पुन्हा एकदा २०१९ची सीएसई मुख्य परीक्षा नापास झाला आणि त्याला निराशेच्या काळ्याकुट्ट ढगांनी घेरून टाकले. जरी अद्याप गुणांचा तपशील यायचा असला तरी भारतला खात्री होती की, त्याचा वैकल्पिक विषय भूगोलाने पुन्हा एकदा त्याला दगा दिला असणार म्हणून मग त्याने एक धाडसी निर्णय घेतला आणि सीएसई २०२०साठी त्याचा वैकल्पिक विषय बदलून राज्यशास्त्र व आंतरराष्ट्रीय संबंध असा केला.

कोविड-१९चा उद्रेक आणि देशभरात लागलेली टाळेबंदी या कारणांमुळे पूर्व परीक्षा पुढे ढकलण्यात आली. या नैराश्यपूर्ण काळाने भारतला मात्र त्याच्या नव्या वैकल्पिक विषयाची तयारी करण्याची सुवर्णसंधी मिळवून दिली. एका नामवंत शिक्षकांच्या नोट्स आणि या विषयासाठी शिफारस करण्यात येणारी मानक (स्टँडर्ड) पुस्तके यांच्या साहाय्याने त्याने स्वतःला सुसज्ज बनवले.

तथापि, आत्मविश्वास खालावलेला असल्याने त्याने भारतीय तटरक्षक (इंडियन कोस्ट गार्ड)मध्ये असि. कमांडंट आणि नाबार्ड मध्ये असि. मॅनेजर या जागांसाठीही अर्ज करून ठेवले. या दोन्ही ठिकाणी त्याने पहिल्या टप्प्यावर आरामात यश मिळवले.

त्याच्या यशस्वी पुनरुत्थानासाठी २०२० सालचे सप्टेंबर आणि ऑक्टोबर हे महिने सोबत आव्हाने आणि संधी घेऊन आले. नाबार्डची मुख्य परीक्षा, कोस्ट गार्डसाठीच्या परीक्षेचा दुसरा राउंड आणि सीएसई-२०२०ची पूर्व परीक्षा या तिन्ही ओळीने एका मागून एक आल्या होत्या.

कोस्ट गार्डची परीक्षा आधी झाली आणि तिच्यात तो यशस्वी झाला. मात्र निकाल जाहीर झाल्यावर त्याच्यासोबतच्या परीक्षार्थींनी जसा विजयाचा जल्लोश केला, भारतला तितका आनंद काही झाला नाही. अर्थात त्यात आश्चर्य वाटण्याजोगे काही नव्हते. कारण, भारतीय तटरक्षक दलात सामील होणे हे त्याचे ध्येय कधीच नव्हते. भारतने सीएसई प्रिलिम पास केली आणि नाबार्डची मुख्य परीक्षाही उत्तीर्ण केली.

मात्र यश एका नाजूक आणि क्षणिक गोष्टीसारखे होते, जे सतत त्याला हुलकावण्या देत त्याच्या हातातून निसटत होते. तट रक्षक दलाने त्याला २६ डिसेंबर २०२० रोजी कामावर रुजू व्हायला सांगितले आणि सीएसई मुख्य परीक्षा १० जाने. २०२१पासून सुरू होणार होती. तिला बसण्यासाठी आपल्याला रजा मिळावी, अशी त्याने कळकळीची विनंती करूनही तटरक्षक दलाने ती मान्य केली नाही, त्यामुळे त्याने हिंमत दाखवून ती नोकरी नाकारली. पुन्हा एकदा त्याने अनिश्चित स्वप्नापायी निश्चित नोकरीचा त्याग केला होता. या वेळीसुद्धा त्याचा भक्कम आधार असलेले त्याचे आई-वडील, त्याच्या निडर निर्णयाच्या पाठीशी ठामपणे उभे राहिले.

त्यानंतर लगेच नाबार्डचा अंतिम निकाल जाहीर झाला. यशस्वी उमेदवारांच्या यादीत भारतचा समावेश होता. २३ मार्च २०२१ रोजी भारतने लखनौ येथील नाबार्डच्या प्रशिक्षण संस्थेत पाय ठेवला आणि कोणत्याही कायमस्वरूपी नोकरीशिवायचा त्याचा गेल्या तीन वर्षांचा काळ संपुष्टात आला. एका आठवड्याच्या प्रशिक्षणानंतर त्याची शिमला येथील प्रादेशिक कार्यालयात नियुक्ती करण्यात आली.

यूपीएससी स्वप्नांची दफनभूमी

पण नियतीची लेखणी भारतची कहाणी पुढे लिहीतच राहिली. NABARDमध्ये रुजू झाल्याच्या दुसऱ्याच दिवशी जाहीर झालेल्या CSE मुख्य परीक्षेच्या निकालाने भारतच्या यशाची घोषणा केली. त्याच्या नसानसांत आनंद आणि ऊर्जेचा संचार झाला; पण तो हर्ष फार काळ टिकला नाही. NABARDमधील सहकाऱ्यांच्या ईर्ष्या आणि असूयेने त्याच्या आनंदाला गालबोट लावले.

एका अधिकाऱ्याने त्याला सांगितले की, NABARD आणि RBI या संस्था म्हणजे जणू UPSCच्या स्वप्नांची दफनभूमी आहेत. कारण, इथले बहुतांश अधिकारी एकेकाळी CSE परीक्षेत अपयशी ठरलेले आहेत. CSEसाठी तयारी करणाऱ्यांना येथे सहसा पाठिंबा मिळत नाही, उलट त्यांच्यावर जाणीवपूर्वक कामाचा डोंगर लादून, त्यांना अपयशाच्या दरीत ढकलण्याचा प्रयत्न केला जातो.

आशंका लवकरच खरी ठरली. वरिष्ठ अधिकाऱ्यांनी त्याच्यावर वैयक्तिक द्वेषाने कामाचा अतिरिक्त बोजा टाकला. सुपरव्हिजन विभागात त्याची नेमणूक झाली, जो अत्यंत किचकट अशा तांत्रिक बारकाव्यांचा आणि फक्त चार्टर्ड अकाउंटंट असलेल्या लोकांसाठीच योग्य मानला जातो. भारतवर प्रादेशिक ग्रामीण बँका आणि प्रादेशिक सहकारी बँकांचे निरीक्षण व लेखापरीक्षण करण्याचे अत्यंत तांत्रिक आणि कठीण काम सोपवले गेले. त्याला वारंवार अन्यायकारक दूषणे, चिडचिड आणि अपमान सहन करावा लागला, तोही कोणतेही कारण नसताना.

या वादळातही भारतने आशेचा किरण सांभाळून ठेवला. वेळ मिळेल तसा तो UPSCच्या तयारीत झोकून देत होता. त्याला जाणवत होते की, हेच त्याचे शेवटचे प्रयत्न आहेत या कठीण शिखरावर चढण्याचे – जिथे यश म्हणजे UPSCचे शिखर सर करणे.

UPSCचा कोचिंग संस्थांप्रती असलेला आकस

आपल्या वैयक्तिक मुलाखतीच्या दुसऱ्या प्रयत्नात, भारतसमोर अनपेक्षित आणि कठीण आव्हान येऊन उभे ठाकले. जेव्हा त्याने सविस्तर अर्ज (DAF-1) भरला होता, तेव्हा तो मलुका IAS या कोचिंग संस्थेत अर्धवेळ नोकरी करत होता आणि त्याने याचा प्रामाणिकपणे आपल्या अर्जात उल्लेख

केला होता. मात्र, NABARDमध्ये रुजू झाल्यानंतर, DAF अद्ययावत करण्यासाठी कोणतीही सुविधा उपलब्ध नसल्याने तो नवा तपशील सादर करू शकला नव्हता.

त्याच्या NABARD मधील सध्याच्या नोकरीचा विचार करता, भारतला मुलाखतीत बँकिंग, विमा आणि आर्थिक क्षेत्राशी संबंधित प्रश्न विचारले जातील, अशी अपेक्षा होती. त्याने अशा प्रश्नांसाठी तयारी केली होती आणि विचार केला होता, ''माझ्या कोचिंगमधील कामाचा विषय निघालाच, तर मी NABARDमधील माझ्या सध्याच्या भूमिकेचा उल्लेख करून संभाषणाची दिशा बदलू शकतो.''

पण म्हणतात ना, ''माणूस ठरवतो एक आणि दैव करते भलतेच.'' भारतच्या अपेक्षित नियोजनाप्रमाणे काहीच घडले नाही.

मुलाखत मंडळाला कोचिंग संस्कृतीविषयी तीव्र नापसंती होती आणि त्यांनी भारतवर जो प्रश्नांचा मारा चालवला त्याचा रोख, कोचिंग संस्थेतील त्याच्या सहभागावर त्यांनी केंद्रित केला. मंडळाची अध्यक्ष असणाऱ्या महिलेने, गरीब व श्रीमंतांमधील सामाजिक–आर्थिक दरीबद्दल भारतच्या दृष्टिकोनाला आव्हान देत, पहिली तोफ डागली,

''तुला असे वाटते का की, आहे रे आणि नाही रे यांच्यात जे काही घडून येत आहे, ते योग्य आहे?'' तिने विचारले.

यानंतरचा प्रश्न थेट कोचिंग संस्थांकडे वळला :''तुला वाटते का की, कोचिंग सेंटर्स जे करत आहेत, ते योग्य आहे?'' त्यानंतर त्यांनी UPSCची नाराजी व्यक्त करत स्पष्ट केले :

''UPSCचा दृष्टिकोन असा आहे की, विद्यार्थ्यांनी एका विषयावर २०० पृष्ठे वाचावीत; पण कोचिंग संस्थांमध्ये तुम्ही ती माहिती २० पानांच्या कुंजीत आक्रसता. तुला असे वाटते का की हे योग्य आहे?'' भारतने, तो आता कोचिंग संस्थेत काम करत नसल्याचे स्पष्टीकरण देऊनही तिचा हल्ला सुरूच राहिला.

भारत मात्र शांतपणे आणि आत्मविश्वासाने या भडीमाराला सामोरा गेला. त्याने कोचिंग संस्थांच्या भूमिकेचा बचाव करताना स्पष्ट केले की, त्या मार्गदर्शन पुरवतात; पण विद्यार्थ्यांनी विषयांवर खोलात जाऊन अभ्यास करणे गरजेचे असते. त्याच्या शांतीपूर्ण आणि तर्कसंगत उत्तरांमुळे,

हळूहळू प्रश्नांची दिशा बदलली. मंडळाने त्याच्या छंदांविषयी विचारण्यास सुरुवात केली आणि भारतला हायसे वाटून त्याने सुस्कारा सोडला. आश्चर्य म्हणजे, NABARD मधील त्याच्या सध्याच्या कामाबद्दल किंवा आर्थिक क्षेत्राविषयी एकही प्रश्न विचारण्यात आला नाही.

पार्किंग एरियातील आरोळ्या

२४ सप्टेंबरच्या गारढोण संध्याकाळी, नाबार्डच्या शिमला कार्यालयातील गच्च भरलेल्या कॉन्फरन्स रूममध्ये भारत, त्याचा साहाय्यक असलेल्या रोहनसोबत बसलेला होता. बैठकीच्या कामकाजात लक्ष देण्याचा तो आटोकाट प्रयत्न करीत होता; पण ते त्याला जमत नव्हते आणि यासाठी त्याने आपल्या वरिष्ठाकडून थोडीशी बोलणीसुद्धा खाल्ली. लक्ष न लागण्याचे कारण म्हणजे आज अशी जबरदस्त बातमी फिरत होती की सीएसई २०२०चा निकाल यूपीएससी आज लावणार आहे. यूपीएससीचा सूचनाफलक, आजचा निकाल प्रदर्शित करण्यासाठी रिकामा करण्यात आल्याचा फोटोही कुणीतरी शेअर केला होता.

आपली उत्सुकता भारतने रोहनला सांगितली. तोही पुढच्या सीएसईला बसण्याच्या विचारात होता. या काही महिन्यांत त्या दोघांमधील दोस्ती गाढ झाली होती. भारतची बैठक ६ वाजता संपली. रोहनने त्याला घरी सोडण्याचा प्रस्ताव दिला. ''सर, मी वर जाऊन माझ्या खोलीतून माझ्या कारच्या चाव्या आणतो, तोवर तुम्ही पार्किंग एरियाकडे चला,'' असे त्याने भारतला सुचवले.

रोहनची वाट पाहत असलेल्या भारतने आपल्या फोनवरील टेलिग्राम ॲप उघडले आणि त्याच्या काळजाचा ठोका चुकला. कुणीतरी निकालाची पीडीएफ पोस्ट केली होती. रोखलेल्या श्वासानिशी भारतने आपले नाव शोधणे सुरू केले. 'भारत सिंग' हे आपले नाव दिसताक्षणी तो जागच्या जागी गोठलाच. त्याच क्षणी जणू दैवी योगायोग व्हावा तसा त्याचा फोनही वाजला. तो त्याच्या आईचा, दररोज संध्याकाळी येणारा फोन कॉल होता. ती नियमितपणे रोज संध्याकाळी त्याला फोन करीत असे आणि तो कसा आहे, आजचा त्याचा दिवस कसा गेला याची चौकशी करीत असे आणि कामावरून घरी जाताना भाजी व किराणा आठवणीने घरी घेऊन जाण्याची त्याला आठवण करून देत असे.

भारतने हे स्वप्न नेहमीच बघितले होते की, जेव्हाही तो आयएएससाठी निवडला जाईल, तेव्हा ती बातमी ऐकणारी पहिली व्यक्ती त्याची आई असेल. त्या दिवशी देवाने त्याची ती मनिषा पूर्ण केली. त्याची नजर निकालातील त्याच्या नावावर पडली आणि त्याच्या आईचा त्याला फोन आला. भावनांच्या लाटेत चिंब भिजलेल्या भारतला आपले अश्रू आवरेनासे झाले. त्या पार्किंग लॉटमध्येच तो उघडपणे रडू लागला. त्याच्या आसपासच्या जगाची, तिथल्या लोकांची, चौकीदाराची जराही पर्वा त्याने केली नाही. त्यांना काय वाटेल असा विचारही त्याच्या मनाला शिवला नाही.

''माँ, तुझा मुलगा आता एक आयएएस अधिकारी झाला आहे,'' अनपेक्षित आनंदाच्या लाटेवर स्वार होत त्याने जोरदार आवाजात जाहीर केले.

हे ऐकून त्याची आई तर आनंदाने वेडावूनच गेली. ''अहो डॉलीचे पप्पा, ऐकले का? आपल्या भारतची निवड झाली. लवकर इकडे या!'' ती ओरडली. तिच्याही डोळ्यांमधून घळघळा अश्रू ओघळू लागले.

या भावनांच्या चक्रीवादळात प्रवेश करण्यासाठी रोहनही धावून आला. त्यानेही टेलिग्रामवर निकाल बघितला आणि भारतचे अभिनंदन करत तो उद्गारला, ''अभिनंदन सर! तुम्ही करून दाखवलंत.'' आपला आनंद आवरता न येऊन त्याने भारतला घट्ट मिठी मारली आणि तो आपल्या परिवाराशी बोलत असतानाच त्याला उचलून घेऊन हवेत फिरवले.

नव्या जगाचा जन्म

भारतने कुटुंबाशी फोनवर बोलणे संपवले; पण पुढे काय करायचे याबद्दल अनिश्चित अवस्थेत. तो अजूनही पार्किंगमध्ये स्तब्ध उभा होता. मात्र, त्याच्या मनावर विलक्षण शांततेची लाट पसरली होती. आता त्याला पुन्हा पुन्हा CSEच्या वाऱ्या कराव्या लागणार नव्हत्या. UPSC पर्वताचे शिखर त्याने सर केले होते.

''सर, वरिष्ठ अधिकाऱ्यांची बैठक अजून सुरू आहे. आपण वर जाऊन त्यांना ही बातमी सांगू या,'' रोहनच्या शब्दांनी त्याची विचारशृंखला भंग पावली. भारतचे मन अजूनही विचारांच्या भोवऱ्यात होते आणि तो यंत्रवत रोहनच्या मागोमाग चालत गेला. बैठकीच्या दालनात प्रवेश करण्याआधी तो थोडा थांबला आणि चेहऱ्यावर पाणी मारून त्याने स्वतःला सावरले.

तोपर्यंत, रोहनने दालनाबाहेर उभ्या असलेल्या संजय या शिपायाला, भारतच्या निवडीची माहिती दिली होती. संजय, जो सहसा मुख्य महाव्यवस्थापकांच्या (CGM) वैयक्तिक कर्मचाऱ्याच्या रुबाबात असायचा आणि भारतसारख्या साहाय्यक व्यवस्थापकांच्या अभिवादनाकडे दुर्लक्ष करायचा, त्या दिवशी मात्र त्याचा आविर्भाव पूर्णपणे वेगळा होता. भारत येताच त्याने भारतच्या पायांवर जणू लोटांगणच घातले आणि मनापासून त्याला शुभेच्छा दिल्या.

भारत अजूनही गुंगीतच होता. त्याने संजयच्या शुभेच्छा स्वीकारल्या आणि रोहनच्या मागोमाग दालनात प्रवेश केला. रोहन थेट CGM साहेबांकडे गेला आणि त्या दोघांच्या हुद्द्यांमध्ये असलेल्या प्रचंड अंतराकडे क्षणभर दुर्लक्ष करत त्यांना बोलला, ''सर, भारत सरांची निवड झाली आहे.''

या कनिष्ठ साहाय्यकाने आपल्या बैठकीत व्यत्यय आणलेला पाहून वैतागलेल्या CGM साहेबांनी कपाळावर आठ्या आणत आणि रोहनकडे रागाने पाहत विचारले, ''कुठे निवड झाली आहे?'' त्याच्याच मागे शांतपणे उभ्या असलेल्या भारतकडे निर्देश करत रोहन म्हणाला, ''IASमध्ये, सर. निकाल काही मिनिटांपूर्वीच जाहीर झाला आहे.''

CGM तत्काळ आपल्या खुर्चीतून उभे राहिले आणि अभिनंदनासाठी आपला हात त्यांनी भारतपुढे केला. इतर अधिकारीही त्यांचे अनुकरण करत भारतला शुभेच्छा देऊ लागले. ज्या DGMने पूर्वी भारतला मुलाखतीची तयारी करण्यासाठी सुट्टी नाकारली होती आणि अधून मधून तो त्याला त्रासही देत असे, त्यानेही ओशाळवाणे हसत भारतला शुभेच्छा दिल्या आणि म्हणाला, ''भाई, जर मी तुला कधी भेटायला आलो, तर तू मला वेळ देशील आणि बसायला जागा देशील ना?'' त्याच्या या वाक्यावर संपूर्ण खोलीत हास्यकल्लोळ उडाला. UPSCच्या निकालाच्या काही क्षणांतच, भारतला जाणवले की, तो जणू एका नव्या जगात पुन्हा जन्मला आहे.

मन वास्तव मानायला तयार नाही

बहुसंख्य यशस्वी उमेदवारांप्रमाणे भारत आणि त्याच्या कुटुंबीयांनी मोठ्या जल्लोषाऐवजी साधेपणाने आपले यश साजरे करण्याचा निर्णय घेतला. त्यांनी ही आनंदाची बातमी फार थोड्या लोकांपर्यंतच मर्यादित ठेवली.

NABARDमधील आपल्या कामाबद्दल कटिबद्ध असलेल्या भारतने आपले नेहमीचे काम सुरूच ठेवले आणि दिल्लीला जाणे लांबणीवर टाकले. वीस दिवसांनी दिल्लीला पोहोचल्यावर त्याच्या आईने त्याचे औक्षण केले आणि साध्या केक कापण्याच्या कार्यक्रमाने हा आनंद साजरा करण्यात आला.

आपले नाव यादीत अनेक वेळा पाहूनही, भारतला यशाचे वास्तव काही काळ पटतच नव्हते. त्याला हे स्वप्न असल्यासारखे वाटत राहिले. त्याला भीती वाटत होती की, हे यश जणू त्याच्या हातातून निसटेल म्हणूनच त्याने आपल्या पालकांना विनंती केली की, तो मसुरीतील लाल बहादुर शास्त्री राष्ट्रीय प्रशासकीय अकादमी (LBSNAA)मध्ये औपचारिक प्रवेश घेत नाही, तोपर्यंत ही बातमी गुप्त ठेवावी.

तसेच भारतने टॉपर्सनी कोचिंग अकादम्यांमध्ये प्रेरणादायी व्याख्याने देण्याच्या प्रचलित प्रवृत्तीला फाटा देण्याचा निर्णय घेतला. मात्र, संकटकाळात मोलाचे सहकार्य केलेल्या मलूका सरांप्रती कृतज्ञता व्यक्त करण्यासाठी त्यांची विनंती नाकारणे त्याला अशक्य होते.

स्टाफ रूममधून लेक्चर हॉलकडे चालत असताना, भारतच्या मनात गेल्या वर्षभरातील विपरीत परिस्थितींच्या आठवणी जाग्या झाल्या. २०२०मध्ये, मुख्य परीक्षेत अपयश आल्यामुळे त्याने त्याच दहा पायऱ्या मान खाली घालून चढल्या होत्या. त्या वेळी, अपयशाबद्दल विद्यार्थ्यांकडून विचारल्या जाणाऱ्या प्रश्नांबद्दल तो अस्वस्थ होता आणि ते टाळण्याच्या प्रयत्नात त्यांच्या नजरेला नजर भिडवत नव्हता.

मात्र, या वेळी परिस्थिती पूर्णतः बदलली होती. मलूका सरांच्या सोबतीने, ताठ मानेने, आत्मविश्वासाने भारलेल्या भारतने तोच मार्ग चालत, आपल्या यशाचा आनंद विद्यार्थ्यांसोबत वाटून टाकण्याची उत्सुकता व्यक्त केली. मलूका सरांनी भारतचा सत्कार करत त्याला पुष्पगुच्छ प्रदान केला. भारतने आपल्या विद्यार्थ्यांशी दीड तासाहून अधिक वेळ मनापासून संवाद साधला.

केडरसाठीची उलघाल

१४ मार्च २०२२ रोजी संध्याकाळी साडेसातच्या सुमारास भारत LBSNAAच्या कावेरी वसतिगृहातील आपल्या खोलीत एकटा होता. त्याचा रूममेट रात्रीचे जेवण लवकर करण्यासाठी मेसमध्ये गेला होता. आपल्या

काही जिवलग मित्रांसोबत मसुरीच्या सुप्रसिद्ध माल रोडवरून फेरफटका मारून नुकताच परतलेला भारत, एका तासाने अधिकारी लाउंजमध्ये त्याच्या सोबत्यांना पुन्हा भेटण्यासाठी उत्सुक होता.

LBSNAAच्या वातावरणात उत्साह भरून राहिला होता. कारण, फाउंडेशन कोर्स १७ मार्च २०२२ रोजी संपणार होता. कोर्सच्या या शेवटच्या काही दिवसांची मौज आपल्या मित्रांसोबत अनुभवण्यासाठी भारत आतुर होता. लवकरच त्यातील अनेक जण विविध नागरी सेवांसाठी त्यांच्या त्यांच्या प्रशिक्षण अकादम्यांकडे रवाना होणार होते.

अचानक, कॉरिडॉरमध्ये जोरात आवाज घुमला, ''केडर वाटपाची यादी जाहीर झाली आहे!''

केडर वाटप अत्यंत महत्त्वाचे होते. कारण, यामुळे एका आयएएस अधिकाऱ्याला स्थानिक भाषा शिकावी लागणार होती आणि त्याच्या कारकिर्दीतील मोठा बराच काळ त्या केडरमध्ये घालवावा लागणार होता. भारतने तातडीने आपला फोन उचलला आणि त्यांच्या बॅचच्या व्हॉट्सॲप ग्रुपवर पोस्ट केलेल्या पीडीएफकडे धाव घेतली.

त्याने दिलेले प्राधान्य आणि त्याला मिळालेली श्रेणी यांच्यानुसार भारतला आंध्र प्रदेश केडर मिळेल अशी अपेक्षा होती. मात्र, यादीत आपले नाव शोधताना त्याला समजले की, त्याला पश्चिम बंगाल केडर मिळाले आहे. त्याच्या विचारांची तंद्री फोनच्या कंपनामुळे भंग पावली. कॉल त्याचा मित्र व बॅचमेट राहुल रेड्डीचा होता, जो आयपीएस अधिकारी होता. केडर वाटपाबद्दल रेड्डीने भारतचे अभिनंदन केले.

''रेड्डी, मला थोडेसे आश्चर्य वाटतेय. मला आंध्र प्रदेशची अपेक्षा होती,'' भारत बोलला.

रेड्डीने शांतपणे विचारले, ''तुझ्या कुटुंबातील कोणी आंध्र प्रदेशात राहते का? तुला तेलुगू येते का? तिथे तुझे कोणी प्रभावी ओळखीचे वगैरे आहे का?''

रेड्डीच्या प्रश्नांवर विचार करून भारतने उत्तर दिले, ''नाही.''

''मग पश्चिम बंगाल काय किंवा आंध्र प्रदेश काय, तुला काय फरक पडतो?'' रेड्डीचे म्हणणे तर्कसंगत होते.

रेड्डीच्या सल्ल्याने भारताच्या चेहऱ्यावर हसू उमटले. दोन्ही राज्ये दिल्लीपासून समान अंतरावर होती. स्थानिक भाषा शिकणे दोन्हीकडे

अपरिहार्य होते. मोठे चित्र नजरेसमोर आणता, पश्चिम बंगाल व आंध्र प्रदेश यातील फरक तितकासा महत्त्वाचा दिसत नव्हता.

जरा हायसे वाटत, भारतने आईला फोन करण्याचे ठरवले. ही बातमी ऐकून उमा अस्वस्थ झाली. कारण, तिचा मुलगा हजारो मैल दूर, एका अनोळखी राज्यात जाणार होता. मात्र, टिकमने समजावणीच्या शब्दांत आपले मत मांडले आणि उमा लवकरच प्रसन्नपणे हसली.

गंगासागर यात्रेत शिकून घेतली तारेवरची कसरत

LBSNAAमध्ये आयएएस व्यावसायिक कोर्सचा पहिला टप्पा पूर्ण केल्यानंतर जिल्हा प्रशिक्षणाने भारतला शिकण्यासाठी विस्तृत संधी दिली. त्याची नियुक्ती दक्षिण २४ परगणा जिल्ह्यात झाली, जिथे त्याला विविध कार्यालयांशी जोडले जावे लागले आणि प्रशिक्षणाचा भाग म्हणून गट विकास अधिकाऱ्याचा (बीडीओ) पदभारही सांभाळावा लागला.

तथापि, त्याला सर्वांत रोमांचक आणि अविस्मरणीय अनुभव सागर बेटावर गंगासागर यात्रा आयोजित करणाऱ्या टीमचा भाग होण्याचा वाटला. या टीमचे नेतृत्व जिल्हाधिकारी करत होते.

ही भव्य यात्रा पूर्व उत्तर प्रदेश, बिहार, झारखंड आणि छत्तीसगडमधील लोकांसाठी सर्वांत मोठी धार्मिक तीर्थयात्रा आहे. मकर संक्रांतीच्या दिवशी, लाखो भाविक गंगा नदी आणि बंगालच्या उपसागराच्या संगमस्थानी पवित्र स्नानासाठी एकत्र येतात.

प्रचंड गर्दीबरोबरच, केवळ २८० चौरस किलोमीटरच्या बेटावर मेळा आयोजित करणे हे एक अनोखे आव्हान होते. भारतवर गर्दीचे व्यवस्थापन करण्याची जबाबदारी सोपवण्यात आली. त्यासाठी त्याने देखरेख कॅमेऱ्यांचा वापर करून शिस्त राखण्याचे काम केले. विविध संबंधित व्यक्ती आणि संघटनांशी समन्वय साधण्याचे महत्त्वाचे काम त्याच्याकडे होते. या प्रक्रियेमुळे त्याला केंद्र आणि राज्य सरकारच्या विविध यंत्रणांची कार्यपद्धती समजून घेण्याची संधी मिळाली.

भारतने प्रोटोकॉलच्या कामाचेही धडे घेतले. कारण, त्याने मेळ्याला भेट देणाऱ्या अनेक मान्यवरांच्या दौऱ्यांचे समन्वयन केले. त्याच्या जबाबदाऱ्या त्याला प्रसारमाध्यमांशी संवाद साधण्याची कौशल्ये विकसित करण्याची

संधीही देत होत्या. या बहुपेडी अनुभवांमुळे त्याला अशा हाय-प्रोफाइल कार्यक्रमांमधील गुंतागुंतीचे आयाम समजले. स्थानिक लोकांशी सातत्याने संवाद साधल्यामुळे त्याच्या बंगाली भाषा कौशल्यातही सुधारणा झाली, ज्यामुळे त्याचा त्या समुदायाशी अधिक जवळचा संबंध निर्माण झाला.

जेव्हा त्याचे पालक, टिकम आणि उमा, कोलकात्यात त्याला भेटायला आले, तेव्हा भारतच्या या प्रवासाला एका हृद्य टप्प्याची जोड मिळाली. भारतच्या बंगल्यात पाऊल ठेवत असताना, उमाचे डोळे अभिमानाने झळाळून उठले. मूकपणे तिच्या डोळ्यांतून ओघळणाऱ्या आसवांमुळे त्या सर्वांना दोन दशकांपूर्वीचा तो क्षण आठवला, जेव्हा तिला अशाच एका बंगल्याच्या नोकरांच्या खोल्यांतून बाहेर काढण्यात आले होते.

भारतच्या यशाने केवळ त्याचे जीवनच उंचावले नाही, तर त्याच्या कुटुंबाच्या संघर्षांनाही पूर्णविराम दिला. या प्रवासाने भूतकाळातील कठीण प्रसंगांचे रूपांतर एका विजय आणि जिद्दीच्या प्रेरणादायी कहाणीत करून टाकले.

अल्मा मॅटरकडून दिमाखदार स्वागत

(अल्मा मॅटर हा लॅटिन भाषेतील शब्द आहे. याचा शाब्दिक अर्थ 'पालनकर्ती माता' *(nourishing mother) असा होतो. हा शब्द प्रामुख्याने एखाद्या व्यक्तीच्या शिक्षण संस्थेसाठी वापरला जातो, जिथे त्या व्यक्तीने शिक्षण घेतलेले असते किंवा जिच्याशी त्याचे जिव्हाळ्याचे नाते असते.- अनुवादक)*

भारतने २०१२मध्ये आपले शालेय शिक्षण पूर्ण केल्यानंतर २७ जुलै २०२३ रोजी पहिल्यांदाच संस्कृती शाळेच्या प्रांगणात जेव्हा पाऊल ठेवले, तेव्हा त्याच्या मनात आनंद आणि अस्वस्थता अशा दोन्ही भावना एकाच वेळी दाटून आल्या होत्या. निमित्त होते शाळेच्या स्थापनादिनाच्या रौप्यमहोत्सवाचे.

नवीन पिढीतील विद्यार्थ्यांना प्रेरणा देण्यासाठी शाळेने नागरी सेवांमधील आव्हाने आणि अपेक्षांवर आधारित परिसंवादाचे आयोजन केले होते. भारतने या कार्यक्रमाला आपल्या आईला सोबत नेण्याचा निर्णय घेतला. कारण, ती नेहमीच त्याची आधारस्तंभ राहिली होती. मात्र, किती जंगी आणि भावविभोर स्वागत त्याची वाट पाहत होते याची त्याला मुळीसुद्धा कल्पना नव्हती.

शाळेच्या परिसरात प्रवेश करताच त्याला आश्चर्याचा धक्का बसला. सर्व शाळाभर भारतच्या स्वागताचे फलक झळकत होते. भिंतींवर लावलेल्या पोस्टर्सवर अभिमानाने त्याचे स्वागत करणारे संदेश झळकत होते. ज्यांना भारत एकेकाळी एक साधारण आणि अभ्यासाच्या बाबतीत फारसा गंभीर नसलेला विद्यार्थी वाटला होता, त्यांच्यासाठी आता तो यशाचे प्रतीक ठरला होता.

उत्साही विद्यार्थ्यांच्या गर्दीत भारत सगळ्यांच्या आकर्षणाचा केंद्रबिंदू झाला होता. शिक्षक, विद्यार्थी आणि कर्मचाऱ्यांनी आनंदाने त्याच्यासोबत सेल्फी काढायला सुरुवात केली. कॉरिडॉरमध्ये त्याच्याबद्दल कौतुक आणि आश्चर्याने भरलेल्या कुजबुजण्याचा आवाज घुमत होता.

स्टाफ रूममध्ये प्रवेश करताच, त्याच्या शिक्षकांनी त्याचे प्रेमाने स्वागत केले. उत्साहाने भारावून जाऊन भारतने शाळेनंतरच्या प्रवासाच्या अनेक गोष्टी त्यांच्याशी शेअर केल्या.

''पुढच्या वेळी मी गंगासागर मेळ्यात येईन आणि तुझ्या लाल दिव्याच्या गाडीत बसेन,'' नीता गांगुली मॅडमने त्याला हसत हसत छेडले.

शरावस्ती मॅडम आणि मनीषा चौबे मॅडम यांनीही हसत आपले कोलकात्याला भेट देण्याचे बंडखोर बेत सांगितले, जिथे त्या ट्रॅफिक नियमांकडे दुर्लक्ष करून नो-पार्किंग झोनमध्ये गाडी लावणार असल्याचे म्हणाल्या. भारतने या हलक्याफुलक्या संभाषणाचा आनंद घेतला आणि खास करून त्याच्या इंग्रजीच्या शिक्षिका रुची सैगल मॅडमचे आभार मानले, ज्यांच्या लाल शाईच्या पेनने त्याच्या निबंधांत केलेल्या सुधारणा त्याला आजही आठवत होत्या.

भारतच्या शेजारी बसलेल्या त्याच्या पालकांच्या चेहऱ्यावर अभिमान आणि आनंदाची चमक स्पष्टपणे दिसून येत होती. हसत-खेळत स्मरणरंजन सुरू असतानाच टिकमच्या सहकाऱ्यांनीही भारतच्या कर्तृत्वाबद्दल गौरव व्यक्त केला. ''मी तुझ्यासोबत सेल्फी काढतो आणि ती माझ्या मुलाला दाखवतो; त्याला तुझ्या यशाने नक्कीच प्रेरणा मिळेल,'' असे एका सहकाऱ्याने आनंदाने सांगितले.

यानंतर भारत, विद्यार्थी आणि शिक्षकांच्या गर्दीने खचाखच भरलेल्या प्रेक्षागृहाकडे वळला. प्रेक्षकांचे चेहरे उत्सुकतेने लकाकत होते. पहिल्या रांगेत बसलेल्या भारतच्या पालकांच्या डोळ्यांत अभिमानाचे अश्रू तरळत होते.

''संस्कृती शाळेचे माझ्या जीवनात विशेष स्थान आहे,'' भारतने सुरुवात केली. ''मी येथे शिक्षण घेतले यामुळेच नाही, तर माझ्या वडिलांनी आपल्या आयुष्यातील वीस वर्षे या संस्थेसाठी वाहून घेतली आहेत,'' असे तो भावुकपणे म्हणाला. त्याच्या बोलण्यातून त्याच्या भावना स्पष्ट जाणवत होत्या.

भारत पुढे म्हणाला, ''मी सहाव्या इयत्तेत संस्कृती शाळेत प्रवेश घेतल्यानंतर समजले की, जगण्याची एक वेगळी बाजूही आहे, जिथे यशासाठी झगडता येते.'' त्याच्या प्रवासाने मंत्रमुग्ध झालेले प्रेक्षक त्याचा प्रत्येक शब्द एकाग्रतेने ऐकत होते.

आर्थिकदृष्ट्या दुर्बल (EWS) प्रवर्गातील विद्यार्थ्यांशी संवाद साधताना भारतने खूप प्रामाणिकपणे आपल्या भावना व्यक्त केल्या, ''शाळेच्या गणवेशात तुम्ही स्वतःला इतरांसोबत समान असल्याचे समजाल; पण शाळेबाहेर पडल्यानंतर तुम्हाला फार मोठी दरी जाणवेल. ती दरी तुमच्या मेहनतीने आणि कर्तृत्वाने भरून काढा,'' त्याच्या या विधानाने प्रेक्षागृहात टाळ्यांचा प्रचंड गजर झाला.

कार्यक्रम संपल्यानंतर, अभिमान आणि आनंदाच्या लाटेत भारत चिंब भिजून गेला होता. शिक्षकांनी केवळ भारतचेच नव्हे, तर उमा आणि टिकमचेही अभिनंदन केले. विद्यार्थी आणि शिक्षक यांच्यात त्याच्यासोबत फोटो काढण्यासाठी चुरस लागली होती. या क्षणी, भारतला त्याच्या पालकांनी केलेल्या त्यागाची आणि अपयशाच्या प्रसंगी दिलेल्या पाठिंब्याची आठवण होत होती.

भारतने आपल्या स्वतःला खूप भाग्यवान समजत आपल्या पालकांना मिठी मारली. त्याच्या मिठीतून कृतज्ञता आणि यशाचा मधुर भाव उमटत होता.

* * *

भारतच्या कहाणीतून आपण कोणते धडे घेणार ?

१. **हा परिवाराचा प्रवास असतो** : यूपीएससी शिखर सर करणे हा केवळ उमेदवाराचाच नव्हे तर त्याच्या साऱ्या परिवाराचा प्रवास असतो. आपली आर्थिक अवस्था बिकट असताना आणि इतरही अत्यावश्यक गरजा भागविणे गरजेचे असताना भारतच्या पालकांनी त्याला जोखीम उचलण्यासाठी नेहमीच प्रोत्साहन दिले आणि त्याच्या पडत्या काळात ते त्याच्या पाठीशी भक्कमपणे उभे राहिले.

२. **पोलादी निर्धार असणे आवश्यक असते** : नागरी सेवा परीक्षा क्रॅक करणे हा एक 'गेम ऑफ नर्व्हज' असतो, ज्यासाठी पोलादी इच्छाशक्ती असावी लागते. अपयश, नैराश्य, अनिश्चितता आणि निराशेचा अंधार, हे सारे या खेळाचे अत्यावश्यक भाग आहेत. या साऱ्या चढ-उतारांमधून जे आपला मार्ग काढू शकतात त्यांच्यासाठी LBSNAAची दारे उघडतात आणि ते आयएएस बनतात.

३. **वेळेचा सुयोग्य वापर** : सीएसईचा प्रवास म्हणजे वेळेच्या विरोधात चाललेली एक शर्यत असते. अतिशय कमी वेळेत प्रचंड मोठा अभ्यासक्रम संपवायचा असतो. गेल्या अनेक वर्षांच्या प्रश्नपत्रिकांचे विश्लेषण करून प्रत्येक विषयावर कोणते प्रश्न वारंवार विचारले जातात हे शोधून काढायचे असते, त्यामुळे उमेदवारांना आपला वेळ खूप हुशारीने वापरून ज्या विषयावर प्रश्न विचारले जातात, त्यांच्यावरच आपला फोकस ठेवून अभ्यास करावा लागतो.

४. **वैकल्पिक विषयाची काळजीपूर्वक निवड** : सीएसईचा तुमचा प्रवास तुमचा वैकल्पिक विषय घडवू शकतो किंवा बिघडवूही शकतो. इंटरनेटवर वरवर घेतलेल्या धांडोळ्याच्या आधारावर तुमचा वैकल्पिक विषय ठरवू नका. विविध पैलूही विचारात घ्या, उदा. विषयातील तुमचा रस, विषयाचा अभ्यासक्रम, अभ्यास साहित्याची उपलब्धता, अधिक गुण मिळू शकण्याची संभाव्यता आणि जनरल स्टडीज विषयांशी असलेले साम्य.

अशा विविध पैलूंवर विचार करूनच पर्यायी विषयाची निवड करा.

५. **नोट्सपलीकडे :** फक्त इतरांच्या नोट्सवर अवलंबून राहणे म्हणजे हमखास अपयश मिळवणे होय. नोट्सच्या जोडीने उमेदवारांनी अभ्यासक्रमातील विषयांची सखोल समज मिळवण्यासाठी आणि उत्तरांना समृद्ध बनवण्यासाठी मान्यताप्राप्त पुस्तकांमधून वाचन करणे आवश्यक आहे.

प्रकरण ४

नजर गेली; पण दृष्टी नाही

एक काळोखे विवर

डिसेंबर २०११च्या एका दुपारी पाटण्यातील एका रुग्णालयाच्या खोलीतील नीरव शांततेत, काळोखात चाचपडणाऱ्या अंजलीच्या आवाजात भय स्पष्टपणे जाणवत होते.

''पप्पा, तुम्ही कुठे आहात? खूप अंधार आहे, लाइट लावा ना,'' ती विनवणी करत म्हणाली. पलंगावर बसण्याचा प्रयत्न करत असताना तिच्या मनात, ती बेशुद्ध होण्यापूर्वीचे क्षण वेगाने आठवण्याचा प्रयत्न चालू होता.

१९९७ साली बिहारमधील समस्तीपूर जिल्ह्यातील व्यासपूर या गावात अंजलीचा जन्म झाला. तिचे आई-वडील अशोक आणि संजू शर्मा, बहीण स्वाती आणि भाऊ संस्कारसह, २००८मध्ये ती सिक्कीममधील शांत आणि सुंदर टेकड्यांवर राहायला गेली. गंगटोकमधील ताडोंग येथील केंद्रीय विद्यालयात तिने प्रवेश घेतला. तिचे वडील औषधांच्या कारखान्यात काम करत, तर तिची आई गृहिणी होती.

जोपर्यंत सततची डोकेदुखी सुरू झाली नव्हती, तोपर्यंत अभ्यासात हुशार असलेल्या अंजलीचे आयुष्य खूप सुंदर होते. सुरुवातीला एखादी वेदनाशामक गोळी घेऊन दुर्लक्षित केलेला हा त्रास दर दिवसागणिक इतका प्रखर होत गेला की, सहन करणे अशक्य होऊ लागले. जवळच्या दवाखान्यात गेले तरी काही उपयोग झाला नाही; उलट पुढील मोठ्या संकटाची चाहूल मिळाली.

काही दिवसांनी हा त्रास विजेच्या लोळासारखा तीव्र झाला. अंजली वेदनांनी तडफडत होती आणि तिला सतत उलट्या होत होत्या. तिच्या आई-वडिलांनी तातडीने टॅक्सी बोलावून तिला जवळच असलेल्या कलिंपॉन्गमधील रुग्णालयात नेले. तो दोन तासांचा प्रवास एखाद्या भयपटात शोभण्यासारखा होता. मात्र, कसेबसे ते तिथे पोहोचले. एक परिचारिका तिच्या शिरेमध्ये कॅन्युला टोचत असतानाच अंजलीची शुद्ध हरपली.

पुढचे अत्यंत वेदनादायक असे सहा दिवस हे धास्तावलेल्या अशोक आणि संजू यांनी श्वास रोखून वाट पाहण्यात घालवले होते.

त्यांनी अंजलीला कलिंपॉन्गहून सिलिगुडी आणि नंतर पाटण्याला उपचारांसाठी नेले. ती अर्धवट शुद्धीत होती आणि तिला काहीच समजत नव्हते.

अंजलीने ''दिवे लावा,'' अशी आर्त विनंती केली आणि तिच्या पालकांच्या काळजाचा जणू ठोकाच चुकला. धडधडत्या हृदयानिशी ते तिच्याजवळ ओढले गेले.

''मी इथेच आहे, अंजली,'' अशोकने व्याकूळ स्वरात उत्तर दिले; पण अंजलीला काहीच दिसत नसल्याने तिचा संभ्रम अधिकच वाढला. ''पप्पा, दिवे का लावत नाहीत?'' तिने नाराजीने पुन्हा विचारले.

''बेटा, खोलीत पुरेसा उजेड आहे. नीट डोळे उघडण्याचा प्रयत्न कर,'' संजूने लेकीला विनवले. तिचा आवाज भयामुळे थरथरत होता.

अंजलीने पालकांच्या सूचनांचे पालन करण्याचा प्रयत्न केला; पण तिच्या चेहऱ्यावर संभ्रमाचे भाव होते. तिच्या भुवया वेड्यावाकड्या झाल्या होत्या. ''पप्पा, गंमत करू नका. खरंच खूप अंधार आहे. मला माझा फोन द्या बरं, वीज गेली असेल तर मी त्याचा टॉर्च चालू करते,'' ती आता चिडलेल्या सुरात म्हणाली.

अंजलीचे शब्द ऐकून अशोकना जणू त्यांच्या छातीत सुरा भोसकला गेल्यासारखे वाटले. काय घडले असेल याचा अर्थ लावण्याच्या प्रयत्नात त्यांच्या मनात विचारांचा कल्लोळ उडाला. भयभीत होऊन ते खोलीतून बाहेर पळाले आणि मदतीसाठी कुणाला तरी बोलवण्याची धावपळ करू लागले. संजूने अंजलीला मिठीत घेतले होते आणि ती तिला शांत करण्याचा प्रयत्न करीत होती.

''सिस्टर, कृपया मदत करा!'' संजूने आक्रोश केला. तिचा आवाज रुग्णालयाच्या कॉरिडॉरमध्ये घुमला.

डॉक्टर येईपर्यंत प्रत्येक मिनिट त्यांना अनंत काळाप्रमाणे भासत होते. शेवटी डॉक्टर एका नर्ससह आले. डॉक्टरांनी अंजलीची तपासणी केली आणि त्यांचा गंभीर होत जाणारा चेहरा पाहून पालकांच्या मनात भीतीने हाहाकार उडाला. जे घडले असण्याची त्यांना वाटणारी भीती खरी ठरताना त्यांना दिसून येत होती.

''अंजलीने आपली दृष्टी गमावली असल्यासारखे दिसत आहे. हे तात्पुरते असू शकते किंवा कायमचे. याबद्दल सध्या काही सांगता येणार नाही,'' डॉक्टरांनी जाहीर केले. हा धक्कादायक खुलासा ऐकून अंजलीच्या पालकांच्या पोटात खड्डा पडला. विलक्षण वेदना, धक्का आणि दुःख यांनी त्यांचे हृदय पिळवटून निघाले.

अंजलीच्या डोळ्यांतून अश्रू ओघळू लागले. तिचे जग एखाद्या पत्त्यांच्या बंगल्याप्रमाणे कोसळत असल्यासारखे तिला वाटत होते. ''मला काहीच दिसत नाहीये, काहीच नाही,'' ती दुःखाने कापणाऱ्या स्वरात म्हणाली.

ही घटना अंजलीच्या कुटुंबाला याआधी कधीही न अनुभवलेल्या एका काळोख्या विवरात घेऊन गेली.

दैवी हस्तक्षेप

डॉक्टरांचा प्राथमिक उद्देश अंजलीचे जीवन वाचवणे हा होता. कारण, तिची प्रकृती झपाट्याने खालावत होती. तिच्या हातांमध्ये पक्षाघाताची लक्षणे दिसू लागली होती, त्यामुळे डॉक्टरांनी तिला नवी दिल्लीतील अखिल भारतीय आयुर्विज्ञान संस्था (AIIMS) येथे जाण्याचा सल्ला दिला.

AIIMSमधील वैद्यकीय तज्ज्ञ तिच्यासाठी जणू देवदूत ठरले. त्यांनी तिच्या आजाराचे निदान ट्युबरक्युलस मेनिनजायटिस (ब्रेन टीबी) असे केले आणि तो पुढे वाढू नये म्हणून त्वरित उपाययोजना केल्या. त्यांनी तिच्या अवयवांना पक्षाघात होण्यापासून वाचवले; परंतु तोवर तिच्या दृष्टीला गंभीर हानी पोहोचली होती. ऑप्टिक नर्व्हच्या नुकसानीमुळे तिच्या दृष्टीला पोहोचलेली क्षती कायमस्वरूपी झाली होती. ती केवळ जवळून धूसर काळा-पांढरा फरक ओळखू शकत होती. तिच्या दृष्टीचा ९५ टक्के भाग नष्ट झाला होता.

दृष्टी हरवल्याने अंजलीच्या मनोबलावर प्रचंड परिणाम झाला. तिचे पूर्वीचे चैतन्यमय आयुष्य एका झटक्यात हिरावून घेतले गेले होते. तिच्या जगातील रंग कायमचे नाहीसे झाले होते आणि ती पुन्हा कधीच पाहू शकणार नाही, ही जाणीव तिच्या काळजावर आघात करून गेली होती. ती घरातच कैद झाली होती आणि निराशेच्या लाटांवर हेलकावे खात होती.

हळूहळू कुटुंबाच्या अढळ पाठिंब्याने अंजलीने या नव्या वास्तवाला सामोरे जाण्यास सुरुवात केली. ती घरात सावधपणे फिरायला शिकली. अनेकदा तिचे स्वावलंबी होण्याचे प्रयत्न दुखापत, हताशा आणि अश्रूंनी संपत, तरीही तिने हार मानली नाही.

त्या निराशाजनक स्थितीतही, तिची ज्ञानपिपासा टिकून राहिली होती. आपली पुस्तके आणून द्यावीत म्हणून विनवणी करत असताना तिच्या डोळ्यांतून अश्रू ओघळत असत. तिचे हे धडपडणे पाहून तिच्या आई-वडिलांच्या आणि बहिणीच्या डोळ्यांत दुःख दाटून येई. अशा प्रकारे काही महिने हा नवा संघर्ष सुरूच राहिला.

या अंधकारमय परिस्थितीत सहा महिन्यांनी एका सकाळी, आशेचा एक किरण तिच्या आयुष्यात झिरपला. संजू अंजलीला नाश्ता भरवीत होती आणि बाजूच्या खोलीत अशोक ऑफिसला निघण्यासाठी तयारी करत असताना त्यांचा फोन वाजला. तो फोन होता, अंजलीचे सामाजिक विज्ञानाचे शिक्षक असलेल्या सुमित सरांचा.

फोनवरील संभाषण संपल्याबरोबर अशोकने अंजलीच्या खोलीकडे धाव घेतली.

''अंजली बेटा, अभिनंदन! तू दहावीची परीक्षा पास झाली आहेस!'' अभिमानाने ओतप्रोत भरलेल्या आवाजात त्यांनी अंजलीला ही बातमी सांगितली. अंजलीचा यावर विश्वासच बसत नव्हता. ''मी फायनल परीक्षा न देता कशी काय पास झाले?'' तिने आश्चर्याने विचारले.

''माझ्या मते, देवाने तुझ्यासाठी काही योजना आखल्या आहेत,'' अशोक आनंदाने म्हणाले. त्यांनी समजावून सांगितले की, सुदैवाने त्या वर्षी सीबीएसईने दहावीची बोर्ड परीक्षा रद्द केली होती. त्याऐवजी, फायनल परीक्षा शाळेच्या अंतर्गत घेण्यात आल्या होत्या आणि विद्यार्थ्यांच्या अंतर्गत मूल्यमापनांना वजन दिले गेले होते. अंजलीने अर्धवार्षिक परीक्षा आणि असाईनमेंट्समध्ये केलेल्या उत्कृष्ट कामगिरीमुळे तिला पुढील वर्गात पदोन्नती मिळाली होती.

घरातील सर्वांच्याच नेत्रांमधून आनंदाश्रू ओघळत होते. तो फोन कॉल म्हणजे जणू अंधकारातला आशेचा किरण ठरणारा एक दैवी हस्तक्षेप होता. एक नवा निर्धार अंजलीच्या नसानसांतून धावू लागला. पुन्हा शाळेत जाणे सुरू करण्याचा तिने निर्णय घेतला. ''भले मी माझी दृष्टी हरवली असेल; पण माझे मन, बुद्धी आणि संवेदनाक्षमता अद्यापही ताठ मानेने काम करत आहेत. मी त्यांचा पूर्ण क्षमतेने उपयोग करीन,'' तिने स्वतःलाच ठामपणे बजावले.

अंजलीला शिक्षणाची प्रचंड आवड होती आणि ती त्यात उत्तम कामगिरी करते, हे ती जाणून होती. दृष्टी गमावल्याच्या खचवून टाकणाऱ्या धक्क्यानंतरही त्यावर मात करण्याची तीव्र इच्छाशक्ती तिच्यात होती. शिवाय, तिला कळले होते की, शिक्षणाची आवड ही केवळ वैयक्तिक प्रेरणा नसून, तिच्या अस्तित्वासाठी आणि सन्मानाने जगण्यासाठीचा तो एक महत्त्वाचा मार्ग होता. तथापि, अंजलीला तिच्या आजारातून पूर्णपणे सावरायला आणि दृष्टीशिवाय जगण्याचा सराव करायला संपूर्ण वर्ष लागले.

अनेक नातेवाइकांनी अंध मुलीला पुन्हा शाळेत पाठवण्यापासून तिच्या वडिलांना, अशोक यांना परावृत्त करण्याचा प्रयत्न केला. ''तिच्या सुरक्षिततेचा प्रश्न आहे,'' असे मुद्दे त्यांनी मांडले; पण अशोक आपल्या निर्णयावर ठाम होते.

एक अनपेक्षित यश

जुलै २०१३च्या पहिल्या आठवड्यात अंजलीच्या जीवनात एका नव्या पर्वाची पहाट उगवली. वडिलांचा हात घट्ट पकडून ती पुन्हा आपल्या शाळेच्या परिसरात प्रवेश करती झाली. वर्गात पाऊल ठेवताच तिच्यावर शिक्षक आणि सहाध्यायांकडून भरभरून प्रेम आणि आत्मीयतेचा वर्षाव झाला. त्या क्षणी तिला जाणवले, जणू ती पुन्हा नव्याने जन्म घेत आहे.

अंजलीला अकराव्या वर्गाच्या कनिष्ठ बॅचमध्ये ठेवले गेले. कारण, तिचे सहाध्यायी तिच्या अनुपस्थितीत पुढील वर्गात गेले होते. दृष्टी गमावण्यापूर्वी अंजलीचे इंजिनिअर किंवा शास्त्रज्ञ बनायचे स्वप्न होते. आपल्या संशोधनातून गरिबांच्या मदतीसाठी काही नवीन शोध लावायचे तिचे ध्येय होते; पण आता, गणित आणि विज्ञान केवळ ऐकून शिकणे जवळपास अशक्य असल्याने तिला मानविकी (ह्युमॅनिटीज) शाखा निवडावी लागली.

या अडथळ्याला न जुमानता अंजलीने अभ्यासाला अतूट निष्ठेने सामोरे जाण्याचा निर्णय घेतला. वर्गात ती प्रत्येक व्याख्यान पूर्ण लक्ष देऊन ऐकून पाठ करत असे. घरी परतल्यावर वडील आणि स्वाती तिच्यासाठी पाठ्यपुस्तके वाचून दाखवत. हिंदी विषयात तिला तिची आई संजू मदत करी.

जेव्हा पहिल्या घटक चाचणी (युनिट टेस्ट)ची वेळ आली, तेव्हा अंजलीने ती स्वतःच्या हाताने लिहिण्याचा निश्चय केला. मात्र तिने कितीही प्रयत्न करूनही ना तिला धड प्रश्न वाचता आले ना उत्तरे लिहिता आली. तिचे डोळे अश्रूंनी डबडबले, उत्तरपत्रिकेवर आसवे टपटपू लागली. निराशेने तिच्यावर मात करण्याच्या आधीच तिची शिक्षिका तिच्या मदतीला धावली. तिने अंजलीला नवीन उत्तरपत्रिका दिली आणि नववीमधील एका मुलीला बोलावून तिला अंजलीची लेखनिक म्हणून उत्तरे लिहायला लावली.

''अंजली, ही मुलगी तुला प्रश्न वाचून दाखवेल आणि तू सांगितलेली उत्तरे ती लिहून काढेल. घाबरू नकोस. मी तुला अतिरिक्त वेळ देईन,'' शिक्षिकेने अंजलीला आश्वस्त केले.

काही दिवसांनंतर, जेव्हा राज्यशास्त्र विषयाच्या पहिल्या घटक चाचणीचा निकाल जाहीर करण्यात आला, तेव्हा तो क्षण अंजलीसाठी परिवर्तनाचा क्षण ठरला. तिला वर्गातील सर्वांपेक्षा जास्त गुण मिळाले होते. शिक्षक आणि विद्यार्थी साऱ्यांनी आपल्या जागेवर उभे राहून टाळ्यांच्या गजरात तिला मानवंदना दिली. तिचे अंतःकरण आनंद व अभिमानाने तुडुंब भरून गेले. या उत्तुंग कामगिरीमुळे तिच्यात एका नवीनच आत्मविश्वासाने जन्म घेतला. तिचे पालकसुद्धा तिच्या यशाने भारावून गेले.

पुढील दोन वर्षे अंजलीने स्वतःला अभ्यासासाठी पूर्णपणे वाहून घेतले. तिचा भाऊ संस्कारसह तिचे सर्व परिवारसदस्य कोणताही कंटाळा न करता तासन्तास तिला तिचे धडे वाचून दाखवीत असत. वर्गातही शिक्षक आणि वर्गमित्र तिला मदत करण्यासाठी एका पायावर तयार असत. त्यांचाही तिला भक्कम पाठिंबा होता. अखेर तिची कठोर मेहनत आणि दृढनिश्चयाचे तिला चांगलेच फळ मिळाले आणि ती बारावीच्या बोर्ड परीक्षेत तिच्या शाळेची टॉपर ठरली. चोहो बाजूंनी तिच्यावर प्रशंसा आणि कौतुकाचा वर्षाव झाला. अगदी केंद्रीय शिक्षण मंत्र्यांनीही तिचा सत्कार केला.

आपले गुणपत्रक आणण्यासाठी ती आपल्या वडिलांसोबत शाळेत गेली. तिने शिक्षकांच्या खोलीलाही भेट दिली आणि तिथे तिच्यावर अभिनंदनाचा पाऊस पडला.

''अशीच कठोर मेहनत कर बाळ! एक दिवस तू नक्कीच आयएएस होशील इतकी पात्रता तुझ्यात नक्कीच आहे!'' तिला आपल्या प्रेमळ मिठीत घेत तिच्या वर्गशिक्षिकेने तिला आशीर्वाद दिला.

तोवर अंजलीने, यूपीएससी किंवा आयएएस हे शब्दही ऐकले नव्हते. मात्र त्या शब्दांनी तिच्या मनात महत्त्वाकांक्षेचे एक बीज रोवले. सुमीत सरांनी तिच्या वडिलांना सल्ला दिला की, त्यांनी अंजलीला तिच्या पदवीच्या शिक्षणासाठी दिल्ली विद्यापीठात पाठवावे. तिथे तिला मिळू शकणाऱ्या संधी आणि सोयींबद्दल त्यांनी समजावून सांगितले.

''माझ्या संपूर्ण नोकरीत मी अंजलीसारखा हुशार व निश्चयी विद्यार्थी दुसरा कोणी बघितलेला नाही,'' त्यांनी अभिमानाने उद्‌गार काढले.

तथापि, दिल्ली विद्यापीठात जाण्याच्या कल्पनेने अंजली आणि तिचे पालक चिंतेत पडले. ''तिथे ती एकटी कशी काय तगू शकेल? तिला तिचे धडे कोण वाचून दाखवील?'' त्यांना प्रश्न पडला.

असंख्य अपयशे आणि अगणित विजय

एका महिन्यानंतर अंजली गँगटोकच्या सरकारी महाविद्यालयात बी.ए. अभ्यासक्रमाला प्रवेश घेण्यासाठी गेली. प्रवेश कक्षात बसलेली महिला एका अंध मुलीला प्रवेशासाठी अर्ज करताना पाहून आश्चर्य लपवू शकली नाही आणि तिने अंजलीला परावृत्त करण्याचा प्रयत्न केला.

''कॅम्पस खूप मोठा आहे आणि वर्ग वेगवेगळ्या मजल्यांवर आहेत. तू हे कसे काय सांभाळू शकशील?'' तिने शंका व्यक्त करत विचारले.

''मी व्यवस्थित सांभाळून घेईन, मॅडम,'' अंजलीने ठाम निर्धाराने उत्तर दिले.

''इथे उपस्थितीबाबत कडक धोरण आहे, ७५ टक्के हजेरी अनिवार्य आहे,'' ती महिला पुढे म्हणाली. जणू काही ना काही कारणाने अंजलीला पळवून लावण्याचा ती प्रयत्न करत होती.

''मी आधीच अनेक आव्हाने पार केली आहेत, मॅडम. हेही मी निश्चितपणे हाताळू शकेन,'' तोंड भरून हसत अंजलीने मोठ्या आत्मविश्वासाने उत्तर दिले.

बारावीच्या गुणांवर आधारित तिचा प्रवेश निश्चित होता आणि अंजलीने आपली भूगोलाची आवड लक्षात घेऊन बी.ए. (ऑनर्स)साठी भूगोल विषय निवडला. मात्र, भूगोल विषयाच्या प्राध्यापकांनी तिला प्रवेश देण्यास नकार दिला.

''सर, राज्यातल्या उच्च गुण मिळवणाऱ्या विद्यार्थ्यांमध्ये मी आहे. मग भूगोल शिकण्यास मला का परवानगी नाही?'' अंजलीने किंचित बंडखोर सुरात विचारले.

''मुली, या कोर्समध्ये खूप प्रॅक्टिकल काम आहे. ते हाताळणे तुला खूप अवघड जाईल.'' त्यांनी तिला प्रेमाने समजावून सांगितले.

तिच्या हितचिंतक सुमित सरांचा सल्ला घेत, अंजलीने इंग्रजी (ऑनर्स) हा विषय निवडला, जो तिचे कुटुंब तिच्यासाठी वाचून दाखवू शकत होते. प्रॅक्टिकल नसलेला भूगोल आणि समाजशास्त्र हे तिच्या दुय्यम विषयांसाठी तिने निवडले.

अंजलीसाठी महाविद्यालयाच्या नवीन वातावरणाशी जुळवून घेणे संघर्षमय ठरले. ती अनेकदा ठेचकाळली, पडली; परंतु प्रत्येक वेळी ती पुन्हा उठून उभी राहिली. तिच्या अश्रूंमध्ये कधी कधी तिला झालेल्या जखमेचे रक्तही मिसळायचे; पण या अडचणींनी आपल्या निर्धाराला तिने तडा जाऊ दिला नाही.

अंजली तिच्या महाविद्यालयातील पहिली दृष्टिहीन विद्यार्थिनी होती. तिला पाहून अनेकदा आश्चर्याची प्रतिक्रिया होत असे आणि तिला न मागितलेले सल्लेही मिळत असत. काही शिक्षकांनी तिला दिव्यांगांसाठी असलेल्या विशेष शाळांमध्ये जाण्याचा सल्ला दिला, तर काहींनी तिला पांढरी काठी वापरण्याची शिफारस केली; परंतु अंजली तिच्या निर्णयावर ठाम राहिली.

कॉलेजला येणे-जाणे हीदेखील काही सोपी गोष्ट नव्हती. तिचे कॉलेज एका तासाच्या अंतरावर होते, या बाबीने तिच्या दिनचर्येतील गुंतागुंत अधिकच वाढवली. एकतर तिच्या घरातील कोणी तरी तिला बस किंवा

टॅक्सीत चढण्यासाठी मदत करीत असे. कॉलेजात पोहोचल्यावर, वर्गापर्यंत पोहोचण्यासाठी तिला आजूबाजूच्या लोकांची मदत घ्यावी लागे. घरी परतताना, तिच्या सहाध्यायांकडून तिला वाहन मिळवण्यात मदत घ्यावी लागे.

कधी कधी टॅक्सी मध्येच बंद पडायची किंवा अंजली चुकीच्या ठिकाणी उतरायची, त्यामुळे दुसरी टॅक्सी मिळवण्यासाठी तिला अनोळखी लोकांची मदत घ्यावी लागे. अशा सर्व अडचणींमध्येही अंजली आणि तिच्या पालकांना सिक्कीममध्ये राहत असल्याचा आनंद वाटत असे. कारण, तिथले वातावरण सुरक्षित होते आणि लोक मदतीसाठी अत्यंत तत्पर असत.

अंजलीने काठीचा उपयोग किंवा स्वतःच्या अंधत्वाचा उल्लेख करण्यास नकार दिला. कारण, तिला आपल्या मित्र-मैत्रिणींसोबत सहज मिसळून जायचे होते. तिने ब्रेल शिकण्यासही नकार दिला. तिच्या बाह्य वर्तनावरून कोणीही तिच्या अंधत्वाचा अंदाज लावू शकत नव्हते. एके दिवशी, कॉलेजजवळील बाजारात अंजली आपल्या मित्र-मैत्रिणींसोबत हातात हात घालून चालत होती, तेव्हा एका स्त्रीने विचारले की, तिच्या मित्र-मैत्रिणी तिच्या मदतीसाठी का आहेत? अंजलीने आपले अंधत्व सांगण्याऐवजी थोडेसे लाजत उत्तर दिले की, तिच्या एका पायाला दुखत आहे म्हणून ते तिला मदत करीत आहेत.

हळूहळू अंजलीने कॉलेजच्या वातावरणात आपले स्थान निर्माण केले. तिचे कान तिचे डोळे बनले. इतर विद्यार्थी तिला ओळखू लागले आणि तिच्या मदतीसाठी पुढे येऊ लागले. तिने आपल्या जुन्या नोकिया फोनचा कीपॅड मनात साठवला होता आणि त्याच्या साहाय्याने ती संवाद साधत असे. अर्थात, कधी कधी त्यात गडबड होई; पण तिच्या जिद्दीवर त्याचा फारसा परिणाम होत नव्हता.

यू ट्यूबच्या मार्गाने यशस्वी भरारी

इंटरनेट आणि स्मार्टफोन क्रांतीने जगभरात अनेक बदल घडवले आहेत. या बदलांनी २९ मार्च २०१६ रोजी अंजलीच्या आयुष्यातही मोठा क्रांतिकारी बदल घडवला. त्या दिवशी तिच्या वडिलांनी तिला एक स्मार्टफोन भेट दिला.

कॉलेजच्या अभ्यासासाठी हा फोन अत्यावश्यक ठरला होता. कारण, नोट्स आणि महत्त्वाची माहिती व्हॉट्सॲप समूहांद्वारे शेअर केली जात होती. अंजलीची बहीण स्वाती आणि भाऊ संस्कारने तिला या फोनमधील

विविध फिचर्स आणि ॲप्स, तोंडी आदेशाने कशी वापरायची हे उत्साहाने शिकवले. त्यात तिला विशेष आवडले यू ट्यूब.

सुरुवातीला अंजलीला यू ट्यूबवर गाणी ऐकण्यात मजा वाटत होती. मात्र, काही दिवसांनी तिच्यात एक नवीन प्रेरणा जागृत झाली. तिची लपलेली महत्त्वाकांक्षा उफाळून आली आणि तिला तिच्या वर्गशिक्षकांचे शब्द आठवले – तिच्यात आयएएस अधिकारी होण्याची क्षमता आहे. या कल्पनेने प्रभावित होऊन तिने टॉपर्सची भाषणे, सेमिनार्स आणि आयएएस अधिकारी होण्यासाठीचे मार्गदर्शक व्हिडिओ पाहायला सुरुवात केली.

जसजसा काळ पुढे सरकत होता, तसतशी अंजलीने यूपीएससीच्या नागरी सेवा परीक्षेबद्दल (CSE) सखोल माहिती गोळा केली. परीक्षेतील पेपर्स, प्रत्येकाचा अभ्यासक्रम आणि आवश्यक पुस्तकांची यादी तिने व्यवस्थित तयार केली. याशिवाय, ती अभ्यासक्रमातील विषयांवर आधारित ऑडिओ आणि व्हिडिओ लेक्चर्स शोधू लागली.

तिच्या बी.ए.च्या अभ्यासातील प्रत्येक लेक्चर, प्रत्येक असाईनमेंटकडे ती CSEचा अभ्यासक्रम डोक्यात ठेवूनच बघू लागली. यामुळे तिचे शैक्षणिक ध्येय आणि तिची महत्त्वाकांक्षा या दोघांमध्ये एक छान गुंफण तयार झाली. तिने तिच्या कॉलेजच्या अभ्यासक्रमाची सांगड CSEच्या मागण्यांशी घालण्याचा प्रयत्न केला. प्रत्येक व्याख्यान आणि प्रकल्प ती CSEच्या दृष्टीने विचारपूर्वक हाताळत होती. तिने CSEसाठी उपयुक्त ठरतील, असे पर्यायी (ऑप्शनल) विषय निवडण्यास सुरुवात केली.

तरीही या प्रवासात अंजलीला संदेह आणि असुरक्षिततेने ग्रासले. आयआयटी, एआयआयएमएस, दिल्ली विद्यापीठ आणि जेएनयू यांसारख्या नामांकित संस्थांमधून आलेल्या आणि आयएएस परीक्षेत टॉपर्स ठरलेल्यांची प्रोफाइल्स पाहून तिच्या महत्त्वाकांक्षेवर चिंतेची काजळी चढली. तिच्या मनात एक प्रश्न उभा राहिला –

'मी त्यांच्याशी स्पर्धा करू शकते का?'

सिक्कीमच्या दुर्गम भागात, नामांकित कोचिंग क्लासेस आणि मार्गदर्शन मिळत नसल्यामुळे अंजलीला तिच्या मर्यादांची तीव्र जाणीव झाली. याशिवाय, ज्याने आयएएस बनण्याचा प्रवास यशस्वीपणे पार केला असेल, असा कोणीही गुरू योग्य मार्गदर्शन करण्यासाठी तिच्याजवळ नव्हता. यामुळे तिच्या अनिश्चिततेच्या प्रमाणात अधिकच भर पडली होती.

ग्रामीण भागातील आणि दुर्गम ठिकाणांतील अनेक आयएएस इच्छुक विद्यार्थ्यांना अशा शंकांचे काळेकुट्ट ढग ग्रासत असतात; परंतु जे जिद्दीने या शंका झटकून पुढे जातात, त्यांनाच यश लाभते. अंजलीही या शंका आणि असुरक्षिततेत अडकून पडणार का? की ती त्यावर मात करून यशाच्या शिखरावर पोहोचणार?

महत्त्वाचा निर्णय

जून २०१८मध्ये अंजली एका मोठ्या निर्णयाच्या उंबरठ्यावर उभी होती. तिच्यासमोर एकाच वेळी दोन रस्ते उभे होते. मास्टर्स कार्यक्रमासाठी कॉलेजमध्ये प्रवेश घेण्यासाठी बसमध्ये बसताना तिच्या मनात भावनांचा प्रचंड कल्लोळ उसळला होता.

'मला खरेच पोस्टग्रॅज्युएशन करायचे आहे का?' या विचारात ती बुडाली. हा निर्णय घेताना अनिश्चिततेचे प्रचंड ओझे तिला चिरडून टाकत होते. तिला रोज कॉलेजला हजर राहावे लागणार होते, ज्यामुळे तिच्या CSEच्या तयारीसाठी लागणारा अमूल्य वेळ गमावण्याची भीती तिला सतावू लागली. तिच्या मनात शंका आणि संभ्रम यांचा भोवरा सुरू झाला.

'मी हे सर्व कसे सांभाळणार? मास्टर्सची पदवी माझ्या करिअरसाठी उपयुक्त ठरेल का? की ती माझ्या अंतिम ध्येयापासून मला दूर नेईल?' हे प्रश्न तिच्या मनात घोंगावत राहिले.

बस तिच्या कॉलेजच्या दिशेने जात असताना, अंजलीच्या विचारांचे वादळ हळूहळू शांत झाले आणि तिची ठाम भूमिका डोंगरासारखी उभी राहिली. कॉलेजच्या प्रवेशद्वाराजवळ पोहोचल्यावर, तिने प्रवेश अर्ज न करता आपल्या प्रमाणपत्रांची फाइल घेतली आणि निर्धारपूर्वक घरी परतण्यासाठी पुन्हा बस पकडली.

घरच्या बसमध्ये बसल्यावर, तिने आपल्या वडिलांचा नंबर फिरवला. तिच्या आवाजात किंचित थरथर होती; पण तिच्या शब्दांनी तिच्या भविष्याचा निर्णय पक्का केला.

''पप्पा, मी निर्णय घेतला आहे. मी कॉलेजमध्ये प्रवेश घेणार नाही. त्याऐवजी, मी IAS अधिकारी होण्यासाठी पूर्णतः स्वतःला समर्पित करणार आहे.''

फोनच्या दुसऱ्या बाजूला काही क्षण शांतता पसरली. ती शांतता अंजलीसाठी एका मोठ्या अपेक्षेचे ओझे होती; पण त्या शांततेनंतर आलेले वडिलांचे शब्द अंजलीसाठी आधारस्तंभ ठरले.

''अंजली, माझा तुझ्यावर विश्वास आहे,'' वडिलांनी उत्तर दिले, त्यांच्या शब्दांनी अंजलीला धैर्य दिले. ''तू कोणताही मार्ग निवड, मी तुझ्या पाठीशी ठाम उभा आहे.''

त्या शब्दांनी अंजलीच्या मनातील संभ्रम दूर केला आणि तिला तिच्या ध्येयाच्या दिशेने अधिक ठाम आणि निश्चयी बनवले.

डोळे उघडणारे संभाषण

UPSCच्या शिखरावर चढण्याचा निर्धार असूनही, अंजलीला आपला प्रवास सुरू करण्यापूर्वी ज्ञानाने स्वतःला सुसज्ज करायचे होते. एका कोचिंग संस्थेमार्फत तिला दिल्लीतील JNUमध्ये शिक्षण घेत असलेल्या गुड्डी झा हिचा संपर्क क्रमांक मिळाला. गुड्डी एक दृष्टिहीन मुलगी असून, CSEची तयारी करत होती. तिच्याबद्दल ऐकून अंजली प्रभावित झाली आणि तिच्या अनुभवांतून स्वतःच्या प्रवासासाठी मार्गदर्शन मिळावे, या उद्देशाने तिने गुड्डीशी संपर्क साधला.

''तुम्ही JNUच्या वसतिगृहात एकट्याने कसे राहता, दीदी?'' अंजलीने फोनवर विचारले, तिच्या आवाजात कुतूहल काठोकाठ भरलेले होते, ''मला नेहमी कुणाच्या तरी मदतीची गरज पडते. विशेषतः इकडेतिकडे फिरण्यासाठी आणि इतर अनेक गोष्टींसाठी.''

गुड्डीचे उत्तर खरोखरच डोळे उघडणारे ठरले. ''मी स्वबळावर राहते आणि माझे सगळे काम इतर कोणत्याही व्यक्तीसारखे करते. आम्ही तर कॅम्पसच्या बाहेर जेवणासाठी आणि मनोरंजनासाठीही जातो,'' गुड्डीने शांत आत्मविश्वासाने उत्तर दिले, तिच्या शब्दांमधून आत्मनिर्भरतेचा एक ठाम सूर व्यक्त होत होता.

गुड्डीचे आत्मविश्वासपूर्ण शब्द ऐकून अंजलीला सुखद धक्का बसला. तिच्या बोलण्याने जणू अंजलीसाठी शक्यतांच्या अनेक खिडक्या उघडल्या. तिच्यासारखीच आव्हाने आणि अडचणी असूनही त्यांना सामोरे जाताना स्वतंत्र आणि उत्साही जीवन जगणारी गुड्डी ही अंजलीसाठी प्रेरणास्थान ठरली.

क्षणभर अंजली विचारांच्या जगात हरवून गेली, आपण फोनवर असल्याचेही ती विसरली. त्या वेळी गुड्डीचा आवाज तिला वास्तवात परत घेऊन आला. ''तू IAS अधिकारी होण्याची आकांक्षा बाळगतेस, हे खूपच छान आहे; पण परीक्षेची तयारी कशी करणार आहेस?'' गुड्डीने विचारले.

''दीदी, माझा खूप गोंधळ उडाला आहे. शाळा आणि कॉलेजमध्ये माझे पालक मला धडे वाचून दाखवीत असत; पण CSEचा अभ्यासक्रम फार मोठा आहे, त्यामुळे मला वाटते की, मी कोणाला तरी कामावर ठेवावे, जे मला पुस्तके आणि अभ्यास साहित्य वाचून दाखवेल,'' अंजलीने कबुली दिली. तिच्या मनात विचारांची गर्दी झाली होती.

तिचे उत्तर ऐकून गुड्डीला हसूच फुटले. खळखळून हसत ती म्हणाली, ''काय म्हणतेस? माझा तर विश्वासही बसत नाही. अगं तू कोणत्या ग्रहावर राहतेस?'' पण मग गुड्डीने आपले हसू आवरले आणि गंभीरपणे विचारले,

''इतके मोठे अभ्यासक्रम कोण वाचून दाखवणार तुला? आणि अशा पद्धतीने तू अभ्यासक्रम कसा पूर्ण करणार?''

''मग मी काय करू, दीदी? मी ११वीपासून याच पद्धतीने शिकले आहे. कृपया मला मार्गदर्शन करा,'' अंजलीने विनंती केली.

''अगं अनेक सॉफ्टवेअर साधने आहेत, विशेषतः टेक्स्ट-टू-स्पीच ॲप्लिकेशन्स, जी तुला अभ्यास आणि नोट्स तयार करण्यात मदत करू शकतात. एक लॅपटॉप घे आणि तुला स्वावलंबीपणे अभ्यास करता येईल, अशी आवश्यक सॉफ्टवेअर्स त्यात इन्स्टॉल कर,'' गुड्डीने सल्ला दिला.

अंजलीच्या वडिलांनी वेळ न घालवता लगेच पुढील दिवशी तिला लॅपटॉप घेऊन दिला; पण त्याचा वापर कसा करायचा किंवा योग्य सॉफ्टवेअर निवडायचे कसे, याबाबत अंजली अडचणीत सापडली. सिक्कीममध्ये तिला मदतीसाठी कोणीही नव्हते, त्यामुळे आता काय करावे, याबद्दल ती थोडीशी गोंधळलेली राहिली.

अंजलीने यूट्यूबवर बराच शोध घेतला आणि तिला 'Eyeway National Helpdesk for the Blind and Visually Impaired' याबद्दल माहिती मिळाली. तिने त्यांचा टोल-फ्री नंबर शोधला आणि संपर्क साधला. त्यांनी तिला दिल्लीत आर. के. पुरम येथील राष्ट्रीय अंध संघटनेची (NAB) माहिती आणि पत्ता तिला दिला.

ही संघटना दृष्टिहीन व्यक्तींना सक्षम आणि स्वावलंबी बनवण्यासाठी प्रशिक्षण कार्यक्रम उपलब्ध करून देते. त्यांच्या अभ्यासक्रमांमध्ये संगणक साक्षरता, साहाय्यक तंत्रज्ञान आणि डिजिटल प्रवेशसुविधा यांचा समावेश असतो. हे सत्र अंजलीसाठी आत्मनिर्भरतेच्या दिशेने एक महत्त्वाचा टप्पा ठरू शकणार होते. तथापि, एका दूरच्या शहरी एकट्याने राहण्याच्या कल्पनेने तिला कापरे भरू लागले.

परावलंबित्वाच्या साखळदंडांतून सुटका

अंजलीच्या पालकांनी तिची, दिल्लीत एकटे राहायची भीती घालवली आणि तिला हे साहस करण्यासाठी त्यांनी प्रवृत्त केले.

''अंजली, तुझ्या भवितव्यासाठी ही एक महत्त्वाची संधी आहे. या तंत्रज्ञानाचे प्रशिक्षण घेतल्याने तू तुझी स्वप्ने साध्य करण्यासाठी सक्षम बनशील. तुला स्वतंत्रपणे राहता यावे, यासाठी ही संस्था तुला मार्गदर्शनही करेल,'' असे म्हणून त्यांनी अंजलीला आश्वस्त केले.

''पण पप्पा, तुमच्या आधाराशिवाय हा तीन महिन्यांचा लांबलचक काळ मी कसा बरे काढू शकेन?'' अंजली चिंतातूर होऊन बोलली.

''घाबरू नकोस अंजली. आम्ही तुझ्यासोबत येऊ आणि सुरुवातीचे काही दिवस आम्ही तुझ्यासोबत राहूसुद्धा. शिवाय नॅब ही संस्था तुझी राहण्याची आणि जेवणाखाण्याची सोयही बघणार आहे. जर तरीही तुला अडचणी आल्या किंवा तुला तिथे नाही आवडले, तर आम्ही तुला परत घेऊन येऊ,'' असे म्हणून त्यांनी तिला दिलासा दिला.

सप्टेंबर २०१८मध्ये NAB कॅम्पसवर पोहोचताच अंजलीला ही जागा जणू आपल्यासाठीच असल्याचा अनुभव आला. 'इथे इतरही मुले दृष्टिहीन आहेत आणि ती माझ्या अडीअडचणींना समजून घेऊ शकतील. इथे कोणीही माझी कीव करणार नाही किंवा माझ्याकडे दयापूर्ण नजरेने पाहणार नाही,' अंजलीने आशावादी विचार केला.

सुरुवातीला NABच्या कर्मचारीवर्गाने अंजलीला प्रवेश देण्यास थोडी का-कू केली. कारण, कोर्स काही दिवसांपूर्वीच सुरू झाला होता. मात्र, अंजलीच्या पालकांच्या सातत्यपूर्ण विनंतीने आणि त्यांनी आपण सिक्कीमसारख्या दूरच्या ठिकाणाहून प्रवास करून आले असल्याचे समजावून सांगितल्यावर अखेर त्यांनी तिच्या प्रवेशाला संमती दिली.

तरीसुद्धा, तिचा निरोप घेऊन तिच्या पालकांनी तिच्या होस्टेलच्या खोलीतून पाऊल बाहेर टाकताच अंजलीला भावनांच्या वादळाने गाठले. एकाकीपणाची तीव्र जाणीव आणि अपरिचित ठिकाणी त्यांच्या अनुपस्थितीत स्वतःला टिकवून ठेवण्याची चिंता तिच्या मनात दाटून आली. डोळ्यांतून अश्रू ओघळत असतानाच ती स्वतःला सावरण्याचा प्रयत्न करू लागली.

''का रडतेयस, बाळा?'' एक सौम्य आवाज तिच्या कानी पडला. तिच्या मनातील भावनांचे वादळ आणि डोळ्यातील अश्रूवर्षाव थांबविण्याचा जणू तो आवाज प्रयत्न करीत होता. कोणीतरी मऊसूत हाताने तिच्या डोक्यावर हलकेच थोपटत होते, ज्यातून एक प्रकारचा दिलासा आणि आपुलकी जाणवत होती.

''रडू नकोस बाळा! मला तुझी आजी समज. मीसुद्धा तुझ्यासारखीच दृष्टिबाधित आहे. मी या खोलीतच तुझ्यासोबत आणि तुझ्यासारख्या अन्य मुलींसोबत राहणार आहे. एकटीने कसे राहावे आणि स्वतःची नीट निगा कशी राखावी हे मी तुला शिकवीन,'' त्या आजी हळुवारपणे म्हणाल्या.

त्या दिवसापासून आजी अंजलीच्या गुरू बनल्या. त्यांनी तिला कुणाच्याही आधाराशिवाय कसे चालावे, कपडे कसे धुवावेत, एवढेच नव्हे तर फक्त स्पर्शाने कपडे स्वच्छ आहेत की मळलेले हे कसे ओळखावे हे सारे शिकवले. त्यांनी शिकवलेल्या धड्यांमुळे अंजलीत एक नवा आत्मविश्वास आणि आत्मनिर्भरतेची भावना निर्माण झाली.

होस्टेलच्या खोलीत अंजलीबरोबर आणखी चार मुली होत्या आणि त्यांच्यासोबत त्या आजी होत्या, ज्यांना सर्व जण प्रेमाने 'मॅडम' म्हणत. इतर मुलींशी मैत्री झाल्यामुळे अंजली हळूहळू निवांत होऊ लागली. या मुलींनी तिचे नुसते स्वागतच केले नाही, तर तिच्या राहिलेल्या धड्यांचा अभ्यास समजावून सांगून तिला मदतही केली. त्यांनी कॅम्पसची विविध ठिकाणे आणि सुविधा तिला दाखवून दिल्या, ज्यामुळे अंजली अधिक आत्मविश्वासाने वावरू लागली.

NAB कॅम्पसवरील सुविधांचे अंजलीला खूपच आश्चर्य वाटले. दृष्टिहीन व्यक्तींना मोठ्या आत्मविश्वासाने आपली कामे करताना पाहून ती प्रेरित झाली. याशिवाय, अंध व्यक्तींनी फॅशन डिझायनिंग सह अन्य विविध क्षेत्रांमध्ये मिळवलेले यश ऐकून अंजलीला खूप आनंद झाला.

थोड्याच दिवसांत अंजलीने Microsoft Word, Microsoft Excel, इंटरनेट ब्राउझिंग, YouTube आणि लॅपटॉपवरील इतर ॲप्लिकेशन्स वापरण्याचे कौशल्य आत्मसात केले. माऊस वापरता येत नसल्यामुळे तिने लॅपटॉपवरील विविध कमांड कीज शिकून घेतल्या.

पहिल्यांदाच अंजलीने आपल्या पालकांशिवाय तीन महिने स्वतंत्रपणे जगून बघितले. NABने केवळ तिला संगणक कौशल्यच शिकवले नाही, तर दृष्टिहीन व्यक्ती म्हणून जीवनात कसे पुढे जायचे, याचेही धडे दिले. तिने मित्रमैत्रिणींसोबत दिल्ली फिरून पाहिली, गोष्टी करून बघण्याच्या नवनवीन पद्धती शिकली आणि तिला जाणवले की, दृष्टिहीन लोक हे केवळ कीव करण्याचे किंवा सहानुभूतीचे विषय नाहीत. ते काय करू शकतात यावर कोणतीही मर्यादा नाही.

या काळात अंजलीला जणू एका नव्या जगाची ओळख झाली, जिथे तिच्या क्षमता आणि सामर्थ्य तिच्या अपंगत्वावरून ठरत नव्हते.

एकाच वेळी दोन नावांत

डिसेंबर २०१८मध्ये सिक्कीमला परतल्यावर अंजली एका आगळ्यावेगळ्या प्रवासाला निघाली. तिने एकाच वेळी दोन महत्वाकांक्षांना हात घातला. आयएएस आणि बिहार लोक सेवा आयोग (BPSC). त्यासोबतच तिने इंदिरा गांधी राष्ट्रीय मुक्त विद्यापीठात (इग्नू) इंग्रजी साहित्यात एम.ए. करण्यासाठीसुद्धा नाव नोंदवले.

या तिन्ही कार्यक्रमांची तयारी करण्यासाठी यू ट्यूब हे तिच्यासाठी फार महत्त्वाचे साधन ठरले होते. ते तिला अनेक संसाधनांचा साठा चुटकीसरशी उपलब्ध करून देत होते. त्यासोबतच तिच्यासाठी बरेचसे साहित्य फुकट उपलब्ध होते. जसे की गत वर्षांच्या प्रश्नपत्रिका आणि ऑनलाइन स्वरूपात दररोज पोस्ट होणाऱ्या प्रश्नमंजूषा. ती आपल्याला भावलेल्या ध्येयासाठी संपूर्ण उत्साहाने झटत होती. खाणे, झोपणे आणि दैनंदिन कामे उरकण्याव्यतिरिक्त बाकीचा सारा वेळ ती लॅपटॉपसमोर घालवीत होती. ही तिच्या कठोर समर्पणाची आणि तिच्या ध्येयपूर्तीसाठीच्या अविचल तपस्येची सुरुवात होती.

जरी तिला स्वतःला तिची तयारी काहीशी कमी वाटत असली तरी २०१९मध्ये, बीपीएससी पूर्व परीक्षेसाठी (प्रिलिम्स) बसायचे तिने ठरवले.

ती परीक्षा फक्त सात गुणांनी ती अनुत्तीर्ण झाली. मात्र हा पराभव तिच्या आत्मविश्वासासाठी प्रेरणादायी ठरला. या थोडक्यात हुकलेल्या यशाने प्रेरित होऊन, तिने पुन्हा एकदा प्रयत्न करण्याचे ठरवले आणि या वेळी यशस्वी होत त्या अडथळ्यांवर मात केली.

त्यानंतर, नव्याने स्फूर्ती घेऊन अंजलीने बीपीएससी मुख्य परीक्षेची तयारी सुरू केली. उत्तरलेखन सराव (आन्सर-रायटिंग प्रॅक्टिस) ही यशाची गुरूकिल्ली होती. मात्र, तिला उत्तरलेखनासाठी मदतनीस नेमणे शक्य नव्हते, त्यामुळे तिने आपल्या पद्धतीने उपाय शोधला-तिने उत्तरे टाइप करून ऑनलाइन मार्गदर्शन केंद्राकडून प्रतिक्रिया मागवण्यास सुरुवात केली. जरी तिला हाताने लिहून पाठवण्याचा सल्ला वारंवार मिळत असला तरी आपली दृष्टिदोषाची समस्या उघड न करण्यासाठी, अंजलीने हाताने लिहिलेली उत्तरे पाठवण्याऐवजी टाइप केलेली उत्तरे पाठवणे सुरू ठेवले.

लवकरच, तिच्या उत्तरांना प्रशंसा मिळू लागली. एक दिवस जेव्हा तिला समजले की, तिच्या उत्तरांपैकी एक उत्तर कोचिंग संस्थेने त्यांच्या मॉडेल उत्तरांमध्ये समाविष्ट केले आहे, तेव्हा तिचा आनंद शिगेला पोहोचला. या गोष्टीने तिच्या उत्तरांच्या गुणवत्तेची खात्री दिली, तिच्या उत्साहात अधिक भर घातली.

तिला वाटले की, बीपीएससी मुख्य परीक्षा उत्तीर्ण करणे यूपीएससीच्या तुलनेने सोपे असेल, त्यामुळे तिने यूपीएससीच्या पूर्व परीक्षेच्या तयारीकडून लक्ष वळवून बीपीएससी मुख्य परीक्षेवर केंद्रित केले, जी नोव्हेंबर २०२०मध्ये होणार होती. कुटुंबातील सदस्य व मित्रमंडळी यांनी आयएएस व राज्य नागरी सेवा (स्टेट सिव्हिल सर्व्हिसेस) या दोन्हींमधील फरक तिला ठळकपणे दाखवून दिला आणि तिच्या निर्णयावर प्रश्नचिन्ह उपस्थित केले, तरीही अंजली तिच्या निर्णयावर ठाम राहिली.

मात्र, बीपीएससी मुख्य परीक्षा अंजलीसाठी एक मोठे अपयश ठरली. असे का झाले?

लेखनिकासाठी संघर्ष

अंजली तिच्या वडिलांसह बीपीएससी मुख्य परीक्षेसाठी पाटण्यातील एका सरकारी शाळेत, मनात भरपूर निर्धार आणि थोडासा संभ्रम घेऊन पोहोचली.

मात्र, जेव्हा तिला समजले की, अकरावीतील एका विद्यार्थ्याला तिचा लेखनिक म्हणून नेमण्यात आले आहे, तेव्हा तिचा आत्मविश्वास लगेचच खचला. तो विद्यार्थी हिंदी माध्यमाचा असल्याने इंग्रजी माध्यमातील प्रश्नसुद्धा धड वाचू शकत नव्हता, हे पाहून अंजली हादरलीच.

''सर, हा प्रश्नसुद्धा वाचू शकत नाही, तर उत्तर कसे लिहिणार?'' तिने निरीक्षकांना विचारले. निघून जात असलेल्या प्रत्येक मौल्यवान क्षणासोबत तिची हताशा आणि चिंता वाढत चालली होती.

निरीक्षकाने दुसरा लेखनिक मिळवून देण्याचे आश्वासन दिले; पण त्या प्रक्रियेत चाळीस मौल्यवान मिनिटे वाया गेली. अंजलीच्या डोळ्यांत अश्रू उभे राहिले; तिने एक वर्ष मेहनत घेतली होती आणि आता तिच्या स्वप्नांचा खेळ एका अनपेक्षित अडथळ्यामुळे उद्ध्वस्त होण्याच्या मार्गावर होता. तिने बीपीएससी परीक्षेस सर्वोच्च प्राधान्य दिले होते, यूपीएससीपेक्षा त्यावर अधिक भर दिला होता.

शेवटी, दुसरी एक महिला उमेदवार लेखनिक म्हणून मदत करण्यासाठी पुढे सरसावली, ज्यामुळे आशेची थोडी धुगधुगी निर्माण झाली. मात्र, तिची इंग्रजी भाषेवरील पकड फारशी चांगली नव्हती आणि तिला कॅल्क्युलेटर वापरण्यातही अडचण येत होती. अंजलीची अस्वस्थता प्रत्येक क्षणागणिक वाढत होती. 'माझ्या हाताबाहेर असलेल्या गोष्टींसाठी मला हा त्रास का सहन करावा लागतोय?' ती मनातल्या मनात आक्रोश करत राहिली.

निरीक्षकाला अंजलीची अडचण समजत होती. मात्र त्याने त्याची परिस्थिती समजावून सांगितली, ''आम्ही फक्त आमच्या शाळेतील विद्यार्थ्यांनाच लेखनिक म्हणून देऊ शकतो आणि उपलब्ध लेखनिकांमध्ये हाच सर्वोत्तम आहे.'' पण त्याच्या या स्पष्टीकरणाने अंजलीला काहीच दिलासा मिळाला नाही.

प्रचंड मेहनतीने, अंजलीने आपल्या लेखनिकाला प्रत्येक शब्द सांगत आपले विचार कसेबसे उत्तरपत्रिकेपर्यंत पोहोचवण्याचे महाकठीण काम पूर्ण केले. ही प्रक्रिया तिला मानसिकदृष्ट्या आणि शारीरिकदृष्ट्या थकवून टाकणारी ठरली. तिचे ध्येय अविचल असूनही ती मुख्य परीक्षा उत्तीर्ण होऊ शकली नाही. तिला तिचे स्वप्न अधिकच दूर गेल्यासारखे वाटू लागले.

मात्र, जेव्हा बीपीएससीने मुख्य परीक्षेचे गुण प्रकाशित केले, तेव्हा अंजलीला सुखद आश्चर्याचा धक्का बसला. इतक्या साऱ्या अडचणी येऊनही ती फक्त दोन गुणांनी अपयशी ठरली होती. ''अरेरे, मी ध्येयाच्या इतक्या

जवळ पोहोचले होते! आता पुढच्या वेळी मी यश नक्कीच मिळवेन,'' असा निर्धार तिने केला.

डिसेंबर २०२०मध्ये अंजलीने तिसऱ्या प्रयत्नात बीपीएससीची पूर्व परीक्षा पास केली आणि मुख्य परीक्षेसाठी पुन्हा पाटण्याला परतली. या वेळी तिचे परीक्षा केंद्र एका कॉलेजमध्ये होते. पहिल्या दिवशी अधिक सक्षम लेखनिक मिळाल्याने तिला दिलासा वाटला. मात्र, दुसऱ्या दिवशी समाजशास्त्राच्या पेपरमध्ये लेखनिकाला तिच्या सूचना समजण्यात अडचणी येऊ लागल्या. अंजलीला प्रचंड राग आला आणि जवळपास अर्धा तास ती उत्तरपत्रिका सोडून शांत बसून राहिली.

तेवढ्यात तिच्या मनात एक कल्पना आली. ''सर, मी फळ्यावर मोठ्या अक्षरांत लिहू शकते आणि माझे उत्तर माझ्या लेखनिकाने उत्तरपत्रिकेत उतरवले, तर चालेल का?'' असा प्रस्ताव अंजलीने निरीक्षकांसमोर मांडला. काळ्या फळ्यावर मोठमोठ्या पांढऱ्या अक्षरांत लिहून ती आपले विचार सहजपणे व्यक्त करू शकेल, याची तिला खात्री होती.

मात्र, इतर परीक्षार्थींनी या प्रस्तावाला हरकत घेतली. ते म्हणाले की, अंजलीला विशेष सुविधा देणे इतरांवर अन्यायकारक ठरेल. या विरोधामुळे अंजलीला वेदना आणि असमानतेची जाणीव झाली. ''मजप्रमाणे अंध नसलेल्या आणि फक्त दृष्टिदोष असलेल्या विद्यार्थ्यांनाही मला मिळणाऱ्या वेळेइतकीच अतिरिक्त वेळ दिली जाते, मग माझ्याबाबतीत असे का?'' असा प्रश्न तिला सतावू लागला.

तिने स्वतःला सावरले, अश्रू पुसले आणि नव्याने कणखर होऊन परीक्षेला सामोरी गेली. लेखनिकाला एकेक शब्द अचूक स्पेलिंग उच्चारून सांगत, अंजलीने जिद्दीने पेपर पूर्ण केला. ती केवळ परीक्षेसाठीच नव्हे, तर तिच्या स्वप्नांसाठीही लढत होती.

एक यातनामय प्रवास

एप्रिल २०२२मध्ये अंजलीसाठी आनंदाची बातमी आली – तिने बीपीएससी मुख्य परीक्षा उत्तीर्ण केली होती. १८ जून २०२२ रोजी नियोजित असलेल्या तिच्या पहिल्या मुलाखतीच्या संधीने ती रोमांचित झाली आणि मुलाखतीच्या तयारीस लागली. मात्र नियतीच्या मनात वेगळेच काही होते.

लवकरच अंजली तीव्र पोटदुखीने त्रस्त झाली. डॉक्टरांनी तिच्या पाटण्यापर्यंत प्रवास करण्यावर तीव्र हरकत घेतली. तिच्या आरोग्यावर त्याचा गंभीर परिणाम होऊ शकतो, असा इशारा त्यांनी दिला; परंतु या संधीचे महत्त्व फक्त अंजलीच जाणत होती. अनेक वर्षांच्या कठोर परिश्रमांनंतर ती इथवर येऊन पोहोचली होती, त्यामुळे तिने पुढे जाण्याचा निर्धार केला.

१६ जून २०२२ रोजी, तीव्र वेदना असूनही, अंजली सिलिगुडीहून पाटण्याला जाणाऱ्या बसमध्ये चढली. वेदना शमण्याचे नाव घेत नव्हत्या; रात्रभर झोप न लागल्याने तिच्या त्रासात अजूनच भर पडली होती. अशा अवस्थेत ती तळमळत प्रवास करत होती.

पुढच्या दिवशी पाटण्यातील एका रुग्णालयात केलेल्या अल्ट्रासाऊंडमध्ये धक्कादायक निदान समोर आले – अंजलीच्या पित्ताशयामध्ये मोठ्या प्रमाणात खडे झाले होते, (गाल ब्लॅडर स्टोन्स) ज्यामुळे तातडीने शस्त्रक्रियेची आवश्यकता होती. इतकी आणीबाणीची परिस्थिती असूनही, मुलाखतीसाठी जाण्याच्या तिचा निर्धार ठाम होता. तिच्या या निर्धाराने डॉक्टरांना चकित केले. तिच्या जिद्दीने प्रभावित होऊन, डॉक्टरांनी औषधोपचार करून तिला मुलाखतीला जाण्यास परवानगी दिली.

आजारपणामुळे जरी तयारीला मर्यादा आल्या होत्या, तरीही अंजली धैर्याने मुलाखतीला सामोरे गेले. तिच्या शाळा-महाविद्यालयांबद्दल, सिक्कीममधील सेंद्रिय शेती आणि इंग्रजी साहित्यावरील प्रश्न तिला विचारले गेले. शर्मा कुटुंबीय निकालाची उत्कंठेने वाट पाहत होते, त्यांच्या मनातील आशा उंचावलेल्या होत्या. जेव्हा बीपीएससीचा निकाल जाहीर झाला, तेव्हा अंजलीची निवड ग्रामीण विकास अधिकारी (RDO) म्हणून झाल्याचे समजले. हा क्षण कुटुंबासाठी असीम आनंदाचा ठरला.

१३ डिसेंबर २०२२ रोजी अंजलीला बिहार सरकारकडून बहुप्रतीक्षित नियुक्तीपत्र मिळाले. १ जानेवारी २०२३पासून गया इथल्या बिहार इन्स्टिट्यूट ऑफ पब्लिक ॲडमिनिस्ट्रेशन अँड रुरल डेव्हलपमेंट (BIPARD) येथे तिच्या प्रशिक्षणाला सुरुवात होणार होती.

बीपीएससीमार्फत RDO म्हणून झालेली निवड अंजलीसाठी विलक्षण समाधानकारक आणि मानसिक शांततेचा स्रोत ठरली. या नव्या स्थैर्यामुळे तिने UPSC सिव्हिल सेवा परीक्षेच्या तयारीसाठी आपली संपूर्ण ऊर्जा केंद्रित केली. तिच्या डोक्यावरील अनिश्चततेचे ओझे उतरले असल्याने आता

तिच्या आयएएसच्या स्वप्नासाठी ती संपूर्ण समर्पण आणि आत्मविश्वासाने वाटचाल करू लागली.

UPSCच्या कोड्यातील तुकडे जुळवणे

एप्रिल २०१९मध्ये एका कोचिंग संस्थेच्या वेबसाइटवर अंजलीला एक प्रेरणादायी लेख सापडला. तो लेख स्पर्श गुप्ता नावाच्या एका अंध IAS अधिकाऱ्याने लिहिला होता. आपल्या अनुभवातून स्पर्शने शारीरिक अपंगत्व ही संकल्पनाच धुडकावून लावली होती. त्याचे असे ठाम म्हणणे होते की, खरी अडचण ही माणसाच्या मनाच्या मर्यादांमध्येच असते.

स्पर्शचे हे शब्द अंजलीच्या मनाला खोलवर जाऊन भिडले. ''माझा ठाम विश्वास आहे की, शारीरिक अपंगत्व नावाची गोष्ट अस्तित्वातच नाही; अपंगत्व हे नेहमी एका मानसिक बंधनाच्या रूपात असते,'' असे स्पर्शने म्हटले होते. दृढ निर्धार आणि जिद्दीने कोणतीही अडचण, अपंगत्व किंवा अडथळा पार करता येतो, असे मत त्याने ठामपणे मांडले होते. लेखाच्या शेवटी, स्पर्शने दृष्टिदोष असलेल्या इच्छुकांना मार्गदर्शन करण्यासाठी आणि मदत करण्यासाठी उदारपणे आपला हात देऊ केला होता आणि त्यासाठी आपला ई-मेल पत्ता शेअर केला होता.

स्पर्शच्या या विचारांनी अंजलीच्या मनात एक नवी आशा आणि आत्मविश्वासाचा संचार झाला. तिने स्पर्शशी संपर्क साधला. एका IAS अधिकाऱ्याशी बोलण्याचा अनुभव अंजलीसाठी स्वप्नवत होता. स्पर्शच्या रूपात तिला एक मार्गदर्शक आणि प्रेरणास्थान लाभले, जे तिच्या आयुष्यातील एक वळणबिंदू ठरले.

स्पर्शने, UPSCच्या प्रवासातील त्याला आलेल्या अडचणी, त्याने त्या कशा पार केल्या आणि यशस्वी होण्यासाठी कोणत्या युक्त्या वापरल्या या साऱ्या बारीकसारीक गोष्टी तपशीलवारपणे अंजलीला सांगितल्या. अंजली प्रत्येक माहिती आतुरतेने आत्मसात करत होती आणि स्पर्शवर अनेक प्रश्नांचा वर्षावही करीत होती. त्या प्रश्नांतील काही इतके सोपे होते की, नंतर त्यांच्याबद्दल बोलताना तिचे तिलाच हसू फुटत होते.

जून २०१९मध्ये अंजलीने गंगटोकमध्येच UPSCच्या प्रिलिम्सला लेखनिकाच्या मदतीने पहिल्यांदा बसण्याचा प्रयत्न केला; परंतु तयारी अपुरी असल्याने तिला यश मिळाले नाही.

मार्च २०२०मध्ये जेव्हा सारे जग कोविड-१९च्या संकटाशी झगडत होते, तेव्हा अंजलीला त्या अंधारात एक प्रकाशरेषा दिसली. कोचिंग शिक्षणसंस्था आणि विद्यार्थ्यांनी इंटरनेटवर बरेचसे अभ्यास साहित्य अपलोड केले, ज्यामुळे भरपूर संसाधने अंजलीच्या आवाक्यात येऊ शकली. यामुळे दिल्लीसारख्या शहरी भागांतील आणि तिच्यासारख्या दूरच्या ठिकाणातील विद्यार्थ्यांमधील दरी कमी झाली. बीपीएससी मुख्य परीक्षेच्या तयारीदरम्यान, अंजलीने ऑक्टोबर २०२०मध्ये UPSCच्या दुसऱ्या प्रयत्नासाठी बसण्याचा निर्णय घेतला. जेव्हा तिचा क्रमांक प्रिलिम्स उत्तीर्ण झालेल्या उमेदवारांच्या यादीत असल्याचे तिला समजले, तेव्हा तिचा विश्वास बसेना. ती आनंदाने हरखून गेली.

मात्र मुख्य परीक्षेच्या वेळी अंजलीसमोर अनेक अडचणींची मालिकाच उभी राहिली. तिने मुख्य परीक्षेसाठी पाटणा हे केंद्र निवडले होते आणि UPSCच्या प्रस्तावित लेखनिकावर अवलंबून राहिली होती. मात्र या लेखनिकालाही वाचन आणि लेखनात अडचण येत होती, ज्यामुळे तिच्या कामगिरीवर परिणाम झाला आणि ती मुख्य परीक्षेतच अडखळली.

सहा महिन्यांच्या कालावधीत अंजलीने एका पाठोपाठ एक अशा पाच परीक्षा दिल्या - ऑक्टोबर २०२०मधील UPSC प्रिलिम्स, नोव्हेंबर २०२०मधील BPSC मुख्य परीक्षा, डिसेंबर २०२०मधील BPSC प्रिलिम्स, जानेवारी २०२१मधील UPSC मुख्य परीक्षा आणि फेब्रुवारी-मार्च २०२१मधील IGNOUच्या MA इंग्रजी परीक्षा-तिची प्रतिकूलतेशी झुंज खरोखरच विलक्षण होती.

तरीही अपयशांनी खचून न जाता, अंजलीने UPSCच्या प्रिलिम्ससाठी १० ऑक्टोबर २०२१ रोजी तिसऱ्यांदा परीक्षा दिली आणि त्यात ती यशस्वी झाली. या वेळी तिने मुख्य परीक्षेसाठी दिल्ली हे केंद्र निवडले. सुरुवातीला तिला लेखनिकाबाबत शंका होती; पण लेखनिक म्हणून भारत सरकारच्या एका अनुभवी सेक्शन ऑफिसरची नियुक्ती झाल्याने तिला मोठा दिलासा मिळाला, तरीही समाजशास्त्र या वैकल्पिक विषयातील कमी गुणांमुळे तिला मुख्य परीक्षेत फक्त १७ गुणांनी अपयश आले.

मुख्य परीक्षेच्या तिच्या तिसऱ्या प्रयत्नात अपयश येऊनही, अंजलीचा निर्धार कायम होता. ५ जून २०२२ रोजी नियोजित UPSC प्रिलिम्ससाठी तयारी करत असताना, तिच्या मनात असा विचार आला की, UPSCचा

प्रवास हा एखाद्या व्यसनसारखा आहे. एकदा या मार्गावर पाऊल ठेवले की, मग माघार घेणे कठीण होऊन जाते. मात्र या मार्गात येणारी प्रत्येक अडचण तिला पुन्हा नव्याने प्रवास सुरू करण्यासाठी नवीन ऊर्जा आणि इंधन पुरवीत होती. अडचणींवर मात करून पुढे वाटचाल करण्यासाठी प्रेरित करीत होती.

सप्टेंबर २०२२मध्ये अंजलीने चौथ्यांदा UPSC मुख्य परीक्षा दिली. ३ डिसेंबर २०२२ रोजी, तिचे नाव मुलाखतीसाठी निवड झालेल्या उमेदवारांच्या यादीत आलेले तिने ऐकले, तेव्हा तिच्या आनंदाला पारावार उरला नाही.

धोलपूर हाउसमधील सहज विजय (केकवॉक)

सिव्हिल सर्व्हिसेसच्या मुलाखतीची तारीख जसजशी जवळ येत होती, तसतशी अंजलीला तयारीसाठी वेळ अपुरा पडण्याची समस्या भेडसावू लागली. ती BIPARD येथे ग्रामीण विकास अधिकारी (आरडीओ)चे प्रशिक्षण घेत होती. तिथे तिचे वेळापत्रक सूर्योदयापासून सूर्यास्तापर्यंत भरलेले असल्याने तिला यूपीएससीच्या मुलाखतीसाठी अभ्यास करायला फारसा वेळ उरत नव्हता, तरीही अंजलीने परिस्थितीपुढे हार मानली नाही. उलट, तिने तयारीसाठी एक वेगळाच आणि अगदी नावीन्यपूर्ण दृष्टिकोन स्वीकारला.

BIPARDच्या वर्गांमध्ये उपस्थित असताना अंजलीने त्या वेळेचा जास्तीत जास्त उपयोग करून घेतला. ती तिच्या शिक्षकांशी सक्रियपणे संवाद साधू लागली आणि त्यांच्या प्रश्नांना यूपीएससीच्या मुलाखतीतील संभाव्य प्रश्नांसारखे मानून उत्तरांची तयारी करू लागली. ती व्याख्यानांच्या वेळी आपल्या मनात उत्तरांचा सराव करायची. शनिवार-रविवारी ती ऑनलाइन मॉक इंटरव्ह्यू सत्रांमध्ये सहभागी होऊन त्यातून मिळालेल्या प्रतिक्रिया आणि सूचनांनुसार स्वतःवर व्यवस्थित काम करायची.

डीएएफ (डिटेल्ड ॲप्लिकेशन फॉर्म) भरताना अंजलीला सुरुवातीला अनेक रकाने कोरे सोडावे लागले, त्यामुळे ती दबकून गेली. कारण, तिच्या नावावर फारशा पारंपरिक उपलब्धी नव्हत्या; परंतु त्यामुळे तिने स्वतःवरचा विश्वास डळमळू दिला नाही. भावनिक ओढग्रस्ततेच्या क्षणांत आपल्या डायरीमध्ये मन मोकळे करणे हा तिचा आवडता छंद असल्याचे नमूद करण्याचा तिने निर्णय घेतला.

१ फेब्रुवारी २०२३ रोजी मुलाखतीच्या दिवशी अंजली लवकर उठली. तिच्या बहिणीने तिला तयार होण्यास मदत केली.

''आई, मी कशी दिसते?'' अंजलीने आईला विचारले.

''तू सुंदर आणि आत्मविश्वासाने परिपूर्ण दिसते आहेस बाळा,'' संजूने आपल्या मुलीकडे कौतुकाने पाहत, भारावलेल्या स्वरात उत्तर दिले.

यूपीएससी मुख्यालयात पोहोचल्यावर, अंजलीच्या मनावर थोडेसे दडपण आले; पण कागदपत्रांच्या पडताळणी प्रक्रियेदरम्यान एका दयाळू कर्मचाऱ्याने तिची सहजतेने आणि आत्मविश्वासाने मदत करताच तिच्या मनावरील सारे ताण नाहीसे झाले.

मुलाखतीच्या खोलीत प्रवेश करताच, तिथल्या सौम्य आणि प्रेमळ वातावरणाची जाणीव अंजलीला झाली. मुलाखत मंडळाने तिच्या डीएएफमधील माहितीवर चर्चा सुरू केली. अंजलीने प्रत्येक प्रश्नाला प्रामाणिकपणे आणि नम्रतेने उत्तर दिले. ज्या वेळी तिच्या ज्ञानकक्षेच्या बाहेरचे प्रश्न विचारले गेले, तेव्हा तिने प्रामाणिकपणे स्वतःच्या मर्यादा मान्य केल्या आणि खोटेपणाला थारा दिला नाही.

मुलाखतीच्या दडपणाखाली असूनही, अंजलीला आश्चर्यकारकरीत्या स्वतःला स्थिर ठेवण्यात यश आले. आपल्या संवादकौशल्याचा आधार घेत, तिने मुलाखतीला सहज आणि सुसूत्रतेने हाताळले. आपल्या अनुभवांची आणि आकांक्षांची मांडणी करताना तिच्या शब्दांना एक प्रवाहीपण लाभले होते.

''कशी झाली?'' यूपीएससी इमारतीच्या प्रवेशद्वारामधून ती बाहेर येताच तिच्या वडिलांनी उत्सुकतेने विचारले. तिची आई आणि बहीण तिच्या जवळच उभ्या होत्या, त्यांच्याही चेहऱ्यावर चिंता आणि आशेचे मिश्र भाव होते.

''माझ्या अंदाजानुसार चांगलीच झाली,'' अंजली हसतच म्हणाली आणि तिने आईला घट्ट मिठी मारली.

गयाला परतल्यानंतर अंजलीने दुसऱ्याच दिवशी बीपार्डचे तिचे प्रशिक्षण पुन्हा सुरू केले. पाहता पाहता दिवस पुढे सरकत गेले आणि काही काळातच ३० एप्रिल २०२३ रोजी बीपार्डमधील तिचे प्रशिक्षण संपुष्टात आले. नवी कौशल्ये आणि ज्ञानाने सुसज्ज झालेली अंजली प्रशिक्षणानंतरच्या

पुढच्या टप्प्याकडे म्हणजे १५ दिवसांच्या अटॅचमेंटनंतर पटणा येथे जिल्हा प्रशिक्षणासाठी रवाना झाली.

विजयघोष

२३ मे २०२३ हा अंजलीच्या जीवनात एक महत्त्वाचा दिवस ठरला. दीर्घ आणि थकवणाऱ्या दिवसभराच्या कामानंतर ती पलंगावर आडवी झाली होती. यूपीएससीकडून CSE-2022चा निकाल आज लागणार असल्याची चर्चा जोरात होती आणि त्यामुळे आज तिचे मन थाऱ्यावर नव्हते. तिची बहीण स्वाती टीव्ही पाहण्यात गुंग होती, तर त्यांची आई स्वयंपाकघरात रात्रीचे भोजन बनवण्याच्या लगबगीत होती. ती बनवत असणाऱ्या पदार्थांचा सुखद सुगंध घरभर दरवळत होता.

अचानक अंजलीचा फोन वाजला. कशाचा तरी मेसेज आला होता. अंजलीच्या अंगावर आनंदाची आणि भीतीची लहर उमटली. तातडीने तिचा फोन उचलण्यासाठी तिने हात लांबवला. तिची छाती जोरजोराने धडधडत होती.

''स्वाती, यूपीएससीचा निकाल जाहीर झालाय का? पटकन तपासून पाहशील का?'' अंजलीच्या स्वरात उत्सुकता आणि थोडासा कंप होता. तिने फोन स्वातीकडे दिला, तिचे डोळे आशेने चमकत होते.

स्वातीने जलद हालचाली करत टेलिग्राम ॲप उघडले आणि निकालाची पीडीएफ फाइल शोधली. पीडीएफ उघडून ती कौशल्याने स्क्रोल करू लागली, प्रत्येक क्षण तीव्र उत्कंठेने भारलेला होता.

...आणि मग, जणू काळ स्थिर झाल्यासारखा क्षण आला. स्वातीचे नेत्र आश्चर्याने विस्फारले गेले, तिची नजर अंजलीच्या नावावर स्थिरावली होती.

''यिप्पी! दीदी, तू यशस्वी झालीस. तुझे नाव यादीत आहे! चारशे पन्नासाव्या रँकवर!'' स्वातीने आनंदाने ओरडत सांगितले, तिच्या आवाजातून उत्साह आणि अभिमान ओसंडत होता.

आनंदाच्या लाटा जणू उचंबळून त्यांच्या अंगावर आल्या होत्या. डोळ्यांतून आनंदाश्रू वाहावत त्या दोघी बहिणी एकमेकींना घट्ट मिठी मारून उभ्या राहिल्या. त्यांचा आरडाओरडा ऐकून त्यांची आई संजूही

खोलीत धावत आली. स्वातीने तिला ही आनंदवार्ता ऐकवली आणि अंजलीच्या आईच्या चेहऱ्यावर एक झळाळते हसू पसरले. तिच्या डोळ्यांत अभिमान आणि आनंदाश्रू चमकत होते.

खोलीत जल्लोश झाला. अंजलीच्या या भव्य यशामुळे आनंदित झालेल्या तिच्या आईने हा आनंद द्विगुणित करण्यासाठी गर्वाने स्वयंपाकघरात धावत जाऊन मिठाई आणली. दरम्यान, अंजलीच्या फोनवर शुभेच्छांचा वर्षाव सुरू झाला. मित्र आणि हितचिंतकांच्या संदेशांनी तिचा फोन अविरतपणे खणखणू लागला.

या आनंदाच्या भरात, अंजलीच्या मनाला एक चिंता कुरतडू लागली. दृष्टिदोष असलेल्या इतर उमेदवारांच्या तुलनेत तिची रँक, तिला कोणती सेवा मिळणार यासाठी महत्त्वाची होती. स्वातीसोबत बसून तिने यादी बारकाईने पुन्हा तपासली. अंजलीच्या परिचयाचे, दृष्टिदोष असलेले इतर उमेदवार तिच्यापेक्षा खालच्या क्रमांकावर असल्याचे पाहून त्या दोघींनाही हायसे वाटले.

तिच्या या अभूतपूर्व यशाची बातमी वडिलांना सांगण्यासाठी अंजली अगदी आतुर झाली होती. मनात उचंबळून येणाऱ्या भावनांच्या हिंदोळ्याला सामोरे जाण्यासाठी तयार होऊन तिने वडिलांना व्हिडिओ कॉल लावला. अशोक यांनी कॉल घेतल्यावर, वडिलांची थोडीशी थट्टा मस्करी करण्याची कल्पना अंजलीला सुचली. चेहऱ्यावर खोटा खोटा उदासपणा दाखवत ती म्हणाली की, ती काही यशस्वी होऊ शकली नाही.

मात्र तिला हे नाटक फार काळ काही टिकवता आले नाही आणि तिने डोळ्यांतील चमक आणि हृदयातील आनंदाने वडिलांना सांगून टाकले, ''बाबा, मी यशस्वी झालेय!'' अशोक यांच्या चेहऱ्यावरची चिंता आनंदाच्या लाटेत बदलताना पाहून त्या त्रिकूटाच्या चेहऱ्यावर हास्य फुलले.

संयत जल्लोश

पुढच्या दिवशी यशस्वी उमेदवारांची प्रवर्गनिहाय यादी प्रसिद्ध झाली, ज्यामुळे अंजलीच्या अद्‌भुत यशाची पुन्हा एकवार खात्री पटली. तिने आपल्या प्रवर्गात दुसरा क्रमांक मिळवला होता, जो यूपीएससीने जाहीर केलेल्या प्रवर्गनिहाय रिक्त जागांनुसार तिला आयएएससाठी पात्र ठरवण्यास

पुरेसा होता, तरीही या आनंददायक खुलाशासोबत वाटायला हवा होता असा जबरदस्त आनंद तिला वाटेना. शंकेची एक पाल तिच्या मनाशी चुकचुकू लागली. तिच्या भूतकाळातील अनुभवांच्या जखमा आणि तिने सोसलेल्या संघर्षांनी तिच्या मनात शंका रुजवायला आणि भीतीचे बीज पेरायला सुरुवात केली.

म्हणून अंजलीने आयएएससाठी निवड झाल्याचे आणि सेवा वाटपाचे अधिकृत आदेश, भारत सरकारच्या कार्मिक व प्रशिक्षण मंत्रालयाकडून मिळेपर्यंत आपले अतुलनीय यश गुलदस्त्यात ठेवण्याचा निर्णय घेतला. ती आयएएस मिळवू शकते आणि जर तसे झाले नाही, तर ती आनंदाने आयआरएससाठीही तयार असेल, असे सूचित करत, तिच्या भविष्यातील सेवेबाबत विचारलेल्या प्रश्नांना ती कुशलतेने टाळत असे.

बीपार्डमधील तिचे मित्र तिच्या यशाची बातमी आनंदाने त्यांच्या शिक्षकांना सांगत असताना, अंजली मात्र अधिकृत पुष्टी येईपर्यंत सत्य उघड न करण्याच्या निर्धारावर ठाम राहिली; परंतु अशोक यांनी मात्र आपल्या मित्र-नातेवाइकांना तिच्या आयएएससाठी लवकरच होणाऱ्या निवडीबाबत आत्मविश्वासाने सांगून टाकले.

जणू ही कधी संपणारच नाही इतकी वाट पाहायला लावणाऱ्या प्रतीक्षेनंतर, अखेर भारत सरकारने तिच्या आयएएससाठी निवडीची अधिसूचना प्रसिद्ध केली.

निवड झाल्यानंतर अंजली तिच्या कुटुंबासह, त्यांचे मूळ गाव व्यासपूरला भेट देण्यासाठी गेली, जिथे तिच्या सन्मानासाठी मोठा समारंभ आयोजित करण्यात आला होता. गावकऱ्यांनी आपली मुले, विशेषतः मुली, तिला भेटण्यासाठी आणि तिचे बोलणे ऐकून प्रेरणा मिळवण्यासाठी आणली होतीत. त्यांच्याशी बोलत असताना अंजलीच्या डोळ्यांत अश्रू दाटून आले.

आयएएसमध्ये सामील होण्यासाठी आरडीओ पदाचा राजीनामा देतानाच्या प्रशासकीय प्रक्रिया सांभाळताना, अंजलीने तिच्या सहकाऱ्यांच्या वागण्यात, जाणवून येण्याइतका बदल पाहिला. पूर्वीचा संदेह आणि अविश्वास संपुष्टात आला होता; आता त्याजागी तिच्या उल्लेखनीय यशाबद्दल खुला आदर आणि कौतुक दिसत होते. हे तिच्या चिकाटीच्या आणि स्वप्नांवरील ठाम विश्वासाच्या परिवर्तनक्षम शक्तीचे प्रतीक होते.

अंजलीच्या पहिल्या दोन प्रयत्नांत तिला मागे खेचणाऱ्या, तिच्या वैकल्पिक विषयाने म्हणजेच समाजशास्त्राने तिसऱ्या प्रयत्नात तिला यशाच्या शिखरावर नेण्यात महत्त्वपूर्ण भूमिका बजावली. कॉलेजमध्ये तिने योगायोगाने समाजशास्त्र हा मुख्य विषय म्हणून घेतला होता; परंतु लवकरच तिला त्या विषयाची आवड निर्माण झाली. जेव्हा ती सिव्हिल सर्व्हिसेस परीक्षेला बसण्याबद्दल विचार करत होती, तेव्हा तिच्या यूट्यूबवरील शोधांमधून, उमेदवारांसाठी हा एक लोकप्रिय वैकल्पिक विषय असल्याचे समजले होते.

पहिल्या दोन प्रयत्नांत तिला समाजशास्त्रात २०८ गुण मिळाले आणि पुढच्या प्रयत्नात ते २८०वर नेण्याची तिची इच्छा होती. देवाने तिची ही इच्छा पूर्ण केली आणि अंतिम प्रयत्नात तिला समाजशास्त्रात २८३ गुण मिळाले.

सीमारेषेवरील जीवनाची एक झलक

सप्टेंबर २०२३मध्ये मसुरीतील लाल बहादूर शास्त्री राष्ट्रीय प्रशासन अकादमी (LBSNAA) येथे अंजलीचा प्रवास फाउंडेशन कोर्सपासून सुरू झाला; परंतु तिथेही तिच्यासमोर आव्हाने होतीच. डोंगराळ भागातील परिसरात हिंडणे-फिरणे तिला कठीण जात होते; पण त्याहून अधिक आव्हानात्मक होते वर्गातील शिकवणे, विशेषतः पॉवरपॉइंट प्रेझेंटेशन्सचा वारंवार उपयोग करून जे शिकवले जात होते, तो भाग समजणे. तिच्यासाठी अकादमीने ती प्रेझेंटेशन्स वर्गापूर्वीच उपलब्ध करून देण्याची व्यवस्था केली. याशिवाय, तिला टेक्स्ट-टू-स्पीच सॉफ्टवेअर आणि दैनंदिन कामांसाठी तसेच कॅम्पसवर हालचालीसाठी दोन साहाय्यक उपलब्ध करून दिले.

डिसेंबर २०२३मध्ये आयएएससाठीच्या पहिल्या टप्प्यातील व्यावसायिक प्रशिक्षण सुरू झाले आणि अंजलीने भारत दर्शन म्हणून प्रसिद्ध असलेल्या, आठ आठवड्यांच्या हिवाळी अभ्यास दौऱ्यासाठी कूच केले. या २०,००० किलोमीटरच्या, आडव्या व उभ्या भारत भ्रमंतीसाठी प्रशिक्षणार्थी अधिकाऱ्यांना १८ ते २० जणांच्या गटात विभागण्यात आले होते.

या दौऱ्याचा उद्देश दुहेरी होता : भारताच्या भौगोलिक आणि सांस्कृतिक विविधतेचा अनुभव घेणे, त्याच्या समृद्ध वारशाचा आणि वैविध्यपूर्ण लँडस्केपचा अभ्यास करणे. सशस्त्र सेना, सार्वजनिक आणि खासगी क्षेत्रातील उद्योग, महानगरपालिका आणि स्वयंसेवी संस्थांच्या कार्यप्रणालीची अमूल्य जाण मिळवणे.

नवीन स्थळांचा शोध घेण्याच्या संधीने अंजली जरी उत्साहित झाली होती, तरी दीर्घ प्रवास आणि बाहेरच्या भेटींच्या कठीण प्रसंगांचा सामना करण्याबाबत ती थोडीशी साशंकही होती.

अंजली ज्या गटात होती त्याने दिल्लीहून दीमापूरच्या विमानोड्डाणाने सुरू झालेल्या त्यांच्या रोमांचक आणि थकवणाऱ्या प्रवासाची सुरुवात केली. तिथून त्यांनी अरुणाचल प्रदेशातील मेचुकासाठी १८ तासांचा कष्टप्रद प्रवास केला, जिथे त्यांचा सैन्य जोडणीसाठी (आर्मी अटॅचमेंट) मुक्काम होता. संध्याकाळी उशिरा मुक्कामी पोहोचताना सर्व जण थकून चूर झालेले होते.

पहाटेच्या सूर्यप्रकाशाने जेव्हा मेचुकाच्या भूमीवर आपली सोनेरी किरणे पसरली तेव्हा, जागे झालेल्या प्रशिक्षणार्थींनी जे दृश्य पाहिले त्याने जणू त्यांचा श्वासच खेचून घेतला. त्यांच्यासमोर जणू एखाद्या स्वप्नात असावे तसे दृश्य पसरलेले होते. भारताचे मिनी-स्वित्झर्लंड म्हणून ओळखले जाणारे मेचुका, आपल्या अद्‌भुत सौंदर्यानिशी त्यांच्यासमोर उलगडले होते. बर्फाच्छादित शिखरांमुळे नटलेले मनमोहक परिदृश्य, हिरवाईने बहरलेले डोंगर आणि वितळलेली चांदी वाहून नेत असावे असे निळसर-हिरवे प्रवाह, हे दृश्य खरोखर स्वर्गीय होते.

भारतीय सैन्याबरोबरच्या आठवडाभराच्या जोडणीत प्रशिक्षणार्थींना, देशाच्या सीमेचे रक्षण करताना सैन्याच्या कार्यपद्धती आणि कार्यान्वित संरचनेबद्दल मौल्यवान माहिती आणि जाण मिळाली. त्यांना याच्याही पुढे असलेल्या, भारत-चीन सीमेवरील पोखर येथील भागांत नेण्यात आले. प्रचंड थंडीत, जिथे पारा शून्याखाली बराचसा घसरला होता, तिथे त्यांनी सीमारेषेवरील कठोर जीवनाचे वास्तव अनुभवले.

या प्रतिकूल परिस्थितीतही, सैनिकांच्या दृढ जिद्दीचे, चिकाटीचे आणि धैर्याचे अंजलीने कौतुक केले. या खडतर वातावरणातही त्यांनी अतिथींचे उबदार स्वागत केले आणि मनापासून आदरातिथ्य केले. त्यांच्या निष्ठेने आणि अजेय जिद्दीने अंजलीला एक नवा दृष्टिकोन दिला.

जसा काळ पुढे गेला, तशी अंजली आणि तिच्या सहकाऱ्यांना जाणीव झाली की, सुरुवातीचा थकवा आणि अडचणी असूनही, भारतीय सैन्यासोबतचा त्यांचा हा समय, त्यांच्या भारत दर्शन प्रवासातील सर्वोत्तम ठरला.

स्वतःच्या शोधाचा प्रवास

मेचुकामध्ये, अंजली आणि तिच्या सहकारी अधिकाऱ्यांनी स्थानिक मेम्बा, रामो, बोक्कर आणि लिबो या जमातींच्या वैविध्यपूर्ण संस्कृतीचा अनुभव घेतला. भारतीय वायुसेनेच्या हैदराबाद येथील आणि भारतीय नौदलाच्या कोची येथील जोडणींसाठी त्यांचा प्रवास पुढे सुरू राहिला. लढाऊ विमानांच्या आकाशभराऱ्या ते नौदलाच्या जहाजावरून आणि पाणबुडीतून समुद्राच्या गाभ्यापर्यंत अंजली या ऑपरेशन्सच्या भव्यतेने आणि सैन्यदलातील पुरुष-महिलांच्या अविचल निष्ठेने स्तिमित झाली.

कोचीच्या शांत जलाशयांपासून लक्षद्वीपच्या मोहक द्वीपसमूहापर्यंत, अंजली आणि तिच्या सहकाऱ्यांनी सौंदर्याने नटलेल्या एका अद्भुत जगात स्वतःला हरवून जाताना बघितले. निळेशार पाणी, मऊ पांढऱ्या वाळूचे किनारे आणि वाऱ्यावर डोलणारी नारळाची झाडे यांमुळे अंजलीने एका अवर्णनीय जाणिवेचा विस्मयकारक अनुभव घेतला.

जरी अंजलीला खोल समुद्रात स्कूबा डायव्हिंग करता आले नाही, तरी ती प्रवाळद्वीपांच्या (कोरल रीफ्स) कहाण्यांत आणि तिथल्या वैविध्यपूर्ण समुद्री जीवनात आनंदाने गुंग झाली. खुल्या सागरातून क्रूझ जहाजाने परतीचा प्रवास हा आणखी एक अविस्मरणीय अनुभव ठरला. त्यांच्यासमोर पसरलेला क्षितिजाचा कॅनव्हास स्वप्नांसारखा भासत होता आणि तो प्रवास तिच्या मनावर कायमचा कोरला गेला.

परंतु या निसर्गसौंदर्यातही, अंजलीच्या मनावर खोल प्रभाव टाकला तो सहकारी अधिकाऱ्यांशी निर्माण झालेल्या नात्यांनी. जलक्रीडांच्या वेळी जुळलेल्या मैत्रीपासून ते चांदण्यांनी सजलेल्या आकाशाखालील रात्रीच्या गप्पांपर्यंत, प्रत्येक क्षण तिच्या मनावर कायमचा कोरला गेला. या प्रवासात अंजलीला तिची रूममेट आणि नवीन मैत्रीण अंबिकाने खास आधार दिला. तिच्या साथीने अंजलीला खूप हवीहवीशी सोबत आणि जेव्हा गरज होती, तेव्हा हवे ते पाठबळ मिळाले.

भारताच्या अंतःकरणातून फिरत असताना, अंजलीने स्वतःत एक विलक्षण बदल होताना अनुभवला. प्रत्येक दिवसागणिक तिचा आत्मविश्वास वाढत गेला आणि तिच्या विचारसरणीत सकारात्मक बदल झाला. ती स्वतःला आता कमजोर किंवा दुय्यम म्हणून पाहत नव्हती, तर एक सक्षम

आणि कठोर परिश्रम करू शकणारी, जी कोणतेही ध्येय गाठू शकते अशी व्यक्ती म्हणून बघत होती.

अडथळ्यांचा सामना

एलबीएसएनएएमधील प्रशिक्षण पूर्ण झाल्यानंतर फील्डवर कामाची सुरुवात करण्याच्या प्रतीक्षेत अंजली होती; पण तिला तिच्यासमोर असलेल्या आव्हानांची जाणीवही तितकीच स्पष्ट होती.

'माझ्यावर फायली हाताळण्याची आणि असंख्य कागदपत्रांवर स्वाक्षऱ्या करण्याची जबाबदारी असेल. यासाठी विश्वासू साहाय्यक मिळवणे अत्यंत गरजेचे ठरेल. मला यासाठी शासकीय नियमांची मदत मिळेल का? शिवाय, तंत्रज्ञानाचा वाढता उपयोग ही आणखी एक समस्या ठरेल. संगणक, इंटरनेट आणि इतर तंत्रज्ञानांचा प्रभावीपणे उपयोग कसा करावा?' संपूर्ण दिवसभराच्या कठोर प्रशिक्षणानंतर अंजली या प्रश्नांवर विचार करत होती.

तिला तंत्रज्ञानाच्या मदतीची कल्पना होती. एलबीएसएनएएमध्ये तिला 'ऑरकॅम मायआय' नावाचे उपकरण उपलब्ध करून दिले गेले. या उपकरणाच्या मदतीने अंजली पुस्तकाच्या पानांचे फोटो काढून त्यातील मजकूर ऐकू शकणार होती.

पण अंजलीला अशा दृष्टिहीन अधिकाऱ्यांच्या यशकथा प्रेरणा देत होत्या, ज्यांनी आपल्या सेवेमध्ये उत्कृष्ट कामगिरी केली होती. तिला हे समजले की आव्हाने, त्यांच्यावर आपण मात करावी यासाठीच येत असतात.

'अडथळे येतात, कारण त्यांचे निराकरण कसे करायचे हे शिकायचे असते. मी या प्रत्येक समस्येवर नक्कीच तोडगा काढेन,' असे निर्धाराने स्वतःला आश्वस्त करत अंजलीने या आव्हानांना सामोरे जाण्याचा निश्चय केला.

* * *

अंजलीच्या कहाणीतून आपण काय धडे घेणार?

१) **चिकाटी आणि अढळ विश्वास :** चिकाटी, मेहनत आणि स्वप्नांवरचा अढळ विश्वास या गोष्टी, महान शोकांतिका आणि प्रखर आव्हानांसारखे त्रासदायक अनुभव येत असतानाही तुम्हाला यशाच्या दिशेने नेतात. संकटांचा आणि अपयशांचा सामना करताना खचून जाऊ नका. अनेक अडथळ्यांनंतरच विजय प्राप्त होतो. अर्जुनाप्रमाणे आपल्या ध्येयावर लक्ष केंद्रित करा आणि अखंड प्रयत्न करत राहा.

२) **पालकांचा आधार आणि विश्वास :** पालकांचा विश्वास आणि पाठिंबा या बाबी CSEत यश मिळविण्याच्या कामात अत्यंत महत्त्वाची भूमिका बजावतात. पालकांनी आपल्या मुलांच्या क्षमतेवर विश्वास ठेवून त्यांना प्रोत्साहित करावे, अगदी अपयशाच्या क्षणीही. प्रत्येक अडथळा ही यशाकडे नेणारी एक पायरी असते.

३) **तंत्रज्ञानाचा योग्य उपयोग :** जग तंत्रज्ञान क्रांतीच्या युगातून जात आहे आणि या प्रगतीचा फायदा करून घेणे महत्त्वाचे आहे. नव्या आणि आधुनिक तंत्रज्ञानाचा उपयोग करून अडथळ्यांवर मात करता येते. आपल्या उद्दिष्टांपर्यंत पोहोचण्यासाठी या साधनांचा प्रभावी वापर करावा.

४) **स्वतःशी स्पर्धा, तुलनेला नाही स्थान :** प्रतिष्ठित संस्थांमधील किंवा मोठ्या शहरांतील उमेदवार अधिक चांगले आहेत, असे समजून घेऊ नका. स्वतःशीच स्पर्धा करा, आपली मर्यादा ओलांडण्याचा सातत्याने प्रयत्न करा आणि आपल्या ध्येयाकडे स्थिरतेने वाटचाल करा. यश हे वैयक्तिक प्रगती आणि निर्धारावर आधारित असते, कोणत्या पार्श्वभूमीतून आपण आलो यावर नाही.

५) **दृष्टिकोनाने अपंगत्वावर मात :** अपंगत्व हा फक्त एक मानसिक अडथळा असतो. चिकाटी, निर्धार, कठोर परिश्रम आणि अत्याधुनिक तंत्रज्ञानाच्या साधनांचा उपयोग करून घेतल्यास कोणतेही अडथळे किंवा अपंगत्व तुम्हाला तुमच्या ध्येयांपासून परावृत्त करू शकत नाहीत.

प्रकरण ५

एका काश्मिरी मुलाचे यूपीएससीचे स्वप्न

मला इंजिनिअर व्हायचे आहे

पंधरा वर्षीय वसीम, आपल्या मोहसीन आणि उमर या मित्रांसोबत जून २०१३च्या उन्हाळ्यातील, एका आल्हाददायक संध्याकाळी भटकत होता. त्या वेळी शीतल आणि सुगंधी वाऱ्याच्या झुळुकी उंच उंच चिनार वृक्षांच्या फांद्यांमधून ये-जा करत असताना, त्यांचा स्पर्श या मुलांच्या चेहऱ्यांनाही होत होता. आपल्या घरट्याकडे परतत असणाऱ्या पक्ष्यांचा किलबिलाट त्यांच्या कानांवर पडून, त्याचा एक वेगळाच आनंद त्यांना मिळत होता.

ते सारे दक्षिण काश्मीरच्या अनंतनाग जिल्ह्यातील होते. वसीम ब्रागम या निसर्गरम्य गावातील, तर मोहसीन आणि उमर जवळच्या नथीपोरा गावातील. ते सर्व जण दुरू शाहाबाद येथील शासकीय उच्च माध्यमिक शाळेत अकरावीच्या वर्गात शिकत होते.

रोज संध्याकाळी ते लांब अंतरापर्यंत फिरायला जात असत. त्यांच्या या फेरफटक्यांमध्ये अनेक विषयांवर चर्चा व्हायची. त्या दिवशी ते करिअरच्या आकांक्षांबद्दल बोलत होते.

"मला आयएएस अधिकारी व्हायचे आहे. त्यांच्या हातात खूप अधिकार असतात," मोहसीन उत्साहाने म्हणाला.

"तुला हे कसे माहीत?" उमरने विचारले. त्याचे कुतूहल जागृत झाले होते.

''ते जिल्ह्याचे उपायुक्त होतात. लोक आपल्या समस्या घेऊन त्यांच्याकडे जातात - पिण्याचे पाणी, वीज, रोजगार किंवा पोलिसांकडून होणारी छळणूक अशा गोष्टींसाठी आणि ते त्या सोडवतात,'' मोहसीनने माहिती दिली, हे सांगताना त्याचे डोळे उत्साहाने चमकत होते.

''पण आयएएस अधिकारी बनायचे कसे?'' उमरने पुढे विचारले.

''त्याच्यासाठी, पदवीधर झाल्यानंतर एक खडतर परीक्षा द्यावी लागते आणि ज्यांचे गुण सर्वोच्च असतात, त्यांनाच आयएएससाठी निवडले जाते,'' मोहसीनने सांगितले.

पण वसीम त्याने सांगितल्याने प्रभावित झाला नाही. ''खऱ्या अर्थाने मूलभूत पातळीवर बदल घडवून आणणारी माणसे आयएएस अधिकारी नसतात, तर शास्त्रज्ञ आणि अभियंते असतात, त्यामुळे मी अभियंता बनणार आहे,'' त्याने ठामपणे सांगितले. वसीमच्या या ठाम घोषणेमुळे उमर आणि मोहसीन हसले; पण वसीम आपल्या निर्धारावर ठाम राहिला.

मात्र अत्यंत कुशाग्र बुद्धिमत्तेच्या वसीमसाठी नियतीने काही वेगळेच नियोजन केले होते.

वसीमची विज्ञानाची आवड फुलताना

वसीम एका साध्या कुटुंबातून आला होता. त्याचे वडील मोहम्मद युसुफ भट हे जम्मू आणि काश्मीरच्या कृषी उत्पादन विभागात मधमाशीपालनाचे काम करत होते, तर त्याची आई रूबी जान गृहिणी होती. वसीम हा रूबी आणि युसुफ यांचा सर्वांत मोठा मुलगा होता. त्याच्या तिघा भावंडांची नावे अरिजू, आलिया आणि अर्फत होती. त्याचे आजोबा गुलाम अहमद भट हे एक लहान शेतकरी होते.

लहानपणापासूनच वसीम अभ्यासात चांगला होता. दहावीच्या परीक्षेत त्याने दुरू शाहाबाद ब्लॉकमधील शाळांमध्ये तिसरा क्रमांक मिळवून आपल्या बुद्धिमत्तेची चुणूक दाखवली. वसीमला जर परिसरातील विद्यार्थ्यांमध्ये सर्वोच्च गुण मिळवता आले नाहीत, तर त्याचे वडील युसुफ नाराज होत असत.

वसीमला गायनाचीही आवड होती. लहानपणी तो देशभक्तिपर गीते मन लावून तयार करत असे आणि सैन्याच्या गस्तीसाठी येणाऱ्या पथकांची वाट पाहत असे, जेणेकरून त्यांच्यासमोर तो आपली गीते सादर करू शकेल.

बदल्यात मिळणाऱ्या मूठभर टॉफ्या आणि अधूनमधून मिळणाऱ्या रोख बक्षिसांनी तो खूश होत असे.

इक्बाल मेमोरियल इन्स्टिट्यूटमध्ये वसीमला गुलजार नावाचे विज्ञानाचे शिक्षक भेटले. त्यांच्या कल्पक अध्यापन पद्धतींनी वसीमच्या मनात विज्ञानाची आवड रुजवली. अभियंता होण्याच्या ठाम निश्चयाने प्रेरित होऊन वसीमने मेहनत घेतली आणि बारावीच्या परीक्षेत दुरू शाहाबाद ब्लॉकमधील शाळांमध्ये सर्वाधिक गुण मिळवण्याचा विक्रम केला, तसेच त्याने जेईई मेन्स परीक्षा उत्तीर्ण केली आणि श्रीनगरच्या प्रतिष्ठित नॅशनल इन्स्टिट्यूट ऑफ टेक्नॉलॉजी (NIT) येथे बी.टेक.साठी प्रवेश मिळवला.

तथापि, भारतीय तंत्रज्ञान संस्था (IIT)मध्ये प्रवेश मिळवण्यासाठी आवश्यक असलेली जेईई (ॲडव्हान्स्ड) परीक्षा तो पास होऊ शकला नाही, त्यामुळे त्याच्या आकांक्षांवर निराशेचे सावट आले. कोटा येथून प्रशिक्षण न घेण्याचा निर्णय त्याने घेतला होता, त्यामुळे आयआयटी प्रवेशाची संधी त्याने गमावली असे त्याला वाटू लागले आणि त्याच्या मनात हळहळ सुरू झाली.

वडिलांच्या आग्रहाखातर वसीमने उच्च माध्यमिक वर्गांमध्ये गणितासोबत जीवशास्त्राचाही अभ्यास केला होता. वैद्यकीय आणि दंतवैद्यकीय महाविद्यालयांमध्ये प्रवेशासाठी त्याने NEET परीक्षासुद्धा दिली आणि चांगली श्रेणीही मिळवली.

न निवडलेला मार्ग

एनआयटी, श्रीनगरमध्ये प्रवेशासाठी निवड झाल्यावर वसीमच्या वडिलांनी त्याला सिव्हिल इंजिनिअरिंग निवडण्याचा सल्ला दिला. जम्मू-काश्मीर सरकारमध्ये कनिष्ठ सिव्हिल अभियंत्यांच्या भरतीसाठी भरपूर संधी असल्याचे त्यांनी जोर देऊन सांगितले.

''कोर्स पूर्ण होताच तुला कायमस्वरूपी सरकारी नोकरी मिळेल,'' त्यांनी वसीमला त्याच्या काउन्सेलिंगच्या आदल्या दिवशी रात्रीच्या जेवणाच्या वेळी सांगितले.

वसीमला संगणक अभियंता बनायचे होते; परंतु नुकताच त्याने NEET परीक्षेतील क्रमांकावर आधारित, बीडीएस कोर्ससाठी प्रवेश घेण्याचा

वडिलांचा सल्ला नाकारला होता, त्यामुळे त्याला हा विचार वडिलांसमोर मांडायला संकोच वाटत होता. शिवाय, सिव्हिल इंजिनिअरिंग आणि संगणक विज्ञान यामधील फरकही त्याला ठाऊक नव्हता म्हणून त्याने वडिलांचा सल्ला मानण्याचे ठरवले.

एनआयटीच्या रम्य वातावरणात वसीमला खूप आवडत होते. प्रसिद्ध डल लेकच्या सुरम्य किनारी वसलेल्या या संस्थेत अद्ययावत सुविधांचा समावेश होता – केंद्रीय ग्रंथालयापासून संपूर्ण कॅम्पसमध्ये वाय-फायपर्यंत. येथे भारताच्या सर्व भागांतून आलेले विद्यार्थी होते, ज्यामुळे देशाच्या सांस्कृतिक विविधतेचे दर्शन घडत होते.

बी.टेक.च्या पहिल्या सत्रामध्ये वसीम खूप उत्साही होता. सुरुवातीला सर्व विद्यार्थ्यांसाठी एकसारखे विषय असल्याने वेगवेगळ्या शाखांतील फरक त्याला जाणवला नाही; पण तिसऱ्या सेमिस्टरपर्यंत त्याला सिव्हिल इंजिनिअरिंगमधील इंजिनिअरिंग ड्रॉइंग्स आणि अन्य मूलभूत विषय कंटाळवाणे वाटू लागले.

वसीमला वाटले की, इंजिनिअरिंग इतक्या कंटाळवाण्या पद्धतीने, फक्त सैद्धान्तिक माहिती आणि सूत्र पाठांतरावर भर देऊन का शिकवले जाते? 'इतकी आधुनिक साधने, जसे की संगणक-साहाय्यित डिझाईन (CAD) उपलब्ध असताना, आपल्याला अजूनही रेखाचित्रे हाताने का काढावी लागतात?' त्याच्या मनात हा प्रश्न उभा राहिला. एकेकाळी आशादायक वाटलेला मार्ग आता एका ओझ्यासारखा वाटू लागला. हा निर्णय घाईत आणि आपली खरी आवड न ओळखता घेतल्याची जाणीव त्याला होऊ लागली.

तिसऱ्या सेमिस्टरमधील सी++ प्रोग्रॅमिंग कोर्सने त्याला पुन्हा एकदा त्याची चूक जाणवून दिली. वसीमला प्रोग्रॅमिंग खूप आवडले आणि त्याने या विषयात उच्च गुण मिळवले. मात्र, सिव्हिल इंजिनिअरिंगमध्ये त्याला काही केल्या रस वाटेना.

वाचनाच्या सवयीने घडवून आणली भक्कम पायाभरणी

आव्हानांच्या कठीण काळात वसीमच्या अंतरी जिद्दीचे बीज रुजले. इंजिनिअरिंगमधील आवड कमी होत असतानाच त्याला वाचनाची गोडी लागली.

एनआयटीच्या ग्रंथालयातून आणि सार्वजनिक ग्रंथालयातून घेतलेल्या असंख्य पुस्तकांसह वसीम आणि त्याचा मित्र फैझान यांनी साहित्याच्या समुद्रात खोल बुडी मारणे सुरू केले. एनआयटी ते काश्मीर विद्यापीठ या दरम्यानच्या त्यांच्या दर संध्याकाळच्या लांब पदयात्रा, मानववंशशास्त्र, मानवी उत्क्रांती आणि चालू घडामोडी, अशा विविध विषयांवरील जोशपूर्ण चर्चांसाठी एक मंच (फोरम) ठरला.

जुलै २०१६मध्ये, काश्मीरमध्ये मोठे अस्थिरतेचे वातावरण निर्माण झाले, त्यामुळे शैक्षणिक संस्थांचे कामकाज जवळपास सहा महिन्यांसाठी बंद झाले. इंटरनेट आणि दूरध्वनी सेवा खंडित झाल्या. घरात अडकलेल्या वसीमने या कठीण प्रसंगाचे रूपांतर एका संधीत केले. स्थानिक ग्रंथालयातून आणलेली आणि किंडलवरील पुस्तके नियमित वाचत त्याने ज्ञानसंपादन सुरू ठेवले. दूरवरच्या गावात 'द हिंदू' वृत्तपत्र एक दिवस उशिरा पोहोचत असले, तरी तो ते न चुकता वाचत असे.

जानेवारी २०१७च्या कडाक्याच्या थंडीत वर्ग पुन्हा सुरू झाले. त्याच्या वसतिगृहात हीटिंगची सोय नसल्याने, वसीम आणि फैझान यांनी केंद्रीय तापमान नियंत्रणाची (सेंट्रली हीटेड) सोय असलेल्या ग्रंथालयात मुक्काम ठोकला. तिथे पुस्तके आणि मासिकांमध्ये ते तासन्तास बुडून राहत. वसीमने सिव्हिल सेवा परीक्षेबद्दल (CSE) आणि वेगवेगळ्या सेवांच्या अधिकाऱ्यांच्या भूमिकांबद्दल वाचले. आयएएस अधिकाऱ्यांसाठी असलेल्या विविध प्रकारच्या जबाबदाऱ्या आणि लोकांच्या जीवनात त्यांनी घडवलेले सकारात्मक बदल पाहून त्याला प्रेरणा मिळाली. कालांतराने, त्याच्या मनात आयएएस अधिकारी होण्याचे स्वप्न रूजू लागले.

कॉलेजच्या पाचव्या सेमिस्टरमध्ये वसीमने आपल्या वसतिगृहातील फैझान, बासित आणि सज्जाद या सहकाऱ्यांसोबत आपले आयएएस अधिकारी होण्याचे स्वप्न शेअर केले. त्यावर काहीशा उपहासात्मक प्रतिक्रिया आल्या.

'हे केवळ एक दिवास्वप्न आहे. दिल्लीतील सेंट स्टीफन आणि एलएसआर कॉलेजमधून शिकणाऱ्यांचीच आयएएससाठी निवड होते. कारण, त्यांच्याकडे योग्य वातावरण असते. एनआयटी श्रीनगरमधून कोणीही आयएएस होत नाही,' त्यांनी सांगितले.

परंतु वसीम आपल्या ध्येयावर ठाम राहिला, त्याच्या स्वप्नांवर मित्रांनी केलेल्या टीकेने तो डगमगला नाही.

जेव्हा तुमचा निर्धार ठाम आणि एकाग्रता अढळ असते, तेव्हा तुम्ही कुठून सुरुवात करता, याने काही फरक पडत नाही. यूपीएससीचे शिखर गाठणे, तुम्ही कुठूनही सुरुवात केली तरी नक्कीच शक्य आहे.

श्रीनगरहून झाले यूपीएससी शिखराचे स्पष्ट दर्शन

पाचव्या आणि सहाव्या सेमिस्टरमध्ये वसीमच्या महाविद्यालयात काश्मीरचे दोन लोकप्रिय आयएएस अधिकारी, अथर आमिर आणि शाह फैजल यांच्या भेटीने वसीमला, यूपीएससी शिखरावर विजय मिळवण्याच्या स्वप्नासाठी आणखी प्रेरणा मिळवून दिली.

शाह फैजल हे २०१०मध्ये नागरी सेवा परीक्षेत प्रथम क्रमांक मिळवणारे पहिले काश्मिरी ठरले. ते काश्मीरच्या तरुणांसाठी एक प्रेरणास्थान आणि आदर्श व्यक्तिमत्त्व (रोल मॉडेल) बनले. एका दुर्गम गावातून आलेल्या फैजल यांचा प्रवास, त्यांचे वडील दहशतवाद्यांच्या हल्ल्याचे बळी झाल्यामुळे, एका मोठ्या शोकांतिकेने चिन्हांकित झाला होता, तरीही त्यांच्या अपार चिकाटीने त्यांनी अडचणींवर मात केली आणि एमबीबीएसचे शिक्षण पूर्ण केल्यानंतर प्रतिष्ठित सिव्हिल सेवा परीक्षेत यश मिळवले.

१५ एप्रिल २०१८ रोजी एनआयटीत झालेल्या शाह फैजल यांच्या TEDx भाषणाला मोठी गर्दी झाली होती. वसीमला या कार्यक्रमासाठी प्रवेश पास मिळवता आला नाही, त्यामुळे तो निराश झाला. मात्र वसीमच्या आयएएसच्या वेडाला जाणून, त्याच्या एका मित्राने स्वतःचा पास आनंदाने त्याला दिला.

अथर आमिर हा आणखी एक काश्मिरी तरुण, २०१५च्या सिव्हिल सेवा परीक्षेत दुसऱ्या क्रमांकावर आला होता. अनंतनाग जिल्ह्यातील एका सामान्य गावातून आलेल्या आमिर यांनी आयआयटी मंडी येथून अभियांत्रिकी पदवी घेतल्यानंतर यूपीएससीवर विजय मिळवला. १४ ऑगस्ट २०१८ रोजी त्यांनी एनआयटी श्रीनगरला भेट दिली आणि सिव्हिल सेवा परीक्षेच्या गुंतागुंतीबद्दल मौल्यवान माहिती सांगितली. त्यांच्या मार्गदर्शनाने वसीमच्या मनातील आयएएस होण्याची ज्वलंत इच्छा अधिकच तीव्र झाली.

आपले ध्येय स्पष्टपणे डोळ्यांसमोर ठेवलेल्या वसीमने, अंतिम सेमिस्टरमध्ये आकर्षक नोकऱ्यांचे प्रस्ताव (प्लेसमेंट) आणि GATE

परीक्षेसाठी मोफत प्रशिक्षण अशा, लक्ष विचलित करणाऱ्या गोष्टींना दूर ठेवले. त्याऐवजी, त्याने नागरी सेवा परीक्षेबाबत सखोल संशोधन केले आणि ती यशस्वीरीत्या पार करण्यासाठी धोरणात्मक योजना आखण्यावर आपला वेळ खर्च केला.

आयुष्य बदलणारी चर्चा

जून २०१९मध्ये वसीमने आपले बी.टेक.चे शिक्षण पूर्ण केले आणि तो घरी परतला. आता तो पुढे काय करणार याबद्दल त्याच्या पालकांच्या मनात उत्सुकता होती, मात्र वसीमच्या मनात सुरू असलेल्या खळबळीची त्यांना अजिबात कल्पना नव्हती. त्याच्या पालकांची नाजूक आर्थिक स्थिती आणि तीन धाकट्या भावंडांच्या शैक्षणिक गरजा लक्षात घेऊन वसीमने घरीच राहून सिव्हिल सेवा परीक्षेची तयारी करण्याचा निर्णय घेतला होता. दिल्लीला जाऊन कोचिंग घेण्याची त्याची इच्छा मात्र त्याने गुप्तच ठेवली आणि व्यक्त केली नाही.

१९ जुलै २०१९च्या त्या निर्णायक संध्याकाळी संपूर्ण कुटुंब एकत्र जेवण घेत असताना वसीमचा फोन खणखणला. फोनवर त्याचा जवळचा मित्र फैझल होता. फैझलच्या उत्साही आवाजाने खोली भरून गेली.

''भाई, कुठे आहेस?'' वसीमने उत्कंठेने विचारले.

''मी दिल्लीमध्ये आहे. कालच सिव्हिल सेवा परीक्षेच्या कोचिंगमध्ये प्रवेश घेतला. वर्ग पुढच्या आठवड्यात सुरू होतील,'' फैझलने सांगितले. त्याच्या या बोलण्यातून प्रकट होणारी ऊर्जा वसीमच्या पालकांनाही जाणवली.

''जर तुला यायचे असेल, तर लगेच निर्णय घे. २४ जुलैपर्यंत दिल्लीला पोहोच. २५ जुलैपासून वर्ग सुरू होतील,'' फैझलच्या या शब्दांनी वसीमच्या मनात एक हुरहूर निर्माण केली.

मात्र, लगेचच त्याला परिस्थितीचे भान आले. निराश होऊन त्याने शांतपणे उत्तर दिले, ''भाई, मी येऊ शकत नाही. मी घरीच तयारी करीन.'' त्याने फोन ठेवला आणि शांतपणे जेवू लागला.

''वसीम, दिल्लीला जाऊन कोचिंगमध्ये प्रवेश घेणे तुझ्यासाठी योग्य ठरेल,'' वडिलांचा आवाज कानावर पडला तसा वसीम विचारांच्या

तंद्रीतून बाहेर आला. त्याचे वडील युसुफ यांनी आपल्या जिल्ह्यातील उपजिल्हाधिकारी पाहिले होते. ते आयएएस अधिकारी होते आणि त्यांच्या अधिकाराची आणि जबाबदारीची त्यांना पूर्ण जाणीव होती.

''अब्बा, कोचिंग फी खूप जास्त आहे आणि खोलीचे भाडे, अन्न आणि इतर गरजांसाठी भरपूर खर्च होईल. तुम्ही माझ्यासाठी पुरेसे केले आहे आणि आता तुम्हाला आलिया, अरिजू आणि अर्फत यांची काळजी घ्यावी लागेल,'' वसीमने आपल्या आवाजाची पट्टी वाढणार नाही याचे भान ठेवत काळजीपूर्वक आपली भावना व्यक्त केली.

''तू पैशांची चिंता करू नकोस. मी ते कुठूनही मिळवीन. तू फक्त आयएएस अधिकारी बनून परत ये,'' हे बोलताना त्याच्या वडिलांचे डोळे आशेने चमकत होते. रूबी जाननेही आपल्या पतीच्या निर्णयाला पाठिंबा दिला.

दिलेल्या शब्दाला जागून युसुफ यांनी २३ जुलै २०१९पर्यंत कोचिंग फी आणि राहण्याचा खर्च उभा केला. पुढच्या दिवशी, कृतज्ञता आणि आशेने भरलेल्या अंत:करणाने वसीमने दिल्लीकडे प्रस्थान केले. त्याच्या डोळ्यांत उज्ज्वल भविष्याचे स्वप्न चमकत होते. त्याचा मित्र नवीद, जो स्वतः सिव्हिल सेवा परीक्षेचा इच्छुक होता, वसीमसोबत दिल्लीला येणार होता.

श्रीनगर विमानतळावर या दोघांना निरोप द्यायला त्यांचा मित्र मोहसीन हा आला होता. आपल्या मित्राचा निरोप घेताना वसीमच्या मनात भावनांचे वादळ घोंगावत होते.

''कधी कधी, मोठी स्वप्ने त्या वेळेसच उंच भरारी घेतात, जेव्हा त्यांची आपण सर्वांत कमी अपेक्षा ठेवलेली असते आणि ती आपल्याला आपल्या इच्छांच्या शिखरावर नेऊन पोहोचवतात,'' वसीमने मोहसीनला तत्त्वज्ञानात्मक स्वरात सांगितले.

सिव्हिल सर्व्हिस परीक्षार्थींसाठीच्या मक्केत

वसीम दिल्लीतील जुन्या राजेंद्र नगर (ORN) भागातील एका साध्या तीन खोल्यांच्या अपार्टमेंटमध्ये आपल्या नवीद आणि फैजल या मित्रांसह राहू लागला. या घराच्या प्रत्येक खोलीचे मासिक भाडे १०,००० रुपये होते. त्याशिवाय कोचिंग वर्ग, अन्न, वीज, पाणी आणि इतर गरजा भागवण्यासाठीचे

खर्च होते. एकूण आर्थिक ओझ्याचा अंदाज घेताना, वसीमला सतत ही चिंता वाटत होती की, त्याचे वडील हे सर्व कसे सांभाळणार.

दाट लोकवस्ती असलेला ओआरएन हा भाग, आयएएस होण्याचे स्वप्न पाहणाऱ्या विद्यार्थ्यांची मक्का मानला जातो. इथे देशातील अग्रगण्य कोचिंग संस्थांचे जाळे पसरलेले असून, पुस्तकांची दुकाने, किराणा दुकाने, वाचनालये, रस्त्याकडेच्या चहाच्या टपऱ्या आणि खादाडीची दुकाने, अशा सर्व ठिकाणी रात्रंदिवस चैतन्यपूर्ण गजबज असते. इथे कुठेही जा, सर्वत्र नागरी सेवा परीक्षेचीच चर्चा ऐकू येत असते. प्रत्येक खांबावर चिकटवलेल्या कोचिंग संस्थांच्या जाहिराती पुढे वाढून ठेवलेल्या प्रखर स्पर्धेची आठवण करून देत असतात. या सर्व वातावरणामुळे वसीमच्या मनावरील ताण अधिकच वाढत होता.

काश्मीरमध्ये जशी त्याच्या हालचालींवर बंधने होती, तशी ती दिल्लीत नव्हती. तो जेव्हाही मन करेल, तेव्हा बाहेर जाऊ शकत होता. सर्वत्र हिंडू फिरू शकत होता. दिल्लीतील या स्वातंत्र्याचा आनंद घेत असताना, वसीमने स्वतःला बाहेरील आकर्षणांपासून दूर ठेवण्याचा निर्धार केला. त्याने आपल्या बाहेर हिंडण्या-फिरण्यावरही बंधने घातली, जेणे करून परीक्षेच्या तयारीविषयी वेगवेगळी मते आणि कल्पना त्याच्या कानांवर पडणार नाहीत आणि त्याचा गोंधळ उडणार नाही.

''मी फक्त माझ्या कोचिंग सेंटरच्या मार्गदर्शनालाच अनुसरून अभ्यास करीन,'' त्याने ठरवले.

तीव्र स्पर्धेबरोबरच दिल्लीच्या उष्ण आणि दमट हवामानाशी जुळवून घेण्याची, वसीम आणि त्याचे मित्र धडपड करीत होते. तसेच अन्नाचा प्रश्न हाही आणखी एक अडथळा होता. त्यांच्यापैकी कुणालाही जेवण बनवता येत नसल्याने, डबा लावावा लागला. मात्र डब्यातून येणारे जेवण त्यांच्या चवी आणि आवडीनुसार मिळत नव्हते.

लवकरच, वसीम अभ्यासात पूर्णपणे मग्न झाला. सकाळी ९ ते दुपारी १२ वाजेपर्यंत जनरल स्टडीजचे (GS) वर्ग आणि दुपारी २ ते ५ वाजेपर्यंत मानववंशशास्त्राचे (Anthropology) वर्ग तो अटेंड करत असे. नंतर वर्गात शिकवलेल्या विषयांची उजळणी आणि रात्री १२.३०पर्यंत स्वअभ्यास तो करत असे. शनिवार-रविवार त्याने चाचणी लेखनासाठी राखून ठेवले होते. पुरेशी झोप घेण्याकडेही त्याचा कटाक्ष होता, जेणेकरून

तो दक्ष राहून वर्गात जे काही शिकवले जात असेल, त्याचे आकलन करून घेऊ शकेल.

कोचिंग सेंटरमध्ये दाखल झाल्यानंतर दोन महिन्यांतच वसीमला आपल्या वर्गमित्रांचा स्तर लक्षात आला आणि त्यातून त्याला ही परीक्षा पास करण्याचा आत्मविश्वास मिळाला. त्याला वाटले की, अनंतनागमध्ये राहून तयारी केली असती, तर हा आत्मविश्वास कधीच आला नसता.

२०२० सालचा फेब्रुवारी महिना संपेपर्यंत वसीमचा, सामान्य अध्ययनाचा (जीएस) आणि मानवंशशास्त्राच्या पेपर एकचा ७० टक्के अभ्यास पूर्ण झाला होता. कोचिंग वर्गात तो काळजीपूर्वक टिपणे घेत असे आणि घरी परतल्यावर स्व-अभ्यासाने त्यांच्यात अधीकची भर घालत असे.

कोचिंग सेंटरमधील लक्ष्य नावाचा मेंटरशिप उपक्रम वसीमला खूप आवडला. या उपक्रमात २०० निवडक विद्यार्थ्यांना निवडून त्यांचे लहान लहान गट बनवले गेले. प्रत्येक गटाला एक गुरू (मेंटर) देण्यात आला. मेंटर त्यांच्या तयारीवर लक्ष ठेवत, प्रगतीचा आढावा घेत आणि आठवड्याचे लक्ष्य ठरवत. वसीमच्या गटाचे मेंटर असणारे सुनील, झूम कॉल्सच्याद्वारा त्यांच्या ज्ञानाची परीक्षा घेत, परीक्षेच्या रणनीतीबद्दल चर्चा करत, चकवणाऱ्या प्रश्नांची उत्तरे देण्यासाठी एलिमिनेशन तंत्राचा वापर कसा करावा हे शिकवीत, प्रगतीचा आढावा घेत आणि साप्ताहिक लक्ष्ये ठरवून देत. यामुळे गटातील विद्यार्थ्यांमध्ये एक निरोगी स्पर्धा निर्माण झाली आणि या स्पर्धेने वसीमची तयारी मार्गी लागली.

एकदा आर्ट आणि कल्चर शिकवणाऱ्या नीरज राव यांनी वर्गातील मुलांना काही प्रश्नांसाठी उत्तरे लिहायला सांगितली. लिहून झाल्यावर त्यांनी ती उत्तरे गोळा करून वाचली. वाचून झाल्यावर त्यांनी विचारले, ''वसीम कोण आहे?''

हात वर करत वसीम उभा राहिला आणि त्याने उत्तर दिले, ''मी आहे सर वसीम.''

''तुम्ही अत्यंत झकास उत्तर लिहिले आहे. सीएसई परीक्षेत जर उत्तम गुण मिळवायचे असतील, तर जसे उत्तर लिहायला हवे त्याचाच तुमचे उत्तर हा नमुना आहे. केवळ ज्ञान असून चालत नाही, तर ते प्रभावीपणे सादर करणेही महत्त्वाचे आहे,'' असे त्यांनी वसीमच्या जवळ येत सांगितले.

कोचिंग वर्गातील दुसऱ्या एका शिक्षकांनीसुद्धा वसीम जशी टिपणे घेत असे त्याचे तोंड भरून कौतुक केले. ''तुम्ही पोरांनी वसीमला बाहेर घेऊन जाऊन पार्टी द्या म्हणजे तो तुम्हाला त्याच्या नोट्स वाचायला देईन. त्याच्या नोट्सचा तुम्हाला खूप फायदा होऊ शकेल,'' असा त्यांनी त्याच्या वर्गमित्रांना हसत हसत सल्ला दिला.

शिक्षकांकडून मिळालेल्या अशा कौतुकाने वसीमचा आत्मविश्वास अधिकच वाढला आणि त्याला प्रेरणा मिळाली.

अचानक उद्भवले संकट

आठ महिन्यांच्या अखंड अभ्यासानंतर कोविड-१९च्या उद्रेकामुळे वसीमची तयारी अचानक थांबली. सुरुवातीला, कोचिंग वर्ग चालू ठेवण्यासाठी त्यांनी प्रयत्न केले; परंतु भारतातील प्रकरणे वाढू लागल्यानंतर भीतीचे गडद सावट पसरले. त्यांच्या अपार्टमेंटमध्ये तणावपूर्ण चर्चा सुरू झाली.

''रोजची प्रकरणे चिंताजनक प्रमाणात वाढत आहेत. काही दिवसांसाठी आपापल्या घरी परत जाऊ या का?'' नवीदने चहाचा घोट घेत विचारले.

''व्हॉट्सअॅप ग्रुप्समध्ये काही फोटो फिरत आहेत. ज्यात असे दिसत आहे की, अंतराळवीरांसारखा पोशाख घातलेली वैद्यकीय टीम आपल्या ORN परिसरातील कोविड-पॉझिटिव्ह लोकांना जबरदस्तीने घेऊन जात आहे. जर हे खरे असेल, तर ORNसारख्या गर्दीच्या भागात संसर्ग झपाट्याने पसरेल आणि आपले जीव धोक्यात येऊ शकतात,'' फैजलने नवीदच्या विचारांना पाठिंबा दिला.

''पण घरी अभ्यास करणे कठीण होईल. आपल्या इकडे इंटरनेट कनेक्टिव्हिटी खूप खराब आहे आणि तिथे वर्तमानपत्रे किंवा मासिकेही वेळेवर मिळत नाहीत. वर्ग आणि मार्गदर्शन सत्रांना आपण कसे उपस्थित राहणार?'' वसीमने आपले नीट घडी बसलेले अभ्यासाचे रूटीन विस्कळित होण्याबद्दलची आपली चिंता व्यक्त केली.

''संपूर्ण देशभर लॉकडाउन लवकरच लागू होईल, असे मी ऐकले आहे. त्यात अन्नधान्य व इतर आवश्यक वस्तूंची टंचाई होण्याची शक्यता आहे. शिवाय, आपण कोविडने बाधित झालो, तर आपली काळजी घेणार कोण?'' फैजलने अधिक मुद्देसूदपणे परिस्थितीचे गांभीर्य स्पष्ट केले.

''जवळच्या ड्युक्स नावाच्या प्रसिद्ध पेस्ट्री शॉपचा एक कर्मचारी कोविड-पॉझिटिव्ह असल्याची बातमी आहे. म्हणजेच हा राक्षस तर आपल्या उंबरठ्यापर्यंत येऊन ठेपला आहे,'' नवीदने त्याला दुजोरा दिला.

''हो, मी सहमत आहे. परिस्थिती आणखी बिघडण्यापूर्वी आपण घरी परतलेले चांगले. जे काही अभ्यास साहित्य आपल्या जवळ आहे, त्यावरच तग धरू. परिस्थिती सुधारेल आणि त्यामुळे एका महिन्यात आपल्याला परतता येईल, अशी आशा करू या,'' फैजलने प्रस्ताव दिला.

अखेर, वसीमने एका पुस्तकात वाचलेल्या, पूर्वी बुबोनिक प्लेग किती झपाट्याने फैलावत असे या तपशिलाचा विचार करून, या प्रस्तावाला सहमती दिली.

पुढच्या दिवशीच तिघे श्रीनगरला जाणाऱ्या विमानात बसले आणि काही तासांतच आपापल्या घरी पोहोचले. तिकिटांचे दर गगनाला भिडले होते; पण कोविड-१९ने जीवन किती मौल्यवान आहे याची पुन्हा एकदा जाणीव करून दिली.

आता प्रश्न होता, अनंतनागमध्ये राहून वसीम आपली तयारी कशी काय रूळावर ठेवणार होता?

प्रतिकूल परिस्थितीतली संधी

घरी परतल्यानंतर वसीमने आपल्या कुटुंबासाठी काही कठोर नियम घालून दिले. पहिले म्हणजे कोविड-१९चा धोका टाळण्यासाठी त्याला पुढील दहा दिवस कोणत्याही प्रकारचा शारीरिक संपर्क किंवा मिठीपासून वगळावे. दुसरे म्हणजे त्याने एक खोली फक्त स्वतःसाठी राखीव ठेवली, त्यात त्याला कुणीही व्यत्यय आणू नये, असा आग्रह केला. त्याचे जेवणही त्याच खोलीत आणून द्यावे, असे ठरवले.

ऑनलाइन वर्ग आणि मार्गदर्शन सत्रे सुरू राहिली; पण इंटरनेट कनेक्टिव्हिटीमुळे ती अनेकदा विस्कळित होत असत. कधी कधी, मार्गदर्शन सत्रादरम्यान अचानक इंटरनेट खंडित होई आणि काही दिवसांनी ते पुन्हा सुरू झाले, तर वसीमला त्याच्या मेंटरची बोलणी खावी लागत की, तो मागील सत्र मधेच का सोडून गेला होता.

सुरुवातीला, अशा अडथळ्यांमुळे वसीम खूप हतबल होत असे; पण हळूहळू त्याने परिस्थितीशी जुळवून घेतले. त्याने आपल्या तयारीची रणनीती बदलली आणि इंटरनेट बंद असताना आपल्या नोट्स आणि पुस्तकांवर लक्ष केंद्रित केले. काश्मीरच्या थंड हवामानाने आणखी एक मोठा अडथळा निर्माण केला होता; खोलीत उष्णता राखणे आवश्यक असे; पण त्यामुळे बऱ्याचदा त्याला डुलकी लागून जात असे.

तथापि, इंटरनेट बंद होण्याचे प्रसंग अधूनमधून येत असूनही ऑनलाइन कोचिंग वर्ग वसीमसाठी फारच उपयुक्त ठरले. कोचिंग संस्थांनी मागील वर्षांची संग्रहित व्याख्यानेही व्हिडिओ स्वरूपात उपलब्ध करून दिली होती, ज्याचा त्याला खूप फायदा झाला.

मे महिन्यात होणारी पूर्व परीक्षा ऑक्टोबरपर्यंत पुढे ढकलल्यामुळे मिळालेल्या वेळेचा वसीमने चांगला उपयोग करून घेतला. त्या काळात त्याने शक्य तितक्या मॉक टेस्ट्स लिहिण्यावर भर दिला. प्रत्येक मॉक टेस्ट नंतर, ज्या विषयांमध्ये तो कमी पडला, त्या विषयांचा त्याने पुन्हा अभ्यास केला. सप्टेंबरच्या शेवटापर्यंत त्याने पंचेचाळीसहून अधिक मॉक टेस्ट्स लिहिल्या आणि सातत्याने उच्च गुण मिळवले. यामुळे त्याला परीक्षेत यशस्वी होण्याचा आत्मविश्वास मिळाला.

वसीमला कुटुंबाचा ठाम पाठिंबा होता. त्यांनी त्याच्यावर कोणत्याही घरकामाची जबाबदारी सोपवली नाही. त्याचे आई-वडील आणि आजोबा सतत त्याला प्रेरणा देत असत. जरी वसीम त्यांना वारंवार परीक्षेच्या कष्टांबद्दल जागरूक करत असला तरी ते त्याच्या यशावर विश्वास ठेवत असत. मात्र, वसीम आपल्याला खोलीतच कोंडून घेत असल्याने त्याची आई रूबी जान चिंतेत असे. ती त्याला अधूनमधून बाहेर फेरफटका मारण्याची प्रेमाने आठवण करून देत असे.

परीक्षेच्या दिवशी उडालेली त्रेधातिरपिट

वसीम, नवीद आणि फैसल २०२०च्या प्रिलिम्स परीक्षेसाठी सप्टेंबरच्या शेवटच्या आठवड्यात दिल्लीला परतले. ही परीक्षा ५ ऑक्टोबर २०२० रोजी ठरली होती.

परीक्षेच्या दिवशी सकाळीच गोंधळाची सुरुवात झाली. वसीमने उबर आणि ओला ॲपद्वारे टॅक्सी बुक करण्याचा प्रयत्न केला; पण एकही टॅक्सी उपलब्ध नव्हती. त्याचे परीक्षा केंद्र रोशनआरा रोडवरील एका सरकारी शाळेत होते, जे ओआरएनपासून खूप लांब होते. घाबरून, तो लवकरच अपार्टमेंटमधून निघाला आणि त्याने ऑटोरिक्षाचा शोध सुरू केला. मात्र, जवळपास एकही रिक्षा उपलब्ध नव्हती; ज्या होत्या त्या आधीच इतर परीक्षार्थींनी बुक केल्या होत्या.

वेळ झपाट्याने पुढे जात असताना, वसीमची चिंता अधिकच वाढली. तो जवळच्या करोल बाग मेट्रो स्टेशनकडे, तिथे तरी रिक्षा मिळेल या आशेने पळत निघाला; पण तिथेही रिक्षा नव्हती. एवढ्यात एका ई-रिक्षावर त्याची नजर पडली आणि तो तिच्याकडे धावला.

ई-रिक्षा चालकाने सुरुवातीला केंद्रापर्यंत जाण्यास नकार दिला. कारण, ते खूप दूर होते; पण वसीमच्या आग्रहाने आणि दुहेरी भाड्याच्या आश्वासनाने तो तयार झाला. जेव्हा परीक्षा सुरू होण्याआधीच त्याची रिक्षा केंद्रावर पोहोचली, तेव्हा कुठे वसीमचा जीव भांड्यात पडला.

जीएस पेपर कठीण होता; पण वसीमने चांगली कामगिरी केली. तीन तासांच्या विश्रांतीत, वसीम जवळच्या एका मुगलकालीन स्मारकाच्या बागेत शांतपणे बसला आणि सी.सॅट. पेपरबद्दल विचार करू लागला.

त्याने पाहिले की, इतर अनेक परीक्षार्थी जीएस पेपरच्या प्रश्नांवर चर्चा करत होते, तर काही जण कोचिंग संस्थांनी पोस्ट केलेले उत्तरांचे यू-ट्यूब व्हिडिओ पाहण्यात गुंग होते.

'परीक्षेच्या दोन पेपरांमधल्या या महत्त्वाच्या वेळेत कोचिंग संस्थांनी असे व्हिडिओ पोस्ट करून विद्यार्थ्यांचे लक्ष का विचलित करावे?' वसीमला प्रश्न पडला.

मिठाईने तोंड कडू केले

परीक्षेनंतर अपार्टमेंटमध्ये परतल्यावर वसीमने पाहिले की, नवीद आणि फैसल त्यांच्या कामगिरीमुळे निराश झाले होते. त्यांना केवळ ऐंशी प्रश्न सोडवता आले होते, तर वसीमने छान कामगिरी करत एकूण शहाणणव प्रश्न सोडवले होते.

त्याच दिवशी, कोचिंग संस्थांच्या वेबसाइट्सवर उत्तरतालिका प्रसिद्ध झाल्या. वसीमने उत्साहाने एक उत्तरतालिका तपासली आणि त्याला समजले की, तो जीएस पेपरमध्ये १४० गुण मिळवेल असा अंदाज होता. आनंदाने भारावून गेलेल्या वसीमने लगेचच आपल्या पालकांना फोन करून ही चांगली बातमी सांगितली. त्यांच्या आनंदाला तर पारावर उरला नाही आणि त्यांनी गावभर मिठाई वाटली.

पण दुसऱ्याच दिवशी वसीमला साक्षात्कार झाला की, 'सीसॅटमधली माझी कामगिरीही तपासणे आवश्यक आहे.' इंजिनिअर असल्यामुळे वसीमने सीसॅट पेपरसाठी विशेष तयारी केली नव्हती. उत्तरतालिका तपासल्यावर, वसीम निराश झाला. कारण, अंदाजे ६८ ते ७० गुण मिळतील असे दिसत होते. हे गुण परीक्षेत पात्र होण्यासाठी पुरेसे नव्हते. याचा अर्थ असा की, जीएस पेपरमध्ये चमकदार कामगिरी करूनही वसीम प्रिलिम्स उत्तीर्ण होणार नव्हता.

एकटा बसून, वसीमची चिंता अधिकच वाढली आणि त्याला अश्रू अनावर झाले. काही वेळ विचार केल्यानंतर, त्याने आपल्या आईला फोन केला आणि आपली काळजी तिच्यासमोर मांडली. आईने प्रेमाने त्याला धीर दिला आणि त्याच्या क्षमतेवर पूर्ण विश्वास असल्याचे सांगितले; पण वसीम अजूनही तणावाखाली होता. त्याने कोचिंग संस्थेतील आपल्या मार्गदर्शकाशी सल्लामसलत करण्याचा निर्णय घेतला.

"थोडा धीर धर आणि दोन-तीन दिवसांनी इंग्रजी माध्यमातील कोचिंग संस्थांच्या उत्तरतालिका तपास. परीक्षेनंतर लगेच प्रसिद्ध होणाऱ्या उत्तरतालिकांमध्ये चुकांची शक्यता असते, विशेषतः हिंदी माध्यमातील कोचिंग संस्थांच्या उत्तरांमध्ये, विशेषतः वाचनसमज (comprehension) भागात," असे मार्गदर्शकाने सांगितले. हे ऐकून वसीम थोडा शांत झाला.

जेव्हा वसीमने दुसऱ्या कोचिंग संस्थेची सीसॅट उत्तरतालिका तपासली, तेव्हा त्याला खूपच दिलासा मिळाला. त्या उत्तरतालिकेनुसार, त्याला ९० ते ९५ गुण मिळण्याची शक्यता होती, जे पात्रतेच्या गुणांपेक्षा बरेच जास्त होते.

पहिल्या प्रयत्नातील अडचणींवर मात

दिल्लीतील रंगीबेरंगी रस्त्यांवर मित्रांसोबत थोडा वेळ घालवल्यानंतर, वसीमने मेन्स परीक्षेच्या तयारीसाठी पुन्हा अभ्यासात स्वतःला झोकून दिले.

त्याने आपला पर्यायी विषय, मानववंशशास्त्रापासून सुरुवात केली. मात्र लवकरच त्याला जाणवले की, आतापर्यंतची त्याची तयारी प्रामुख्याने प्रिलिम्ससाठी केंद्रित होती, त्यामुळे मेन्ससाठी त्याला अजून खूप तयारी करणे आवश्यक होते.

कोचिंग संस्थेच्या नवीन मार्गदर्शकाने वसीमला उत्तरलेखनाचा सराव, मागील वर्षांच्या प्रश्नांचा अभ्यास आणि त्याच्या उत्तरांची मॉडेल उत्तरांशी तुलना करण्याचा कठोर अभ्यासक्रम आखून दिला; पण या धोरणासाठी लागणाऱ्या वेळेची गरज वसीम पूर्ण करू शकत नव्हता. कारण, अजून बराच अभ्यासक्रम उरला होता. त्याने ठरवले की, आपल्याच बारकाईने तयार केलेल्या तपशीलवार नोट्सवर लक्ष केंद्रित करावे.

वसीमने दिवसाच्या बारा ते चौदा तासांचे कठोर वेळापत्रक आखले, ज्यामध्ये प्रत्येक मिनिटाचे नियोजन होते. यामुळे नकारात्मक विचार किंवा आत्मसंशय यांना वेळ मिळत नव्हता. त्याने दिवसाचे दोन विभाग केले – एक जीएससाठी आणि दुसरा मानववंशशास्त्रासाठी.

अजून एक शंका त्याच्या मनात अधूनमधून येत असे. काही जणांचा विश्वास होता की, उत्तरपत्रिकेला अधिक पुरवण्या जोडल्याने चांगले गुण मिळण्याची शक्यता वाढते. मात्र, वसीमच्या लहान हस्ताक्षरामुळे त्याला मुख्य उत्तरपत्रिकेतच पूर्ण पेपर लिहिता येत असे, अतिरिक्त पुरवणीची त्याला गरज भासत नव्हती.

उत्तरपत्रिका लिहिण्याची वसीमची एक वेगळीच पद्धत होती. इतर विद्यार्थी प्रश्नपत्रिका सुरुवातीपासून शेवटापर्यंत या पारंपरिक क्रमाने सोडवीत किंवा सर्वोत्तम उत्तराने सुरुवात करत, तर वसीम शेवटच्या प्रश्नापासून प्रश्नपत्रिका सोडवणे सुरू करीत असे. त्याच्या या पद्धतीला त्याच्या मेंटरकडूनही नाक मुरडले जाई.

सीएसईसाठी त्याचा भारतीय भाषा विषय उर्दू असल्यामुळे, त्याला आणखी एक कठीण अडथळा पार करावा लागला. दहावीपर्यंतच उर्दू शिकलेला वसीम त्या भाषेतील बारकाव्यांशी झगडत होता. येथे त्याची बहीण, अरिजूने त्याला मोठी मदत केली. तिने त्याला व्याकरण शिकवले आणि भाषेतील गुंतागुंत समजावून सांगितली. तिच्या निरागस कुतूहलातून तिने भावाला विचारलेसुद्धा, ''आयएएस अधिकारी होण्यासाठी इतक्या साऱ्या विषयांचा अभ्यास करावा लागतो?''

नीतिशास्त्राच्या (एथिक्स) पेपरसाठी वसीमने सोप्या व सुस्पष्ट उत्तरांची योजना आखली, ज्यामध्ये उद्धरणे व उदाहरणे यांचा समावेश होता. यासाठी त्याने महत्त्वपूर्ण संकल्पना, उद्धरणे व उदाहरणांसह चाळीस पानांचे, तक्त्यासह एक टिपण तयार केले. हे टिपण खूप उपयुक्त ठरले. कारण, प्रश्न वाचताच त्याला योग्य उद्धरणे व उदाहरणे पटकन आठवत.

मानववंशशास्त्राचा पेपर खूपच कठीण होता. त्यामध्ये भरपूर अपरिचित संज्ञा व संकल्पना होत्या, तरीसुद्धा आपल्या कॉलेजच्या दिवसात यूपीएससी अभ्यासक्रमाच्या पलीकडे जाऊन केलेल्या अवांतर वाचनाच्या साहाय्याने वसीमने कमावलेले ज्ञान, त्याला इथे खूप उपयोगी पडले.

परीक्षेतील यशासाठी त्याने आणखी एक महत्त्वाचे साधन वापरले–विचार आणि संकल्पना यांचे आरेखीय म्हणजेच डायग्रॅम्सच्या साहाय्याने सादरीकरण. वसीमने आपल्या एका वेगळ्या वहीत शेकडो उपयुक्त डायग्रॅम्स काढून ठेवल्या होत्या, ज्या त्याला सर्व पेपरसाठी उपयुक्त आणि मोलाच्या ठरल्या.

मात्र, तयारीच्या नियमित प्रवाहात कधी कधी शंकाही डोके वर काढत असत. पहिल्या प्रयत्नात, परीक्षेसारख्या परिस्थितीत (एक्झाम लाइक कंडिशन) मेन्स परीक्षेसाठी टेस्ट सिरीज लिहिण्याचा वेळ त्याला मिळाला नाही. यामुळे मधूनच त्याला आपली तयारी अपुरी असल्याची भावना होत असे. आपली तयारी केवळ वरवरचीच तर नाही ना, अशी भीती त्याच्या मनात तरळून जात असे.

परंतु वैकल्पिक विषयाच्या पेपरच्या आदल्या रात्री, त्याच्या शिक्षकाकडून आलेला एक संदेश त्याच्या शंकांचे निरसन करणारा ठरला. त्याच्या उत्तरलेखन कौशल्याचे कौतुक करणाऱ्या आणि त्याला प्रोत्साहन देणाऱ्या या संदेशाने वसीमला आत्मविश्वास दिला आणि निर्धारित वेळेत पेपर सोडवण्याचे धैर्यही दिले.

एका अनधिकृत वसाहतीत असलेले ओॲसिस

मेन्स परीक्षेच्या तयारीच्या गडबडीत असलेल्या वसीम आणि त्याच्या मित्रांना, हमदर्द स्टडी सर्कल (एचएससी)ची जाहिरात दिसली. ही संस्था अल्पसंख्याक समुदायातील आणि मागासवर्गीय उमेदवारांना सीएसई परीक्षेसाठी निवासी प्रशिक्षण देत होती. एसी सुविधा असलेल्या एकल–

निवास खोल्या आणि फक्त ६५०० रुपये इतके कमी मासिक शुल्क याचे वचन या संस्थेने दिले होते. या मोहात आकृष्ट होऊन त्यांनी हमदर्दच्या प्रवेश परीक्षेला बसण्याचा निर्णय घेतला. डिसेंबर २०२०मध्ये प्रदर्शित झालेल्या यशस्वी उमेदवारांच्या यादीत त्यांची नावे चमकली.

पण वसीम एका द्विधा मनःस्थितीत अडकला. हमदर्दच्या परवडणाऱ्या शुल्काचे आकर्षण एकीकडे होते, तर दुसरीकडे ओआरएनचे परिचित व आरामदायक वातावरण त्याला रोखून धरत होते. विशेषतः मेन्स परीक्षेच्या ताणतणावाच्या काळात, ते सोडावेसे त्याला वाटत नव्हते. बराच विचार करून, तयारीच्या सुसूत्रतेत व्यत्यय न येण्यासाठी त्याने मेन्स परीक्षेपर्यंत ओआरएनमध्येच राहण्याचा निर्णय घेतला.

तथापि, ओआरएनचा हा आराम महागात पडत होता. परीक्षा तयारीच्या धावपळीत स्वयंपाक करण्यासाठी वेळ मिळत नसल्याने वसीमला दिवसेंदिवस बटाट्याचे वेफर्स आणि चॉकलेटसारख्या प्रक्रिया केलेल्या पदार्थांवरच दिवस काढावे लागत होते.

मेन्स परीक्षा संपल्यानंतर मात्र वसीम हमदर्द स्टडी सर्कलच्या जागी म्हणजेच एशियातील सर्वांत मोठी अनधिकृत वसाहत असलेल्या संगम विहारला गेला. जेव्हा त्याची ऑटोरिक्षा तिथल्या अरुंद रस्त्यांवरून जात होती, तेव्हा एक विस्मयकारी दृश्य त्याच्यासमोर उभे राहिले. रस्त्यांवर कचरा विखुरलेला होता, बाजूला मोठमोठे खड्डे होते आणि वाहनांची गर्दी व लोकांचे गजबजलेले वातावरण यामुळे तेथे एक प्रकारची अव्यवस्था जाणवत होती. या गोंधळात, वसीमला त्याच्या मित्रांची, नवीद आणि फैसलची आठवण झाली. ते या अव्यवस्थित आणि सावळागोंधळ असलेल्या जागी कसे राहत असतील, असा प्रश्न त्याला पडला.

पण हमदर्द स्टडी सर्कलच्या भव्य प्रवेशद्वारातून आत शिरताच त्याला एका वेगळ्याच जगात गेल्यासारखे वाटले. समोर हिरवळीने भरलेली प्रशस्त जागा होती, जणू एक शांततेचा ओएसिस. नवीदने त्याचे हसतमुखाने स्वागत केले आणि तो वसीमला, त्याला दिल्या गेलेल्या खोलीकडे घेऊन गेला.

हमदर्द स्टडी सर्कलने अभ्यासासाठी उत्कृष्ट वातावरण तयार केले होते. उत्तरलेखन सत्रे, नियमित चाचण्या आणि वर्गांद्वारे सामूहिक शिक्षणाला चालना मिळत होती. सण आणि वाढदिवस साजरे करण्याच्या निमित्ताने सर्व जण एकत्र येत असत, ज्यामुळे मैत्रीचे बंध अधिक दृढ होत होते. तिथल्या

जिमचा वापर करण्यासाठी तर मुलांमध्ये एक प्रकारची चढाओढ लागत होती आणि तिथली सिनिअर मुले मजेशीर शेरेबाजीदेखील करीत असत. जसे की, 'तू इथून सिव्हिल सर्व्हंट बनून बाहेर जाशील का ते माहीत नाही; पण पहिलवान मात्र नक्कीच बनून जाशील!'

चहाच्या टपरीपासून जिमपर्यंतची शर्यत

दीड वर्षाच्या कष्टमय प्रवासानंतर आणि मेन्स परीक्षा एकदाची आटोपल्यानंतर वसीमच्या खांद्यावरील तयारीचे ओझे काहीसे हलके झाले होते, तरीही मेन्स परीक्षा उत्तीर्ण न होण्याची भीती सतत त्याच्या मनाला डिवचत राहिली.

परंतु या भीतीला न जुमानता, वसीमने मुलाखतीसाठी तयारी सुरू केली. त्याने दररोज तीन वृत्तपत्रे वाचण्याचा उपक्रम सुरू केला. त्याने मित्रांसोबत चर्चासत्रे आणि मॉक इंटरव्ह्यू गट तयार केले. समवयस्कांकडून मिळालेल्या रचनात्मक प्रतिक्रिया व पाठिंब्यामुळे त्याचा आत्मविश्वास वाढला, तसेच प्रभावी वक्त्यांचे व्हिडिओ पाहून त्यांच्या बोलण्यातील बारकावे समजून घेण्याचा त्याने प्रयत्न केला.

२२ मार्च २०२१ रोजी, मेन्स परीक्षेचा निकाल लागणार असल्याच्या अफवा उडू लागल्या. हमदर्दमध्ये तणावाचे वातावरण पसरले, सर्वांची हृदये वेगाने धडधडू लागली; पण याच काळात 'यही रात अंतिम, यही रात बाकी' अशा मजेशीर मीम्सनी सोशल मीडियावर धुमाकूळ घातला आणि उमेदवारांच्या तोंडावर हास्य फुलवले.

दुसऱ्या दिवशी, पहाटेपासून वसीम सतत आपला फोन तपासत होता. व्हॉट्सॲप आणि टेलिग्राम गटांवर, अनेक वेळा रिफ्रेश करताना त्याचे डोळे निकालाच्या प्रतीक्षेत लागले होते. लोकसेवा आयोगाच्या वेबसाइटवर अपार झुंडीमुळे सतत एरर संदेश दिसत होता.

दिवस जसजसा पुढे जात गेला, तसतसा त्याचा संयम सुटत गेला. मन शांत करण्यासाठी तो हमदर्दच्या प्रवेशद्वारावरील चहा टपरीकडे गेला. विचारांच्या गोंधळात असतानाच त्याला एका संदेशाचा संकेतध्वनी (beep) ऐकू आला. टेलिग्राम गटात कोणीतरी निकालाची पीडीएफ फाइल पाठवली होती. भीती आणि उत्सुकतेने त्याने पीडीएफ उघडली. थरथरणाऱ्या हातांनी त्याने सर्च फंक्शन उघडले आणि त्यात आपला रोल नंबर टाइप करून

सर्चची आज्ञा दिली. त्याच्या छातीतून, जणू कुणी घणाचे घाव घालत असावे, असा आवाज येत होता. मात्र जसा त्याचा रोल नंबर मोबाईलच्या स्क्रीनवर अवतरला तशी आनंदाची एक लाट त्याच्या मनात उसळली आणि क्षणार्धात त्याच्या मनावरील सारा ताण ओसरून त्याला हायसे वाटू लागले.

तो एचएससीच्या जिमकडे पळत सुटला, नवीद आणि फैसल जिममधून बाहेर येतच होते. नवीदने वसीमला खांद्यावर उचलून घेतले आणि त्याच्या मित्रांनी आनंदाने जल्लोश केला. त्याच्या सोबत्यांचा तो आनंदी जमाव चहाच्या टपरीकडे निघाला आणि सर्वांनी चहाच्या कपांनी वसीमचे यश साजरे केले.

अंतिम चढाईची जय्यत तयारी

आता वसीमची मुलाखतीची तयारी पूर्ण जोशाने सुरू झाली. वसीमने मॉक मुलाखतींमध्ये भाग घेण्याचा सपाटा लावला आणि आपली तयारी अधिक धारदार केली; पण कोविड-१९च्या नव्या लाटेमुळे लोकसेवा आयोगाने मुलाखती पुढे ढकलल्या. एचएससी बंद झाल्यामुळे वसीम आणि त्याच्या मित्रांना काश्मीरला परत जावे लागले.

काश्मीरमध्ये वसीमने पुन्हा एकदा आपल्या साध्याशा घराला अभ्यासाच्या किल्ल्यात रूपांतरित केले. वर्तमानपत्रे आणि मासिके यांचे ऑनलाइन वाचन करून त्याने चालू घडामोडींबद्दल स्वतःला अद्ययावत ठेवले. आपल्या DAFच्या आधारे विचारल्या जाऊ शकणाऱ्या सर्व प्रश्नांची व्यवस्थित तयारी केली, विशेषतः पर्यटन, सुरक्षा आणि अर्थव्यवस्था अशा जम्मू-काश्मीरशी संबंधित विषयांवर त्याने चांगली तयारी केली. भूतकाळात होऊन गेलेल्या मुलाखतींच्या नोंदी त्याने वाचून काढल्या आणि चकवणाऱ्या प्रश्नांना कसे हाताळावे, याबद्दल स्वतःला प्रशिक्षित केले.

काळ पुढे सरकत असताना वसीम एका द्विधा मनःस्थितीत सापडला - येणाऱ्या मुलाखतीसाठी तयारी करावी की पुढील पूर्व परीक्षेसाठी हा निर्णय त्याला घेता येईना. अखेरीस, त्याने सर्व ऊर्जा मुलाखतीवर केंद्रित करण्याचा निर्णय घेतला. UPSCने मुलाखतीचे वेळापत्रक जाहीर करताच वसीम पुन्हा दिल्लीला एचएससीमध्ये परतला.

१५ सप्टेंबर २०२१ रोजीच्या मुलाखतीच्या पूर्वसंध्येला मुसळधार पाऊस दिल्लीला झोडपून काढत होता. रस्ते पाण्यात बुडाले होते. परिस्थिती

पाहून वसीमने ल्यूटेन्स दिल्लीतील जम्मू-काश्मीर भवनात जाण्याचा निर्णय घेतला. ऑटोरिक्षा पाण्यातून मार्ग काढत असताना, त्याच्या मनात एक विचार ठसठसत राहिला – 'इतक्या छोट्या नागरी समस्यांचेही समाधान का शोधले जात नाही?'

वाढदिवसाचा सोहळा

२१ सप्टेंबर २०२१च्या संध्याकाळी, HSCमधील भावी प्रशासन अधिकाऱ्यांमध्ये तणाव वाढत होता. CSE-२०२०च्या अंतिम निकालाबाबतची अफवा वाऱ्यासारखी पसरत होती. मुलाखतीला सामोरे गेलेल्या वसीम आणि त्याच्या सहकाऱ्यांना शांत झोप मिळणे अशक्य झाले होते.

२२ सप्टेंबरचा दिवस उजाडत असताना, त्यांचे मन आशा आणि चिंता अशा संमिश्र भावनांनी भरले होते; परंतु त्यांना अपेक्षित असलेला निकाल त्या दिवशी घोषित झाला नाही आणि त्यामुळे त्यांची निराशा वाढली. समाजमाध्यमांवरील चर्चेतून समजले की, निकाल २४ सप्टेंबरपर्यंत लांबला आहे, त्यामुळे त्यांच्या प्रतीक्षेचे क्षण आणखी वाढले.

अखेर २४ सप्टेंबरचा तो निर्णायक दिवस उजाडला. वसीम लॅपटॉपसमोर बसून UPSCची वेबसाइट वारंवार रिफ्रेश करत होता. मिनिटे तासांत बदलत होती आणि प्रत्येक क्षण ताण वाढवत होता.

अखेर दुपारी ३:३० वाजता तो क्षण आला. थरथरणाऱ्या बोटांनी आणि धडधडणाऱ्या हृदयाने वसीमने निकालाची यादी पाहायला सुरुवात केली. एक एक क्रमांक स्क्रीनवर दिसत होता आणि त्याचे नाव सापडेल की नाही या चिंतेने त्याच्या काळजावरील ओझे अधिकाधिक वाढत चालले होते.

१५०, १७५, २०० अशा रँक्स पुढे सरकत चालल्या होत्या आणि त्यात त्याचे नाव दिसत नव्हते. निराशेची भावना त्याच्यावर हळूहळू कब्जा करू लागली. त्याचा उत्साह मावळू लागला.

पण अचानक आशेचा किरण त्याला दिसला. २२५व्या क्रमांकावर त्याचे नाव पाहताच त्याच्या आनंदाला पारावर उरला नाही. त्याच्या डोळ्यांत आनंदाश्रू तरळले आणि मनातील साऱ्या शंका-भीती दूर झाल्या. त्यांची जागा यशप्राप्तीच्या भावनेने घेतली.

तेवढ्यात वसीमचा फोन वाजला. स्क्रीनवर मोहसीनचे नाव चमकत होते.

''मुबारक हो भाई, तुम्हारा सिलेक्शन हो गया हैं,'' मोहसीनच्या आवाजात उत्साह ओसंडून वाहत होता. त्याने वसीमच्या आधीच निकाल पाहून झालेला होता.

''मी लगेच तुमच्या घरी जाऊन ही बातमी सांगतो,'' असे म्हणत त्याने फोन ठेवला.

वसीमने तत्काळ घरी फोन केला. त्याचे वडील आणि बहिणी, अरिझू व आलिया खिडक्यांवर नवीन पडदे लावत होत्या. वसीमचे हात भावनातिरेकाने थरथरत होते. त्याने आनंदाने त्याच्या वडिलांना ही बातमी सांगितली. त्याच्या वडिलांनी आनंदाने उडीच मारली, तर अरिझू आणि आलियाने आनंदाने किंचाळत नृत्य सुरू केले. शेजारील खोलीत असलेल्या त्याच्या आईने धावत येत फोन हातात घेतला आणि तिच्या मुलाचे शब्द ऐकून तीही आनंदाश्रूंनी ओथंबली. आपल्या मुलाविषयीचा अभिमान आणि त्याच्या यशाच्या आनंदाने तिचे अंतःकरण भरून आले.

वसीमने समजावून सांगायचा प्रयत्न केला की, त्याचा क्रमांक २२५ आहे आणि कदाचित त्याला पुन्हा परीक्षा द्यावी लागेल; पण कुटुंबाच्या आनंदी जल्लोशात त्याचे शब्द विरून गेले. ते इतके आनंदले होते की, त्यांच्या कानांवर दुसरे काहीच पडत नव्हते.

काही वेळातच ब्रगाम या सुंदर गावात आनंदोत्सवाचे वातावरण पसरले. वसीमचे विस्तारित कुटुंब, त्याचे बालमित्र आणि आईच्या गावातील नातेवाईक, सगळेच आनंद साजरा करण्यासाठी जमले. HSCमध्येही त्या रात्री जल्लोश सुरू होता. कारण, वसीमसह आणखी दोन जणांनी परीक्षा पास केली होती.

सकाळच्या वेळी वसीम, प्रफुल्लित अंतःकरणाने श्रीनगरला जाणाऱ्या विमानात बसला. वडिलांच्या सांगण्यावरून त्याने विमानतळावरच आपले कपडे बदलून कडक सूट आणि टाय परिधान केला.

श्रीनगर विमानतळावर उतरल्यावर वसीमचे स्वागत जोरदार जल्लोशाने झाले. त्याला घ्यायला आलेल्या मित्र-नातेवाइकांनी त्याला हार घातले आणि घराकडे घेऊन जाऊ लागले. त्याच्या ब्रगाम दुरू गावात पोहोचल्यावर वसीमने पाहिले की, जवळपास ५००० लोक त्याच्या घराबाहेर जमले होते.

त्याच्या यशाची बातमी गावात आणि शेजारच्या गावांत वाऱ्यासारखी पसरली होती. मंडप उभारले गेले, स्वयंपाकाचा सुगंध दरवळू लागला. ढोल-ताशांच्या आवाजाने वातावरण अधिकच उत्साही झाले होते. अनेक प्रसारमाध्यमांचे प्रतिनिधीही त्या क्षणाचे साक्षीदार बनले होते. काश्मिरात आयएएस आणि तत्सम नागरी सेवांविषयी लोकांच्या मनात किती महत्त्वाचे स्थान आहे, याचाच हा पुरावा होता.

लोक वसीमसोबत सेल्फी काढण्यासाठी आणि व्हिडिओ बनवण्यासाठी उतावीळ झाले होते. वसीमला जाणवले की, त्याच्या यशाने समाजावर किती मोठा प्रभाव टाकला होता.

या आनंदोत्सवात आणखी एक योगायोग जुळून आला - २५ सप्टेंबर हा वसीमच्या यशाचा आणि त्याच्या वाढदिवसाचा एकत्रित दिवस ठरला. रात्री उशिरापर्यंत जल्लोश सुरू राहिला. अखेरीस, बाहेरचे लोक आपापल्या घरी परतले आणि केवळ जवळचे कुटुंबीय व मित्र उरले. त्यांच्या उपस्थितीत आणि हास्यविनोद, संगीत व हृदयस्पर्शी मैत्रीच्या वातावरणात, वसीमने वाढदिवसाच्या खास क्षणांचा आनंद लुटला.

प्रचंड अपयश

तिन्ही दिवस वसीमचे घर उत्सव, नातेवाईक आणि माध्यमांच्या भेटींनी गजबजून गेले होते; पण या गडबडीतही वसीमने मनाशी निर्धार केला होता की, तो पुन्हा परीक्षा देऊन IAS अधिकारी बनेल. त्याच्या पहिल्याच प्रयत्नात सन्मानजनक अशी २२५वी श्रेणी मिळवण्याचे यश, त्याच्या मनात आत्मविश्वासाचे स्फुल्लिंग चेतवणारे होते.

मात्र, पुढील पूर्व परीक्षा फक्त १५ दिवसांवर येऊन ठेपली होती. खरे तर मुख्य परीक्षेनंतर सारा वेळ त्याने मुलाखतीच्या तयारीसाठी खर्च केला असल्यामुळे पूर्व परीक्षेचा अभ्यास करण्यात तो कमी पडला होता, तरीही त्याला वाटत होते की, आता प्रिलिम्स पार होणे हे त्याच्यासाठी डाव्या हाताचा मळ असेल.

२८ सप्टेंबरच्या रात्री, संध्याकाळच्या भोजनासाठी सारे एकत्र बसले असता, वसीमने आपल्या आई-वडिलांजवळ प्रिलिम्स पुन्हा देण्याची आपली इच्छा व्यक्त केली. त्याच्या पालकांसाठी ही अनपेक्षित बातमी होती.

''पण तू तर सांगितलेस की, तू परीक्षा पास केली आहेस, मग पुन्हा द्यायची गरज काय आहे?'' त्याच्या आईने निरागसपणे विचारले.

''अम्मी, मी परीक्षा पास झालो आहे खरा; पण माझी श्रेणी २२५ आली आहे. या क्रमांकावर मला इंडियन रेव्हेन्यू सर्विसेस (IRS) मिळेल, IAS नाही,'' वसीमने शांतपणे समजावून सांगितले.

''पण त्यामुळे काय फरक पडतो? दोघांमध्ये फरक काय आहे?'' तिचा गोंधळ अजूनही संपला नव्हता.

''अम्मी, IRS अधिकारी फक्त प्राप्तीकरासंबंधीची कामे पाहतात, तर IAS अधिकारी जिल्हाधिकारी आणि उपमहानिरीक्षक होऊ शकतात. त्यांना अधिक अधिकार असतो आणि त्यांना लोकांसाठी खूप काही करण्याची संधीही मिळते,'' वसीमने सोप्या शब्दांत उत्तर दिले.

''मला वसीमचे म्हणणे पटते. मलासुद्धा तो IAS अधिकारी व्हावा असेच वाटते,'' त्याच्या वडिलांनी पाठिंबा दिला.

वसीमची आई रूबी जान, पुन्हा एकदा वसीमला या साऱ्या चक्रातून जावे लागणार या कल्पनेने चिंताक्रांत झाली. परत एकदा त्याला घरापासून दूर, न पचणाऱ्या जेवणावर आणि आरोग्याला हानी पोहोचवणाऱ्या ताणाखाली अभ्यास करावा लागेल, हे तिला अस्वस्थ करत होते; पण तिच्या मुलाच्या स्वप्नांसाठी तिने नाखुशीने परवानगी दिली.

त्यांच्या घरी तर सणासमारंभाप्रमाणे पाहुण्यांचा राबता सुरू झाला होता. त्या गोंधळातूनही वसीमने जमेल तसा वेळ काढत अभ्यास सुरू ठेवला. या वेळी त्याने श्रीनगर हे परीक्षा केंद्र निवडले होते.

परीक्षेच्या दिवशी तो परीक्षा केंद्रावर पोहोचताच सर्वांनी त्याला ओळखले. कारण, स्थानिक माध्यमांनी आधीच वसीमचा एक यशस्वी उमेदवार म्हणून खूप गवगवा करून ठेवलेला होता, त्यामुळे सर्वांचे लक्ष त्याच्याकडेच लागलेले होते. स्वतःला विचलित होऊ न देण्यासाठी त्याने मास्क घातला आणि संपूर्ण लक्ष परीक्षेवर केंद्रित केले.

पण अतिआत्मविश्वासामुळे वसीम आपली एकाग्रता राखू शकला नाही. त्याने परीक्षा हलक्यात घेतली आणि सांगोपांग विचार न करता प्रश्नांची उत्तरे घाईघाईने निवडली. उत्तरतालिका हाती आल्यानंतर त्याचे मन निराशा आणि पश्चात्तापाने भरून गेले. आपल्या हातून घडून गेलेल्या

चुकीची त्याला जाणीव झाली. मात्र तरीही त्याला ही धुगधुगती आशा होती की कसेही करून तो पूर्व परीक्षा पार करेल. मात्र निकाल घोषित झाल्यावर वसीमची ही आशा फोल ठरली. तो फक्त दोन गुणांनी प्रिलिम्स नापास झाला.

ही बातमी त्याच्या कुटुंबाला त्याच्यापेक्षा जास्त धक्का देणारी होती. आधी सर्व टप्पे पार केलेल्या वसीमने पहिल्याच टप्प्यावर अपयशी व्हावे, हे त्यांना समजेनासे झाले. या परीक्षेतील असंभाव्यता आणि आव्हाने यामुळे ते गोंधळून गेले.

आपल्या अपयशाचे आत्मपरीक्षण केल्यावर वसीमला हे कटू सत्य कळून चुकले की, त्याचा आत्मविश्वासाचा अतिरेक आणि निष्काळजीपणा त्याला नडला होता. हा एक कठोर धडा होता. त्याला शिकवण मिळाली की, या खडतर परीक्षेत आपण यश गृहीत धरू शकत नाही. जुन्या आणि कालबाह्य झालेल्या तयारीच्या आधारे आपण नव्याने परीक्षा पास होऊ शकत नाही.

थोड्याच दिवसांत वसीमने स्वतःला सावरले. तो या अपयशाकडे आपला पाया आणखी भक्कम करण्याची एक संधी म्हणून पाहू लागला. पुढील पूर्व परीक्षा सहा महिन्यांनी होणार होती. त्या वेळात त्याने प्रिलिम्स आणि मेन्स या दोन्ही परीक्षांसाठी प्रचंड तयारी करण्याचा आणि CSE-२०२२मध्ये अव्वल श्रेणी मिळवण्याचा निर्धार केला.

त्वरित HSCमध्ये परतल्यावर त्याने यूपीएससी शिखर सर करण्यासाठी आपली रणनीती आखणे सुरू केले. तोवर २०२०च्या परीक्षेचे गुणपत्रक आले होते. वसीमने तो कुठे कमी पडला आणि कुठे सुधारणेला वाव आहे याचा आढावा घेतला. त्याला निबंध आणि मुलाखतीत चांगले गुण मिळाले होते; पण GSमध्ये आणि वैकल्पिक विषयात सुधारणा करायला वाव होता.

CSE-२०२०च्या टॉपर असलेल्या शुभम कुमार याचे व्हिडिओ पाहून वसीमला नवी प्रेरणा मिळाली. त्याने मागील प्रश्नपत्रिकांच्या मॉडेल उत्तरांवर भर द्यायचे ठरवले आणि करोल बागमधून प्रसिद्ध कोचिंग सेंटर्सच्या उत्तरपत्रिका खरेदी केल्या. आपले उत्तरे लिहिण्याचे कौशल्य अधिक धारदार करण्यासाठी त्याने एका टेस्ट सिरीजसाठीही आपली नावनोंदणी केली.

नोव्हेंबर २०२१ ते मार्च २०२२ या काळासाठी मुख्य परीक्षेची तयारी आणि एप्रिल २०२२ ते जून २०२२साठी प्रिलिम्सची तयारी असे नियोजन त्याने केले. मुख्य परीक्षेतील जनरल स्टडीज आणि मानववंशशास्त्र या पेपर्ससाठी त्याने अनेक मॉक टेस्ट लिहिल्या. त्यात त्याचे गुण उत्तरोत्तर वाढत गेल्याने त्याचा आत्मविश्वासही वाढत गेला. प्रिलिम्ससाठीही त्याने, प्रत्यक्ष परीक्षेसारख्या वातावरणात वीस मॉक टेस्ट लिहिल्या.

त्याची मेहनत फळाला आली. वसीमने प्रिलिम्स उत्तीर्ण केल्यानंतर मुख्य परीक्षेची जोरदार तयारी सुरू केली. मॉडेल उत्तरांचा अभ्यास करणे, टेस्ट सिरीज सोडवणे आणि अनेक वेळा उजळणी करणे हे त्याच्या अभ्यासाचे प्रमुख भाग होते. तो आपल्या दिवसाची सुरुवात, गेल्या वर्षाच्या प्रश्नपत्रिकेतील प्रश्नांची तासभर उत्तरे लिहिणे आणि स्वत:चे मूल्यमापन करणे, याने करीत असे.

त्याने प्रत्येक प्रश्नासाठी वेळ ठरवून घेतला. १० गुणांच्या प्रश्नासाठी साडेसात मिनिटे आणि पंधरा गुणांच्या प्रश्नासाठी दहा मिनिटे. आपण या वेळ मर्यादेच्या आतच राहायचे हे तो कटाक्षाने पाळत असे. अगदी ज्या दिवशी मुख्य परीक्षेचा पेपर होता, त्या दिवशीही तो सकाळी लवकर उठला आणि त्याने तीन ते चार प्रश्नांची उत्तरे लिहिली. यामुळे त्याच्या लिखाणाला एक गती आणि प्रवाहीपणा प्राप्त झाला. अपेक्षेनुसार वसीमने मेन्सही पार केली.

मुलाखतीची साहसी सफर

२०२१मध्ये पहिल्या मुलाखतीला सामोरे जाताना, वसीम आत्मविश्वासाने ठासून भरलेला होता. सहा महिन्यांच्या कष्टपूर्ण तयारीने तो बोर्डाला सामोरे जाण्यास सज्ज होता; पण पहिल्याच प्रश्नाने त्याच्या अतिआत्मविश्वासाच्या चिंधड्या उडाल्या.

''या परीक्षेसाठी कोचिंग देणारे वर्ग, कुत्र्याच्या छत्रीसारखे जिथे तिथे वाढतच चालले आहेत. ही बाब समतेच्या आणि सर्व उमेदवारांसाठी समान संधीच्या विरोधात नाही का?'' असे अध्यक्ष महिलेने विचारले. वसीमने काश्मीर किंवा त्याच्या DAFसंबंधित विषयांवरील प्रश्नांची अपेक्षा केली होती, त्यामुळे तो उडालाच.

पण क्षणभरातच त्याने स्वतःला सावरले आणि उत्तर दिले, ''मॅडम, आजच्या जगात ज्ञान अधिक सुलभ झाले आहे. ज्यांना कोचिंग परवडत नाही, त्यांच्यासाठी ऑनलाइन मोफत संसाधने सहज उपलब्ध आहेत, तसेच अनेक सरकारे वंचित विद्यार्थ्यांसाठी मोफत कोचिंग योजनाही राबवतात. उदाहरणार्थ, काश्मीरमध्ये आम्हाला 'परवाझ' योजना आहे. कोचिंग संस्था मार्गदर्शन देते; पण स्वतःच्या अभ्यासाने आणि ऑनलाइन संसाधनांचा प्रभावी वापर करूनही यश मिळवता येऊ शकते.'' त्याने संभाषण काश्मीरकडे वळवण्याचा प्रयत्न केला; पण पुढची दहा मिनिटे कोचिंगवर आधारित प्रश्नांच्या फैरी त्याला झेलाव्या लागल्या, त्यामुळे त्याला नाउमेद झाल्यासारखे आणि उत्साह ओसरल्यासारखे वाटू लागले.

जेव्हा शेवटी संभाषण काश्मीरमधील सुरक्षा परिस्थितीकडे, सुरक्षा दलांवर होणाऱ्या दगडफेकीकडे आणि भारतातील इतर घटनांकडे वळले, तेव्हा वसीमने सुटकेचा निःश्वास सोडला आणि आत्मविश्वासाने व आकडेवारीसह प्रश्नांची उत्तरे दिली.

मात्र एका अचानक विचारलेल्या प्रश्नाने त्याला पुन्हा धक्का दिला.

''तुमच्या मते, चांगला शिक्षक कोणाला म्हणता येईल?'' पॅनेलच्या एका सदस्याने विचारले.

''चांगला शिक्षक म्हणजे फक्त ज्ञान देणारी नव्हे, तर विद्यार्थ्यांना स्वयं-प्रेरणेने शिकण्याकडे प्रवृत्त करणारी व्यक्ती होय,'' वसीमने ठामपणे उत्तर दिले.

मुलाखतीच्या खोलीबाहेर पडताना, वसीमच्या मनात संमिश्र भावना होत्या-संशयासोबत दृढनिश्चय, अनिश्चिततेसोबत आशा; पण जेव्हा गुण जाहीर झाले आणि त्याला १८४ गुण मिळाल्याचे त्याने पाहिले तेव्हा तो चकित झाला.

२०२३च्या दुसऱ्या मुलाखतीत, धोलपूर हाउसच्या परिसरात वसीम एखाद्या अनुभवी योद्ध्याच्या आत्मविश्वासाने फिरत होता. गाठीशी असलेला मागील अनुभव आणि चांगल्या गुणांमुळे तो संयत निर्धाराने नवीन पॅनेलसमोर उभा राहिला.

मुलाखत अपेक्षित प्रश्नांनी सुरू झाली - जम्मू आणि काश्मीरमधील पर्यटनाबद्दल चर्चा झाली. इतर सदस्यांनी संबंधित विषयांवर जसे की,

प्रदेशातील सुरक्षेवर प्रश्न विचारले. आश्चर्याची बाब म्हणजे त्याला सिव्हिल इंजिनिअरिंग किंवा मानववंशशास्त्रावर एकही प्रश्न विचारला गेला नाही.

मुलाखत संपल्यावर वसीमला वाटले की, त्याने आपली सर्वोत्तम कामगिरी दिली आहे. मात्र जेव्हा गुण जाहीर झाले, तेव्हा त्याला मागील वेळेपेक्षा दोन गुण कमी म्हणजे १८२ गुण मिळाल्याचे दिसले.

नागपूरहून मसुरीकडे प्रवास

१९ डिसेंबर २०२२ रोजी, मुख्य परीक्षेनंतर वसीमने नागपूर येथील नॅशनल अकादमी ऑफ डायरेक्ट टॅक्सेस येथे प्रशिक्षणाला सुरुवात केली; पण आगमनाच्या काही दिवसांतच त्याची प्रकृती अचानक खालावली. त्याला तातडीने रुग्णालयात दाखल करण्यात आले आणि नंतर अति दक्षता कक्षामध्ये (आयसीयू) हलवण्यात आले.

आयसीयूतील भिंती, सततची यंत्रांची बीप आणि निगराणी उपकरणांच्या आवाजाने प्रतिध्वनित होत होत्या. दहा दिवसांच्या त्या जीवन-मरणाच्या संघर्षाच्या काळात, जीवनाच्या क्षणभंगुरतेचा वसीमने जवळून अनुभव घेतला. सिव्हिल सर्व्हिसेस एक्झामिनेशनमध्ये मिळवायच्या यशाचे महत्त्व त्याला तेव्हा अतिशय किरकोळ वाटू लागले. कारण, मृत्यूच्या सावलीत राहून त्याने जीवनाच्या मुळाशी असलेल्या सत्याला सामोरे जाण्याचा अनुभव घेतला.

दिवस सरत गेले आणि अखेर मे २०२३ उजाडला. CSE निकालांच्या अपेक्षेने वसीमसह त्याच्या सहकाऱ्यांवर चिंतेचे सावट पसरले. त्याच्या बॅचमधील पंचवीस IRS अधिकाऱ्यांना मुलाखतीसाठी बोलावण्यात आले होते; परंतु त्यापैकी फक्त काहीच जणांना IASचे मानाचे स्थान मिळणार होते.

२३ मे २०२३ रोजी निकाल जाहीर होण्याच्या प्रतीक्षेचा तणाव शिगेला पोहोचला. वसीमच्या मनावरचा ताण सतत वाढत होता; पण त्याच्या निर्धाराला तडा गेला नव्हता. तथापि, प्रत्येक सरत्या क्षणासोबत, काय निकाल लागणार याची चिंता मोठी मोठी होत होती आणि ती त्याला एका अनिश्चिततेच्या वादळात गुरफटून टाकेल, अशी लक्षणे दिसत होती.

''तू एवढा का चिंताग्रस्त आहेस, वसीम? या वेळी तू नक्कीच यशस्वी होशील,'' वर्गात त्याच्याशेजारी बसलेल्या पवित्राने त्याला धीर दिला.

''मी या वेळी खूप मेहनत घेतली आहे. हा माझा शेवटचा प्रयत्न असेल. कारण, यानंतर आपल्याला IRSमध्ये नियमित नियुक्त्या मिळतील आणि परत परीक्षा देण्यासाठी वेळ मिळणार नाही,'' त्याच्या मनावरील दडपण दूर झटकण्याचा प्रयत्न करत वसीम म्हणाला.

पवित्राच्या दिलाशाचा फारसा परिणाम झाला नाही. वसीम बेचैनच राहिला. दुपारच्या जेवणानंतर तो परत वर्गात न जाता आपल्या वसतिगृहातील खोलीत गेला. काही वेळ झोप घ्यावी आणि शांतता मिळते का बघावे, असा त्याचा विचार होता; पण फैसलच्या अचानक आलेल्या फोनने ती शांतता लगेचच भंग पावली. फोन घेतला जाण्याआधीच कट झाला आणि वसीमच्या मनात शंका-कुशंका दाटून आल्या.

''फैसलने या वेळी का फोन केला असेल? काहीतरी घडले असले पाहिजे. निकाल लागला असावा. जर मी निवडला गेलो नसेल, तर त्याने फोन का केला असता?'' वसीम विचारमग्न झाला. घाईघाईने त्याने टेलिग्राम उघडले आणि निकालाच्या PDF फाइलचा शोध घेतला.

थरथरत्या हातांनी त्याने फाइल उघडली आणि पहिल्याच पानावर नजर टाकली.

...आणि तेथेच उघड्या डोळ्यांनी विश्वास बसणार नाही असे सातव्या क्रमांकावर त्याचे नाव ठळकपणे चमकत होते. आनंदाच्या भरात वसीम आपल्या खोलीतून धावत बाहेर आला. त्याच्या आनंदाने भरलेल्या आरोळ्यांमुळे जेवण आटोपून होस्टेलकडे परतणाऱ्या मित्रांचे लक्ष त्याच्याकडे गेले. वर्षानुवर्षे केलेल्या परिश्रमांचे ओझे नाहीसे झाले आणि त्यांची जागा यशाच्या मधुर अनुभवाने घेतली. त्या क्षणापासूनच आनंदोत्सव सुरू झाला, जो रात्री उशिरापर्यंत सुरू राहिला. वसीमच्या चौघा IRS सहकाऱ्यांचीदेखील IASसाठी निवड झाली होती, त्यामुळे हा आनंद द्विगुणित झाला होता.

वसीमने रजा घेतली आणि तो घरी परतला. तिथे त्याचे स्वागत करणाऱ्या उत्सुक चेहऱ्यांचा आणि त्याची आई, रूबी जानच्या प्रेमळ मिठीचा आधार त्याला मिळाला. पत्रकारांनी त्याच्या विजयाचे क्षण टिपले.

मात्र, गावकऱ्यांच्या मनात संभ्रम होता. ''अरे, याची IASची निवड तर दोन वर्षांपूर्वीच झाली होती. मग आता हे नवीन सेलिब्रेशन कशासाठी?'' लोक विचारत होते.

रूबी जानच्या मनावरचे ओझे मात्र उतरले होते. तिच्या मुलाच्या अथक मेहनतीला फळ आले होते. त्याला आता अधिक परिश्रम करण्याची गरज नव्हती. कारण, त्याचे स्वप्न अखेर सत्यात उतरले होते.

* * *

वसीमच्या कहाणीतून आपण काय धडे घेणार ?

१. **पूर्ण समर्पण :** सिव्हिल सर्व्हिसेस परीक्षेत यश मिळवण्यासाठी संपूर्ण समर्पण आवश्यक आहे. जुजबी, निष्काळजी किंवा कालबाह्य तयारी करून यश मिळवता येत नाही. अतिआत्मविश्वास आणि हलक्यात घेतलेली तयारी अपयशाला कारणीभूत ठरते. जरी त्यांनी यापूर्वीच्या प्रयत्नांत इतर टप्पे यशस्वीरीत्या पार केलेले असतील तरी अनेक उमेदवार पूर्व परीक्षेच्या टप्प्यावर अपयशी होतात.

२. **उत्तर सादरीकरणातील कौशल्य :** मुख्य परीक्षेत फक्त ज्ञान महत्त्वाचे नसते, तर ते सादर करण्याची पद्धतही महत्त्वाची ठरते. नमुना उत्तरे, टॉपरच्या उत्तरपत्रिका आणि इतर विश्वसनीय स्रोतांकडून सादरीकरण शिकणे आवश्यक आहे. उत्तरे लिहिण्याचा नियमित सराव हा यशासाठी महत्त्वाचा घटक आहे.

३. **स्वारस्य असलेल्या क्षेत्राची निवड करा :** शाळा आणि महाविद्यालयात अभ्यासाचे क्षेत्र निवडताना आपले स्वारस्य महत्त्वाचे ठरते. पालक, मित्र किंवा नातेवाईक यांच्या प्रभावामुळे निर्णय घेणे टाळा. स्वतःच्या आवडीनुसार अभ्यास निवडा.

४. **वाचनाची सवय लावा :** वाचनाची सवय लावणे अत्यावश्यक आहे. यामुळे ज्ञानाचा आधारभूत पट विस्तारतो, जो परीक्षेच्या सर्व टप्प्यांमध्ये उपयोगी पडतो. याशिवाय, वाचनामुळे आपली विचारसरणीही समृद्ध होते.

५. **केवळ निवडक मार्गदर्शनावर अवलंबून राहा :** खूप जास्त स्रोतांकडून मार्गदर्शन घेतल्यास गोंधळ आणि ताण वाढतो. अभ्यास साहित्य आणि परीक्षा रणनीतीबाबत अनेक कल्पना व मतांचा भडीमार टाळा. निवडक, विश्वासार्ह स्रोतांवरच अवलंबून राहा.

६. **गुणवत्तेला प्राधान्य द्या :** मुख्य परीक्षेत किती पानं लिहिली किंवा कोणत्या क्रमाने प्रश्न सोडवले, यापेक्षा तुमच्या उत्तरांतील स्पष्टता, सखोलता आणि अचूकता अधिक महत्त्वाची आहे. गुणवत्ता हा यशाचा मुख्य मापदंड आहे.

प्रकरण ६

पहिला नंबर

प्रथम येणारे विद्यार्थी वैद्यकीय आणि अभियांत्रिकीकडेच जातात

मार्च २०१४च्या या संध्याकाळचा गडद होत जाणारा संधिप्रकाश, रस्त्यावरील दिव्यांच्या आणि निऑन लाइट्सच्या कृत्रिम प्रकाशाला हळूहळू जागा करून देत होता. कारचा आवाज, सायकलच्या घंट्यांची लयबद्ध किणकिण आणि विक्रेते व रहिवाशांच्या गप्पा-गोष्टी हळूहळू शांत होत होत्या. दक्षिण दिल्लीतील ईस्ट ऑफ कैलाशमधील त्यांच्या साध्या अपार्टमेंटमध्ये शर्मा कुटुंब जेवणासाठी एकत्र जमले होते. रचना शर्मा आणि सुनील दत्त शर्मा आपल्या श्रुती आणि आदित्य या मुलांबरोबर बसले होते, तर अम्मा ही रचनाची प्रेमळ आई या परिवाराचे वर्तुळ पूर्ण करत होती.

जेवण आटोपल्यावर अम्मा झोपण्यासाठी तिच्या खोलीत निघून गेली आणि ती शांत संध्याकाळ एका जिवंत चर्चेमध्ये रूपांतरित झाली. सरदार पटेल विद्यालयात इयत्ता दहावीत शिकणारी तेजस्वी विद्यार्थिनी श्रुती, वर्ग अकरावीचे विषय निवडण्याविषयी शाळेतून मिळालेले परिपत्रक घरी घेऊन आली होती. भारतातील मुले जेव्हा पुढील वर्गासाठी किंवा महाविद्यालयीन प्रवेशासाठी सज्ज होत असतात, तेव्हा असे जिवंत संवाद घराघरांत घडून येत असतात.

"निवड खूपच सोपी आहे, बेटा. आपले कुटुंब इंजिनिअर आणि डॉक्टरांचे आहे. तू विज्ञान शाखा निवडून आयआयटी-जेईईची तयारी करायला हवीस," श्रुतीच्या वडिलांनी परिपत्रकाकडे नजर टाकत सांगितले.

''पप्पा, मी इंजिनिअरिंगचा पर्याय प्रामाणिकपणे विचारात घेतला आहे; पण तो मला खऱ्या अर्थाने आवडत नाही,'' श्रुतीने थोड्याशा संकोचाने सांगितले.

रचना सौम्य परंतु ठाम स्वरात म्हणाली, ''ठीक आहे, मग तुला आपल्या आजी-आजोबांसारखे डॉक्टर व्हायला हवे.''

श्रुतीचे आजोबा देवेंद्रकुमार वत्स आणि आजी सत्यबाला शर्मा आपल्या मूळ गावी प्रसिद्ध डॉक्टर होते. तिच्या अनेक चुलत भावंडांनी आणि नातेवाइकांनीसुद्धा वैद्यकीय क्षेत्रात करिअर केले होते.

श्रुती लक्षपूर्वक ऐकत होती; पण तिने आपल्या मनातील विचार मांडायचे धाडस दाखवले. ''आई, मी यावर भरपूर विचार केला आहे आणि मला खरोखर वाटते की, मानविकी (ह्युमॅनिटीज) विषय घेणे माझ्यासाठी अधिक चांगले ठरेल.''

तिच्या पालकांनी संशयाने भरलेल्या नजरेने एकमेकांकडे पाहिले. त्यांच्या मुलीसाठी त्यांनी ठरवून ठेवलेल्या मळलेल्या वाटेपासून अचानक होऊ घातलेल्या या बदलामुळे ते चक्रावले होते.

''त्या विषयांत तू काय करिअर करणार आहेस? तुझ्यासारखे बुद्धिमान विद्यार्थी विज्ञान शाखा निवडतात. ती स्थिरता देते. आधी एखादी चांगली नोकरी मिळव, मग तुला जे करायचे ते करू शकतेस,'' सुनील म्हणाले. त्यांच्या आवाजात काळजी डोकावत होती.

पण श्रुती न डगमगता ठामपणे म्हणाली, ''पप्पा, आजकाल मानविकी शाखेतूनदेखील करिअरच्या अनेक संधी उपलब्ध आहेत.''

तिच्या वडिलांनी विचारात पडत कपाळावर आठ्या चढवल्या. ''जास्त नाहीत. तुला एखाद्या एनजीओमध्ये काम करण्यासारख्या किंवा पत्रकारितेसारख्या मर्यादित संधीच मिळतील,'' त्यांनी प्रतिवाद केला.

रचना आपल्या पतीचे समर्थन करत, सर्वसामान्य भारतीय पालक जसे बोलतात त्या थाटात सल्ला देत म्हणाली, ''तू काहीही निवड; पण एक गोष्ट मात्र लक्षात ठेव, सोपा मार्ग निवडू नकोस. काही वर्षे भरपूर मेहनत घे, मग तुझे आयुष्य नक्कीच स्थिर होईल.''

श्रुतीने मागे न हटता, तिचे हुकुमाचे पान टाकत तिच्या पालकांचे मन जिंकण्याचा प्रयत्न केला. ''पप्पा, मानविकी विषय घेतलेले अनेक विद्यार्थी

आयएएस आणि आयपीएस अधिकारी होतात. मला तीच वाट निवडायची आहे,'' तिने ठामपणे सांगितले.

तिच्या पालकांनी एकमेकांकडे पाहिले. श्रुतीच्या प्रस्तावाचे आणि तिच्या निर्धाराचे तोलमोल करणारा एक शांत संवाद त्यांच्या नजरेतून चालू होता.

''हो, हा चांगला पर्याय आहे; पण तुला गणित आणि अर्थशास्त्रही घ्यावे लागेल, जेणेकरून तुझे पर्याय वाढतील,'' रचना म्हणाली. तिच्या स्वतःच्या अपूर्ण राहिलेल्या नागरी सेवांच्या परीक्षेच्या (सीएसई) स्वप्नांची छाया तिच्या आवाजात उमटत होती.

''ठीक आहे, पप्पा, मम्मी,'' श्रुती हा तोडगा मान्य करत थोड्याशा नाराजीने मान हलवत म्हणाली.

घरातील या नाट्यमय प्रसंगाचा शांत साक्षीदार असलेला तिचा लहान भाऊ आदित्य आपल्या मनात एक आशेचा किरण उजळताना अनुभवत होता. 'जर मम्मी-पप्पांनी श्रुतीला तिच्या आवडीचे विषय निवडू दिले, तर कदाचित ते मलाही माझे क्रिकेटचे स्वप्न साकार करायला परवानगी देतील,' तो विचार करत मनातल्या मनात स्वतःला म्हणाला. त्याच्या ओठांवर एक हलकीशी स्मितरेषा दिसत होती.

लवकरच श्रुतीच्या निवडीवर शेजारी आणि नातेवाईक प्रतिक्रिया देऊ लागले. ''अरे, आम्हाला तर वाटले होते की, ती हुशार मुलगी आहे!'' आपले आश्चर्य लपवू न शकता ते म्हणाले.

पोषक वातावरण

श्रुतीच्या कुटुंबाची मुळे उत्तर प्रदेशातील बिजनौर जिल्ह्याच्या हिरव्यागार निसर्गाच्या कुशीत वसलेल्या अठाई गावात होती. तिच्या आजी-आजोबांनी आपली आयुर्वेदाची प्रॅक्टिस जवळच्याच बस्ता गावामध्ये सुस्थापित केली होती. श्रुतीचे वडील एक आर्किटेक्ट होते आणि ते बस्तामधील त्यांच्या कौटुंबिक शाळेचे व्यवस्थापनही बघत असत.

श्रुतीच्या जन्मानंतर आजी-आजोबांची हरकत असतानाही, तिच्या पालकांनी मुलांच्या चांगल्या शिक्षणासाठी आणि करिअरच्या संधीसाठी दिल्लीत स्थलांतर करण्याचा निर्णय घेतला. मात्र, मुळांशी जोडून राहण्याचे महत्त्व लक्षात घेऊन, प्रत्येक सुट्टीसाठी श्रुतीचे वडील त्यांना बस्तामध्ये

घेऊन जात. तेथे श्रुती तिच्या चुलत भावंडांसोबत खेळण्या-बागडण्यात गावच्या साध्या साध्या आनंदात रमून जायची, 'लैला की उंगली' आणि 'इमली के गोले' यांसारख्या स्थानिक गोड पदार्थांचा आस्वाद घेताना ती खूप खूश असे.

लहानपणापासूनच तिची आई रचना, श्रुतीमध्ये शिकण्याची आवड रुजवत आली होती. लहान बाळ असतानाच रचना तिच्या शाळेच्या दप्तराची तयारी कौतुकाने करून देत असे, त्यात एक डायरी, पेन आणि डब्बा ठेवत असे. दररोज सकाळी श्रुती तिच्या खोलीच्या एका कोपऱ्यात तात्पुरत्या तयार करून दिलेल्या तिच्या शाळेत जात असे. तिथे ती तासन्तास चित्रे काढायची, लिहायची आणि मध्ये मध्ये डब्बा खाण्याचा आनंद लुटायची. सुरुवातीच्या काळात ती अंतराळवीर होण्याचे स्वप्न पाहायची.

शाळेत आपण नकळत किंवा अप्रत्यक्षपणे खूप काही शिकतो म्हणून चांगल्या शालेय वातावरणाचे महत्त्व खूप असते. श्रुतीच्या पालकांनी तिला उत्कृष्ट शिक्षण देण्याच्या हेतूने न्यू फ्रेंड्स कॉलनीतील केंब्रिज स्कूलमध्ये तिचा प्रवेश घेतला. नावीन्यपूर्ण पद्धतीने आणि मनोरंजक क्रियाकलापांद्वारे शिक्षण देण्यासाठी ही शाळा प्रसिद्ध होती. प्रत्येक वर्गात ग्रंथालय असल्याने तिच्यात अफाट वाचनाची आवड निर्माण झाली; मात्र, कधी कधी कथा-कादंबऱ्यांमध्ये हरवून जाण्यामुळे तिला आई-वडिलांकडून ओरडादेखील मिळायचा.

नंतर सहाव्या वर्गापासून श्रुतीचा प्रवेश लोधी इस्टेट, नवी दिल्ली येथील प्रतिष्ठित सरदार पटेल विद्यालयात झाला. तिला तिची शाळा इतकी आवडू लागली की, जणू ती तिचे दुसरे घरच बनली. प्रत्येक विद्यार्थ्याला आपली क्षमता पूर्णतः गाठण्यासाठी प्रेरणा देणारे वातावरण तिच्या शाळेत होते. श्रुतीला शाळेच्या अनोख्या 'मेरिट कार्ड' आधारित पारितोषिक प्रणालीने खूप प्रभावित केले. पारंपरिक श्रेणी देण्याऐवजी, शाळा प्रत्येक क्षेत्रासाठी निश्चित गुणवत्ता मापदंड ठेवत असे आणि त्या मापदंडांवर पोहोचणाऱ्या विद्यार्थ्यांना मेरिट कार्ड देत असे, त्यामुळे श्रुती स्वतःशी स्पर्धा करायला शिकली.

शाळेत तिचा प्रत्येक दिवस नवीन गोष्टी शिकण्याच्या आणि विविध उपक्रमांमध्ये सहभाग घेण्याच्या उत्साहाने भरलेला असे. 'संगीतमय दुपार,' 'क्रियाकलाप आठवडा' आणि 'खाद्य महोत्सव' अशा कार्यक्रमांमध्ये ती आवडीने सहभागी होत असे. तिची शाळा तिला इतकी प्रिय होती की,

जेव्हा ती आईचे ऐकत नसे, तेव्हा तिची आई तिला धमकी देत असे की, 'तुला शाळेत पाठवणार नाही' आणि श्रुती ताबडतोब वठणीवर यायची.

वार्षिक क्रियाकलाप आठवड्याची तिला नेहमी आतुरता असे. या काळात विद्यार्थी आपली पुस्तके आणि दप्तर बाजूला ठेवून सांस्कृतिक समृद्धी आणि क्रीडा कौशल्ये यांचा आनंद घेत असत. यामध्ये सांस्कृतिक उपक्रम, वाचन, कथाकथन, प्रेरणादायी भाषणे आणि खेळ यांचा समावेश असे. श्रुती महिनोन्‌महिने इंग्रजी आणि हिंदी भाषेत काव्य व लेख तयार करत असे, कार्यक्रमात त्यांचे आत्मविश्वासाने सादरीकरण करत असे आणि अनेक मेरिट कार्ड्स मिळवत असे.

शाळेचे आणखी एक मोठे वार्षिक आकर्षण म्हणजे खाद्य महोत्सव. या उत्सवाने तिला तिच्या शाळेकडे वर्षानुवर्षे आकर्षित करून ठेवले होते. अगदी शालेय शिक्षण संपल्यानंतरही ती या महोत्सवास हजेरी लावत असे. हा महोत्सव विविध भारतीय आणि परदेशी खाद्यपदार्थांचा उत्सव असे, ज्यामध्ये विद्यार्थी आणि पालक पारंपरिक आणि पौष्टिक खाद्यसंस्कृती साजरी करत.

तिच्या शालेय जीवनात श्रुतीला सामाजिक सेवा करण्यात एक अनोखी तृप्ती आणि आनंद मिळाला. शाळेतील आणि शाळेच्या परिसरातील आर्थिकदृष्ट्या दुर्बल वर्गातील मुलांना शिकवणे, तसेच 'मुस्कान' या शारीरिकदृष्ट्या आणि मानसिकदृष्ट्या दिव्यांग मुलांसाठी आणि प्रौढांसाठी समर्पित एनजीओसाठी वैयक्तिकरीत्या आपला वेळ देणे आणि काम करणे, यात ती आनंदाने सामील होत असे. दैनंदिन वर्तमानपत्रांमध्ये येणाऱ्या अधिकारी व्यक्तींनी घडवलेल्या परिवर्तनात्मक बदलांच्या कथा श्रुतीच्या मनाला खोलवर भिडत आणि तिच्या आवडीला अधिक बळकटी देत.

शाळेच्या अभ्यासाच्या प्रगतीसोबतच, नेतृत्व आणि सहकार्याच्या गुणांचेही तिच्यात बीज रुजले. गुप्त मतदानाद्वारे निवडल्या जाणाऱ्या विद्यार्थी कार्यकारी समितीच्या माध्यमातून तिने सांस्कृतिक व्यवहार सचिव म्हणून काम केले. बारावीत असताना वर्गात तिने जनरल सेक्रेटरी या पदासाठी उभे राहण्याचा धाडसी निर्णयही घेतला.

अभ्यासातही श्रुती उच्च कामगिरी करणारी विद्यार्थिनी होती. दहावीच्या परीक्षेत ९८% आणि बारावीच्या परीक्षेत ९५% गुण मिळवत तिने आपली गुणवत्ता सिद्ध केली.

पुन्हा एकदा द्विधा मन:स्थितीत

बारावीत मिळालेल्या तब्बल ९५ टक्क्यांच्या यशाचा आनंद श्रुतीसाठी क्षणिक ठरला. लगेचच तिच्या भविष्यासाठी महत्त्वाच्या असलेल्या तिच्या पदवी अभ्यासक्रमासाठी कोणते विषय निवडायचे, या निर्णयावर चर्चा करण्यासाठी संपूर्ण कुटुंब पुन्हा एकत्र आले.

''आई, बाबा, मला खरोखरच इतिहास (ऑनर्स) करायचा आहे,'' श्रुतीने दिल्ली विद्यापीठाच्या पदवी प्रवेश पुस्तिकेतील पाने उलटत आपली मनापासूनची इच्छा व्यक्त केली.

सुनीलनी चिंताग्रस्त नजरेने आपली पत्नी, रचनाकडे पाहिले. ''पण श्रुती, इकॉनॉमिक्स (ऑनर्स) तुला चांगल्या रोजगाराच्या संधी देईल. तुझ्या भविष्याचा विचार कर, बाळा,'' त्यांनी समजावून सांगितले.

रचनादेखील मान डोलावत म्हणाली, ''हो श्रुती, इकॉनॉमिक्स हा एक उत्तम पर्याय आहे. त्यातून तुला खूप संधी मिळू शकतात,'' त्यांच्या डोळ्यांत मातृत्वाची काळजी स्पष्ट दिसत होती.

श्रुती थोडीशी अडखळली. तिच्या मनात आवड आणि व्यावहारिकता यांच्यात संघर्ष सुरू होता. ''मी समजू शकते मम्मी; पण मला भीती आहे की, इकॉनॉमिक्समध्ये खूप गणित असेल. इतिहास मला माझ्यासाठी अगदी योग्य विषय वाटतो,'' तिने तिचे खरे मत सांगितले.

सुनीलनी तिच्याकडे गंभीरपणे पाहत दीर्घ उसासा सोडला. ''बाळा, तुझी अनिच्छा मला समजत नाही. तुला गणितात ९७ टक्के आणि इकॉनॉमिक्समध्ये ९८ टक्के गुण मिळाले आहेत. आम्ही तुझ्या भल्यासाठीच म्हणतो आहोत,'' त्यांनी समजावून सांगितले.

श्रुतीने आपल्या आई-वडिलांना पटवून देण्यासाठी आपले सर्वांत प्रभावी शस्त्र वापरले. तिने युक्तिवाद केला की, सिव्हिल सेवा परीक्षेतील यशासाठी इतिहास अनिवार्य आहे. तिच्या ठामपणामुळे प्रभावित होऊन, सुनील आणि रचना यांना तिची भूमिका मान्य करावी लागली. तिच्या शब्दांतून एक आयएएस अधिकारी बनण्याचा तिचा ठाम निर्धार त्यांना जाणवत होता.

परंतु श्रुतीने सांगितलेली ती भूमिका केवळ इतिहास अभ्यासाची आवड जोपासण्यासाठी होती, तिच्या खऱ्या करिअरच्या निर्णयावर ती अद्याप ठाम नव्हती.

कॉलेजच्या निवडीवरूनही पुन्हा वाद झाला. दिल्ली विद्यापीठाच्या नॉर्थ कॅम्पसची ऐतिहासिक परंपरा, प्रतिष्ठित संस्था, रमणीय परिसर, उपक्रमशीलता आणि उत्साही वातावरण श्रुतीला आकर्षित करत होते. जरी रोजच्या दोन तासांच्या प्रवासाचा त्रास सहन करावा लागला असता, तरी ती प्रतिष्ठित सेंट स्टीफन कॉलेजमध्ये प्रवेश घेण्यासाठी उत्सुक होती. रचना आणि सुनील यांनी मात्र सोय आणि सोयीसुविधा लक्षात घेत, त्यांच्या घराजवळील, तेवढ्याच प्रतिष्ठित लेडी श्रीराम कॉलेज निवडण्याचा आग्रह धरला. मात्र, सातत्यपूर्ण विनवणीनंतर श्रुती पुन्हा एकदा आपल्या आई-वडिलांना तिच्या बाजूने वळवण्यात यशस्वी ठरली.

शहरात स्थलांतरित झालेल्या मध्यमवर्गीय कुटुंबांमधील पहिल्या पिढीच्या लोकांमध्ये रूढीवादी मूल्यांना विशेष महत्त्व असते. श्रुतीच्या पालकांनीदेखील तिच्या बाहेर जाण्यावर, आठवड्यातून एकदाच जायला मिळेल, अशी मर्यादा घातली होती आणि मैत्रिणींच्या घरी झोपण्यासाठी जाण्यास कडेकोट बंदी केली होती. महाविद्यालयातही रात्री उशिरापर्यंत चालणाऱ्या उपक्रमांत सहभागी होण्याचा तिला त्याग करावा लागला.

तू करियर केंद्री नाहीस

अनेकदा आपल्या मुलांच्या जीवनप्रवासातील महत्त्वाचे टप्पे, जसे की - शिक्षण पूर्ण करण्याचे वय, नोकरीसाठी लागणारे वय, लग्नाचे वय वगैरे पालकच ठरवतात. श्रुतीच्या पालकांनीही तसेच केले. विशेषतः रचना, जी नेहमीच आर्थिक दृष्टीने इतरांवर अवलंबून राहिलेली होती, ती श्रुती लवकरात लवकर आर्थिकदृष्ट्या स्वावलंबी व्हावी, अशी इच्छा बाळगत होती.

श्रुतीने पदवीच्या अंतिम वर्षात प्रवेश केल्यावर रचना आणि सुनील यांनी तिच्या करिअरच्या योजना विचारल्या आणि तिला नागरी सेवा परीक्षेची (CSE) तयारी सुरू करण्यासाठी आग्रह केला. त्यांनी तिच्यावर गोष्टी उगीचच पुढे ढकलल्याबद्दल, निश्चयी व करिअरकेंद्री न राहिल्याबद्दल ताशेरे ओढले आणि तिने दिलेल्या वचनाची आठवण करून दिली.

श्रुतीच्या पालकांनी तिला नागरी सेवा परीक्षेची तयारी करण्यासाठी एका कोचिंग संस्थेत प्रवेश घेण्याचा सल्ला दिला; परंतु श्रुतीला तिच्या पदवीच्या अभ्यासावर मनापासून लक्ष केंद्रित करायचे होते. तरीसुद्धा तिने

एका अटीवर सहमती दर्शवली – तिला कोचिंग संस्थेच्या जवळ एका पेइंग गेस्ट निवासामध्ये राहण्याची परवानगी दिली जावी.

'पहिल्यांदाच मला संध्याकाळी महाविद्यालयातील उपक्रमांमध्ये भाग घेता येईल आणि मित्रांसोबत कुठेही जाण्याचे स्वातंत्र्य मिळेल. शिवाय, नागरी सेवा परीक्षेच्या स्वरूपाचा अभ्यास करता येईल,' ती विचार करत होती; परंतु तिला माहीत नव्हते की एकटे राहणे अनेक आव्हाने घेऊन येईल आणि घर व कुटुंबाचे महत्त्व तिला नव्याने समजेल.

लवकरच, श्रुती आणि तिची आई करोल बागमध्ये खोली शोधण्याच्या कामाला लागल्या. तिथल्या छोट्या खोल्या आणि त्यातील वायुविजनाचा अभाव पाहून त्या दोघींनाही धक्का बसला. अनेक दिवसांच्या शोधानंतर, शेवटी त्यांनी एका फ्लॅटमधील नैसर्गिक प्रकाश मिळत असणारी खोली निवडली. श्रुती सकाळी महाविद्यालयात जाई आणि संध्याकाळी कोचिंग वर्गाला हजेरी लावी.

जशी करोल बागमधील जीवनाची चव तिला मिळू लागली, तशी एकटे राहण्याची श्रुतीची हौस लवकरच नाहीशी झाली. फ्लॅटमधील मैत्रिणींमधील राजकारण आणि भांडणे, सामायिक फ्रीजमध्ये ठेवलेल्या अन्नाची चोरी, घरमालकाचा त्रास, डब्यातून मिळणारे भयानक जेवण आणि खोली स्वच्छ करणे व कपडे धुण्याच्या ओझ्याने ती थकून गेली. त्याशिवाय, स्वतःला शिस्त लावण्याचे आव्हान होतेच – वेळेवर उठणे, अभ्यासाचे वेळापत्रक पाळणे आणि व्यवस्थित जेवण करणे, हे सगळे आता तिला स्वतःच्या जबाबदारीवर करावे लागणार होते.

तिने असेही पाहिले की, करोल बागमध्ये राहणाऱ्या अनेक उमेदवारांचा अभ्यासाशी फारसा संबंध नव्हता. ते फक्त स्वतःचा वेळ आणि पालकांचे पैसे तिथे राहून उधळत होते. ते करोल बागेत फक्त एवढ्यासाठीच राहत होते की, त्यांच्या पालकांची खात्री पटावी की ते नागरी सेवा परीक्षेची तयारी करत आहेत.

लवकरच श्रुतीला कळून चुकले की, कोचिंग क्लासेसचा एकंदर उपयोग मर्यादित होता आणि स्व–अभ्यास हा जास्त फायदेशीर पर्याय आहे. कोचिंग संस्थेतील भव्य हॉल्समध्ये एकावेळी हजारांहून अधिक विद्यार्थी बसत, ज्यामुळे वातावरण गजबजलेले आणि वैयक्तिक स्पर्शरहित वाटे. दोन–अडीच तासांच्या प्रदीर्घ सत्रांमध्ये शिक्षक बराचसा वेळ गप्पा मारण्यात आणि अनावश्यक संवादांमध्ये वाया घालवत.

तसेच, कोचिंग क्लासेसमधील धडे अगदी नियोजित नाट्यप्रयोगासारखे वाटायचे, विशेषतः जेव्हा श्रुती चुकून तिने आधीच हजर राहिलेल्या वर्गात पुन्हा गेली, तेव्हा तिला लक्षात आले की, संपूर्ण वर्ग अगदी यांत्रिक पद्धतीने पार पडतो – अगदी विनोदसुद्धा त्याच जागी, त्याच पद्धतीने पेरलेले असायचे.

तरीही काही आनंददायक बदलही झाले. श्रुतीला परवानगी न मागता बाहेर जाण्याचे स्वातंत्र्य मिळाले. तिने महाविद्यालयीन सण व उपक्रमांत अधिक प्रमाणात भाग घेतला. तिच्या पालकांच्या वागण्यातही तिला बदल झालेला जाणवला; त्यांनी तिला अधिक प्रौढ आणि स्वावलंबी मानायला सुरुवात केली. शिवाय, कोचिंगमुळे तिला परीक्षेच्या स्वरूपाची अधिक चांगली समज मिळाली.

परंतु यूपीएससीचा प्रवास कधीही सोपा आणि सरळसोट नसतो.

शैक्षणिक प्रवासातील एक वळण

श्रुती तिच्या बीए (ऑनर्स)च्या अंतिम वर्षाच्या उंबरठ्यावर पोहोचली, तेव्हा तिच्या, यूपीएससीच्या शिखरावर विजय मिळवण्यासाठी एक वर्ष समर्पित करायचे, या उद्दिष्टाबाबत तिच्या मनात काहीच गोंधळ नव्हता. मात्र, नियती अनेकदा आपल्याला अनपेक्षित मार्गावर ढकलते, याचा तिला लवकरच पत्ता लागला.

तिच्या पदवी अभ्यासक्रमाचा शेवट जवळ येत असताना, श्रुतीला कळले की, तिच्या वर्गातील प्रत्येकच जण, जवाहरलाल नेहरू विद्यापीठाच्या (जेएनयू) प्रतिष्ठित अशा एम.ए. अभ्यासक्रमाच्या प्रवेश परीक्षेची तयारी करत होता. वर्गमित्रांचा प्रभाव आणि या उच्च दर्जाच्या अभ्यासक्रमाचे आकर्षण याला बळी पडून, श्रुतीने ती प्रवेश परीक्षा देण्याचा निर्णय घेतला आणि अर्ज भरला.

परीक्षेचा निकाल आल्यानंतर श्रुतीला एक सुखद धक्का बसला. ती अव्वल क्रमांकाने उत्तीर्ण झाली. अनेक महिन्यांच्या कठोर अभ्यासानंतरही तिच्या अनेक वर्गमित्रांना परीक्षा पास करता आली नव्हती. श्रुतीच्या या उल्लेखनीय यशाने तिचे आई-वडील खूपच आनंदित झाले. रात्रीच्या जेवणानंतरच्या गप्पांमध्ये या विषयावर चर्चा झाली.

''श्रुतीच्या उत्कृष्ट कामगिरीमुळे तिच्यातील अफाट क्षमतेचा प्रत्यय येतो,'' असे सुनील म्हणाले, ''माझा ठाम विश्वास आहे की, तिने जेएनयूमध्ये प्रवेश न घेता यूपीएससीवर लक्ष केंद्रित करायला हवे.''

''पप्पा, मला इतिहासाचा अभ्यास करण्याची आवड आहे,'' श्रुतीने मनापासून सांगितले. ''इतिहास विषय घेऊन एम.ए. करण्यामुळे माझ्या यूपीएससीच्या तयारीसाठी ठोस पाया तयार होईल,'' इतिहासाविषयी तिचा उत्साह जबरदस्त होता.

''जर श्रुतीला खरंच इतिहासामध्ये एम.ए. करणे आवडत असेल, तर तिला तिच्या आवडीचे अनुसरण करू दे. ती आयएएसची तयारी त्याचबरोबर करू शकते,'' श्रुतीच्या निर्णयाला पाठिंबा देत रचना म्हणाली.

श्रुतीला तिच्या पालकांबद्दल खूप कृतज्ञता वाटली. कारण, त्यांनी कधीही आपले निर्णय तिच्यावर लादले नाहीत. अंतिम निर्णय तिलाच घेण्याची मुभा दिली. रचना नेहमीच श्रुतीला अशा निर्णयांमध्ये पाठिंबा देत असे आणि कधी कधी सुनीलविरुद्ध तिच्या बाजूने उभी राहत असे.

जेएनयू श्रुतीसाठी एक वैचारिक चर्चा आणि राजकीय सक्रियतेचे केंद्र ठरले. समाजाच्या विविध स्तरांतून आलेली नवीन मित्रमंडळी आणि विविध समूहांनी तिला लगेच आपल्यात उचलून घेतले. तिथले चोवीस तास उघडे असणारे ढाबे फक्त अन्नच नव्हे, तर मैत्रीपूर्ण संवाद आणि चर्चेचे एक ठिकाणही उपलब्ध करून देत होते. विशेषतः इतिहास विभागाच्या सेंटर फॉर हिस्टॉरिकल स्टडीज (सीएचएस)च्या ग्रंथालयाचे शांत वातावरण, तसेच तिथे वावरणाऱ्या नाचऱ्या मोरांनी श्रुतीला मोहित केले.

तिच्या अभ्यासक्रमावर श्रुतीचे खरेखुरे प्रेम बसले. अभ्यासक्रमाची रचना आणि दर्जा तिला असामान्य वाटत होता. तिथले प्राध्यापक शैक्षणिक क्षेत्रात अतिशय मान्यवर होते. विद्यार्थ्यांना कोणत्याही व्याख्यानांना उपस्थित राहण्याची मुभा होती. शैक्षणिक लेखनाला आणि विचारांना प्रोत्साहन देण्यासाठी सखोल पेपर लेखनाची पद्धत तिथे होती. हे पेपर काटेकोरपणे तपासले जात आणि त्यावर सांगोपांग चर्चा होत असे, ज्यामुळे शैक्षणिक उत्कृष्टतेची संस्कृती वाढीस लागली होती.

मात्र लवकरच श्रुतीला लक्षात आले की, विद्येच्या प्रांतातील करियर हे बौद्धिक दृष्टिकोनातून जरी प्रेरणादायी असले, तरी तिच्यासाठी समाधानकारक ठरणार नाही. तिला दिसून आले की, विद्याभ्यासाचे जीवन

प्रामुख्याने लेखन, पेपर सादरीकरणे आणि छोट्या छोट्या तपशिलांवर चर्चेचा काथ्याकूट याभोवती फिरत होते; परंतु लोकांच्या आयुष्यावर थेट परिणाम करण्याच्या संधी फारच कमी होत्या, त्यामुळे ती विद्वत्तेच्या क्षेत्राशी फारशी जोडली गेली नाही आणि तिने एम.ए. अभ्यासक्रम अर्धवट सोडून यूपीएससीच्या तयारीवर लक्ष केंद्रित करण्याचा निर्णय घेतला.

श्रुतीच्या या निर्णयाने तिचे प्राध्यापक आश्चर्यचकित झाले. त्यांनी तिला आपल्या निर्णयाचा पुनर्विचार करण्याची विनंती केली. मात्र, त्यांच्या विनवण्यांनी प्रभावित न होता श्रुती आपल्या निर्णयावर ठाम राहिली.

बस्ता येथे योगायोगाने लागलेला शोध

एक संध्याकाळी श्रुती तिच्या अभ्यासात मग्न असताना तिच्या वडिलांचा फोन आला. त्या वेळी ते बस्तामध्ये होते.

''श्रुती, तुला जामिया मिलिया इस्लामिया येथील रेसिडेन्शियल कोचिंग अकॅडमी (आरसीए)बद्दल माहिती आहे का?'' सुनील यांच्या आवाजात आश्चर्य आणि उत्साह होता. ''ते सिव्हिल सर्व्हिसेससाठी प्रयत्न करणाऱ्या विद्यार्थ्यांना मोफत कोचिंग देतात, तसेच नाममात्र शुल्कात ग्रंथालय, वसतिगृह आणि मेसची सुविधादेखील देतात.''

''बाबा, तुम्हाला याबद्दल कसे कळले?'' श्रुतीला त्यांच्या या अनपेक्षित माहितीचे आश्चर्य वाटले.

''मी वर्तमानपत्र वाचत असताना, त्यांच्या प्रवेश परीक्षेची जाहिरात माझ्या नजरेस पडली आणि मला वाटते की, तू ही परीक्षा द्यायला हवी,'' सुनील यांनी उत्साहाने सांगितले. ''ते आपल्या घराजवळच आहे.''

जामिया मिलिया इस्लामिया परिसरात वसलेली रेसिडेन्शियल कोचिंग अकॅडमी (आरसीए), विद्यापीठ अनुदान आयोग (UGC) आणि अल्पसंख्याक कार्य मंत्रालयाच्या संयुक्त निधीतून चालवली जाते. ती अल्पसंख्याक समुदाय, अनुसूचित जमाती, अनुसूचित जाती आणि महिलांसाठी मोफत कोचिंग कार्यक्रम चालवते.

श्रुतीने २०१९मध्ये झालेल्या आरसीएच्या त्रिस्तरीय प्रवेश परीक्षेत सहजपणे यश मिळवले. मात्र, सुरुवातीला तिने फक्त ग्रंथालयाचा उपयोग करणे आणि काही निवडक वर्गांना उपस्थित राहणे पसंत केले आणि ती घरीच राहिली.

आरसीएने अभ्यासासाठी पोषक आणि स्पर्धात्मक वातावरण पुरवले. श्रुतीला करोल बागच्या तुलनेत इथे जास्त समर्पित विद्यार्थी दिसले, ज्यापैकी बरेच जण सिव्हिल सर्व्हिसेस परीक्षेच्या एका किंवा अधिक टप्प्यांमध्ये यशस्वी झाले होते.

आरसीएमध्ये तिला काहीसा वेळ लागला; पण ती तिथल्या जिवलग विद्यार्थ्यांच्या गटाचा भाग बनली. हा गट नियमितपणे आरसीएच्या लॉनवर किंवा 'चाचा की चाय' इथे गरमागरम चहाच्या कपासोबत महत्त्वाच्या विषयांवर चर्चा करताना दिसायचा. श्रुती नेहमी तिचा कॉफीचा लाल रंगाचा मग सोबत घेऊन यायची आणि एका वेळी दोन कडक कॉफी प्यायची, त्यामुळे चाचा तिला लांबूनही ओळखायचा.

या गटाने उत्तर-लेखनाच्या तासांमध्येही सक्रिय सहभाग घेतला. त्यांनी एकमेकांच्या उत्तरपत्रिका तपासून त्यावर अभिप्राय दिल्यामुळे एकमेकांच्या सोबतीने घेतलेल्या शिक्षणाची उत्कृष्ट परंपरा तयार झाली. लवकरच, श्रुती आरसीएच्या वसतिगृहात राहायला गेली आणि तिला शुभ्रा, मिनी आणि क्रांतीसारख्या छान मैत्रिणी मिळाल्या.

तिच्या मित्रांचे समर्पण आणि दक्षता पाहून श्रुतीला नेहमी प्रेरणा मिळायची. जरी थकवा आला किंवा तिच्या प्रयत्नांची गती मंदावली, तरीही जोमाने अभ्यास करणाऱ्या तिच्या सहकाऱ्यांना पाहून तिला नव्याने उभारी मिळायची.

मात्र, कोविड-१९च्या उद्रेकामुळे परिस्थितीत अचानक वळण आले. आरसीएने वसतिगृहे रिकामी करण्याचा आदेश दिला, मेसची सुविधा बंद केली आणि वीज आणि पिण्याच्या पाण्याचा पुरवठा खंडित केला. श्रुती जवळच राहत असल्यामुळे तिच्यावर त्याचा फारसा परिणाम झाला नाही; पण दूरच्या प्रदेशांतील विद्यार्थ्यांसाठी ही परिस्थिती अत्यंत कठीण होती.

त्यापैकीच एक होती क्रांती, आसामहून आलेली एक दृढनिश्चयी विद्यार्थिनी, लहानपणीच तिचे पितृछत्र हरपले होते. आसामला परतणे म्हणजे तिच्या UPSCच्या प्रवासाचा शेवट ठरणार होता. या कठीण काळात, श्रुतीने तिला आपल्या घरी राहण्यासाठी प्रेमाने आमंत्रण दिले. नंतर क्रांतीने आसाम सिव्हिल सर्व्हिसेस परीक्षा पास केली आणि ती आसाममधील प्रशासकीय अधिकारी झाली.

मिनी या विद्यार्थिनीचीही अशीच परिस्थिती होती. कोविड-१९च्या दुसऱ्या लाटेदरम्यान तिनेही श्रुतीच्या घरी आसरा घेतला. नंतर मिनीने क्रांतीच्या पावलावर पाऊल ठेवत, प्रयत्नांमध्ये सातत्य ठेवले आणि CSE-2021मध्ये IPSच्या पदावर विराजमान झाली.

कोविड-१९ महामारीच्या काळात श्रुती आणि तिच्या मित्रांनी गटचर्चा आणि सहयोगी अभ्यासासाठी मोबाईल ॲप्सचा उपयोग केला. त्यांनी नोट्स तयार करण्याचे काम विभागून घेतले, जिथे प्रत्येक जण एका विषयाचे नेतृत्व करत होता आणि गुगल डॉक्सवर सविस्तर नोट्स तयार करत होता, तर इतर त्यात भर घालत होते. या महामारीने दिलेल्या अतिरिक्त वेळेने त्या नोट्स अधिक सुस्पष्ट आणि बळकट करण्यात मदत केली.

प्रिलिम्स-२०२०च्या नवीन तारखा जाहीर झाल्यावर श्रुतीला तिच्या तयारीबद्दल आत्मविश्वास वाटू लागला; पण नियतीच्या मनात काही वेगळेच होते. एक छोटीशी चूक तिच्या अभ्यासाच्या काळजीपूर्वक आखलेल्या योजनेत खोडा घालणारी मोठी चूक ठरणार होती.

भाषेच्या आव्हानाला सामोरे जाणे

प्रिलिम्स २०२०नंतर श्रुतीचे हृदय आत्मविश्वासाने ओसंडून वाहत होते. वेळ वाया न घालवता, तिने मुख्य परीक्षेच्या तयारीसाठी स्वतःला जुंपून घेतले. प्रिलिम्सचा निकाल जाहीर होऊन ती यशस्वी झाल्याचे जाहीर झाले, तोपर्यंत तिने अभ्यासक्रमाचा मोठा भाग पूर्ण केला होता; परंतु तिचा हा आनंद फार काळ टिकला नाही, त्याची जागा अविश्वास आणि चिंताग्रस्ततेने घेतली.

यूपीएससी पोर्टलवर डीएएफ-१ (तपशीलवार अर्ज फॉर्म-१) भरायला ती जेव्हा बसली, तेव्हा एक मोठी चूक झाल्याचे तिच्या लक्षात आले. या फॉर्ममध्ये तिचे वैकल्पिक विषय, भारतीय भाषा पेपर आणि परीक्षेचे माध्यम याबाबतची काही महत्त्वाची माहिती, पूर्वी प्रिलिम्ससाठी भरलेल्या अर्जावर आधारित असल्याने आधीच भरलेली होती. प्रिलिम्सच्या वेळी माहिती भरताना तिने घोडचुकीने, आपले सामान्य अध्ययन (GS) आणि निबंध हे पेपर लिहिण्याचे माध्यम हिंदी निवडले होते.

डीएएफ-१मधील आधीच भरली गेलेली व आता बदल करता न येणारी माहिती पाहताना श्रुतीच्या पोटात भीतीने मोठा खड्डा पडला. तिचे

डोळे, त्या काळ्या दगडावरील रेघ बनलेल्या माहितीवरून हलता हलत नव्हते आणि मन परिस्थितीचे गांभीर्य समजून घेण्याचा आटोकाट प्रयत्न करीत होते.

तिने या चुका दुरुस्त करण्यासाठी काही उपाय आहे का हे शोधण्यासाठी इंटरनेटचा कानाकोपरा धुंडाळला, मित्रांशी सल्लामसलत केली; परंतु सर्वांनी तिला हेच उत्तर दिले की, 'आता काहीही करता येणार नाही.' अशा परिस्थितीत, श्रुतीने आपल्या आईसमोर रडत या चुकीची कबुली दिली. तिच्या आईसाठीही हा एक धक्का होता; पण त्यांनी एकत्र प्रयत्न सुरू ठेवले.

आईसोबत तिने यूपीएससी मुख्यालयात जाऊन अर्ज सादर केले, अनेक अधिकाऱ्यांची भेट घेतली आणि चूक सुधारण्यासाठी विनवण्या केल्या; परंतु कुठेही यश आले नाही. एका वर्षापूर्वी RCAमधील एका परीक्षार्थीला असाच अनुभव आला होता, त्यालाही ते जाऊन भेटले; पण त्यानेही हेच सांगितले की, 'आता काहीही करणे शक्य नाही.' आता तिला दोनच पर्याय उरले : एक तर हिंदी माध्यमातून परीक्षा द्यायची किंवा या प्रयत्नाला सोडचिठ्ठी द्यायची.

श्रुतीने हार न मानता हिंदी माध्यमातून परीक्षा देण्याचा निर्णय घेतला. तिचे वडील पुढील प्रयत्नासाठी तयारी करण्याचा सल्ला देत होते; परंतु तिने या आव्हानाला सामोरे जाण्याचे ठरवले. इंग्रजीतील नोट्स गूगल ट्रान्स्लेटरच्या साहाय्याने हिंदीत भाषांतरित करून त्या अभ्यासण्याचा कष्टसाध्य मार्ग तिने स्वीकारला. स्टॅन्झिन वांग्याल, ज्याने पुढे जाऊन सीएसई क्रॅक करून आयआरएसमध्ये स्थान मिळवले आणि विशाखा या तिच्या मित्रांनी तिला या कठीण काळात खूप आधार दिला.

परंतु हिंदीतील तांत्रिक शब्द माहीत नसणे आणि हिंदी भाषेतून लेखन सरावाचा अभाव यांमुळे तिला परीक्षेच्या वेळेत पेपर पूर्ण करता आला नाही. प्रत्येक पेपरनंतर ती हताश होऊन अश्रूपूर्ण नेत्रांनी परीक्षा हॉलमधून बाहेर येत असे.

भाषेची इतकी अडचण असूनही तिने थोडीफार आशा ठेवली होती. मात्र, निकाल जाहीर झाल्यावर त्या आशेच्या ठिकऱ्या उडाल्या. फक्त एका गुणाने तिची निवड हुकली होती; परंतु याच गोष्टीने तिचा आत्मविश्वास परत उभा केला. पुढील प्रयत्नासाठी तिने पुन्हा एकाग्रतेने तयारी सुरू केली.

तिने अभ्यासक्रमाचे व्यवस्थित नियोजन केले. प्रत्येक विषयासाठी तिने खात्रीशीर असे एक किंवा दोनच स्रोत निवडले, मागील वर्षांचे प्रश्न पाहिले आणि त्यातून महत्त्वाचे मुद्दे तिच्या नोट्समध्ये समाविष्ट केले. वृत्तपत्रे आणि अन्य वाचनीय सामग्रीतून तिने अतिरिक्त माहिती, डेटा, उदाहरणे आणि उद्धरणे गोळा करून आपली उत्तरे अधिक समृद्ध बनवली. एका विषयाशी संबंधित सर्व माहिती एकाच ठिकाणी ठेवण्याचा तिने प्रयत्न केला.

सिलॅबस पूर्ण केल्यानंतर तिने टेस्ट सिरीज सोडविण्याचा आणि उत्तर लेखनाचा सराव सुरू केला. प्रत्येक सरावानंतर ती उत्तरांचे स्वतः मूल्यमापन करत असे. पूर्वीच्या यशस्वी उमेदवारांच्या उत्तरपत्रिका पाहून, त्यांच्या लेखनशैलीतून ती शिकत असे.

तिचा मंत्र होता : कमी स्रोत, अधिक वेळा पुनरावलोकन आणि सातत्यपूर्ण लेखन सराव. वेळेचे व्यवस्थापन, योग्य प्राधान्य आणि आपली ताकद ओळखणे यांवर तिने भर दिला.

'मी पुन्हा ही परीक्षा देणार नाही'

१० ऑक्टोबर २०२१च्या संध्याकाळी प्रिलिम्स परीक्षा झाल्यानंतर आपल्या विखुरलेल्या नोट्सच्या मध्यभागी बसून श्रुती अश्रू ढाळत होती. तिची आई आणि एक जवळची मैत्रीण तिच्या शेजारी होते आणि तिला सावरण्याचा प्रयत्न करत होते. तीन प्रमुख कोचिंग संस्थांकडून अपलोड केलेल्या उत्तरतालिकांनी, तिच्या पुढच्या टप्प्यासाठी पात्र होण्याच्या शक्यतेवर प्रश्नचिन्ह उभे केले होते.

श्रुतीचा आत्मविश्वास खालावला होता, त्यामुळे मुख्य परीक्षेची तयारी सुरू करण्याऐवजी तिने दिल्ली स्कूल ऑफ इकॉनॉमिक्समध्ये एम.ए. (समाजशास्त्र) करण्याचा निर्णय घेतला; परंतु नियतीकडे तिच्यासाठी एक वेगळाच आश्चर्यकारक उपहार होता. जेव्हा प्रिलिम्सचा निकाल जाहीर झाला, तेव्हा कोचिंग संस्थांच्या भविष्यवाणीच्या विपरीत ती सहज उत्तीर्ण झाली होती.

या अनपेक्षित यशाने श्रुती पुन्हा नव्या जोमाने तयारीला लागली. मागील मुख्य परीक्षेच्या वेळी तिच्या मजबूत तयारीने एक भक्कम पाया बनवलेला होताच, तरीही पुढील काही महिने अत्यंत कठीण होते. कारण, अभ्यासक्रम कधी संपणारच नाही असे तिला वाटत होते.

मुख्य परीक्षेत श्रुतीने भाषा, निबंध आणि सामान्य अध्ययन (GS) पेपरमध्ये चांगली कामगिरी केली. तिच्या वैकल्पिक विषयाच्या (ऑप्शनल) पेपरच्या आधी पाच दिवसांचा विश्रांती कालावधी होता, ज्याची ती उत्सुकतेने वाट पाहत होती.

परंतु नियतीने पुन्हा तिला एक क्रूर ठोसा लगावला. तिच्या शेवटच्या GS पेपरच्या संध्याकाळी श्रुतीला अशक्तपणा जाणवायला लागला आणि ताप भरला. दुसऱ्या दिवशी तिची प्रकृती अधिकच खालावली. सर्व लक्षणे कोविड-१९ची दिसत होती; पण तिने चाचणी करून घेण्याचे टाळले.

परीक्षेदरम्यान हॉलमध्ये अनेक उमेदवारांना खोकताना आणि शिंकताना तिने पाहिले होते. परीक्षा पुढे ढकलल्या जाण्याच्या अफवा उडत होत्या. जे उमेदवार स्वतःची चाचणी करून पॉझिटिव्ह असल्याचे जाहीर करत होते, त्यांना परीक्षेला बसण्यास मज्जाव केला जात होता.

पाच दिवसांचा हा कालावधी श्रुतीला तिच्या वैकल्पिक विषयाची उजळणी करण्यासाठी अत्यंत महत्त्वाचा होता; पण ती तीन दिवस अंथरुणातच होती आणि परीक्षेला बसण्याच्या कल्पनेनेही तिला कापरे भरत होते.

सुदैवाने, परीक्षेच्या आदल्या दिवशी तिची प्रकृती किंचित सुधारली. दुसऱ्या दिवशी सकाळी तिने औषधांचा मारा करून, उरली-सुरली ताकद गोळा करत, कसेबसे परीक्षा केंद्र गाठले आणि परीक्षा पूर्ण केली. त्या परीक्षेच्या दिव्यातून एकदाचे बाहेर पडताना तिला मनस्वी समाधानाचा अनुभव येत होता.

घरी परतल्यावर तिने ठामपणे सांगितले, ''मी पुन्हा ही परीक्षा देणार नाही. ही परीक्षा शारीरिक आणि मानसिक दोन्ही दृष्टिकोनातून जाम थकवून टाकणारी आहे.''

दुसऱ्याच दिवसापासून तिने दिल्ली स्कूल ऑफ इकॉनॉमिक्समधील समाजशास्त्राच्या वर्गांना हजेरी लावायला सुरुवात केली.

आसवांचा ओघ

तयारीच्या टप्प्यात अनेक अडचणींचा सामना करूनही श्रुतीला मुख्य परीक्षा उत्तीर्ण होण्याबद्दल आत्मविश्वास होता. तिचा हा विश्वास १७ मार्च २०२२ रोजी सार्थ ठरला, जेव्हा यूपीएससीने निकाल जाहीर करून तिच्या व्यक्तिमत्त्व

चाचणीसाठी (मुलाखतीसाठी) धोलपूर हाउसचे दरवाजे उघडून दिले. तिची मुलाखत पहिल्याच आठवड्यात होणार असल्याने ती तणावाखाली होती.

श्रुतीने तयारीसाठी त्वरेने एक योजना आखली. तिच्या डीएएफमधून विचारल्या जाऊ शकणाऱ्या प्रश्नांची यादी तिने बारकाईने तयार केली. चालू घडामोडींशी परिचित राहण्यासाठी ती *३ थिंग्स (इंडियन एक्स्प्रेस)* आणि *कट द क्लटर (द प्रिंट)* यांसारख्या पॉडकास्टचा आधार घेत होती. शिवाय, तिने काही मॉक मुलाखती दिल्या, जिथे तिच्या कामगिरीचे खूप कौतुक झाले. यामुळे तिच्या आत्मविश्वासाला अधिक बळ मिळाले.

मुलाखतीच्या दिवशी सुंदर साडी परिधान करून श्रुती एक वेगळ्या प्रकारचा उत्साह आणि चिंता घेऊन यूपीएससी मुख्यालयात पोहोचली. तिच्यासोबत तिचे आई-वडील आणि जामियातील काही मित्र होते; पण नियतीने तिच्यासाठी काही वेगळेच ठरवले होते.

तिच्या गटातील सहा उमेदवारांमध्ये ती पहिली होती. तिला तिथल्या वातावरणाशी जुळवून घ्यायलाही वेळ मिळाला नाही. काही मिनिटांतच ती भव्य मुलाखत खोलीबाहेर बसलेली होती.

मुलाखत कक्षात प्रवेश करताच श्रुती तिथल्या साध्या सजावटीमुळे थोडी स्तब्ध झाली. मॉक मुलाखतींमधील प्रशस्त हॉल आणि लांब टेबलांच्या तुलनेत ही खोली साधी होती आणि सदस्य जवळजवळ बसले होते. अध्यक्षांसह पाच सदस्य तिथे उपस्थित होते.

मुलाखतीतील पहिलाच प्रश्न देशातील बाल न्याय प्रणालीच्या (juvenile justice system) चौकटीवर होता. हा प्रश्न ऐकताच श्रुतीची अवस्था विचलित झाली. तिने उत्तर देण्याचा प्रयत्न केला; परंतु अध्यक्षांनी अधिक तपशील विचारताच ती थोडी गोंधळली.

मुलाखतीच्या दरम्यान, श्रुतीला तिच्या तयारीतील कमतरता जाणवत होत्या. आपण असमाधानाच्या सागरात गटांगळ्या खात आहोत, अशी तिला भावना होत होती. तिच्या विश्लेषणात्मक कौशल्याला आणि मतप्रदर्शनाच्या क्षमतेला फारसा वाव मिळाला नाही. प्रश्नांचे स्वरूप प्रामुख्याने तथ्यांवर आधारित होते. बऱ्याचदा तिला उत्तर न देता माफी मागावी लागली.

प्रश्नांचा ओघ इतिहास आणि घटना यांभोवती फिरत होता. चंपारण सत्याग्रह, मौर्य वंश, जागतिक युद्धे, लॉर्ड मेयो यांच्या हत्येचे तपशील

यांच्यावर आधारित प्रश्न तिला विचारले गेले. प्रत्येक प्रश्न सखोल आणि नेमक्या माहितीची मागणी करत होता. तसेच शाश्वत विकास उद्दिष्टांवर (SDGs) प्रश्न विचारून तिच्या राज्यकारभारविषयक जाणिवांची परीक्षाही घेतली गेली.

मॉक मुलाखतींतील कौतुकामुळे उंचावलेला तिचा आत्मविश्वास क्षणाक्षणाला ढासळत गेला. उच्च गुण मिळवून IASमध्ये स्थान मिळवण्याची आशा तिला धूसर वाटू लागली. जाणाऱ्या प्रत्येक क्षणाबरोबर तिच्या भ्रमनिरासाचे ओझे वाढत जात होते आणि एक झकास मुलाखत देऊन आपला जोरदार ठसा उमटवण्याच्या आणि मुलाखतीत उत्तम गुण मिळवण्याच्या तिच्या आकांक्षेवर काजळी पसरत होती.

धौलपूर हाउसच्या भव्य प्रवेशद्वारातून बाहेर पडताना, तिची वाट पाहत असलेल्या तिच्या आई-वडिलांचे चेहरे विश्वासाने उजळले होते; पण जेव्हा श्रुती त्यांच्याजवळ पोहोचली, तेव्हा तिच्या डोळ्यांतून अश्रूंचा पूर ओघळू लागला. तिच्या आईच्या मिठीत शिरून ती आपले अनुभव भरभरून सांगू लागली. तिच्या आईने तिला धीर देत सांगितले की, 'चिंता करू नकोस, काहीतरी चांगलेच घडेल.'

श्रुतीचा मूड सुधारण्यासाठी तिच्या आई-वडिलांनी तिला जवळच्या कर्नाटक कॅफेमध्ये ब्रंचसाठी नेले. मुलाखतीच्या विषयावर न बोलण्याचे एक अलिखित वचन त्यांनी पाळले. मात्र, त्या मुलाखतीच्या आठवणी श्रुतीच्या मनाच्या कोपऱ्यात सतत घुटमळत होत्या. IASमध्ये प्रवेश मिळवण्याचे स्वप्न जणू तिच्या हातातून निसटले आहे, असे तिला वाटत होते.

माझा माझ्या डोळ्यांवर विश्वास बसत नाहीये

३० मे २०२२ या दिवशी श्रुतीच्या मनात चिंतेचा महापूर लोटला होता. सीएसई-२०२१च्या निकालाबद्दल भरपूर अफवा उडत होत्या. जणू आपल्या आयुष्याची दोरी असावी तसा तिने फोन आपल्या हातात घट्ट पकडलेला होता आणि दर तीस सेकंदांनी ती टेलिग्राम ॲपवरील समूहाला रिफ्रेश करीत होती.

जसे घड्याळाने बाराचे ठोके दिले तसा ग्रुप चॅटवर एक सामूहिक श्वासरोधनाचा कार्यक्रम पार पडला. कारण, निकालाची पीडीएफ अवतरली

होती. उत्सुकतेने थरथर कापत आणि मनोमनी निःशब्द प्रार्थना करत श्रुतीने निकालपत्र उघडून पाहण्यासाठी धैर्य एकवटले आणि आपला नंबर शोधण्यासाठी शेवटापासून सुरुवात करण्याची मानसिक तयारी करत पीडीएफ उघडली; परंतु समोरच आलेल्या पहिल्या पानाचे दर्शन होताच तिला असे काहीतरी दिसले ज्याने तिच्या सर्वांगातून विजेचा प्रवाह वाहिल्यासारखे तिला वाटले. तिथे सर्वांत वरती, यादीच्या पहिल्या क्रमांकावर तिचे नाव ठळक अक्षरात छापलेले होते. तिला चक्क पहिली रँक मिळाली होती! तिने यूपीएससी सर्वांपेक्षा जास्त गुणांनी उत्तीर्ण केली होती. तिला हे सारे खरे वाटतच नव्हते. असे वाटत होते की, ती स्वप्नात असून, एखाद्या वैराण वाळवंटातून जाताना तिला अचानक निळ्याशार पाण्याने चमकणारे ओॲसिस सापडले आहे.

कल्पनेच्याही पलीकडे असलेल्या या विजयाच्या क्षणी अचानक तिच्या मनात एका संशय पिशाचाने प्रवेश केला. हे खरे आहे की, हा सारा एक बनाव आहे? रोखून धरलेल्या श्वासानिशी तिने आपले डोळे क्षणभर बंद करून पुन्हा उघडले आणि थरथरत्या बोटांनी तिने पुन्हा एकदा आपलेच नाव आणि रोल नंबर असल्याची खात्री करून घेतली. आपले नाव यादीत शेवटी कुठेतरी असेल ही अपेक्षा असताना चक्क अखिल भारतीय पहिला क्रमांक मिळणे ही बाब तिच्या विचित्रातल्या विचित्र स्वप्नातही येणे शक्य नव्हते.

तिच्या आईशिवाय घरात फक्त तिची आजी होती. वडील कालच बस्ता येथे गेले होते आणि आदित्य क्रिकेट खेळायला गेलेला होता.

श्रुतीने तिचे नाव अनेकदा बघून घेतले. आपला रोल नंबर पुन्हा पुन्हा तपासला. ग्रुप चॅटमध्ये आलेली पीडीएफ बनावट असावी याबद्दल कोणतीच चर्चा नव्हती. शेवटी तिने हिंमत करून ही आनंदाची बातमी आपल्या आईला सांगितली. हे ऐकल्यावर आईला आनंद तर झाला मात्र प्रथमदर्शनी तिचीही प्रतिक्रिया अविश्वासाची होती. ''काय म्हणतेस श्रुती? खरंच तू पहिली आहेस?'' तिने भावनांनी थरथरणाऱ्या आवाजात वारंवार हा प्रश्न श्रुतीला विचारला. दोघींनी मिळून पुन्हा एकदा निकालाची फाइल तपासली.

जशी त्यांना बातमीच्या सत्यतेची खात्री पटली तशी रचनाने ही बातमी आपल्या आईलाही सांगितली. तिनेही आपल्या लेकीला आणि नातीला आपल्या घट्ट मिठीत कवटाळले आणि त्या तिघी तशाच अश्रू ढाळत काही काळ उभ्या राहिल्या. प्रचंड आनंद होत असूनही अद्यापही त्यांना श्रुतीच्या

या अतिभव्य यशाबद्दल खात्री वाटत नव्हती. त्या बातमीचे महत्त्व पूर्णपणे लक्षात यायला अद्यापही त्यांना वेळ हवा होता.

तिचे हृदय आनंदाने आणि उत्सुकतेने धडधडत असताना तिने आपल्या वडिलांना फोन लावला आणि ही आयुष्य बदलून टाकणारी बातमी त्यांच्या कानांवर घातली. बातमी ऐकताच क्षणभरासाठी सुनील यांना काय बोलावे हेच कळेना. आपली मुलगी पूर्ण देशभरात पहिल्या क्रमांकाने पास झाली, या बातमीचा अर्थ लक्षात यायला त्यांना काही वेळ जाऊ द्यावा लागला. त्यानंतर आनंद आणि अभिमानाच्या लाटांनी त्यांना चिंब भिजवून टाकले. त्यांच्या तोंडून शब्द फुटेना. ताबडतोब ते बस्ताहून दिल्लीला यायला निघाले. कधी एकदा आपल्या लेकीला भेटतो आणि तिच्यासह हा विजयानंद साजरा करतो, असे त्यांना झाले.

अद्यापही घरगुती कपड्यांनिशी आणि तेल माखलेल्या केसांनिशी असलेली श्रुती टीव्हीच्या पडद्यावर बातम्यांमध्ये तिचे नाव झळकत असताना अविश्वासाने बघत होती. काही क्षणांतच त्यांच्या घरचा आणि तिचा फोन अविरतपणे खणखणू लागला. या सर्व क्षणांतला सर्वाधिक समाधान देणारा भाग होता, तिच्या आजी आणि आईच्या आनंदाने चमकणाऱ्या मुद्रेवरील अभिमानाचे हसू बघणे.

तेवढ्यात दारावर पडलेल्या थापेमुळे त्या प्रसंगाची नीरवता भंग पावली. रचना घाईघाईने दरवाजा उघडण्यासाठी पोहोचली. बाहेर जामियाच्या कुलगुरू नजमा अख्तर हातात पुष्पगुच्छ घेऊन उभ्या होत्या. त्यांच्या मागे, प्रसारमाध्यमांच्या प्रतिनिधींचा एक मोठा घोळका चमचमणाऱ्या कॅमेऱ्यांनिशी श्रुतीचे लक्ष वेधून घेण्याचा प्रयत्न करीत होता. रात्रीच्या अंधारात तारे चमकावेत तसे त्यांचे कॅमेरे अखंड चमचमत होते. या साऱ्या गोंधळात नजमा अख्तर यांनी श्रुतीला आपल्या मिठीत घेऊन तिचे अभिनंदन केले.

त्यानंतर सुरू झाले प्रसारमाध्यमांचे प्रश्न आणि मुलाखती. प्रत्येक सरत्या मिनिटाबरोबर पत्रकारांची संख्या वाढतच चालली होती. लवकरच घर एखाद्या गजबजलेल्या न्यूजरूमसारखे वाटू लागले. पत्रकार जिथे तिथे पसरले. जिन्यापासून ते इमारतीच्या छतापर्यंत सगळीकडे पत्रकारच पत्रकार. या गर्दीला आवरण्यासाठी श्रुतीला खाली उतरून यावे लागले आणि रचनाने मदतीसाठी आपल्या मित्रा-नातेवाइकांना वेड्यासारखे फोन कॉल करण्याचा सपाटा लावला.

मध्यरात्र उलटली तरी प्रसारमाध्यमांचे प्रतिनिधी तिथेच ठिय्या देऊन होते. वारंवार विनवण्या करूनही कुणीच घरी जाण्याचे नाव घेत नव्हते. पहाट झाल्यावर त्यांच्या संख्येत नव्याने भर पडली. आधी निघून गेलेले पुन्हा नव्या जोमाने परतले. मुलाखत देण्याच्या त्यांच्या विनंत्या थांबत नव्हत्या. दुसऱ्या दिवशीही हाच कार्यक्रम सुरू होता. नातेवाइकांच्या झुंडीच्या झुंडी भेटायला येत होत्या आणि फोन अखंडपणे खणखणत होते.

श्रुतीच्या लवकरच लक्षात आले की, तिच्या यशाने तिला प्रकाशझोतात पोहोचवून दिले आहे. निकालाच्या दुसऱ्या दिवशी ती आपल्या आईबरोबर हलदीराम मिठाई दुकानात येणाऱ्या पाहुण्यांसाठी मिठाई आणायला गेली असता, दुकानात प्रवेश केल्याबरोबर लोकांनी तिला ओळखले आणि तिच्याभोवती गर्दी जमा झाली. अनेकांनी तिची स्वाक्षरी मागितली आणि तिच्यासोबत फोटो काढून घेण्याची विनंती केली. त्याच्या काही दिवसांननंतर ती सहलीवर सिमला येथे गेली असता, तिथेही हाच प्रकार घडला. अत्यंत गर्दीच्या माल रोडवर लोकांनी तिला ओळखले आणि तिच्याभोवती गर्दी केली.

स्वभावानेच अंतर्मुखी आणि संकोची असलेल्या श्रुतीसाठी ही परिस्थिती, तिच्या सहनशक्तीच्या पलीकडे जाणारी होती; परंतु एक नोकरशहा बनताना, तिच्या नशिबात यापेक्षाही अनेक पटीने जास्त दबाव येणार होता

सोशल मीडियावरील वादळासाठी सज्ज

श्रुतीने अचानक प्रसिद्धीच्या प्रकाशझोतात प्रवेश केल्यानंतरचा हा दुसराच दिवस होता आणि तिच्यावरील कीर्तीचा आणि अपेक्षांचा भार आधीच सहन करण्याच्या पलीकडे गेला होता. ती उठली आणि सतत येणाऱ्या पाहुण्यांच्या, फोन कॉल्सच्या आणि मुलाखतीच्या विनंत्यांपासून आज तरी मुक्ती मिळावी, अशी इच्छा व्यक्त करणारी एक मूक प्रार्थना तिच्या ओठांवर उमटली.

दरम्यान, रचना स्वयंपाकघरात गडबडीने लगबग करत होती आणि नाश्त्यासाठी गरमागरम आलू पराठे तयार करत होती, तर श्रुतीचे वडील वर्तमानपत्र वाचण्यात मग्न होते.

खोलीतील शांतता अचानक सुनीलच्या फोनच्या जोरदार रिंगने भंग पावली.

''श्रुती सोशल मीडियावर, सरकारविरोधी पोस्ट का व्यक्त करीत आहे?'' सुनीलच्या एका मित्राने काळजीने फोनवर विचारणा केली.

''कोणत्या सरकारविरोधी पोस्ट्स?'' गोंधळलेल्या सुनील यांनी विचारले.

''तुम्हाला माहीत नाही का? तिच्या इन्स्टाग्राम आणि ट्विटरवरील पोस्ट व्हायरल झाल्या आहेत?'' समोरच्याने विचारले. सुनीलच्या अज्ञानाबद्दल त्याला आश्चर्य वाटलेले दिसत होते.

''कोणत्या पोस्ट्स? मला नाही वाटत श्रुतीने असे काहीबाही पोस्ट केले असेल म्हणून?'' सुनीलने उत्तर दिले. त्यांचा गोंधळ अधिकच वाढला होता.

''अरे बापरे! म्हणजे तुम्हाला या मोठ्या विवादाबद्दल काहीच कल्पना नाही तर. थांबा, मी तुम्हाला तिच्या काही पोस्टच्या लिंक्स पाठवतो. तुम्ही ताबडतोब हा प्रकार थांबवायला हवा,'' समोरच्याने सांगितले. या अनपेक्षित वळणाने सुनील बुचकळ्यात पडले होते.

पुढील काही मिनिटे अशीच संभ्रमावस्थेत गेली. श्रुती आणि तिचे पालक विचारात पडले होते. तशी श्रुतीची इन्स्टाग्राम आणि ट्विटर खाती होती; परंतु ती पूर्णपणे खाजगी स्वरूपाची होती आणि गेल्या अनेक दिवसांपासून ती तिकडे फिरकलीही नव्हती. नक्कीच ती कुणीतरी हॅक केली असावीत, अशी अशुभ आशंका त्यांच्या मनात घिरट्या घालू लागली. घाईघाईने श्रुतीने तिच्या खात्यांवर लॉग इन करून बघितले. हे करताना तिचे हृदय काळजीने धडधडत होते.

परंतु तसे काहीच झालेले नव्हते. त्यांच्यावर एकही नवीन पोस्ट आलेली नव्हती. गेल्या काही महिन्यांपासून ती जशी होती तशीच निष्क्रिय होती. श्रुती बुचकळ्यात पडली. तिला कळेना, तिच्या वडिलांचे मित्र तिच्या सोशल मीडियावरील हालचालींबद्दल इतके चिंतातूर का झाले असावेत?

काही मिनिटांतच सुनील यांच्या मित्राने इन्स्टाग्राम आणि ट्विटरच्या काही पोस्टच्या लिंक्स पाठवल्या. त्या उघडून पाहिल्यावर दोघांनाही धक्काच बसला. ती श्रुती शर्मा या नावाने तयार केलेली नकली खाती होती, ज्यांच्यावर तिचा फोटो लावलेला दिसत होता आणि आश्चर्य म्हणजे या नकली (फेक) खात्यांचे लाखो अनुसरणकर्तेही झाले होते.

त्या नकली खात्यांवरील फसव्या पोस्ट्स पाहत असताना त्यांना असे वाटले जणू त्यांच्या पायाखालची जमीनच सरकली आहे. श्रुतीच्या अलीकडील राष्ट्रीय लोकप्रियतेचा गैरफायदा घेत, काही दुष्ट प्रवृत्तीच्या व्यक्तींनी खोट्या खात्यांद्वारे अनेक वादग्रस्त पोस्ट्स पसरवल्या होत्या. या पोस्ट्समध्ये संरक्षण दलांच्या भरतीसाठी सरकारच्या अग्निवीर योजनेवर टीका करण्यात आली होती.

यावर प्रतिसाद हजारोंच्या संख्येने आले होते - काही जण तिच्या कथित मतांच्या बाजूने उभे राहिले होते, तर काहींनी या पोस्ट्सबद्दल तिच्यावर तीव्र टीका केली होती. श्रुतीचे नाव सोशल मीडियावर ट्रेंडिंग हॅशटॅग बनले होते.

श्रुतीने त्वरित कारवाई करत, हे कृत्य करणाऱ्यांविरुद्ध पोलिसांकडे तक्रार दाखल केली. त्याचबरोबर, तिने स्वतःच्या ट्विटर आणि इन्स्टाग्राम अकाउंट्सद्वारे या खोट्या गोष्टींचा पर्दाफाश केला आणि या फसव्या खात्यांच्या अस्तित्वाबद्दल जनजागृती केली. यासोबतच, तिने नागरी सेवा परीक्षेतील उच्चस्थान मिळवलेल्या आपल्या सहकाऱ्यांशी संपर्क साधला आणि त्यांच्या सोशल मीडियाच्या माध्यमातून या बनावट खात्यांविषयी इशारे पसरवण्यासाठी मदत मागितली.

श्रुतीला काही लहानसहान मुद्द्यांमुळे सोशल मीडियावरील वादविवादांच्या गदारोळात सापडावे लागले. एका यूट्यूब चॅनेलवरील मुलाखतीत तिने आर्य आक्रमण सिद्धान्तावर चर्चा केली होती आणि त्याचे विविध पैलू स्पष्ट केले होते. दुर्दैवाने, कुणीतरी तिच्या उत्तरातील एका भागावर लक्ष केंद्रित करून (चेरी पिकिंग) त्याला अतिशयोक्त करून सादर केले, ज्यामुळे वाद निर्माण झाला.

याशिवाय, श्रुतीच्या यशानंतर एक ट्वीट समोर आले, ज्यामध्ये म्हटले होते की, जेएनयूतील विद्यार्थी केवळ आंदोलनांमध्येच सक्रिय नाहीत, तर यूपीएससी परीक्षेतही अव्वल स्थान मिळवत आहेत. या टिप्पणीवरून वाद उफाळला; काहींनी जेएनयूविरुद्ध ट्वीट्स केले, तर काहींनी त्याचे समर्थन करत बचावाची भूमिका घेतली.

श्रुतीने यूपीएससी परीक्षेतील यशानंतर लगेचच एकटीने परदेशी प्रवास करण्याचा बेत आखला होता आणि तिने पालकांना पटवून त्यांची मंजुरीही मिळवली होती. मात्र, माध्यमांमधील वादांच्या भोवऱ्यात अडकणे आणि

सतत येणाऱ्या पाहुण्यांच्या ओघामुळे तिचे हे नियोजन बिघडले. याच काळात शर्मा कुटुंबावर मोठी संकटे काळ्या ढगांप्रमाणे दाटून आली. कारण, श्रुतीची आई रचना हिला कर्करोग झाल्याचे निदान झाले.

यूपीएससीचा पर्वत सर केल्यानंतर अनेक जण यशाचा आनंद साजरा करतात; श्रुतीसाठी मात्र निकालानंतरचा काळ अनपेक्षितपणे गडबडीचा आणि भावनिकदृष्ट्या थकवणारा ठरला.

भव्य नॉर्थ ब्लॉकमध्ये

जेव्हा श्रुतीला केंद्रीय मंत्री डॉ. जितेंद्र सिंह यांच्या हस्ते ७ जून २०२२ रोजी तिचा सत्कार होणार असल्याचे पत्र मिळाले, तेव्हा रचना आणि सुनील यांचा आनंद गगनात मावेनासा झाला.

त्या दिवशी सकाळी, श्रुती तिच्या आयुष्यातील या मोठ्या प्रसंगासाठी तयार झाली. तिने निळ्या आणि पांढऱ्या रंगाची सुती साडी नेसली होती. सुनील आधीच तयार होऊन बसले होते. लेकीची सोबत करण्यासाठी ते अत्यंत उत्सुक होते. मात्र, आजारामुळे रचना त्यांच्यासोबत येऊ शकणार नसल्याची खंत श्रुतीला खूप जाणवत होती आणि त्यामुळे तिच्या मनातील दुःख कायम होते.

लवकरच, वडील आणि मुलगी अशा जोडीने केंद्रीय सचिवालयातील भव्य नॉर्थ ब्लॉकमध्ये प्रवेश केला. सीएसई-२०२१मधील वीस टॉप रँकर्सना या कार्यक्रमासाठी आमंत्रित करण्यात आले होते आणि ते सर्व जण खूपच उत्सुक आणि आनंदी दिसत होते. त्याहूनही जास्त उत्साहित होते अभिमानाने उजळलेले चेहरे असलेले त्यांचे पालक, जे त्यांच्यासोबत आले होते. श्रुतीसाठी हा क्षण आगळावेगळा होता. कारण, ती पहिल्यांदाच आपल्या बॅचमेट्सशी संवाद साधत होती. यापूर्वी तिने त्यातील काही जणांना फक्त दूरदर्शनवर किंवा वृत्तपत्रांमध्येच पाहिले होते.

त्यांना एका भव्य सभागृहात नेण्यात आले, जिथे त्यांच्या नावांसह निश्चित केलेल्या जागांवर त्यांना बसवण्यात आले. अंडाकृती टेबलाच्या एका बाजूला सर्व टॉपर्स बसले होते, तर दुसऱ्या बाजूला मंत्री आणि विभागातील वरिष्ठ अधिकारी उपस्थित होते. प्रत्येक टॉपरचा मंत्रिमहोदयांच्या हस्ते स्मृतिचिन्ह देऊन सन्मान करण्यात आला. सन्मान सोहळ्याच्या वेळी

पालकदेखील आपल्या मुलांसोबत उभे राहिले होते, अभिमानाने भरलेल्या चेहऱ्यांनी छायाचित्रांसाठी पोझ देत होते.

मंत्री महोदयांनी या बॅचला 'भारताचे शतकी शिल्पकार' असे संबोधले आणि स्वातंत्र्याचा शतक महोत्सव जवळ येत असताना देशासाठी नवा मार्ग आखण्याची जबाबदारी त्यांच्यावर असल्याचे सांगितले, तेव्हा सर्व विजयी वीरांनी टाळ्यांचा प्रचंड कडकडाट केला. हा ऐतिहासिक क्षण अधोरेखित करत त्यांनी अभिमानाने नमूद केले की, इतिहासात पहिल्यांदाच नागरी सेवा परीक्षेत पहिल्या तीन क्रमांकांवर महिलांनी स्थान मिळवले आहे.

घरी परतल्यावर श्रुतीने आईला सन्मान सोहळ्यातील प्रत्येक क्षणाचे रंगवून वर्णन केले. तिच्या आईच्या डोळ्यांत अभिमानाचे तेज दिसत होते, ज्यामुळे काही काळासाठी तरी तिच्या वेदना आणि आजाराचे सावट झाकोळले गेले होते.

मंत्रमुग्ध करून टाकणाऱ्या ओॲसिसमध्ये

मसुरी येथील लाल बहादूर शास्त्री नॅशनल अकादमी ऑफ ॲडमिनिस्ट्रेशन (LBSNAA)मध्ये रुजू होणे श्रुतीसाठी एक नवचैतन्यदायी अनुभव होता. वडिलांसोबत या प्रवासाला निघालेली श्रुती, आईबद्दलच्या ओढीने व्याकूळ झाली. कारण, तिच्या आईला त्यांच्या या प्रवासात सहभागी होता आले नव्हते.

अकादमीतील दिवस, वर्गांपासून ते साहसी मैदानी खेळांपर्यंत विविध उपक्रमांनी भरलेले होते, ज्यामध्ये उत्साही ट्रेक्स आणि पुदुचेरीतील एका गावाला दिलेली संस्मरणीय भेट यांचा समावेश होता. जामियाच्या काळापासून श्रुतीची मैत्रीण असलेल्या मिनीव्यतिरिक्त, तिने अंकिता, नमन आणि तिची रूममेट यांच्याशीही घट्ट मैत्रीचे नाते जोडले.

दोन महिन्यांचा भारत दर्शन अभ्यास दौरा कधी जवळ येऊन ठेपला हे जाणवण्यापूर्वीच वेळ कशी भुरर्कन निघून गेली. मात्र, श्रुतीच्या मनात संभ्रम होता. तिचे मन आईजवळ राहण्याच्या ओढीमुळे थाऱ्यावर नव्हते. कारण, रचनाला उपचारासाठी नवी दिल्लीतील एम्समध्ये दाखल करण्यात आले होते. स्वतःच्या संघर्षांमध्ये अडकूनही रचनाने मोठ्या आत्मीयतेने आणि निःस्वार्थपणे श्रुतीला भारत दर्शनासाठी जाण्याचा आग्रह केला.

तिन्ही संरक्षण दलांमधील प्रशिक्षण पूर्ण झाल्यानंतर, समूहसदस्यांनी लक्षद्वीपच्या मोहक बेटांवर पाऊल ठेवले. लक्षद्वीपच्या विशुद्ध निसर्गसौंदर्याने आणि स्वर्गीय मोहिनीने त्यांना मंत्रमुग्ध केले.

श्रुतीने कोणताही विलंब न करता पाणबुड्याचा पोशाख (स्नॉरकेलिंग गियर) परिधान केला आणि निळ्या सागरात उडी घेतली. तिच्या डोळ्यांसमोर जणू पाण्याखालचे एक मोहक जग उलगडले – विविध रंगांनी सजलेले प्रवाळी बगिचे, त्यामध्ये खेळणाऱ्या माशांचे थवे आणि सागरी विस्तारातून शांतपणे पोहत जाणाऱ्या कासवांचा थवा. रात्र झाली तशी समुद्रकिनाऱ्यावर जणू जादूच झाली. जैवदीप्तीयुक्त शैवालांनी वाळूवर एक मऊ आणि अद्भुत प्रकाश फाकवला, जणू बेटावर चंद्रकिरणांची उधळणच झाली होती.

गटाचे वास्तव्य सुंदरशा बंगारम बेटावर होते. ते इतके छोटेसे होते की, श्रुती आणि तिचे मित्र संपूर्ण बेट पायी फेरफटका मारत सहजपणे फिरू शकले. मात्र, लक्षद्वीपमधील शांत जीवनाच्या लयीत एक संध्याकाळ अशी होती जी त्यांच्या आठवणींमध्ये कायमस्वरूपी कोरली गेली.

बंगारमच्या शांत किनाऱ्यावर श्रुती आणि तिची मैत्रीण दिव्या कायाकिंग बोटींकडे आकृष्ट झाल्या. त्यांनी प्रत्येकी एकेक बोट निवडली आणि अथांग निळ्या सागरात पेडल मारत प्रवास सुरू केला. काही वेळानंतर, त्या आपल्या बोटीत मागे झुकल्या आणि समुद्राच्या लयबद्ध लहरींच्या अंगाई गीताने त्यांना गाढ झोप लागली.

श्रुती आणि दिव्या त्यांच्या कायाकमध्ये शांतपणे झोपलेल्या असताना, त्यांचे बॅचमेट्स केव्हा त्यांच्या जवळून तरंगत गेले, याचा त्यांना पत्ताही लागला नाही. झोपेतून जागे झाल्यावर त्यांना ताजेतवाने आणि ऊर्जावान वाटू लागले. श्रुतीच्या मनात अचानक एक कल्पना चमकून गेली.

"चला, आपल्या बोटी घेऊन आपण बेटाला एक प्रदक्षिणा घालू या," श्रुतीने दिव्याला सुचवले. दिव्याने तत्काळ मान्यता दिली; पण त्यांना पुढे काय आव्हाने येणार आहेत, याची कल्पना नव्हती.

त्या किनाऱ्यापासून दूर निघाल्या खऱ्या; पण दरम्यान सूर्य मावळू लागला आणि क्षणोक्षणी अंधार गडद होऊ लागला. त्यांचा निर्धार जरी अविचल असला तरी हे स्पष्टपणे दिसू लागले की, त्यांनी ठरवलेले काम पुरे होणे शक्य नाही. शेवटी, त्यांनी हा उपक्रम सोडून देण्याचा निर्णय घेतला आणि परत जाण्यासाठी त्या वळल्या.

इकडे गेस्ट हाउसमध्ये त्यांचे बॅचमेट्स श्रुती व दिव्याचा पत्ता नसल्याने उत्तरोत्तर अस्वस्थ होत चालले होते, विशेषत: त्यांचे बेट झपाट्याने अंधारात बुडत चालले असल्याने त्यांची चिंता अधिकच वाढत होती. या दोघी बेटाच्या किनाऱ्यापासून काही अंतरावर समुद्रात आपापल्या होड्यांमध्ये निद्राधीन झालेल्या अवस्थेत बघितल्याचे काहींना आठवत होते, त्यामुळे त्यांना अशुभाची आशंका येऊ लागली होती. त्यांच्यापैकी एकाने ही बाब ताबडतोब त्यांच्या व्यवस्थापकांच्या कानावर टाकण्याचे ठरवले.

श्रुती आणि दिव्या आपापल्या बोटींचे पेडल्स मारत किनाऱ्याजवळ येऊन पोहोचेपर्यंत त्यांनी पाहिले की, किनाऱ्यावर बरीच माणसे जमली असून, त्यांचा बराच गोंधळ सुरू आहे. या दोघी दिसल्याबरोबर त्यांचे मित्र त्यांच्याकडे धावले. त्यांच्या तोंडातून संताप आणि हायसे वाटल्याची भावना यांचे मिश्रण असलेले उद्‌गार बाहेर पडत होते. ''कुठे होतात तुम्ही दोघी? इकडे आम्ही किती घाबरलो होतो!''

श्रुती आणि दिव्याने सभोवताली पाहिले आणि त्यांचे मन एकदम खचले. स्थानिक प्रशासन मोठ्या बचाव पथकासह त्यांना शोधण्यासाठी समुद्रात जाण्याच्या तयारीत उभे होते. लाज आणि अपराधीपणाच्या भावनेने त्या ओशाळल्या. आपल्या कृतींचे किती गंभीर परिणाम होऊ शकले असते व त्यामुळे आपल्या मित्रांमध्ये आणि स्थानिक समुदायामध्ये किती अनावश्यक घबराट निर्माण झाली, याची त्यांना पूर्ण जाणीव झाली. आपली चूक उमजून त्या लज्जित झाल्या.

महत्त्वाचे आमंत्रण

श्रुतीचा आनंद गगनात मावेनासा झाला. त्याचे कारण म्हणजे तिच्या फोन स्क्रीनवर उमटलेले ई-मेल नोटिफिकेशन. ते प्रतिष्ठित प्रजासत्ताक दिनाच्या 'अॅट होम' कार्यक्रमाला उपस्थित राहण्याविषयीचे भारताच्या राष्ट्रपतींचे आमंत्रण होते. हा सन्मान नागरी सेवा परीक्षा आणि इतर काही प्रतिष्ठित परीक्षांच्या सर्वोच्च क्रमांकाच्या महिला आणि पुरुष उमेदवारांना दिला गेला होता.

उत्साहाने भारावलेल्या श्रुतीने तत्काळ तिकीट आरक्षित केले आणि २५ जानेवारी २०२३ रोजी दिल्लीसाठी रवाना झाली. दुसऱ्या दिवशी दुपारी

तिने एक आकर्षक रेशमी साडी परिधान केली आणि प्रजासत्ताक दिनाच्या बहुप्रतीक्षित कार्यक्रमासाठी भव्य राष्ट्रपती भवनाच्या हिरवळीवर पोहोचली.

काटेकोरपणे देखभाल केलेल्या हिरवळीवर पाऊल टाकताच, श्रुतीच्या चेहऱ्यावर एक तेजस्वी हास्य झळकले. प्रतिष्ठित व्यक्तींच्या उपस्थितीने वेढलेल्या त्या वातावरणाने तिला भारावून टाकले. राष्ट्रपती, पंतप्रधान, तसेच प्रजासत्ताक दिनाच्या संचलनाचे प्रमुख अतिथी असलेले इजिप्तचे राष्ट्रपती यांचे दर्शन तिला थक्क करणारे होते. मंत्रिमंडळातील सदस्य, राष्ट्रीय सुरक्षा सल्लागार, राजदूत आणि इतर मान्यवर व्यक्तींच्या उपस्थितीने कार्यक्रमाला भव्यता लाभली होती. आपल्या सहकारी टॉपर्ससोबत श्रुती उत्सुकतेने गर्दी न्याहाळत होती आणि प्रत्येक प्रसिद्ध व्यक्तीला पाहून तिच्या आनंदात भर पडत होती.

जेव्हा त्यांना अर्थमंत्री निर्मला सीतारामन यांच्याशी संवाद साधण्याची संधी मिळाली, तेव्हा त्यांचा उत्साह शिगेला पोहोचला. अर्थसंकल्पाच्या तयारीसाठी त्यांनी या विद्यार्थ्यांकडून सूचना मागितल्या, ज्यामुळे गटामध्ये उत्साहाने भरलेल्या चर्चेला सुरुवात झाली आणि त्यांनी आपल्या कल्पना मोकळेपणाने मांडल्या.

मान्यवरांसोबत औपचारिक संवाद आटोपल्यानंतर, त्यांनी चहाचा आनंद घेतला. या ठिकाणी त्यांना अनेक वरिष्ठ अधिकाऱ्यांसोबत गप्पागोष्टी करण्याची संधी मिळाली, ज्यामुळे वातावरण अधिकच उत्साहपूर्ण झाले.

निघण्यापूर्वी, श्रुती आणि तिच्या मित्रमंडळींना राष्ट्रपती भवनाच्या भव्य वास्तुकलेच्या पार्श्वभूमीवर तसेच त्याच्या विस्तीर्ण व कलात्मक दालानांमध्ये अनेक छायाचित्रे टिपण्याचा मोह आवरता आला नाही.

एक अश्रूपूर्ण निरोप

आपल्या जिल्हा प्रशिक्षणासाठी आपल्याला दिल्लीजवळील एखादा जिल्हा द्यावा, जेणेकरून तिला आपल्या आजारी आईच्या सान्निध्यात राहता येईल, अशी श्रुतीने विनंती केल्यामुळे तिला मिरत हा जिल्हा देण्यात आला. रचनाची तब्येत दिवसेंदिवस अधिकाधिक खालावत चालली होती. एम्सच्या डॉक्टरांच्या अथक प्रयत्नांनंतरही तिच्या प्रकृतीत सुधारणा होत नव्हती. वर्षभर कर्करोगाशी निरंतर झुंज दिल्यानंतर रचनाने शांतपणे जगाचा निरोप घेतला आणि श्रुतीच्या घट्ट मिठीतच तिने आपला प्राण सोडला.

श्रुतीचे तर जणू जगच उद्ध्वस्त झाले. तिची आई तिच्यासाठी सर्वस्व होती. तिची मार्गदर्शिका, तिचा भक्कम आधार. आपल्या मुलांच्या शिक्षणासाठी आणि करियरच्या प्रगतीसाठी तिने अनंत खस्ता खाल्ल्या होत्या आणि अपरिमित त्याग केले होते. श्रुतीने सीएसईमध्ये मिळवलेल्या उत्तुंग यशामुळे तिचे हृदय आनंद व अभिमानाने फुलून आले होते. तिला श्रुतीची भारतीय प्रशासन सेवेची एक अधिकारी म्हणून कारकीर्द बघण्याची खूप उत्सुकता होती; पण तिची ही इच्छा पूर्ण होण्याआधीच तिचे डोळे मिटले.

आपल्या आईकडून श्रुतीने खंबीरपणाचे आणि अमर्याद सकारात्मकतेचे अमूल्य धडे शिकले होते. रचनाची स्वाभाविक करुणा, दुसऱ्यांचे जीवन उंचावण्याची तिची तळमळ यांनी श्रुतीच्या आत्म्यावर एक अमिट छाप सोडली होती. जरी रचना शरीराने या जगात नसल्या तरी त्यांचा आत्मा तिचा मार्गदर्शक प्रकाश बनून नेहमीच श्रुतीसोबत राहील. आपल्या सेवेद्वारा लोकांच्या जीवनात अर्थपूर्ण बदल घडवण्याची प्रेरणा तिला देत राहील, ज्यामुळे ती एक आदर्श आयएएस अधिकारी बनू शकेल.

एक अवघड परीक्षा

''या उपविभागीय अधिकाऱ्यांच्या (SDM) गाडीतून उतरलेली ही तरुण मुलगी कोण?'' एका वयोवृद्ध शेतकऱ्याने आपला कष्टकरी हात उचलून, नुकत्याच तिथे येऊन पोहोचलेल्या सरकारी गाडीच्या दिशेने इशारा करत विचारले.

''कदाचित, एसडीएमची मुलगी असेल,'' जीर्ण कुर्ता पायजमा घातलेल्या आणि ओठांवर जाड मिशी ठेवलेल्या त्याच्या जोडीदाराने उत्तर दिले.

''पण ती इथे कशासाठी आली आहे? आणि आमच्या ज्वलंत समस्येचे समाधान शोधण्यासाठी येणार होते ते एसडीएम कुठे आहेत?'' पहिल्या शेतकऱ्याने विचार करत, आपल्या जिज्ञासेला वाट मोकळी करून दिली.

या गडबडीत, स्थानिक प्रशासन आणि पोलीस कर्मचारी झपाट्याने त्या मुलीकडे धावले, जी गाडीतून उतरून, आंदोलन करत असलेल्या शेतकऱ्यांकडे वाटचाल करत होती.

ही तरुण मुलगी दुसरी तिसरी कुणी नसून श्रुती शर्मा होती. एका आठवड्यापूर्वीच तिची एसडीएम म्हणून नेमणूक झाली होती. तिथले नियुक्त

एसडीएम ओजस्वी राज हे एका महिन्यासाठी सुटीवर गेल्याने ही तात्पुरती नेमणूक अचानक करावी लागली होती.

रात्री उशिरापर्यंत परिसरातील बेकायदेशीर खाणकामाच्या तक्रारींचा निपटारा केल्यानंतर श्रुतीला फारसा आराम मिळाला नाही. तिचा फोन सतत वाजत राहिला, ज्यामुळे तिच्या झोपेचा पार चुराडा झाला. स्थानिक तहसीलदारांनी तिला कळवले की, शेकडो शेतकऱ्यांनी एक धरणे आंदोलन सुरू केले आहे. त्यांची मागणी होती की, त्यांच्या गावाच्या समोरील राष्ट्रीय महामार्गावर त्यांना थेट प्रवेश मिळावा.

श्रुती तणावाखाली गेली. जिल्ह्यात नुकतीच रुजू झालेली आणि या नवीन जबाबदारीचा अद्याप अनुभव नसलेली श्रुती, अशा मोठ्या जमावाचा सामना करण्याच्या तयारीत नव्हती. जबाबदारीच्या ओझ्याने ती दडपली गेली आणि मार्गदर्शनासाठी तिने तत्काळ ओजस्वी यांना फोन केला, जे नियमित एसडीएम आणि सेवेत तिचे वरिष्ठ होते.

''राष्ट्रीय महामार्गावर प्रवेश आणि बाहेर पडण्याचा अधिकार हा राष्ट्रीय महामार्ग प्राधिकरणाच्या (NHAI) अंतर्गत येतो,'' ओजस्वींनी तिला सांगितले, ''आपल्याला या प्रकरणात हस्तक्षेप करण्याचा अधिकार नाही.''

''पण सर, मी आंदोलन करणाऱ्या शेतकऱ्यांना काय सांगावे? त्यांनी आपले धरणे थांबवावे, यासाठी मी त्यांना कसे काय राजी करणार?'' श्रुतीचा आवाज काळजीने थरथरत होता.

''तू शांत आणि अविचलित राहा. त्यांचे म्हणणे शांतपणे ऐकून घे. त्यांना आश्वासन दे की, आम्ही आमच्या अधिकारात जे जे असेल, ते सारे काही त्यांच्यासाठी करू,'' ओजस्वींनी शांत स्वरात तिला सल्ला दिला.

शेतकऱ्यांजवळ पोहोचल्यावर श्रुती त्यांच्या घोळक्यात शिरली आणि त्यांच्या मधोमध जाऊन बसली. घोळक्यात जवळ जवळ सारे पुरुषच होते. एक-दोन महिला दिसत होत्या. सारेच उत्साहाने फुरफुरत होते. त्यांच्या मागे ट्रॅक्टर्स आणि त्यांच्या ट्रॉलीजची रांग होती. यांच्यातूनच शेतकरी आंदोलनस्थळी पोहोचले होते. पोलीस आंदोलनकर्त्यांना शांत करण्याचा आणि त्यांची घोषणाबाजी थांबवण्याचा प्रयत्न करीत होते.

तहसीलदारांनी श्रुतीची ओळख करून दिली आणि सांगितले की, ती शेतकऱ्यांच्या तक्रारी ऐकून, त्या उच्च अधिकाऱ्यांपर्यंत पोहोचवून त्यावर तोडगा काढण्यासाठी प्रयत्न करेल. मात्र, जेव्हा श्रुतीने प्रामाणिकपणे

मान्य केले की, हा प्रश्न राष्ट्रीय महामार्ग प्राधिकरणाच्या (NHAI) अधिकारक्षेत्रात येतो आणि जिल्हा प्रशासनाच्या हातात मर्यादित पर्याय आहेत, तेव्हा जमावात एकच गोंधळ उडाला.

तथापि, श्रुतीने लवकरच परिस्थितीवर नियंत्रण मिळवले. तिने शेतकऱ्यांना आश्वासन दिले की, त्यांच्या रास्त मागणीचे गांभीर्य तिने पूर्णपणे समजून घेतले आहे. ती हा मुद्दा त्वरित राज्य सरकार आणि NHAI अधिकाऱ्यांपर्यंत पोहोचवून तोडगा काढण्यासाठी प्रयत्न करेल, असे तिने वचन दिले.

''पण हे काम नेमके केव्हा होईल?'' एका शेतकरी नेत्याने थेट विचारले.

''आम्ही प्रक्रिया जलद व्हावी, यासाठी प्रयत्न करू. मात्र यासाठी लखनौ आणि दिल्लीतील वरिष्ठ अधिकाऱ्यांमध्ये ताळमेळ बसणे आवश्यक आहे. तुम्ही आम्हाला किमान दोन महिन्यांची मुदत तरी द्यायला हवी,'' तिने शांतपणे उत्तर दिले.

प्रदीर्घ चर्चा आणि वाटाघाटींनंतर आंदोलनकर्ते आपले आंदोलन स्थगित करण्यास राजी झाले. श्रुतीने सुटकेचा निःश्वास सोडला. या प्रसंगातून श्रुतीला अमूल्य असे शिक्षण मिळाले. प्रशासकीय अधिकाऱ्यांना रोजच्या रोज कशा प्रकारे आव्हाने येत असतात आणि ते त्यांचा मुकाबला कसा करतात याची एक झलक तिला मिळाली.

* * *

श्रुतीच्या कथेतून आपण काय धडे घेणार?

१. **सहकाऱ्यांसोबत चर्चा आणि एकमेकांच्या सहकार्याने शिकण्याची ताकद ओळखा :** समान विचारसरणीच्या IAS परीक्षार्थींचा एक छोटासा गट तयार करणे खूप फायदेशीर ठरू शकते. एकत्र नोट्स तयार करा, प्रामाणिकपणे एकमेकांचे आढावे घ्या आणि रचनात्मक अभिप्राय द्या. गुंतागुंतीच्या विषयांवर चर्चा करा आणि एकमेकांना सातत्याने प्रोत्साहन द्या. हे तुमच्या तयारीला गती देईल आणि मोठा अभ्यासक्रम अधिक कार्यक्षमतेने पूर्ण करण्यात मदत करेल.

२. **अर्ज भरताना अत्यंत काळजी घ्या :** परीक्षेचे अर्ज भरताना प्रत्येक माहिती अत्यंत काळजीपूर्वक भरा. एकदा सबमिट केलेला अर्ज संपादित करता येत नाही आणि चुका गंभीर परिणाम घडवू शकतात. तुमची श्रेणी (category), परीक्षेचे माध्यम, गृह राज्य आणि सेवा निवडीबाबतची माहिती अचूक भरा, जेणेकरून अनावश्यक गुंतागुंतींना सामोरे जावे लागणार नाही.

३. **पूर्व परीक्षेच्या निकालाचा घाईने अंदाज लावणे टाळा :** कोचिंग संस्थांनी दिलेल्या उत्तरतालिकांवर आधारित निकालाचे मूल्यांकन त्वरित करू नका. जर अपेक्षित गुण कमी वाटले, तर निराश होऊ नका; कटऑफ प्रत्येक वर्षी वेगळा असतो. लक्षात ठेवा की, अशा उत्तरतालिकांवर आधारित मूल्यमापन नेहमी अचूक असेलच असे नाही. मुख्य परीक्षेची तयारी मनापासून चालू ठेवा.

४. **मुलाखतीच्या मूल्यांकनातील व्यक्तिनिष्ठता समजून घ्या :** व्यक्तिमत्त्व चाचणी (मुलाखत) ही व्यक्तिनिष्ठ असते. तुम्हाला माहीत नसलेल्या प्रश्नांची उत्तरे देण्याचा प्रयत्न करण्यापेक्षा प्रामाणिकपणे 'नाही' म्हणणे बोर्डला अधिक आवडते. काही प्रश्नांची उत्तरे देता आली नाहीत किंवा मुलाखत अपेक्षेप्रमाणे झाली नाही, तरीही निराश होऊ नका.

५. **यशानंतर मीडिया आणि सोशल मीडियाबाबत सावध राहा :** यश मिळाल्यानंतर मीडिया मुलाखतींमध्ये अत्यंत काळजी घ्या.

कारण, तुमच्या विधानांचा विपर्यास केला जाऊ शकतो किंवा त्यातून चुकीचा अर्थ काढला जाऊ शकतो. सोशल मीडियावरील तुमच्याविषयीच्या पोस्ट्सवर लक्ष ठेवा आणि तुमच्या नावाने तयार झालेल्या खोट्या खात्यांवर कारवाई करा.

प्रकरण ७

अमेरिकन स्वप्नावर आयएएसचा विजय

चक्रीवादळाने निर्मिले एक मानसिक वादळ

२८ ऑगस्ट २०१७ या दिवशी अमेरिकेतील ह्युस्टन या शहराला मुसळधार पावसाने झोडपून काढले होते. हार्वी या चक्रीवादळाने आपला सारा संताप ह्युस्टनवर बरसवला होता. टेक्सास राज्याचा एक भाग असलेल्या ह्युस्टनचा शहरी भाग, ताशी २०० कि.मी. वेगाने वाहणाऱ्या वाऱ्यांनी आणि ५० सें.मी. इतक्या अभूतपूर्व प्रमाणात कोसळलेल्या पावसाने होलपटून निघाला होता. प्रलय भासणाऱ्या पुरामुळे घरे, दुकाने, उद्योग-व्यवसाय, मूलभूत सोयीसुविधा आणि पर्यावरणाची पुरती वाताहात उडाली होती. जवळजवळ वीस दिवसांपर्यंत शहरातील सारे व्यवहार ठप्प झाले होते. हजारो लोक बेघर झाले आणि जीवितहानीच्या घटनाही घडल्या होत्या.

या गोंधळात, चोवीस वर्षांचा एक भारतीय युवक आपल्या दोन बेडरूमच्या अपार्टमेंटच्या खिडकीजवळ बसला होता. त्याचे डोळे बाहेरच्या विध्वंसाकडे जरी रोखले गेले असले, तरी त्याचे मन विचारांच्या गर्तेत गढून गेले होते. मागील चार दिवसांपासून इतरांप्रमाणेच आपल्या घरात अडकून पडलेल्या या तरुणाने, दुकानातील साठा संपण्याआधी मिळवलेल्या सामानावर कशीबशी आपली गुजराण चालवली होती. या निसर्गनिर्मित गृहकैदेत त्याला आपले आयुष्य आणि भविष्याबद्दल विचार करण्यासाठी भरपूर वेळ आणि संधी मिळाली. गेल्या काही महिन्यांपासून त्याच्या मनात घोंगावत असलेले विचारांचे वादळ या भयंकर चक्रीवादळाच्या तीव्रतेप्रमाणेच वाढत गेले होते.

हा तरुण म्हणजे लविश, जो भारतीय तंत्रज्ञान संस्था (IIT) मुंबईचा मॅकेनिकल अभियांत्रिकी शाखेचा पदवीधर होता. दोन वर्षांपूर्वी शेल या कंपनीच्या टेक्सास कार्यालयात रुजू झाल्यानंतर त्याला मिळालेल्या सुबकपणे सजवलेल्या अपार्टमेंटने त्याला एक सुरक्षित आश्रय दिला होता. शेल ही जागतिक स्तरावर प्रसिद्ध असलेली आणि फॉर्च्यून ५०० यादीत असलेली, तेल व वायू क्षेत्रातील कंपनी होती. या कंपनीने त्याला आकर्षक पगारासह आलिशान सेडान कारचा समावेश असलेले पॅकेज दिले होते.

लविशने ह्युस्टनमध्ये ज्या दिवशी पाऊल ठेवले होते तो दिवस त्याला आठवला. त्याच्या कंपनीच्या ट्रान्सफर सल्लागाराने त्याचे मनापासून स्वागत केले होते, शहराची सफर घडवून आणली होती आणि नवीन ठिकाणी स्थिरस्थावर होण्यासाठी अतिशय उपयुक्त मदत केली होती. तिने त्याला बँक खाते उघडण्यापासून, सोशल सिक्युरिटी नंबर मिळवून देणे, ड्रायव्हिंग लायसेन्स मिळवणे आणि अपार्टमेंटमध्ये राहायला जाण्यापर्यंत सगळी कामे सुरळीतपणे पार पडण्यासाठी मदत केली. आल्यानंतर अवघ्या पंधरा दिवसांत जेव्हा तिने त्याला नव्याकोऱ्या आलिशान सेडान कारची किल्ली सुपुर्द केली, तेव्हा लविशला सुखद आश्चर्याचा धक्काच बसला होता.

कार्यालयाचे वातावरण अत्यंत सौहार्दपूर्ण आणि स्वागतशील होते. जिचे नेतृत्व टेक्सासमधील रहिवासी असलेले ब्रॅड रॉजर्स करत होते अशा एका सांस्कृतिकदृष्ट्या वैविध्यपूर्ण टीमचा लविश भाग होता. त्याच्या सहकाऱ्यांमध्ये कझाकस्तान, नायझेरिया, स्पेन आणि मलेशिया या विविध देशांतील लोक होते. ख्रिसमस आणि नवीन वर्षाच्या निमित्ताने त्यांच्या घरांमध्ये होणाऱ्या समारंभांसाठी त्याला मिळालेल्या आमंत्रणांमुळे त्यांच्या व्यावसायिक नात्यांमध्ये एक आपुलकीची झलक आली.

लविशने मनीष श्रीवास्तव या IIT गुवाहाटीच्या माजी विद्यार्थ्याशी घनिष्ठ मैत्री विकसित केली होती. मनीष त्याचा मित्र, तत्त्वज्ञ आणि मार्गदर्शक बनला होता, तसेच त्याचा मलेशियन सहकारी डॅनीशीही त्याचे चांगले संबंध जुळले होते.

इतके उत्तुंग व्यावसायिक यश आणि शांत जीवन असूनही लविश मात्र संतुष्ट नव्हता. या तरुणाला कशाची कमी सलत होती?

आपले अमेरिकन स्वप्न वास्तवात आणताना

एका साध्या कुटुंबातून आलेला तरुण लविश, IIT मुंबईत विद्यार्थी असताना त्याचा मुख्य उद्देश शिक्षणासाठी घेतलेल्या कर्जाची परतफेड करणे आणि आपल्या कुटुंबासाठी नवीन घर खरेदी करण्यासाठी मदत करणे हा होता, त्यामुळे बी.टेकच्या चौथ्या वर्षात प्लेसमेंट सत्र सुरू झाल्यावर, त्याने विशिष्ट क्षेत्र किंवा कामाच्या स्वरूपापेक्षा जास्तीत जास्त पगार देणाऱ्या कंपन्यांवर लक्ष केंद्रित केले. स्पर्धा प्रचंड होती; परंतु मागील दोन वर्षांपासून त्याने आपली शैक्षणिक कामगिरी उंचावण्यासाठी आणि संशोधनात प्रावीण्य मिळवण्यासाठी अथक मेहनत घेतली होती.

फॉर्च्यून ५०० यादीत असलेली, आपल्या कर्मचाऱ्यांना घसघशीत पगार आणि उत्कृष्ट सुविधा देणारी कंपनी म्हणून ओळख असलेली शेल, प्लेसमेंटच्या पहिल्याच दिवशी येणार होती. या जागतिक दिग्गज कंपनीत संधी मिळण्यासाठी लविशने मनोभावे प्रार्थना केली. त्याने अत्यंत सखोल तयारी केली होती, शेलमध्ये आधीपासून काम करणाऱ्या वरिष्ठांकडून मार्गदर्शन घेतले होते.

पहिला अडथळा असणारी कल चाचणी (अप्टिट्यूड टेस्ट) लविशच्या बाबतीत सहज पार पडली. त्यानंतर, निर्णयक्षमतेचे मूल्यमापन, वाद सोडवण्याची क्षमता आणि विचारांतील सातत्य तपासण्यासाठी तयार केलेली सायकोमेट्रिक चाचणी होती. अनेक उमेदवार यामध्ये अपयशी ठरले. मात्र लविशने हा अडथळाही यशस्वीरीत्या पार केला.

सर्वांत कठीण आव्हान म्हणजे ई-ट्रे टेस्ट होती. ही ऑनलाइन चाचणी वास्तविक कार्यस्थळाचे वातावरण निर्माण करून (सिम्युलेट) विशिष्ट भूमिकेसाठी उमेदवारांच्या कौशल्यांचे आणि क्षमतांचे मूल्यमापन करायची पद्धत होती. या टप्प्यात उमेदवारांना कंपनीची धोरणे, नियम आणि नियमावली लोड असलेल्या संगणकावर काम करण्यासाठी बसवले जात असे, जो कंपनीच्या सर्व्हरशी जोडलेला असे. या चाचणीदरम्यान, उमेदवारांनी एका प्रकल्प व्यवस्थापकाची भूमिका निभवायची होती आणि एका काल्पनिक कंपनीच्या कार्यशील वातावरणात वास्तववादी परिस्थितींना सामोरे जायचे होते. उमेदवारांनी या परिस्थितींचे मूल्यांकन करणे, आभासी टीमशी संवाद साधणे आणि विविध व्यावसायिक निर्णय घेणे अपेक्षित होते. निर्णय घेण्याची

गती आणि अचूकतेवर तसेच त्या निर्णयांचे स्पष्टीकरण देण्याच्या क्षमतेवर निवडीचे निकष आधारित होते. या आव्हानात्मक टप्प्यानंतर मुलाखतींच्या दोन फेरी होत्या, ज्यात उमेदवारांच्या विविध कौशल्यांचे अधिक सखोल मूल्यमापन करण्यात आले.

संध्याकाळी जेव्हा लविशला, आपण मुलाखतीत यशस्वी झालो असून, आकर्षक पॅकेजसह आपली निवड झाल्याचे समजले, तेव्हा तो विजयानंदाने वेडाच झाला.

२०१५च्या ऑगस्ट महिन्यात लविश शेलच्या बंगळुरू इथल्या अपस्केल कार्यालयात रुजू झाला. तिथल्या सोयीसुविधा आणि कामकाजाचे वातावरण उत्कृष्ठ होते. कर्मचाऱ्यांचा आदर केला जात होता आणि त्यांना भरपूर मोकळीक दिली जात होती. कर्मचारी विविध देश आणि संस्कृतींचा संगम असणारे होते. लविशलाही, विविध देशांना बिझनेस क्लासने प्रवास करत आणि पंच व सप्त तारांकित हॉटेल्समध्ये वास्तव्य करत भेटी देण्याची संधी मिळाली. त्याला व्यवसायाच्या आवश्यकतेसाठी हवा तितका पैसा खर्च करण्याचीही मुभा होती.

त्याची निष्ठा, तांत्रिक कुशलता आणि कौशल्ये लवकरच त्याच्या वरिष्ठांच्या नजरेत आली. कंपनीत रुजू झाल्यानंतर अवघ्या दहा महिन्यांतच त्याला त्याच्या बॉस, मुथू सुब्रमण्यम यांच्याकडून बोलावणे आले.

''शेलच्या तंत्रज्ञानांपैकी एखाद्या तंत्रात विशेष प्रावीण्य मिळवण्यात तुमची रुची आहे का?'' लविश त्यांच्या कक्षात आल्यानंतर मुथू यांनी त्याला विचारले. त्यांच्यासमवेत जनरल मॅनेजर सँडी लुंडी हेही बसले होते.

''शेलने उत्सर्जन कमी करण्यासाठी पेटंट केलेले तंत्रज्ञान विकसित केले आहे. या क्षेत्रात आमच्याकडे अनेक प्रकल्प आहेत; पण आशिया-पॅसिफिक क्षेत्रात तज्ज्ञांची कमतरता आहे. तुमची संशोधनाची भक्कम पार्श्वभूमी आणि सिम्युलेशन कौशल्यामुळे आम्ही तुम्हाला अमेरिकेतील ह्युस्टन येथे पाठवण्याचा विचार करत आहोत, जेणेकरून तुम्ही तिथे प्रशिक्षण घेऊन भारतात एक टीम स्थापन करू शकाल,'' सँडी यांनी स्पष्ट केले.

ही संधी मिळाल्यामुळे आनंदित झालेल्या लविशने त्वरित अमेरिकेला जाण्यास होकार दिला. ३० ऑक्टोबर २०१६च्या संध्याकाळी, बंगळुरूमधील त्याच्या अपार्टमेंटबाहेर ड्रायव्हर असलेली एक मर्सिडीज त्याला विमानतळावर घेऊन जाण्यासाठी थांबली होती. एमिरेट्सच्या

ह्युस्टनकडे निघालेल्या विमानातील बिझनेस क्लासच्या उबदार आतिथ्याचा आनंद घेताना त्याच्या मनात, त्याने मिळवलेल्या उत्तुंग यशाची भावना दाटून आली.

UPSCच्या आकर्षणाने केली अमेरिकन मोहावर मात

ह्युस्टनमध्ये एका वर्षाच्या वास्तव्यानंतर लविशच्या मनात एक अंतर्गत संघर्ष सुरू झाला. जरी त्याने अनेक जणांचे स्वप्न असलेले 'अमेरिकन ड्रीम' सत्यात आणले असले, तरीही तो घराच्या आठवणींनी व्याकूळ झाला आणि एक प्रकारच्या रिक्ततेने त्याला ग्रासले.

गेल्या वर्षभरात, लविशने उत्साहाने अमेरिका फिरून पाहिली, आयआयटी मुंबईत शिकताना त्याला वरिष्ठ असलेल्या अनेकांना तो भेटला आणि त्यांच्या घरी मुक्कामही केला. मात्र ते प्रतिष्ठित कंपन्यांमध्ये काम करत असूनही, त्यांना केवळ माफक भाड्याची अपार्टमेंट्सच परवडत होती आणि घरातील सर्व कामे त्यांना स्वतःच करावी लागत होती. याहून अधिक निराशाजनक बाब म्हणजे त्यांच्या नोकरीच्या जबाबदाऱ्या आणि पगाराच्या पातळ्या त्याच्या स्वतःच्या नोकरीपेक्षा फारशा वेगळ्या नव्हत्या. व्यावसायिक प्रगतीची संधी मर्यादित होती आणि उत्पन्न वाढही अत्यल्प वाटत होती. शिवाय, काम अत्यंत एकसुरी आणि कंटाळवाणे होते. त्यांच्या आयुष्याबद्दलही तेच म्हणावे लागत होते.

याशिवाय, अमेरिकेत नोकऱ्यांचा काहीही भरवसा नव्हता. लविश अमेरिकेला जाण्याच्या तयारीत असताना, शेल कंपनीने तेलाच्या गडगडलेल्या किमतींमुळे मोठ्या प्रमाणावर कर्मचाऱ्यांना कामावरून कमी केले होते. त्याच्या अनेक मित्रांची नोकरी गेली होती, तर काहींना त्यांच्या पसंतीच्या नसलेल्या जबाबदाऱ्या सोपवण्यात आल्या होत्या. लविशने अमेरिका सोडल्यानंतरही आणखी एकदा अशीच कर्मचारी कपात घडून आली.

अमेरिकेतील वीकेंड्सच्या भरपूर मोकळ्या वेळाने लविशच्या मनातील विचारमंथन अधिकच तीव्र केले. त्याला आयुष्यातील रिक्तता मोठ्या प्रमाणात जाणवू लागली. एव्हाना त्याने आपले शैक्षणिक कर्ज फेडले होते, तसेच पालक आणि भावासाठी मूलभूत गोष्टी खरेदी केल्या होत्या. आता त्याला दरमहा मिळणारा पगार हा पासबुकात जमा होणारा फक्त एक

आकडा वाटू लागला, ज्याने आयुष्यात काहीही ठोस बदल होत नव्हता. हळूहळू तो प्रतिष्ठित आयएएस करिअरच्या दिशेने आकर्षित होऊ लागला.

लहानपणी लविशला नागरी सेवांबाबत काहीही माहिती नव्हती, तसेच त्याच्या कुटुंबातील कोणीही शासकीय नोकरीत नव्हते, तरीही तो मित्रांकडून अधूनमधून हा टोमणा ऐकायचा : 'तू कलेक्टर आहेस का?' कोणी अधिकाराने बोलले किंवा शहाणपणा शिकवण्याचा प्रयत्न केला की, ही वाक्ये हमखास ऐकायला यायची. यामुळे लविशच्या कोवळ्या मनावर अशी छाप पडली की, कलेक्टर म्हणजेच असा एक आयएएस अधिकारी, ज्याच्या हाती खूप मोठा अधिकार असतो.

त्यानंतर आयआयटी मुंबईत असताना, लविशची मैत्री राजस्थानमधून आलेले त्याचे सहाध्यायी रिंकू मीना आणि हनुमान प्रसाद मीना यांच्याशी झाली. सुरुवातीपासूनच या दोघांनी आयएएस अधिकारी होण्याचे स्पष्ट ध्येय आपल्यासमोर ठेवले होते. त्यांनी लविशला आयएएस अधिकाऱ्यांना मिळणाऱ्या सन्मान, अधिकार आणि सुविधांची वर्णने सांगितली. याशिवाय, लविशच्या लक्षात आले की, रिझर्व्ह बँकेचे गव्हर्नर, एअर इंडियाचे व्यवस्थापकीय संचालक, उदयपूरचे कलेक्टर आणि आयआयटी मुंबईतील अनेक इमारतींच्या उद्घाटन फलकांवरील व्यक्ती यांसारख्या उच्चपदस्थ मंडळींपैकी अनेक जण आयएएस होते. आयएएसमध्ये प्रवेश करणे म्हणजे व्यावसायिक आणि सामाजिक यश मिळवण्याचा खात्रीशीर मार्ग त्याला वाटू लागला म्हणूनच जेव्हा रिंकूने कॅम्पस प्लेसमेंट नाकारून बी टेक पूर्ण होताच थेट दिल्ली गाठली आणि नागरी सेवा परीक्षेची तयारी सुरू केली, तेव्हा लविशला ते अजिबात आश्चर्यजनक वाटले नाही.

लविशला बंगळुरूमध्ये राहत असताना आलेल्या अनेक त्रासदायक अनुभवांच्या वेळी रिंकू आणि हनुमान यांनी सांगितलेल्या आयएएस अधिकाऱ्यांचा किती रुबाब असतो आणि त्यांच्या हातात किती ताकद असते, या गोष्टी आठवल्या. हे त्रासदायक अनुभव होते, पोलिसांकडून झालेला छळ, सरकारी कार्यालयांतील उदासीनता, स्थानिक विक्रेत्यांचा उद्धटपणा आणि अगदी त्याच्या अपार्टमेंटमधील सुरक्षारक्षकानेही केलेला त्याचा अपमान. या सगळ्याने तो संतप्त झाला होता.

'देशातील सर्वोच्च स्थानी असलेल्या एका संस्थेत मी शिक्षण घेतले आहे, आंतरराष्ट्रीय स्तरावर शोधनिबंध प्रकाशित केले आहेत आणि माझी

कमाईदेखील हेवा वाटावा अशी आहे, तरीसुद्धा माझ्याशी एका साध्या सुरक्षारक्षकाने आणि पोलीस शिपायांनी असे वागावे? मी कितीही संपत्ती कमावली, तरीही ती मला समाजात सन्मान मिळवून देईल का? अशा प्रकारच्या छळापासून मला संरक्षण देईल का?' लविश विचारमग्न होऊन असाहाय्यतेने स्वतःलाच हे प्रश्न विचारू लागला.

आपल्या विदेश वाऱ्यांच्या दरम्यान, लविशने विमानतळांवर हे निरीक्षण केले की, इमिग्रेशन काउंटरवर राजनैतिक मुत्सद्द्यांसाठी (डिप्लोमॅट्स) जे राखीव कक्ष होते, त्यातील प्रक्रिया त्याच्या बिझनेस क्लासपेक्षाही वेगवान होत होत्या. राजनैतिक मुत्सद्द्यांसोबत झालेल्या गप्पा आणि चर्चांच्या वेळी तो भारावूनच गेला. हे अधिकारी जागतिक पातळीवर राष्ट्राचे प्रतिनिधित्व करतात, याची जाणीव त्याला झाली आणि तो थक्क झाला.

मागील दोन वर्षांमध्ये लविश अमेरिकेत असताना आयआयटीतील त्याच्या अनेक वरिष्ठ मित्रांची आयएएस आणि आयपीएससाठी निवड झाली होती. त्याचे काही निकटचे मित्र आणि सहाध्यायीही या परीक्षेची तयारी करत होते. त्यांच्या यशाने प्रेरित होऊन लविशने नागरी सेवा परीक्षेबाबत (CSE) माहिती गोळा करण्यास सुरुवात केली. याच वेळी बसवान समितीचा अहवाल त्याच्या वाचनात आला, ज्यात नागरी सेवेसाठी वयोमर्यादा आणि प्रयत्नांची संख्या कमी करण्याची शिफारस केली गेली होती. हे पाहून त्याच्या मनात एक प्रकारची त्वरेची भावना निर्माण झाली. तो विचार करू लागला, 'मी आधीच चोवीस वर्षांचा आहे. जर मला CSE द्यायची असेल, तर हीच योग्य वेळ आहे. अन्यथा, मी आयुष्यभर हळहळत राहीन.'

लविश करिअरबाबतच्या पर्यायांवर विचार करत असताना, ज्याच्यासोबत तो CSEच्या तयारीबाबत वारंवार चर्चा करीत असे, तो त्याचा आयआयटीतील मित्र श्रेयांस कुमत, याने नोकरी सोडून पूर्णवेळ CSEची तयारी करण्याचा निर्णय घेतला. त्याचबरोबर, बंगळुरूमध्ये शेल कंपनीतील त्याचा वरिष्ठ पीयूष प्रसाद यानेही लविशला आयएएसच्या स्वप्नाचा पाठपुरावा करण्यासाठी प्रोत्साहन दिले, त्यामुळे लविशच्या मनात, UPSCच्या शिखरावर चढाई करण्याच्या ध्येयाची ओढ आणखीनच तीव्र झाली.

जसजसे लविशच्या घराच्या खिडकीच्या काचेवर ह्युस्टनमधील हार्वे या चक्रीवादळामुळे उत्पन्न झालेल्या वादळी पावसाचे तडाखे बसत होते, तसतसे लविशच्या मनातील विचारांचे वादळही चांगलेच प्रखर होत होते.

शेवटी, अमेरिकेच्या मोहजालाला झुगारून, त्याने आपल्या नोकरीच्या कराराची मुदत अधिक न वाढवता भारतात परतण्याचा निर्णय घेतला.

शेलमधील नोकरीला रामराम

१ मे २०१८ रोजी, लविश बंगळुरूमधील शेलच्या कार्यालयात आपल्या कामात मग्न होता. त्याने कालच आपल्या राजीनाम्याचा ई-मेल पाठवून दिला होता, ज्यामुळे त्याच्या एका महिन्याच्या पूर्वसूचना कालावधीला सुरुवात झाली होती. सायंकाळी सहा वाजण्याच्या आसपास त्याला त्याचा बॉस असलेल्या ब्रॅडचा फोन आला.

''तुझ्या राजीनाम्याचा ई-मेल बघून मला आश्चर्य वाटले. तू नोकरी का सोडत आहेस लविश? तुला एखादी दुसरी, यापेक्षा अधिक चांगली नोकरी मिळाली आहे का?'' ब्रॅडच्या आवाजात नाराजी आणि अविश्वास स्पष्टपणे दिसून येत होता.

लविशने सांगितलेले कारण ऐकून तर ब्रॅड उडालाच.

''मी बरोबर ऐकत आहे ना? तू शेलमधील उच्च वेतनाची नोकरी सोडून दोन वर्षे घरी बसून अभ्यास करणार आहेस? आणि तेही एका अशा नोकरीसाठी ज्यात यशाची शक्यता जवळजवळ शून्य आहे?'' ब्रॅडने प्रश्न विचारला, त्याला या निर्णयामागील लॉजिक कळत नव्हते.

''होय, ब्रॅड. अभ्यासासाठी स्वतःला पूर्ण वेळ वाहून घेणे आणि यशस्वी होऊनच दाखवणे, याचसाठी मला नोकरी सोडायची आहे,'' लविशने शांतपणे उत्तर दिले. त्याने आयएएस अधिकाऱ्यांच्या कामाचे स्वरूप, त्यांना मिळणाऱ्या सवलती, सन्मान, अधिकार आणि त्यांच्या कार्यातून मिळणारे तुडुंब समाधान यांबद्दल ब्रॅडला सविस्तर माहिती दिली.

ब्रॅडने लविशचे म्हणणे लक्षपूर्वक ऐकले खरे; पण त्याचे समाधान काही झाले नाही. सुरुवातीला, त्याने लविशला शेलमध्येच एखादी सोपी जबाबदारी स्वीकारून नोकरी न सोडता, तिच्यासोबतच नागरी सेवा परीक्षेची तयारी करण्याचा सल्ला दिला. मात्र, लविशच्या ठाम भूमिकेमुळे, ब्रॅडने त्याला दोन वर्षांसाठी सबॅटिकल लिव्ह (बिनपगारी रजा) घेण्याचा पर्याय सुचवला, जेणेकरून यूपीएससीचे स्वप्न पूर्ण न झाल्यास त्याला शेलमध्ये पुन्हा नोकरी करता येईल.

डच मुख्यालयात कार्यरत असलेली दुसरी महाव्यवस्थापिका, एम्मा, हिनेही लविशला शेलमध्ये राहूनच कंपनीच्या सामाजिक क्षेत्रातील उपक्रमांत काम करण्याचा पर्याय सुचवला. ''तू भावनिक निर्णय घेत आहेस; तुला विचारपूर्वक निर्णय घ्यायला हवा,'' असे म्हणत तिने त्याला Thinking Fast and Slow हे पुस्तक वाचायला दिले आणि सावकाश तर्कसंगत विचार करायला सांगितले.

मात्र, लविशच्या तत्काळ वरिष्ठ, सँडी यांनी सबॅटिकल रजा घेण्याच्या संकल्पनेवर नाराजी व्यक्त केली. ''शेल हे पर्यायी योजना (फॉल बॅक ऑप्शन) होऊ शकत नाही,'' कंपनीप्रती असलेली त्यांची निष्ठा स्पष्टपणे दिसून येत होती. लविशलाही असे वाटत होते की, यूपीएससीसाठीचा प्रयत्न अयशस्वी झाल्यास पुन्हा शेलमध्ये परत जाणे म्हणजे एक पायरी खाली उतरण्यासारखे असेल म्हणूनच त्याने राजीनामा स्वीकारला जावा असा आग्रह धरला.

याचबरोबर, कुटुंबाला राजी करणे हे आणखी एक मोठे आव्हान होते. सुरुवातीला, कुटुंबाने विरोध दर्शवला. त्यांना वाटले की, लविश कामासोबत अभ्यास सांभाळू शकेल. आर्थिक परिस्थिती सुधारल्यामुळे, कुटुंबाला एका चांगल्या परिसरात नवीन घर घ्यायचे होते आणि लविशच्या लग्नाचेही नियोजन करायचे होते. मात्र, लविशने त्यांना आश्वासन दिले की, यूपीएससीच्या प्रयत्नात यशस्वी न झाल्यास त्याला दुसरी नोकरी मिळवणे अवघड जाणार नाही.

आता सर्व तयारी झाली होती. लविशने UPSC शिखरावर चढाई करण्यासाठीच्या कठीण प्रवासाची सुरुवात केली.

कोट्याच्या रणांगणातली जीत

शेलसारख्या अत्यंत प्रतिष्ठित कंपनीतल्या आणि उच्च वेतनाच्या नोकरीचा राजीनामा देऊन लविशने अत्यंत धाडसी निर्णय घेतला होता. अनेक आयएएस इच्छुक अशी हिंमत दाखवण्यास धजावत नाहीत. ते एकाच वेळी दोन्ही दगडांवर हात ठेवण्याचा प्रयत्न करतात आणि त्या प्रयत्नात त्यांची स्वप्नेही गमावून बसतात.

परंतु त्या रात्री लविशच्या डोळ्याला डोळा लागत नव्हता. ब्रॅड, एम्मा आणि सँडी यांचे शब्द सारखे त्याच्या कानात घुमत होते. नागरी

सेवा परीक्षेतील यशाची अनिश्चितता त्याच्या मनाला ग्रासून टाकत होती. त्याच्या आई-वडिलांचे नवीन घर घेण्याचे स्वप्न पुढे ढकलायला लावल्यामुळे त्याला अपराधी असल्यासारखे वाटत होते. त्याला आठवले की, त्याच्या आईने त्याच्यासाठी किती मेहनत घेतली होती-दिवसभर बँकेत नोकरी करूनही ती रात्री उशिरापर्यंत शिवणकाम करत राहायची, जेणेकरून दहावीच्या परीक्षेनंतर त्याच्या कोचिंगसाठी लागणारे पैसे साठवता येतील. ही आठवण येताच त्याच्या डोळ्यांत अश्रू उभे राहिले.

मात्र लविशला सध्यासारखी कठीण परिस्थिती पहिल्यांदाच अनुभवायला येत नव्हती. तो याआधीही दोनदा अशी तीव्र स्पर्धा आणि कडवे अभ्यासक्रम झेलून गेला होता-एकदा दहावीच्या परीक्षेनंतर दोन वर्षे कोटामध्ये IIT-JEE कोचिंग घेताना आणि नंतर IIT मुंबईतील तीन वर्षांच्या बी टेक अभ्यासक्रमादरम्यान.

१९ एप्रिल २००९ हा दिवस लविशला लखखपणे आठवत होता. दहावीची परीक्षा संपल्यानंतर अवघ्या वीस दिवसांतच तो आईसोबत उदयपूरहून कोट्याला निघाला होता. त्याला आपल्या नानाजींबद्दल अपार कृतज्ञता वाटत होती. त्यांनी त्याच्या कोचिंगला लागणार असलेली एक लाख तीस हजार इतकी प्रचंड फी भरण्यासाठी उदारहस्ते मदत केली होती. कारण, लविशचे कुटुंब त्या वेळी प्रचंड आर्थिक अडचणीत होते.

पुढील दोन वर्षे, एका छोट्याशा पीजी रूममध्ये त्याने दिवस काढले, जिथे एसी, कूलर, हीटर किंवा गिझर यांसारख्या मूलभूत सुविधाही नव्हत्या. कोटाच्या अत्यंत उष्ण उन्हाळ्यात 48C तापमान आणि हाडे गोठवणाऱ्या हिवाळ्यात 1C अशा परिस्थितीत त्या खोलीत राहणे असह्य होते. खर्च वाचवण्यासाठी तो दिवसातून फक्त दोन वेळा अर्ध्या टिफिनवर भागवत होता.

IITत यशस्वी प्रवेश मिळाल्याच्या स्वप्नांनी भारावून लविशने जेव्हा पहिल्या दिवशी कोचिंग इन्स्टिट्यूटमध्ये पाय ठेवला, तेव्हा तो स्तंभितच झाला. इन्स्टिट्यूटच्या प्रवेशद्वारापासून चार फुटबॉल मैदानांच्या आकाराइतकी जागा सायकलींनी व्यापली होती. त्या सायकलींच्या समुद्रामागे एक विशाल सात मजली इमारत उभी होती. संपूर्ण परिसर सुमारे १०,००० विद्यार्थ्यांच्या ऊर्जेने गजबजलेला होता. हे दृश्य पाहून लविशला आपल्यासमोर उभ्या असलेल्या शैक्षणिक आव्हानाचे भान आले.

जेव्हा लविशने आपल्या काही वर्गमित्रांशी संवाद साधला, तेव्हा तो आणखीनच हादरला. बहुतेक विद्यार्थी आपापल्या शाळांमधील पहिल्या क्रमांकावर असलेले होते. काही जण तर असे भासत होते, जणू त्यांनी आधीच संपूर्ण अभ्यासक्रम संपवला होता. 'जर एका इन्स्टिट्यूटमध्ये इतके असामान्य हुशार विद्यार्थी असतील, तर IITच्या मर्यादित जागांमध्ये मला संधी मिळण्याची थोडीफार तरी शक्यता आहे का?' लविशच्या डोळ्यांसमोर हा प्रश्न उभा राहिला आणि त्याच्या मनात निराशेची भावना दाटून आली.

परिस्थितीशी जुळवून घेत, लविशने लवकरच स्वतःला सावरले आणि धैर्य एकवटत अभ्यासावर संपूर्ण लक्ष केंद्रित केले. त्याने अथक निर्धाराने तयारीसाठी दिवसाला चक्क चौदा ते सोळा तास स्वतःला झोकून दिले. क्रिकेटचा प्रचंड चाहता असूनही, त्या वर्षीचा क्रिकेट विश्वचषकाचा एकही सामना न पाहण्याचा कठोर निर्णय त्याने घेतला. कारण, त्याच्या प्राधान्यक्रमावर अभ्यास अव्वलस्थानी होता.

अखेर तो निर्णायक दिवस – ११ एप्रिल २०१२ – उजाडला. IIT-JEE परीक्षेचा दिवस, ज्यावर त्याचे भविष्य अवलंबून होते. परीक्षा सुरू होताना त्याला अस्वस्थता जाणवत होती; पण त्याने आपला आत्मविश्वास टिकवून चांगली कामगिरी केली, हे उत्तरतालिकांवरून दुसऱ्याच दिवशी स्पष्ट झाले.

२४ मे २०१२च्या रात्री लविशच्या घरात आनंदाचा जल्लोश उडाला. त्याला IIT-JEEमध्ये २५४वी रँक मिळाल्याचे समजले. यंत्रांच्या गुंतागुंतीच्या रचनेच्या प्रेमात असलेल्या लविशने संगणक विज्ञान किंवा विद्युत अभियांत्रिकी या बहुप्रतिष्ठित शाखांऐवजी यंत्र अभियांत्रिकी (मेकॅनिकल इंजिनिअरिंग) ही शाखा निवडली. त्यासाठी IIT मुंबई ही त्याची स्वाभाविक निवड ठरली. कारण, त्याचे चाचाजी (काका) आणि मावशी तिथे राहत होते. त्याच्या चुलत भावंडांनी मुंबईचे अनेक किस्से सांगून त्याच्या नजरेसमोर मुंबईचे एक ठळक चित्र रंगवले होते – आकाशाला भिडणाऱ्या इमारती, गजबजलेल्या लोकल ट्रेन, शांत समुद्रकिनारे आणि बॉलिवूडच्या तारे-तारकांच्या ग्लॅमरचा झगमगाट.

२० जुलै २०१२ रोजी, लविश आपल्या आई-वडील आणि भावासोबत उदयपूरहून मुंबईकडे जाणाऱ्या ट्रेनमध्ये बसला. त्याच्या आयुष्याच्या नवीन अध्यायाची सुरुवात करण्यासाठी तो सज्ज झाला होता.

भ्रमनिरास

IIT मुंबईचा परिसर (कँपस) लविशला थक्क करणारा होता. एकीकडे डोंगररांगा आणि संजय गांधी राष्ट्रीय उद्यान, तर दुसरीकडे तलावांनी नटलेले निसर्गसौंदर्य. या परिसरात लविशने कधीच न पाहिलेल्या सोयीसुविधा होत्या – स्विमिंग पूल, व्यायामशाळा, बॅडमिंटन आणि टेनिस कोर्ट, स्वादिष्ट अन्न देणारी मेस आणि विस्तीर्ण हिरवीगार मैदाने.

हे सर्व पाहून लविशच्या मनात अत्यंत समाधान आणि मोकळेपणाची भावना दाटून आली. त्याने स्वतःशीच पुटपुटत म्हटले, 'कष्ट आणि संघर्षाचा काळ संपला. आता आयुष्य उपभोगायचे आहे. लवकरच मोठमोठ्या बहुराष्ट्रीय कंपन्या मला भरघोस पगाराच्या नोकऱ्या देण्यासाठी स्पर्धा करतील.' कोटा शहरातील गप्पांमध्ये ऐकलेल्या या स्वप्नाळू विचारांचा त्याच्यावर परिणाम झाला. स्वतःवरच बेफाट खूश असलेल्या लविशने अनेक तास सिनेमे पाहणे, गेम्स खेळणे आणि सोशल मीडियावर रमणे यांत वाया घालवले. तो स्वतःच्या विश्वात इतका गुंतला की, त्याने अनेक वर्गही चुकवले.

मात्र, एक वर्षानंतरच्या अंतिम वर्षाच्या विद्यार्थ्यांच्या प्लेसमेंट हंगामाने त्याच्या कल्पना धुळीस मिळवल्या. त्याला धक्का बसला. कारण, त्याला सिनियर असणाऱ्या ज्या विद्यार्थ्यांनी 'कूल' असल्याचा आव आणला होता, त्यांपैकी बरेच जण चांगल्या नोकऱ्या मिळवण्यासाठी झगडत होते. चिंताग्रस्त आणि व्याकूळ झालेल्या लविशने चांगल्या नोकऱ्या पदरी पाडून घेण्यात यशस्वी झालेल्या सिनियर्सकडून, त्यांनी हे कसे केले याबद्दल मार्गदर्शन घेतले. जेव्हा त्याला हे समजले की, कंपन्या संभाव्य उमेदवारांमध्ये, अभ्यासात ९पेक्षा जास्त सीपीआय (क्युम्युलेटिव्ह परफॉर्मन्स इंडेक्स) आणि बायोडाटामध्ये (CV) एखादी 'स्पाईक' म्हणजेच ठळक वैशिष्ट्य यांचा शोध घेत असतात, तेव्हा त्याची झोप उडाली.

'स्पाईक म्हणजे नक्की काय आणि ती कशी मिळवायची?' यावर लविश चिंतन करू लागला. त्याच्या वरिष्ठांनी समजावले की, स्पाईक म्हणजे काहीही असू शकते. जसे की, शाळेतील अभ्यासाव्यतिरिक्त अवांतर उपक्रमांमध्ये मिळवलेले असामान्य यश किंवा संशोधनाची उल्लेखनीय कामगिरी किंवा नेतृत्वाची प्रमुख भूमिका.

लविशने आपल्या सुस्तीला झटकून अभ्यासात पुन्हा एकाग्रता आणली, तसेच त्याने संशोधनाच्या संधीचा शोध सुरू केला. लवकरच प्रा. एस. व्ही. प्रभू, जे फ्लुइड मेकॅनिक्स या क्षेत्रातील तज्ज्ञ होते, यांनी एका संशोधन प्रकल्पासाठी साहाय्यकांची मागणी केली. हा प्रकल्प 'व्हॉर्टेक्स शेडिंग' या संकल्पनेवर आधारित होता.

लविशने स्वतःला संपूर्णपणे प्रा. प्रभूंच्या या प्रकल्पाला वाहून घेतले. वर्गानंतरचे तास, आठवड्याचे शेवटचे दिवस, सुट्ट्या आणि सेमिस्टर ब्रेकमध्येही तो प्रकल्पाच्या अभ्यासात राहिला. या प्रक्रियेत त्याने प्रायोगिक संच तयार करणे, संशोधन करणे, निष्कर्षांचे दस्तऐवजीकरण करणे आणि ते सादर करणे यांसारख्या कौशल्यांचा अभ्यास केला. शिवाय, त्याने सॉफ्टवेअर डेव्हलपमेंट, डिझायनिंग आणि इमेज प्रोसेसिंगमध्येही प्रावीण्य मिळवले.

त्याच्या अथक प्रयत्नांचे फळ त्याला IIT मुंबईकडून असामान्य पदवीपूर्व संशोधनासाठी असलेल्या पारितोषिकाच्या रूपात मिळाले. त्याशिवाय, त्याच्या संशोधन निबंधाला पॅरिसमध्ये होणाऱ्या फ्लुइड मेकॅनिक्सवरील आंतरराष्ट्रीय परिषदेत सादरीकरणासाठी मान्यता मिळाली.

स्वतःच्या संशोधन अनुभवाच्या बळावर, तिसऱ्या वर्षानंतर लविशने जर्मनीतील पॅडरबॉर्नमध्ये प्रतिष्ठित आणि मानधन मिळणारी आंतरराष्ट्रीय इंटर्नशिप मिळवली. त्याचबरोबर, त्याने अभ्यासातही सातत्य राखले आणि शेवटच्या चार सेमिस्टरमध्ये अनुक्रमे ९.६७, ९.९३, ९.७ आणि परिपूर्ण १० असे आश्चर्यकारक CPI स्कोअर मिळवले. या उल्लेखनीय शैक्षणिक यशासाठी त्याला संस्थेचा प्रतिष्ठित अकॅडमिक एक्सलन्स ॲवॉर्ड प्रदान करण्यात आला.

लविशच्या काटेकोर नियोजनाचा आणि दीर्घकालीन मेहनतीचा परिपाक म्हणून १ डिसेंबर २०१४ रोजी त्याला बहुप्रतिष्ठित शेल कंपनीत उच्च पगाराची नोकरी मिळाली.

१ मे २०१८ या दिवसाकडे पुन्हा परतू या. आता लविश आपल्या आयुष्यातील आणखी एका महाकठीण आव्हानाच्या - माऊंट यूपीएससी सर करण्याचे स्वप्न- उंबरठ्यावर उभा होता. मात्र कोटा आणि मुंबईमधील संघर्ष व विजयाच्या आठवणींनी त्याची जिद्द अधिकच बळकट केली. या आठवणींनी त्याला आत्मविश्वास आणि निर्धाराने परिपूर्ण केले, ज्यामुळे तो या खडतर आव्हानाला सामोरा जाण्यास आणि त्यात यशस्वी होण्यास सज्ज झाला.

हा संघर्ष खरोखर त्या योग्यतेचा आहे तरी का?

५ जून २०१८ रोजी लविशने दिल्लीच्या आयएएसची तयारी करणाऱ्या इच्छुकांच्या गजबजलेल्या जगात प्रवेश केला. शहर अनोळखी असल्याने, त्याने करोल बागमधील एका सामुदायिक वसतिगृहात आसरा घेतला. दरमहा १०,००० रुपये भाडे असलेल्या या वसतिगृहात साध्या सोयी–सुविधा आणि दोन वेळच्या जेवणाची सोय होती. ध्येयनिष्ट लविशने असुविधा आणि त्रासांकडे लक्ष न देता, आपल्या ध्येयावर संपूर्ण लक्ष केंद्रित करण्याचा निर्णय घेतला.

मुख्य परीक्षेसाठी ऐच्छिक विषय निवडणे त्याच्यासाठी आव्हानात्मक ठरले. मित्रांनी, विशेषतः श्रेयांशने, दिलेल्या इशाऱ्यांकडे दुर्लक्ष करत, लविशने आपल्याला परिचित असलेल्या यंत्र अभियांत्रिकीच्या अभ्यासक्रमाकडे वळण्याचा निर्णय घेतला. 'जेव्हा काही लोकांना यामध्ये चांगले गुण मिळाले आहेत, तर मला का नाही मिळू शकणार?' लविशने बी टेकमधील यंत्र अभियांत्रिकीतील आपल्या उज्ज्वल यशावर विश्वास ठेवत, विचार केला. दुसऱ्याच दिवशी त्याने दर्यागंज मार्केटला जाऊन शिफारस केलेली जुनी पुस्तके खरेदी केली आणि सामान्य अभ्यास(जीएस)साठी एका कोचिंग संस्थेत प्रवेश घेतला.

कॉर्पोरेट वातावरणातून निघून पूर्ण एकाग्रतेची मागणी करणाऱ्या अभ्यास पद्धतीत शिरताना होणारा बदल पचवणे, त्याच्यासाठी अत्यंत कठीण होते. नियमित मीटिंग्ज, चर्चासत्रे, दर पंधरा मिनिटांनी ई–मेल्स चेक करणे आणि दर तासाने ब्रेक घेणे अशा रूटीनची सवय असलेल्या लवेशसाठी दीर्घकाळ एकाग्र राहणे नवीनच होते.

जीएसच्या अभ्यासक्रमाचा व्याप पाहून तो दडपून गेला. 'प्रिलिम्ससाठी वर्षसुद्धा बाकी नाही. इतक्या कमी वेळात मी संपूर्ण अभ्यासक्रम कव्हर करू शकणार का? जरी मी प्रिलिम्स पार केली, तरी मुख्य परीक्षेसाठी GS, निबंध आणि ऐच्छिक विषयाचा अभ्यास करण्यासाठी पुरेसा वेळ मिळेल का? मी इतक्या वर्षांपासून स्पर्शही न केलेल्या मानविकी विषयांमध्ये (ह्युमॅनिटीज) चांगले गुण मिळवू शकतो का?' त्याच्या मनात अनेक शंका घोंघावत होत्या.

यंत्र अभियांत्रिकीच्या अभ्यासक्रमाकडे वळल्यानंतर, आणखी एक कटू सत्य उघडकीस आले. सीएसई अभ्यासक्रमातील जवळपास ४० टक्के भाग त्याच्या बी टेक अभ्यासक्रमात कव्हर झालाच नव्हता, तर उरलेला

बराचसा भाग विस्मृतीत गेला होता. परिस्थिती अधिक बिकट झाली. कारण, आयआयटीत परदेशी लेखकांची पुस्तके प्राधान्याने शिकवली जात, तर येथे भारतीय लेखकांच्या पुस्तकांची शिफारस केली जात होती.

या मानसिक गोंधळात, पहिल्या जीएस मॉक टेस्टमध्ये केवळ ३० गुण मिळाल्यामुळे त्याचे मनोबल खचले. परीक्षकांच्या कठोर अभिप्रायामुळे तो निराश झाला. 'मी हा परीक्षा प्रवास पूर्ण करू शकतो का?' या प्रश्नाने तो नैराश्याच्या गर्तेत ओढला गेला.

या मनःस्थितीत तेल ओतणारी घटना म्हणजे हाउडी मोदी कार्यक्रमासाठी भारतीय पंतप्रधानांचा ह्युस्टन दौरा. त्या कार्यक्रमाचे फोटो आणि व्हिडिओ पाहून त्याला ह्युस्टनमधील आपले आरामशीर आयुष्य आठवले.

'जर मी यूपीएससी देण्याचा निर्णय घेतला नसता, तर मी आज ह्युस्टनमध्ये असतो. मी जगभर फिरत होतो, चांगला पैसा मिळवत होतो आणि आता, मी या जुन्या, खुराडेवजा वसतिगृहामध्ये दिवसाचे १८-१८ तास अभ्यास करत आहे. मी पैसा, आराम आणि करिअर सगळे गमावले. हे सगळे खरोखरच योग्य आहे का? जरी चांगली रँक मिळाली; पण केडर वाईट मिळाले, तर?' या विचारांनी त्याचे मन गोंधळून गेले.

प्रत्येक आयएएस उमेदवाराला अशा नैराश्यपूर्ण टप्प्यांतून जावे लागते. जो हा टप्पा लवकर पार करतो, त्यालाच यशाची चव चाखायला मिळते.

सुदैवाने, लविशने हे नैराश्य फार काळ टिकू दिले नाही आणि लगेचच आपली मनःस्थिती ताळ्यावर आणली. 'मी आजवर कोणत्याही स्पर्धा परीक्षेत अपयशी ठरलो नाही. मला हे स्वतःसाठीच नव्हे, तर माझ्या कुटुंबासाठीही करायचे आहे आणि जर माझे वर्गमित्र आणि इतर आयआयटी माजी विद्यार्थी करू शकतात, तर मी का नाही?' असा त्याने स्वतःला धीर दिला.

काही दिवसांनी, कोटा आणि आयआयटी मुंबईमधील त्याचा जिवलग मित्र श्रेयांस कुमत मुख्य परीक्षा पास झाल्याची बातमी आली. या बातमीने लविशच्या मनात नवचैतन्य निर्माण केले आणि त्याच्यात कोटा व आयआयटी मुंबईत असतानाच्या जिद्दीला पुन्हा पालवी फुटली.

यशस्वी सूत्राची निर्मिती

लविशने अतिशय बारकाईने मागील वर्षांच्या परीक्षेतील प्रश्नांचे विश्लेषण केले. यातून त्याला समजले की, कोचिंग क्लासेसमध्ये शिकवले जाणारे

विषय आणि यूपीएससी विचारत असलेल्या प्रश्नांमध्ये तफावत आहे. परिणामी, त्याने स्व-अभ्यासाला प्राधान्य देण्याचा निर्णय घेतला आणि फक्त राज्यव्यवस्था (पॉलिटी) व अर्थशास्त्र या विषयांसाठी निवडक कोचिंग वर्गांमध्ये हजेरी लावली. याशिवाय, तो भूगोल आणि अर्थशास्त्राच्या उपयुक्त ऑनलाइन व्याख्यानांचा शोध घेत राहिला.

लविशने हळूहळू आपला एकाग्रता अवधी वाढवला. त्याने आपला दिनक्रम मोठ्या प्रमाणावर बदलला आणि रात्रीच्या शांततेत अभ्यास करण्यास सुरुवात केली. डिसेंबर महिना सुरू होताच, त्याने आपली प्रगती, प्रिलिम्ससाठी शिल्लक असलेला वेळ व विविध विषयांची तयारी करण्यासाठी लागणारा कालावधी यांचे तपशीलवार मूल्यांकन केले. या विश्लेषणाच्या आधारे, त्याने दैनंदिन, साप्ताहिक व मासिक लक्ष्यांसह एक कठोर वेळापत्रक आखले, ज्यात चाचण्यांसाठी व पुनरावलोकनासाठी वेळ राखून ठेवला. आपले दैनंदिन लक्ष्य पूर्ण करण्यासाठी, लविशने झोपेचाही त्याग केला; कधी कधी फक्त तीन-चार तास झोपून दिवस काढले.

जानेवारी, २०१९मध्ये लविशने वसतिगृहातील समान विचारसरणीच्या अन्य तीन विद्यार्थ्यांसोबत एक गट तयार केला : मनीष धारिवाल, मुकुल आणि दीक्षित जैन. या गटाने एकमेकांना मदत तर केलीच; पण आपापसांत एक आरोग्यदायी स्पर्धाही निर्माण केली. एका प्रसिद्ध कोचिंग संस्थेच्या 'पाच-दैनिक प्रश्नांच्या आव्हाना'चा त्यांनी रोज सराव केला. प्रश्नांची बारकाईने चर्चा करून, त्यातील सूक्ष्म गोष्टी समजून घेणे आणि स्मार्ट पद्धतींनी प्रश्न सोडवण्याची तंत्रे शोधणे, हा त्यांच्या अभ्यासाचा महत्त्वाचा भाग बनला.

प्रत्यक्ष परीक्षा देताना असणाऱ्या स्थितीचा अनुभव येण्यासाठी लविश आणि त्याच्या मित्रांनी ठरावीक तारखा आणि वेळेच्या आधारे वसतिगृहातच पूर्ण लांबीच्या चाळीस प्रश्नपत्रिका सोडवण्याचा निर्धार केला. या एकत्रित प्रयत्नांमुळे त्यांच्या अभ्यासात शिस्त निर्माण झाली आणि आत्मविश्वास कमी होण्याच्या क्षणी एकमेकांना प्रेरणा मिळाली.

त्याचबरोबर, लविशने आपला 'चहा मित्र' गौरव शर्मा (आयआयटी मुंबईतील त्याचा सिनियर) याच्यासोबतही परीक्षेच्या रणनीतीवर चर्चा केली. गौरवच्या चुरचुरीतपणे तयार केलेल्या नोट्स, गोष्टी लक्षात ठेवण्याची तंत्रे, प्रश्नपत्रिकांचे विश्लेषण आणि अभ्यासक्रमाच्या दृश्यात्मक सादरीकरणाचा लविशला फार फायदा झाला.

फेब्रुवारी, २०१९पासून लविशने पूर्व परीक्षेच्या तयारीसाठी स्वतःला पूर्णतः झोकून दिले. प्रत्येक चाचणी पूर्ण झाल्यानंतर त्याने त्याच्या कामगिरीचे बारकाईने विश्लेषण केले. त्यातील चुका कोणत्या कारणामुळे झाल्या – अपुरा अभ्यास, ज्ञानाचा अभाव की प्रश्न वाचताना घाई – याचा सखोल अभ्यास करून त्यातील त्रुटी सुधारण्याचा प्रयत्न केला.

लविशने केंद्रीय लोकसेवा आयोगाच्या (यूपीएससी) CSEच्या अर्जामध्ये सहजपणे भारतीय वन सेवा (IFS) परीक्षेचाही पर्याय देऊन ठेवला होता. कारण, त्याची पूर्व परीक्षा CSE बरोबरच होती.

प्रिलिम्स परीक्षा ३ जून २०१९ रोजी घेण्यात आली. परीक्षा झाल्यानंतर उत्तरतालिकेचे विश्लेषण केल्यावर लविशला अंदाज आला की, तो १४०पेक्षा जास्त गुण मिळवेल.

जेव्हा निकाल जाहीर झाला, तेव्हा अपेक्षेप्रमाणे लविशने केवळ CSEच नव्हे, तर IFS पूर्व परीक्षाही उत्तीर्ण केली. हे यश लविश आणि त्याच्या मित्रांसाठी आनंदाच्या लहरी घेऊन आले.

१९ सप्टेंबर २०१९ रोजी सुरू होणारी मुख्य परीक्षा (Mains) फक्त १०० दिवसांवर येऊन ठेपली होती आणि यामुळे लविशला चिंता लागली होती. त्याच वेळी श्रेयांशने CSE–२०१८मध्ये आपल्या पहिल्याच प्रयत्नात चौथ्या क्रमांकाची श्रेणी मिळवून लविशच्या खचू पाहणाऱ्या मनोबलाला प्रचंड उभारी दिली.

मुख्य परीक्षेच्या तयारीच्या गोंधळात लविश अशा एका समस्येला सामोरा गेला जी अनेक स्पर्धकांना परिचित होती – संपूर्ण अभ्यासक्रम आधी पूर्ण करावा आणि मग उत्तरलेखन सराव आणि मॉक चाचण्यांमध्ये सहभागी व्हावे की दोन्ही बाबी एकाच वेळी समांतरपणे कराव्यात? लविशने दुसरा पर्याय निवडला, ज्यामुळे त्याला आवश्यक उत्तरलेखनाचा सराव आणि स्वतःच्या कमतरतांबाबत महत्त्वाची समज मिळाली. त्याने नियमितपणे पूर्ण लांबीचे चाचणी पेपर्स लिहिले, स्वतःच्या उत्तरांचे मूल्यांकन केले आणि सुधारणा आवश्यक असलेल्या बाबी टिपल्या. याशिवाय, मागील वर्षांच्या टॉपर कॉपीज त्याच्यासाठी शिकण्याचे आणखी एक प्रभावी साधन ठरल्या.

मुख्य परीक्षेच्या काही दिवस आधी, लविश आणि त्याच्या मित्रांनी 'एक्झाम सिम्युलेटर'मध्ये मॉक परीक्षा दिल्या. नामांकित कोचिंग संस्थांनी स्थापन केलेले हे सिम्युलेटर्स, UPSC परीक्षेच्या केंद्रांसारखे वातावरण

तयार करतात. ते प्रत्यक्ष नागरी सेवा मुख्य परीक्षेच्या क्रमवारीप्रमाणेच, समान कालावधी व विश्रांतीच्या वेळेसह मॉक परीक्षांचे वेळापत्रक प्रकाशित करतात. मेन्सच्या काही दिवस आधी होणाऱ्या या मॉक परीक्षा, उमेदवारांना महत्त्वपूर्ण सराव मिळवून देतात आणि परीक्षेच्या परिस्थितीशी जुळवून घेण्यात मदत करतात.

२७ सप्टेंबर २०१९ रोजी नागरी सेवा मुख्य परीक्षा पूर्ण केल्यानंतर लविश अत्यंत थकून गेला होता, त्यामुळे त्याने त्वरित उदयपूरला प्रस्थान केले. पंचवीस दिवसांच्या विश्रांतीनंतर, तो पुन्हा दिल्लीला परतला आणि १ डिसेंबर २०१९पासून होणाऱ्या IFS मुख्य परीक्षेची त्याने तयारी सुरू केली.

DAFच्या कौशल्यपूर्ण आखणीनुसार यशस्वी मार्गक्रमण

जिची दीर्घकाळापासून प्रतीक्षा होती, ती शुभवार्ता अखेर १५ जानेवारी २०२०च्या मध्यरात्री आली. लविश आणि मुकुलने CSE मुख्य परीक्षा उत्तीर्ण केली होती. त्याच दिवशी IFS मुख्य परीक्षेचा निकाल जाहीर झाला आणि त्या परीक्षेतही या जोडीने विजय मिळवला होता.

आपले स्वप्न केवळ एका टप्प्याच्या अंतरावर असल्याची जाणीव होताच, लविशच्या नसानसांतून नवा उत्साह आणि आत्मविश्वास दौडू लागला; परंतु त्याच वेळी, यशस्वी उमेदवारांच्या अंतिम यादीत जर आपले नाव नसेल, तर मुलाखतीत यशस्वी होऊनही काही उपयोग नाही, या विचाराने त्याला चिंतेने ग्रासले. आपल्या कुटुंबीयांच्या आनंदाला थोडे नियंत्रणात आणत, त्याने त्यांना समजावले की, CSE परीक्षा म्हणजे जणू सापशिडीचा खेळ आहे. अंतिम टप्प्यावर जर साप चावला, तर पुन्हा सुरुवातीपासून प्रवासाला लागावे लागते.

IFSसाठीची मुलाखत ११ फेब्रुवारी २०२० रोजी नियोजित होती, तर CSE मुलाखत २५ मार्च २०२० रोजी होणार होती. मुलाखतीदरम्यान विचारले जाणारे अनेक प्रश्न उमेदवारांच्या डिटेल्ड अप्लिकेशन फॉर्म (DAF)मध्ये दिलेल्या तपशिलांवर आधारित असतात, याची जाणीव असल्याने लविशने फॉर्म अत्यंत काळजीपूर्वक भरला. अनावश्यक माहिती टाळत, त्याने आपले शिष्यवृत्ती, पुरस्कार आणि संशोधन लेख यांचा समावेश केला. त्याचा कामाचा अनुभव त्याला इतर उमेदवारांपेक्षा वेगळा

ठरवू शकतो, हे लक्षात घेऊन त्याने त्यावर विशेष भर दिला, ज्यामुळे त्यावर आधारित प्रश्न विचारले जातील. DAF सादर करण्यापूर्वी, लविशने यापूर्वी परीक्षेत यशस्वी ठरलेल्या आपल्या ज्येष्ठांकडून त्यांचा अभिप्राय घेतला.

सेवा निवडीसाठी प्राधान्यक्रम निश्चित करणे लविशसाठी मोठे आव्हान ठरले. परदेशात राहण्याच्या संधी आणि भारतीय विदेश सेवेशी जोडलेला सन्मान यांमुळे त्याला भारतीय विदेश सेवा (आयएफएस) पहिल्या क्रमांकावर ठेवण्याचा मोह झाला. मात्र, कामातील एकसुरीपणा आणि अधिक व्यापक स्वरूपाच्या आव्हानांची इच्छा यामुळे त्याने भारतीय प्रशासकीय सेवा (IAS) निवडण्याला प्राधान्य दिले, तसेच गणवेशधारी सेवांबद्दल त्याला विशेष आकर्षण नसल्यामुळे भारतीय पोलीस सेवा (IPS) त्याने थोड्या खालच्या क्रमांकावर ठेवली.

डिटेल्ड अप्लिकेशन फॉर्म (DAF) भरण्याचा आणखी एक कठीण टप्पा म्हणजे केडर निवडीचा प्राधान्यक्रम ठरवणे. राजस्थान आणि मध्य प्रदेश त्याच्या पहिल्या आणि दुसऱ्या पसंती ठरल्या. कारण, मध्य प्रदेशाला उदयपूर जवळ असल्यामुळे त्याच्या भावनिक आठवणींशी जुळणारे स्थान होते. मात्र, तिसऱ्या पसंतीचा निर्णय घेणे त्याच्यासाठी खूपच कठीण ठरले. उत्तर प्रदेश आणि कर्नाटक यांपैकी एकाची निवड करताना तो द्विधा मनःस्थितीत होता. त्याच्या मित्र श्रीयांशकडून त्याला मोलाचा सल्ला मिळाला.

''लविश, तुला त्या केडरमध्ये आयुष्यभर राहायचे आहे, त्यामुळे तुला सर्वंकष आणि दीर्घकालीन विचार करायला हवा. तुझ्या पालकांची, पत्नीची आणि मुलांची गरज लक्षात घे. कर्नाटकात, चांगली कनेक्टिव्हिटी असलेली बंगळुरूसारखी मोठमोठी शहरे आहेत, जी आरोग्य व शिक्षणाच्या उत्तम सुविधा आणि भरपूर रोजगार संधी देतात. भाषा सुरुवातीला आव्हान वाटू शकते; पण ती सहज शिकता येते,'' श्रीयांशने सल्ला दिला आणि लविशने मान डोलवत तो स्वीकारला.

उमेदवारांनी इंटरनेटवर पोस्ट केलेल्या मुलाखतीच्या प्रश्नांच्या ट्रान्सक्रिप्ट्स पाहताना लविशच्या लक्षात आले की, उमेदवारांच्या नावाच्या अर्थावर आधारित प्रश्न, मुलाखत मंडळाचे आवडते असतात. मात्र, आश्चर्याची गोष्ट म्हणजे त्याला त्याच्या स्वतःच्या नावाचा अर्थच माहीत नव्हता. शाळा आणि महाविद्यालयात, 'लविश' या नावाचा अर्थ 'प्रेम, इच्छा आणि आनंदाचा हिंदू देव असणारा कामदेव' असा चिडवण्याच्या

स्वरूपात वर्गमित्रांनी लावला होता, जो त्याला अजिबात आवडत नव्हता, त्यामुळे लविशने स्वतःच त्याच्या नावाचा नवीन अर्थ तयार केला. इंग्रजीतील 'love' आणि हिंदीतील 'ish' (देव) यांचे संयोजन करून, त्याने लविशचा अर्थ 'देवाला प्रिय असणारी व्यक्ती' असे सांगण्याचे ठरवले.

DAFच्या इतर पैलूंमध्ये अधिक खोदून पाहत, लविशने आपले आडनाव 'ओर्डिया'चा उगम शोधण्याचा प्रयत्न केला. उदयपूरमधून असल्यामुळे त्याने शहराची पर्यटन स्थळे आणि पर्यटन उद्योग यांवर संशोधन केले, तसेच आपल्या आईचे गाव डेलवाडावर अभ्यास करताना, नावातील साधर्म्यामुळे त्याने माउंट अबूतील दिलवाडा जैन मंदिरांशी त्याची जोडणी केली.

मुलाखतीचे स्वरूप समजून घेण्यासाठी, लविशने विविध प्लॅटफॉर्म्सवरून गेल्या सहा वर्षांतील मुलाखतींच्या ट्रान्सक्रिप्ट्स डाउनलोड केल्या. 'टुरिझम', 'उदयपूर', 'राजस्थान', 'मेकॅनिकल इंजिनिअरिंग' आणि 'ऑइल अँड गॅस' यांसारखे कळीचे शब्द (कीवर्ड्स) वापरून, त्याने संबंधित प्रश्न शोधून काढले. याशिवाय, चालू मुलाखतींच्या ट्रान्सक्रिप्ट्सचा अभ्यास करून, मुलाखतीच्या खोलीत होत असलेल्या सध्याच्या चर्चांबाबत अद्ययावत राहण्याचा प्रयत्न केला.

लविशने अनेक मॉक मुलाखतींमध्येही सहभाग घेतला. काही मुलाखतकर्त्यांचे अभिप्राय रचनात्मक आणि उपयोगी ठरले; परंतु काहींनी त्याच्यावर कठोर टीका केली, अगदी त्याची खिल्लीसुद्धा उडवली. या प्रकाराने लविशच्या आत्मविश्वासावर परिणाम झाला.

वनांच्या विश्वाचे निमंत्रण

११ फेब्रुवारी २०२०च्या आल्हाददायक सकाळी, लविश UPSCच्या भव्य धोलपूर हाउस कार्यालयात भारतीय वन सेवा (IFS) मुलाखतीसाठी उत्सुकतेने सज्ज होता. मात्र, त्याला कल्पनाही नव्हती की, पहिलाच प्रश्न त्याला अडचणीत टाकणारा ठरेल.

''तू गेल्या पाच वर्षांपासून घरी बसून का आहेस?'' मुलाखत मंडळाच्या अध्यक्षांनी विचारले आणि लविश क्षणभर गोंधळात पडला.

स्वतःला सावरत, त्याने शेलमधील आपल्या कामाचा अनुभव सांगायला सुरुवात केली; परंतु त्याला लवकरच समजले की, मंडळाकडे DAF-1

पोहोचला आहे, ज्यामध्ये त्याच्या छंदांबाबतची माहिती होती. त्याच्या व्यावसायिक अनुभवांची महत्त्वाची माहिती असलेला DAF-2 त्यांच्या फोल्डरमध्ये आलाच नव्हता. या अनपेक्षित तांत्रिक समस्येमुळे मुलाखत वांछित मार्गावरून भरकटली.

लविशने त्याच्या अनुभवांबद्दल माहिती देण्याचा प्रयत्न केला, तरीही मंडळ DAF-1मध्ये असलेल्या मर्यादित माहितीवरच भर देत राहिले. त्याला भलत्याच प्रश्नांचा सामना करावा लागला. जसे की, भिंतीवर असलेल्या कॅलेंडरवरील एका वाक्याचा अर्थ सांगणे, तसेच युद्ध आणि लढाई, संघर्ष आणि वाद यांतील सूक्ष्म बारकावे स्पष्ट करणे. मुलाखतीच्या खोलीतून बाहेर पडताना, लविशला आपल्या कामगिरीबाबत समाधान वाटत नव्हते. त्याला जाणवत होते की, आपली मुलाखत, अपेक्षा होती तितकी काही खास झाली नाही. .

४ मार्च २०२० रोजी सायंकाळी ५च्या सुमारास, लविश CSEसाठी एका आघाडीच्या कोचिंग संस्थेत मॉक मुलाखतीसाठी तयार होत असताना, IIT कानपूरच्या हॉस्टेलमधील त्याच्या एका कनिष्ठ मित्राने धावत येऊन आनंदाची बातमी दिली.

''लविश, अभिनंदन! तू IFS परीक्षा उत्तीर्ण झालास!''

त्याच्या मित्राच्या उत्साहाने भरलेल्या मिठीसोबतच लविशला ही गोड बातमी मिळाली.

''खूप छान! पण माझा क्रमांक काय आहे?'' लविशने आनंदाने विचारले.

त्याला समजले की, IFS परीक्षेत तो दुसऱ्या क्रमांकावर आला आहे. अभिनंदनाचे संदेश सतत येत होते आणि CSEच्या मानाने कमी तयारी करूनही मिळालेल्या यशामुळे तो आश्चर्यचकित झाला आणि सुखावलाही. शिवाय त्याच्या मुलाखतीचा अनुभवही फारसा उत्साहवर्धक नव्हता; परंतु IFS आणि CSE परीक्षांच्या स्वरूपातील साम्यामुळे, CSEच्या निकालाबाबत त्याच्या अपेक्षा उंचावल्या.

अचानक, ज्या कोचिंग संस्थेत तो मॉक मुलाखतीसाठी जाणार होता, त्यांच्याकडून त्याला अनेक फोन आले आणि त्याने मॉक मुलाखतीस येणे टाळू नये, अशी त्याला विनंती करण्यात आली. IFS परीक्षेचे यश साजरे करण्याचा मोह आवरत, लविशने मॉक मुलाखतीला जाण्याचा निर्णय घेतला.

मॉक मुलाखतीसाठी पोहोचल्यावर त्याचे संस्थेत राजेशाही स्वागत झाले. मुलाखत मंडळाच्या सदस्यांनी नेहमीप्रमाणे त्याची फाडून खाणारी मुलाखत न घेता त्याचे अभिनंदन करण्याची जणू स्पर्धाच लावली. मुलाखतीनंतर संस्थेच्या कर्मचाऱ्यांनी त्याला संस्थेच्या मालकाला भेटण्यासाठी कालू सराय कार्यालयात घेऊन जाण्याचा आग्रह केला.

प्रारंभी नकार दिल्यानंतर लविश शेवटी तयार झाला खरा, मात्र त्याचा त्याला पुढे पश्चात्ताप झाला. करोल बाग येथून कालू सरायपर्यंत पोहोचल्यावर, त्याला यशस्वी IFS उमेदवारांच्या एका गटात सामील केले गेले, जे सर्व संस्थेच्या विनंतीनुसार तिथे उपस्थित होते.

कॅमेऱ्यांनी भरलेल्या एका मोठ्या स्टुडिओमध्ये, संस्थेच्या मालकाने लविशची मुलाखत घेतली. त्याची पार्श्वभूमी, तयारीच्या पद्धती आणि भावी उमेदवारांना तो काय सल्ला देईल, या मुद्द्यांवर त्याच्याशी चर्चा केली गेली. हे सत्र संस्थेच्या जाहिरातीसाठी होते, हे स्पष्टच होते. सत्रानंतर त्याला त्याच्या वसतिगृहात पोहोचवण्याचे आश्वासन देण्यात आले होते. मात्र ते काही पाळले गेले नाही.

पुढील दिवशी वृत्तपत्रांमध्ये त्याचा फोटो असलेली कोचिंग संस्थेची जाहिरात पाहून लविश आश्चर्यचकित झाला. जरी त्याने फक्त मॉक मुलाखतीसाठी तिथे हजेरी लावली होती, तरी जाहिरातीत संस्थेने तो त्यांचा विद्यार्थी असल्याचा दावाही केला होता. सर्व मोठ्या कोचिंग संस्थांच्या जाहिरातींमध्ये यशस्वी उमेदवारांचे फोटो का झळकतात, हे त्याला कळून चुकले. तथापि, नव्या उत्साहाने लविशने २५ मार्च २०२० रोजी होणाऱ्या CSE मुलाखतीवर आपले लक्ष केंद्रित केले.

खोदून खोदून विचारल्या गेलेल्या प्रश्नांशी सामना

CSE मुलाखतीची तयारी करण्यासाठी लविशने आपले जवळचे मित्र मुकुल, प्रखर आणि प्रतीक यांच्यासह एक लहानसा गट तयार केला. हे सर्व जण लविशच्या वसतिगृहातील सहकारी होते आणि पहिल्यांदाच UPSCच्या मुलाखतीसाठी पात्र ठरले होते. त्यांनी चालू घडामोडींवर चर्चा केली, तसेच एकमेकांच्या DAFवरून आणि पूर्वीच्या मुलाखतींच्या ट्रान्सक्रिप्ट्समधून प्रश्न विचारत औपचारिक मुलाखतींचे अनुकरण केले.

मात्र तयारीच्या उत्कर्षावर पोहोचलेल्या या गटाचा प्रवास कोविड-१९ महामारीच्या उद्रेकामुळे अचानक थांबला. लॉकडाऊन लवकरच लागू होईल, हे ओळखून लविशने आपली महत्त्वाची सर्व पुस्तके गोळा केली आणि पंतप्रधानांच्या देशव्यापी लॉकडाऊनच्या घोषणेच्या काही तास आधीच उदयपूरला जाणाऱ्या ट्रेनमध्ये तो चढला.

पुढील तीन महिने अनिश्चितता, निराशा आणि अस्वस्थतेत गेले. लविश गेली दोन वर्षे बेरोजगार होता आणि CSEची तयारी करण्यासाठी घालवलेला वेळ आणि या काळात त्याने गमावलेल्या संधींचे मूल्य (opportunity cost) याचा तो वारंवार विचार करत असे.

UPSCने मुलाखतीच्या नव्या तारखा जाहीर केल्या, ज्या तीन महिन्यांनंतरच्या होत्या. 'पूर्वेचे वेनिस' म्हणून ओळखल्या जाणाऱ्या उदयपूर शहरातून लविशने पुन्हा तयारी सुरू केली. त्याने ऑनलाइन मॉक मुलाखती दिल्या आणि व्हॉट्स ॲपवरून मित्रांसोबत चर्चासत्रे केली.

मात्र त्याच्या घरातील सदस्य त्याच्या तयारीच्या तीव्रतेकडे फारसे लक्ष देत नसल्यामुळे त्याच्या तयारीत वारंवार व्यत्यय येत असे. त्याची आजी अधूनमधून, अगदी मॉक मुलाखतीच्या मध्यातसुद्धा चहा किंवा खाणे घेऊन अभ्यास खोलीत येत असे.

महामारीमुळे उद्भवलेल्या अनोख्या परिस्थितीत, जिथे फेसशील्ड आणि मास्क अनिवार्य होते, लविशने सूट, फेसशील्ड आणि मास्क घालून मुलाखतीच्या आव्हानांसाठी स्वतःला तयार करण्याचा सराव केला. मुलाखतीच्या शेवटी, त्याचे चश्मे धुकाळत आणि चेहऱ्यावर घाम येत असे.

मुलाखतीच्या महत्त्वपूर्ण तारखेच्या काही दिवस आधी लविश दिल्लीला गेला. २८ जुलै २०२० रोजी, त्या निर्णायक सकाळी, त्याने वसतिगृहातून धोलपूर हाउसपर्यंत जाण्यासाठी उबर घेतली. सर्वंकष तयारी असूनही, मुलाखतीच्या प्रतीक्षा हॉलमध्ये त्याला थोडी अस्वस्थता जाणवत होती. आपण मुलाखत मंडळासमोर अडखळणार नाही, याची खात्री करण्यासाठी त्याने वॉशरूममध्ये जाऊन आरशासमोर उत्तरांचा सरावही केला.

अखेर तो क्षण आला आणि लविशला मुलाखत कक्षात नेण्यात आले. त्याचे मूळ गाव एक प्रमुख पर्यटन स्थळ असणारे उदयपूर असल्यामुळे, पर्यटन क्षेत्रावर आधारित प्रश्नांपासून मुलाखतीची सुरुवात झाली.

''कोविड-१९ महामारीच्या पार्श्वभूमीवर पर्यटन उद्योग बंद करावा का किंवा आरोग्यावर परिणाम न करता तो चालू ठेवण्यासाठी तुमच्याकडे काही धोरण आहे का?'' असे अध्यक्षांनी विचारलेले खोचक आणि सखोल विचार करायला लावणारे प्रश्न वातावरणात गुंजत होते. या प्रश्नांमुळे मुलाखतीचा सूर ठरला. त्यानंतर प्रश्नांचा रोख नमाजासाठी मशिदी उघडण्याच्या मागणीकडे वळला. ''आपण याला मान्यता द्यावी का की तुम्हाला हे चुकीचे पाऊल वाटते?'' असे मंडळाच्या एका सदस्याने विचारले.

प्रश्नांची दिशा सहज लविशच्या व्यावसायिक अनुभवाकडे वळली. शेल कंपनीतील त्याच्या कार्यकाळाविषयी चर्चेला सुरुवात झाली. एका सदस्याने त्याच्या यंत्र अभियांत्रिकीच्या पार्श्वभूमीवर आणि ऊर्जा क्षेत्रावर प्रश्न विचारले, ज्यांनी लविशला काही काळासाठी निरुत्तर केले; परंतु त्याची पर्वा न करता मंडळाचे अध्यक्ष, शांतपणे परंतु खोदून प्रश्न विचारत म्हणाले, ''जर तुम्हाला IAS मिळाले नाही; पण Indian Audit and Accounts Service अशा इतर सेवांमध्ये यश मिळाले, तर तुम्हाला शेल कंपनी सोडल्याचा पश्चात्ताप होईल का?''

एक रंजक भूमिकानिर्मिती (रोल प्ले)

प्रश्नांच्या सातत्यपूर्ण माऱ्यात, लविशला एक अनपेक्षित ब्रेक मिळाला - वास्तविक जीवनातील एका सत्यघटनेवर आधारित (रिअल लाइफ केस स्टडी) भूमिकानिर्मितीचा (रोल प्ले) भाग, जो त्याला प्रचंड आनंददायी वाटला.

मंडळाच्या एका सदस्याने दृश्य तयार केले, ''समजा तुम्ही आधार जारी करणाऱ्या युनिक आयडेंटिफिकेशन अथॉरिटी ऑफ इंडिया (UIDAI) चे सचिव आहात आणि मी तुमचा बॉस, महासंचालक (DG) आहे. तुम्ही देशभरातील एनजीओंच्या एका गटाला आधारच्या अंमलबजावणीसंदर्भातील त्यांच्या चिंतांबद्दल चर्चा करण्यासाठी, एका बैठकीला बोलावले आहे. त्या बैठकीच्या दिवशी सकाळी मी तुम्हाला माझ्या कार्यालयात बोलावतो.'' भूमिकानिर्मितीमध्ये सामील होत लविशने त्यांची कथा लक्षपूर्वक ऐकली.

DGच्या भूमिकेत असलेल्या सदस्याने कठोर स्वरात आदेश दिला, ''लविश, एनजीओंना भेटण्याची काहीच गरज नाही. आजची बैठक रद्द करा.''

सचिवाच्या भूमिकेत असलेल्या लविशने आदराने विचारले, ''सर, मी कारण जाणून घेऊ शकतो का?''

DGने पूर्वानुभवांमुळे कठोर झालेल्या भूमिकेतून उत्तर दिले, ''या एनजीओंचे दुकान सरकारविरोधी मागण्या, विनाकारण चिंता आणि आंदोलनांवर चालते. त्यांच्याकडे काही ठोस अजेंडा नाही; ते असे उपद्व्याप करून पैसे कमावतात. तुम्हाला त्यांचे ऐकण्याची गरज नाही; बैठक लगेच रद्द करा.''

लविशने प्रकल्पाच्या यशासाठी आवश्यक असलेल्या सर्व बाजूंना न्याय देण्यावर भर देत प्रतिवाद केला, ''सर, ते प्रकल्पाच्या यशासाठी महत्त्वाचे भागीदार आहेत. त्यांना एकदा ऐकून घेऊ या. कदाचित, त्यांच्याकडे काही उपयुक्त सूचना असतील.''

DG अडूनच राहिला, ''जर तुम्ही अशा लोकांचे ऐकायला लागलात, तर तुम्ही प्रकल्प कधीच पूर्ण करू शकणार नाही. अशाच एनजीओंनी काही वर्षांपूर्वी युनायटेड किंगडममध्ये असा प्रकल्प रोखला होता. बैठक ताबडतोब रद्द करा.''

लविशने प्रकल्पाच्या व्यापक यशावर विश्वास ठेवत आग्रह धरला, ''सर, प्रकल्पाच्या यशासाठी १०० टक्के लोकांचा सहभाग आवश्यक आहे. जर १० टक्के लोकही सामील झाले नाहीत, तर प्रकल्प अपयशी ठरेल. हे लोक समाजाच्या शेवटच्या टोकापर्यंत पोहोचू शकतात. त्यांना पटवणे आणि त्यांना सोबत आणणे महत्त्वाचे आहे. मी त्यांचे म्हणणे ऐकेन, त्यांच्या मुद्द्यांची नोंद घेईन आणि कोणताही निर्णय न घेता तुमच्याकडे अहवाल सादर करीन.''

ती दहा मिनिटे अत्यंत ताणलेल्या वादविवादामुळे आणि खोदून विचारलेल्या प्रश्नांमुळे खोली दुमदुमत राहिली. सदस्याने बैठक रद्द करण्यावर ठाम राहून लविशला आव्हान दिले, तर लविशने त्याच्या भूमिकेवर ठाम राहून बैठकीचा आग्रह धरला.

मात्र सदस्याच्या शेवटच्या विधानाने लविशच्या चेहऱ्यावर समाधानाचे हसू आणले. ''तुम्ही योग्य निर्णय घेतलात. वास्तविक जीवनातील परिस्थितीत, सचिव महासंचालकाच्या दबावापुढे झुकले आणि त्यांनी बैठक रद्द केली. या निर्णयामुळे निराश झालेल्या एनजीओंनी सर्वोच्च न्यायालयात जनहित याचिका (PIL) दाखल केली, ज्यामुळे प्रकल्पाच्या

अंमलबजावणीत खूप विलंब झाला.,'' डीजी झालेल्या सदस्याने लविशला आणि मंडळातील बाकीच्या सदस्यांना माहिती पुरवली.

लविश समाधानाने भारावून गेला. शेलमधील त्याच्या कार्यकाळात त्याने शिकलेले भागधारक व्यवस्थापन, दूरचा विचार आणि निर्णय घेण्याचे कौशल्य, अशा गुंतागुंतीच्या परिस्थितीचा सामना करण्यासाठी उपयुक्त ठरले.

कंपनीतील क्युबिकलकडून कलेक्टरच्या खुर्चीकडे

४ ऑगस्ट २०२०च्या प्रसन्न सकाळी लविश आपल्या सवयीप्रमाणे दहा वाजता उठला. त्याच्या आजीने आल्याचा सुगंध दरवळणारा गरमागरम चहा कपात ओतला आणि त्याच्या हातात दिला. चहाचा आस्वाद घेत असतानाच, दिल्लीतल्या वसतिगृहातील त्याचा मित्र प्रखरच्या अनपेक्षित फोनने त्याच्या निवांतपणात व्यत्यय आणला.

''अभिनंदन, लविश! तू CSE क्रॅक केलीस!'' प्रखर आनंदाने ओरडला.

''धन्यवाद, मित्रा! पण माझा क्रमांक काय आहे?'' लविशचा आनंद प्रामाणिक होता; पण त्यात UPSCच्या प्रतिष्ठित यादीतील स्थानाबद्दलची उत्सुकता मिसळलेली होती.

''तुझा निकाल अफलातून आहे. तू टॉप २०मध्ये आहेस,'' प्रखरने सांगितले, ज्यावर लविशला विश्वास बसत नव्हता.

लविशने पटकन मोबाईल उघडला आणि त्याला अभिनंदनाच्या संदेशांचा पाऊस पडलेला दिसला. खात्रीसाठी त्याने टेलिग्राम ॲपवरून निकालाची PDF डाउनलोड केली आणि आपले नाव शोधू लागला. १८व्या स्थानावर त्याचे नाव झळकत होते, तरीही स्वतःला आश्वस्त करण्यासाठी, त्याने UPSCच्या अधिकृत संकेतस्थळावर निकाल तपासला आणि मग आपल्या यशस्वी होण्याची त्याला खात्री पटली.

ही खात्री त्याच्या आनंदाला उंच शिखरावर घेऊन गेली. त्या ऊर्मीला वाट मोकळी करून देण्यासाठी लविश घराच्या छतावर चढला. हवेत गगनाला भिडणाऱ्या मुठी आवळून, त्याने जोरात ओरडून आपल्या आनंदाला वाट करून दिली. हा फक्त एक आनंदोत्सव नव्हता, तर त्याच्या आयुष्याला वेगळ्या वळणावर आणणारा, सीएसईच्या तावडीतून त्याची एकदाची सुटका करणारा मानसिक आणि भावनिक 'मोक्ष' होता.

छतावरून खाली उतरताच, लविश आपल्या आजी-आजोबांच्या खोलीत गेला, ही आनंदाची बातमी त्यांच्या कानावर घालण्यासाठी तो आतुर झाला होता. त्याने सांगितलेली बातमी ऐकून त्याच्या आजी-आजोबांच्या डोळ्यांत आनंदाश्रू उभे राहिले. घाईघाईने त्यांनी लविशच्या आई-वडिलांना, हेमा आणि मुकेश यांना फोन करून ही आनंदवार्ता दिली.

लवकरच घरात गडबड गोंधळ सुरू झाला. दूरचे नातेवाईक आणि कुटुंबीय आनंदाच्या या क्षणाचा साक्षीदार बनण्यासाठी घरात जमले. मिठाईचे पुडे उघडून आनंद साजरा केला गेला; पण या उत्सवाच्या गडबडीतही लविशला हे सगळे स्वप्नवत वाटत होते. जणू आपण दुसऱ्याच कुणाची तरी कहाणी ऐकत आहोत, असे त्याला वाटत होते.

काही दिवसांनी लविश डेलवारा या आपल्या नानाजींच्या गावाला गेला, जिथे कोविड-१९च्या सावटाखालीही उत्साहाचा माहोल होता. गावकऱ्यांनी त्याचे औक्षण केले, त्याला हार घातले, टिळा लावला आणि त्याला प्रत्येक घराला भेट देता यावी म्हणून त्याची मिरवणूक काढली. ते त्याच्या आजोबांना प्रेमाने 'कलेक्टर साहेब के नाना' म्हणून संबोधत होते.

१० ऑक्टोबर २०२० रोजी, लविशने हिमालयाच्या रमणीय कुशीत वसलेल्या लाल बहादुर शास्त्री नॅशनल अकॅडमी ऑफ ॲडमिनिस्ट्रेशन (LBSNAA)कडे आपल्या नव्या जीवनप्रवासाची वाटचाल सुरू केली.

कोविड-१९चा हल्ला

मसुरीमध्ये सात महिन्यांचे अत्यंत खडतर प्रशिक्षण पूर्ण केल्यानंतर, उत्साहाने फुरफुरणाऱ्या लविशने कर्नाटकमधील म्हैसूरच्या राज्य प्रशासकीय प्रशिक्षण संस्थेत (ATI) पुढील प्रशिक्षणासाठी हजेरी लावली; पण त्याला हे माहीत नव्हते की, पुढील वाटचाल अनपेक्षित अडचणींनी भरलेली असेल.

देशात कोविड-१९च्या प्राणघातक दुसऱ्या लाटेचा कहर सुरू होता, त्यामुळे कर्नाटकमधील IAS प्रशिक्षकांची संसर्गासाठी चाचणी केली गेली; पण नियतीला काही वेगळेच मंजूर होते. त्याला कोणतीही लक्षणे नसतानाही लविशची चाचणी सकारात्मक आली. ही बाब त्याच्यासाठी धक्कादायक होती. ATIमध्येच क्वारंटाईन होण्याची विनंती त्याने केली; परंतु त्याला जिल्हा रुग्णालयातील एका वॉर्डात दाखल करण्यात आले.

अनोळखी ठिकाणी, कन्नड भाषा नीटशी कळत नसलेला लविश असाहाय्यतेची अवस्था अनुभवू लागला. दुसऱ्या दिवशी सकाळी, एका कॅटरिंग अटेंडंटने नाचणी (रागी)चे गोळे आणि सांबार असलेली एक छोटी पॉलिथिन पिशवी त्याच्या खाटेवर फेकली. खाण्यासाठी कोणत्याही भांड्याचा अभाव होता. लविशने पिशवीला लहानसे भोक पाडून, सांबार अंगावर सांडण्याचा धोका पत्करून, कसेबसे रागीचे गोळे सांबाराबरोबर गिळले. त्याच्या या असाहाय्यतेने त्याचे डोळे भरून आले.

जबरदस्तीच्या निष्क्रियतेला कंटाळून, फोनवर मित्राशी गप्पा मारत लविश वॉर्डाबाहेर फिरू लागला. काही वेळातच डॉक्टरांच्या कठोर फटकारणीचे शब्द त्याच्या कानावर आले. संकोचाने मान खाली घालून, वॉर्डात परत येऊन तो आपल्या खाटेवर शांतपणे पहुडला आणि कोणतेही उलट उत्तर न देता डॉक्टरांची बोलणी खात राहिला.

रुग्णालयाच्या वॉर्डात, जिथे रुग्णांची प्रचंड दाटीवाटी होती आणि त्यापैकी अनेक जण प्राणवायूच्या आधारावर होते, लविशला ते चार दिवस कधी संपणारच नाहीत, असे वाटत होते. शौचालयांमधून येणारी दुर्गंधी आणि वॉर्डातील निराशाजनक वातावरण, परिस्थितीचे भयावह चित्र रंगवत होते. या कोंडमाऱ्यातून मुक्त होण्यासाठी लविशने डॉक्टरांना विनवण्या केल्या.

त्याच्या अश्रुपूर्ण आर्जवांनी डॉक्टरांच्या अंतःकरणाला पाझर फोडला. लविशची प्रकृती पूर्णपणे ठणठणीत असल्याचे स्कॅनद्वारे पडताळून डॉक्टरांनी त्याला घरी जाण्याची परवानगी दिली. ATIमध्ये परतल्यावर, लविशला आणखी एका भीषण बातमीचा सामना करावा लागला. त्याचे दादाजी कोविड-१९ पॉझिटिव्ह आढळले होते आणि रुग्णालयात दाखल झाले होते. त्यांची प्रकृती गंभीर असल्याचे सांगितले गेले. आपल्या दादाजींसोबत राहण्यासाठी लविशने रजा मागितली; पण ATIने ती नाकारली. नियतीच्या या निर्दयी माऱ्याने लविशला उद्‌ध्वस्त केले. ३० मे २०२१ रोजी लविशच्या दादाजींच्या निधनाची दुःखद बातमी आली आणि त्या आघाताने तो हादरून गेला.

बिकट वाटेवर शिकलेले धडे

ATIतील प्रशिक्षण पूर्ण केल्यानंतर लविशला मांड्य जिल्ह्यात पुढील प्रशिक्षणासाठी पाठवण्यात आले.; परंतु येथेही त्याला संघर्षाचे दिवस

अनुभवावे लागले. सुरुवातीचा मोठा अडथळा होता राहण्याची व्यवस्था. सार्वजनिक बांधकाम विभागाचे अतिथीगृह दुरुस्तीसाठी बंद असल्यामुळे चांगल्या निवासाची सोय करणे हे खडतर आव्हान होते. त्यानंतर, स्वयंपाकाचा प्रश्न आणखीनच कठीण ठरला. कारण, लविशला स्थानिक अन्नाची सवय नव्हती. फळे आणि दही-भातावर गुजराण करताना त्याचे दोन महिन्यांत ८ किलो वजन कमी झाले.

संपूर्ण कन्नड भाषेत होणाऱ्या बैठका लविशला कंटाळवाण्या वाटू लागल्या. भाषा समजत नसल्यामुळे त्या अधिकच जाचक ठरल्या. योग्य अन्न, सोयीस्कर निवास आणि सोबतीच्या अभावामुळे त्याच्या मनात अस्वस्थता दाटून आली. ही निराशा त्याने एलबीएसएनएतील सल्लागाराला पाठवाव्या लागणाऱ्या मासिक अर्ध-औपचारिक पत्रांत स्पष्ट केली. एका पत्रात त्याने अतिशय प्रामाणिकपणे लिहिले, 'कन्नड भाषा मला अशी वाटते की, जणू कोणी खड्यांनी भरलेले भांडे हलवत आहे.'

मांड्यतील काही महिने तसेच ओढगस्तीत गेले; पण या अंधारातही मनोज आणि काही मारवाडी परिचितांच्या रूपाने एक आशेचा किरण लविशला सापडला. या नव्या मैत्रीत त्याला केवळ भावनिक आधारच मिळाला नाही, तर चांगल्या अन्नाचा आधारही मिळाला.

पहिल्या एका महिन्याच्या गोंधळानंतर, लविशने परिस्थिती हातात घेतली. त्याने विविध सरकारी कार्यालयांशी संलग्नता (attachments) निश्चित केली आणि त्यांच्या कार्यपद्धती समजून घेण्यास सुरुवात केली. व्यावसायिक कामांव्यतिरिक्त, लविशने मांड्यच्या समृद्ध इतिहास आणि संस्कृतीत डोकावण्याचा प्रयत्न केला. त्याला कृष्णराज सागर धरणासारखी ऐतिहासिक स्थळे सापडली, जो १९०२ साली बांधलेला आशियातील पहिला जलविद्युत प्रकल्प होता.

रेशीम किड्यांच्या पालनापासून ते अंतिम वस्त्र तयार होईपर्यंतची, रेशीम उत्पादन प्रक्रियेची सखोल माहिती घेतल्यामुळे, लविशला मांड्यच्या रेशीम उद्योगाचे सांस्कृतिक आणि आर्थिक महत्त्व अधिक चांगल्या प्रकारे समजले. जसजसे तो जिल्ह्यातील जीवन आणि कार्यात अधिक सहभागी होऊ लागला, तसतसे मांड्य त्याच्यासाठी सुरुवातीच्या अडचणींचा प्रदेश न राहता शिक्षण आणि प्रगतीचा केंद्रबिंदू बनू लागला.

जिल्हा प्रशिक्षणाच्या मध्यावर, लविश आणि त्याच्या सहकारी आयएएस अधिकाऱ्यांना दोन महिन्यांच्या भारत दर्शन दौऱ्यासाठी बोलावले गेले. त्यानंतर झालेल्या कर्नाटक दर्शनाने त्याला त्याच्या केडर राज्याचा अधिक सखोल परिचय करून दिला. या दौऱ्यादरम्यान त्याला कर्नाटकाच्या विविध भागांचे नैसर्गिक सौंदर्य, सांस्कृतिक समृद्धी आणि प्रशासकीय गुंतागुंत जाणून घेता आली. कर्नाटकातील अन्य भागांतील बॅचमेट्सशी संवाद साधताना, लविशला समजले की, मांड्यमध्ये त्याला आलेल्या अडचणी या त्याच्या परिस्थितीपुरत्या मर्यादित होत्या आणि राज्यातील प्रशासकीय वातावरणाचा सामान्य नमुना नव्हत्या.

साहाय्यक सचिवांचे क्रांतिकारी उपक्रम

जिल्हा प्रशिक्षण पूर्ण करून परतल्यावर, लविश आणि त्याचे बॅचमेट्स आठ आठवड्यांच्या फेज-II प्रशिक्षणासाठी पुन्हा एलबीएसएनएला दाखल झाले. हे प्रशिक्षण त्यांच्या तीन महिन्यांच्या साहाय्यक सचिव या पदावरील कार्यकाळासाठीची तयारी होती, ज्यामध्ये त्यांना भारत सरकारच्या विविध मंत्रालयांमध्ये काम करण्याची संधी मिळणार होती. सेंट्रल सेक्रेटेरियटच्या भव्य इमारतींमध्ये काम करण्याच्या कल्पनेने लविश खूपच उत्सुक झाला होता.

मात्र जेव्हा त्याची नियुक्ती कृषी भवनातील ग्राहक व्यवहार मंत्रालयात झाल्याचे त्याला समजले तसा हवेत गेलेला लविश खाडकन जमिनीवर आला. उत्तर किंवा दक्षिण ब्लॉकच्या भव्य वातावरणात साहाय्यक सचिव म्हणून काम करण्याच्या त्याच्या अपेक्षा मोडीत निघाल्या. त्यातच ग्राहक व्यवहार मंत्रालयाला कमी महत्त्वाचे आणि निष्क्रिय मानले जात असल्यामुळे लविशची उत्सुकता अधिकच कमी झाली.

पण लवकरच लविशला हे ठळकपणे जाणवले की, तो चूक होता. हे मंत्रालय नव्या आणि गतिशील विषयांमध्ये कार्यरत होते, जसे की क्रिप्टोकरन्सी, सरोगेट जाहिराती आणि ऑनलाइन व्यापारी व्यवहार. मंत्रालयाचे उत्साही सचिव प्रत्येक कर्मचाऱ्याला, विशेषतः लविशसारख्या नव्या अधिकाऱ्याला, विविध उपक्रमांमध्ये सहभागी करून घेत. या कार्यामुळे लविशच्या कामाचे तास रात्री ८ वाजेपर्यंत वाढले आणि त्याला मंत्रालयाची व्याप्ती आणि महत्त्व अधिक चांगल्या प्रकारे समजू लागले.

ग्राहक व्यवहार विभागातील वरिष्ठ अधिकाऱ्यांसोबत काम करताना लविशला विशेष आनंद होत असे. त्याने विविध स्रोतांमधून येणाऱ्या ग्राहकांच्या तक्रारी नोंदवण्यासाठी एक ऑम्नी-चॅनेल प्रणाली सुचवली. यात ग्राहक हेल्पलाइन, चॅटबॉट, वेबसाइट, ई-मेल्स आणि सोशल मीडिया टॅग यांचा समावेश होता. या डिजिटल प्रणालीला अधिक व्यापक बनवत, लविशने जागृती नावाचा ग्राहक-केंद्रित चॅटबॉट विकसित करण्याची संकल्पना मांडली. नैसर्गिक भाषा प्रक्रिया (NLP) प्रणालीने सुसज्ज असलेला जागृती, ग्राहकांच्या प्रश्नांना उत्तर देऊन, कॉल सेंटरला मानवी हस्तक्षेपाशिवाय अहोरात्र (24x7) सतत कार्यक्षम बनवण्याचा उद्देश साध्य करणार होता.

परंतु लविशच्या मते त्याचा खरा, अभिमान वाटण्याजोगा प्रकल्प म्हणजे साहाय्यक निकालपत्र लेखन प्रणाली (Assisted Judgment Writing System) होता, ज्याने संपूर्ण क्षेत्रात क्रांती घडवण्याची शक्यता होती. ग्राहक प्रकरणांमध्ये प्रलंबित असलेल्या पाच लाखांहून अधिक केसेस हाताळण्याच्या उद्देशाने ही प्रणाली तयार करण्यात आली होती. यात केसेसचे क्षेत्रनिहाय, उत्पादननिहाय आणि कलमनिहाय व्यवस्थित वर्गीकरण आणि डेटाबेस तयार करण्यात येणार होता. मशीन लर्निंगचा उपयोग करून आणि आधीच्या निकालांवर आधारित अंतर्दृष्टी घेत, ही प्रणाली संपादनयोग्य (एडिटेबल) मसुदा निकाल (ड्राफ्ट जजमेंट) तयार करणार होती. लविशने या प्रकल्पाचा प्रारंभिक पुरावा (proof of concept) चाचणीसाठी तयार केला आणि त्याच्या अंमलबजावणीची जबाबदारी ग्राहक व्यवहार सचिवांकडे सोपवली. या प्रणालीमुळे प्रलंबित केसेसची संख्या कमी होण्यास आणि न्याय प्रक्रियेला गती मिळण्यास मदत होईल, असा लविशचा ठाम विश्वास होता.

बिदरमध्ये नवीन सुरुवात

प्रशिक्षण संपल्यानंतर लविशने बिदर येथे उपविभागीय दंडाधिकारी (SDM) म्हणून पदभार स्वीकारला. कर्नाटक, महाराष्ट्र आणि तेलंगणा या तीन राज्यांच्या सीमारेषेवर वसलेल्या बिदरकडे लविशने मांड्यमधील अनुभवामुळे संयमित अपेक्षांसह पाऊल टाकले.

परंतु बिदरने त्याचे दोन्ही हात पसरून मनापासून स्वागत केले. तेथील कर्मचारी आणि स्थानिक लोकांनी उबदार आतिथ्य आणि मैत्रीपूर्ण वागणुकीने त्याचे मन जिंकले. भाषेचा अडसरही येथे जाणवला नाही. कारण, बहुतांश लोक हिंदी आणि उर्दू भाषेत संवाद साधत होते. लविशला बिदरच्या चवदार आणि वैविध्यपूर्ण खाद्यसंस्कृतीने दिलासा मिळाला. सुखद हवामान, शुद्ध हवा-पाणी आणि सकारात्मक वातावरण यांमुळे बिदरचे आकर्षण अधिकच वाढले. शिवाय, इथून हैदराबाद रस्त्याने फक्त दोन-अडीच तासांवर असणे आणि तेथून उदयपूरला थेट विमानसेवा उपलब्ध असणे, यामुळे घरी जाणेही सोपे झाले.

बिदरमध्ये लविश केवळ स्वागतार्ह वाटला नाही, तर तो खरोखर आनंदी झाला. बिदरच्या प्राचीन गल्लीबोळांच्या सावलीत त्याच्या आयुष्याच्या एका नव्या पर्वाची सुरुवात होत होती.

* * *

लविशच्या कहाणीतून आपण काय धडे घेणार?

१. **त्याग आणि धाडसी निर्णय स्वीकारा :** UPSCच्या शिखरावर पोहोचण्यासाठी केवळ स्वप्न पाहणे पुरेसे नाही; त्यासाठी मोठ्या त्यागाची व धाडसी निर्णयांची आवश्यकता असते. अनेक प्राधान्यांमध्ये संतुलन साधण्याचा प्रयत्न केल्यास लक्ष विचलित होऊ शकते. यश त्याच वेळी लाभते, जेव्हा तुम्ही संपूर्ण निर्धाराने व मनःपूर्वक तयारीसह प्रयत्न करता.

२. **पर्यायी विषयाची निवड रणनीतीपूर्वक करा :** पर्यायी विषयाची योग्य निवड तुमच्या तयारीचा पाया ठरू शकते. सर्व पर्यायांचा विचारपूर्वक अभ्यास करा आणि घाईघाईत निर्णय घेणे टाळा. तुमच्या सामर्थ्यांना व आवडींना पूरक असा विषय निवडा, ज्यामुळे तुम्हाला स्पर्धेत आघाडी मिळेल.

३. **मानसिक आव्हाने जिंका :** प्रत्येक IAS उमेदवाराला कधी ना कधी संदेह व नैराश्याचा सामना करावा लागतो. ही मानसिक आव्हाने जितक्या लवकर पार करता येतील, तितक्या लवकर यशाच्या दिशेने वाटचाल होईल. तुमच्या सामर्थ्यांमधून, मिळवलेल्या यशांतून आणि तुमच्यासारख्या पार्श्वभूमीच्या लोकांच्या यशोगाथांमधून प्रेरणा घ्या. सकारात्मक विचार आणि चांगले मानसिक आरोग्य CSEमध्ये यश मिळवण्यासाठी अत्यावश्यक आहेत.

४. **मॉक चाचण्या व सरावावर भर द्या :** मॉक चाचण्या, उत्तरलेखन सराव आणि परीक्षेचे सिम्युलेशन हे CSEमध्ये उत्कृष्ट कामगिरीसाठी महत्त्वाचे आहे. प्रिलिम्ससाठी सुमारे ३० मॉक चाचण्या सोडवण्याचे लक्ष्य ठेवा, मुख्य परीक्षेसाठी पुरेसा उत्तरलेखन सराव करा आणि शक्य असल्यास परीक्षेच्या अनुकरणामध्ये (सिम्युलेटर) सहभागी व्हा.

५. **DAF चा प्रभावीपणे उपयोग करा :** तुमच्या DAF (Detailed Application Form)ची अचूक व काळजीपूर्वक पूर्तता करणे अत्यंत महत्त्वाचे आहे. तुम्ही दिलेल्या माहितीनुसारच बोर्ड प्रश्न विचारते. तुमचे मजबूत मुद्दे व वैशिष्ट्यपूर्ण गुण अधोरेखित

करा. तुम्हाला आत्मविश्वासाने चर्चा करता येणार नाही, अशा तपशिलांचा समावेश टाळा.

६. **समूह चर्चा आणि मॉक मुलाखतींचा फायदा घ्या :** मुलाखत तयारीसाठी मित्रांसोबत समूह चर्चा आणि मॉक मुलाखती अमूल्य ठरतात. UPSC मुलाखतीच्या वातावरणाचे अनुकरण (सिम्युलेशन) करून प्रत्यक्ष मुलाखतीच्या दिवसासारखा अनुभव मिळवा.

प्रकरण ८

आयएएस अधिकारी बनण्याची गुरूकिल्ली

पहिल्या सात प्रकरणांमध्ये नुकतेच UPSC परीक्षेचे शिखर सर केलेल्या सात तरुण हिरोंच्या प्रेरणादायी जीवनकथा आपण समजून घेतल्या आहेत. नुकत्याच या परीक्षेत यशस्वी झालेल्या या तरुण नायकांचे अनुभव लाखो सिव्हिल सेवा परीक्षार्थींना नक्कीच प्रेरणा देतील. यशस्वी होण्यासाठी त्यांनी अवलंबलेल्या रणनीती आणि त्यांच्या यशाचे गमक या पुस्तकाच्या वाचकांना शिकता येईल आणि अंगी बाणवता येईल, ही खात्री आहे. या प्रकरणामध्ये आपण या नायकांनी आणि इतर IAS टॉपर्सनी CSE (सिव्हिल सेवा परीक्षा) उत्तीर्ण करण्यासाठी वापरलेल्या प्रभावी रणनीतींचे सखोल अध्ययन करू. यातील शिकवण पुढील विभागांमध्ये गटबद्ध करण्यात आली आहे :

१. यशस्वी रणनीती
२. यशप्राप्तीचे महत्त्वाचे मंत्र
३. पूर्व परीक्षा क्रॅक करणे
४. मुख्य परीक्षेत विजय मिळवण्याचे उपाय
५. मुलाखत मंडळावर प्रभाव पाडण्याचे कौशल्य

चला, या प्रत्येक घटकाचे सविस्तर विश्लेषण करू या.

यशस्वी रणनीती

यूपीएससीचे शिखर गाठण्यासाठीच्या सर्वोत्तम रणनीतींचा नकाशा बनवण्यापासून आपण सुरुवात करू या.

लवकर सुरुवात करा, खेळाचे नियम समजून घ्या

IAS अधिकारी होण्याच्या प्रवासाला सुरुवात करण्यासाठी धोरणात्मक नियोजन आणि प्रक्रियेची सखोल माहिती असणे आवश्यक आहे. पदवीदरम्यान किंवा पदवीशिक्षण संपल्यानंतर लगेचच तयारी सुरू करणे ही एक महत्त्वाची खेळी ठरू शकते. त्या वयातील, शिक्षण व अभ्यासाशी जवळीक आणि नवे काही शिकण्याची क्षमता तुलनेने जास्त असल्यामुळे तुम्ही उशिरा सुरुवात करणाऱ्या स्पर्धकांपेक्षा एक पाऊल पुढे राहू शकता. तसेच तुम्हाला, पायाभूत ज्ञान तयार करण्यासाठी आणि पुनरावलोकन व सराव चाचण्यांसाठी भरपूर वेळ मिळतो. याशिवाय, तुम्ही जर अजूनही महाविद्यालयीन शिक्षण घेत असाल, तर ग्रंथालये, वसतिगृहे आणि शैक्षणिक आधारासारख्या मौल्यवान सुविधा तुमच्या हाताशी उपलब्ध असतात. वय तुमच्या बाजूला असल्यामुळे आयुष्यात स्थिर होण्याचा

दबाव तुलनेने कमी असतो. मात्र, लवकर सुरुवात करण्याचा अर्थ असा होतो की, तुम्हाला कॉलेज जीवनातील काही अनुभवांचा व मौजमस्तीचा त्याग करावा लागू शकतो.

आपल्या सात नायकांच्या कथा पाहा. सत्यमने पदवीच्या अंतिम वर्षातच तयारी सुरू केली. अंजली आणि वसीम यांनी पदवी संपल्यानंतर लगेच तयारीला सुरुवात केली, तर श्रुतीने पदव्युत्तर शिक्षणातील छोट्या टप्प्यानंतर UPSCच्या तयारीत स्वतःला झोकून दिले. श्रुतीला असे वाटले की, महाविद्यालयीन अभ्यास आणि UPSCची तयारी एकाच वेळी सांभाळणे कठीण होते, त्यामुळे तिने पदवी पूर्ण केल्यानंतरच या परीक्षेच्या शिखरावर जाण्याचा प्रवास सुरू केला.

समुद्रातून मोती शोधणे

परीक्षेसाठी शिफारस केलेल्या वाचनसामग्रीच्या अथांग महासागरातून योग्य साहित्य निवडणे हे इच्छुकांना घाम फोडू शकते. या पुस्तकातील सात नायकांनी त्यांच्या तयारीत साधेपणावर भर दिला आणि गुणवत्तेला प्राधान्य देण्याचे महत्त्व पटवून दिले. त्यांनी निवडक वाचन करण्यावर जोर दिला.

हे लक्षात ठेवा की, यूपीएससीला तज्ज्ञांची आवश्यकता नसून, विविध क्षेत्रांतील व्यापक समज असलेली समतोल व्यक्तिमत्त्वे हवी आहेत. अतिप्रचंड स्रोतांचा वापर केल्याने गोंधळ निर्माण होतो, भीती वाढते आणि आत्मविश्वासाला बाधा येते. तयारीचे टेबल मोकळे आणि व्यवस्थित ठेवणे हे लक्ष केंद्रित राहण्यास मदत करते, आत्मविश्वास वाढवते, तयारी सुलभ करते आणि बौद्धिक धार अधिक तीव्र करते.

एनसीईआरटी पुस्तके अनेक पिढ्यांपासून नागरी सेवा परीक्षेची तयारी करणाऱ्यांसाठी आधारस्तंभ ठरली आहेत. ही पुस्तके मूलभूत संकल्पना आणि सिद्धान्त स्पष्ट करतात, एक मजबूत पाया घडवतात आणि विविध विषयांचे सखोल आकलन प्रदान करतात. १९९३मध्ये जेव्हा मी 'माउंट यूपीएससी' सर करण्याच्या कठीण प्रवासाला सुरुवात केली, तेव्हा मला इयत्ता ९वी ते इयत्ता १२वीपर्यंतची एनसीईआरटी पुस्तके वाचण्याचा सल्ला देण्यात आला होता. आजही ही पुस्तके त्यांची विश्वासार्हता, सुसंगतता, अचूकता आणि सोप्या भाषेसाठी प्रिय मानली जातात. तुमच्या

विषयज्ञानाच्या आधारे, तुम्ही इयत्ता ९ आणि १० किंवा इयत्ता ११ आणि १२च्या एनसीईआरटी पुस्तकांपासून सुरुवात करू शकता.

एकदा तुम्ही एनसीईआरटी पुस्तकांच्या मदतीने आपला पाया मजबूत केला की, आपल्या आकलनाला अधिक सखोल करण्यासाठी प्रमाणित पुस्तके आणि संदर्भ साहित्य काळजीपूर्वक निवडा. पुस्तकांचे ढिगारे जमवण्याचा मोह टाळा; प्रत्येक विषयासाठी एक किंवा दोन अधिकृत स्रोत निवडा. मार्गदर्शनासाठी शिक्षक किंवा यशस्वी उमेदवारांचा सल्ला घ्या आणि आपली वाचन यादी तयार करा. याशिवाय, फक्त अभ्यासक्रमातील विषयांवर लक्ष केंद्रित करा आणि पुस्तकांची संख्या वाढवण्यापेक्षा विषयाचा सखोल अभ्यास आणि अनेकदा उजळणीला (रिव्हिजन) प्राधान्य द्या.

तुमच्या अभ्यासाला विश्वसनीय ऑनलाइन संसाधनांची जोड द्या. शासकीय संस्थांच्या आणि प्रतिष्ठित संशोधन संस्थांच्या वेबसाइट्सवर भरपूर अद्ययावत माहिती आणि आकडेवारी उपलब्ध असते. योजना आणि कुरुक्षेत्र यांसारखी मासिके प्रशासन, शेती आणि अर्थशास्त्र यांसारख्या महत्त्वाच्या क्षेत्रांबद्दल मौल्यवान माहिती प्रदान करतात.

संकल्पना सखोलपणे समजून घ्या आणि पाठांतरापेक्षा विश्लेषणात्मक विचारशक्ती व समीक्षणात्मक दृष्टिकोन विकसित करा. UPSC, तुम्ही तथ्ये (फॅक्ट्स) किती पाठ करता यापेक्षा समस्यांचे निराकरण करण्याची आणि युक्तिवाद करण्याची क्षमता अधिक महत्त्वाची मानते. परीक्षार्थी मित्रांसोबत चर्चा करा, त्यामुळे तुमची समज अधिक प्रखर होईल आणि नव्या दृष्टिकोनांचा लाभ होईल.

विश्वसनीय संसाधनांवर आधारित एकाग्र व सुव्यवस्थित दृष्टिकोन ठेवल्यास माहितीच्या अथांग महासागरात आत्मविश्वासाने वाटचाल करता येईल. लक्षात ठेवा, प्रत्येक मोती जमा करण्याचा सोस न धरता, सर्वांत मौल्यवान मोत्यांची माळ तयार करणे यात खरे यश आहे.

परिणामकारक अभ्यासयोजना तयार करणे

फ्रेंच कवी आणि लेखक आँत्वा डी सँ-एक्झुपेरी यांनी म्हटले आहे, ‘योजना नसलेले उद्दिष्ट म्हणजे फक्त एक इच्छा होय.’ IAS परीक्षार्थींसाठी काळजीपूर्वक तयार केलेली अभ्यासयोजना ही स्वप्ने वास्तवात उतरवण्याची

गुरूकिल्ली आहे. परिणामकारक योजना अभ्यासक्रमाचा संपूर्ण आढावा सुनिश्चित करते, सराव (मॉक) चाचण्या, पुनरावलोकन, उत्तरलेखन सराव यासाठी वेळ देते आणि अंतिमतः यशासाठी तुम्हाला तयार करते.

CSEच्या विशाल अभ्यासक्रमाचा विचार करता, त्याला व्यवस्थापित करण्यायोग्य भागांमध्ये विभागणे आवश्यक आहे. महिन्याचे, आठवड्याचे आणि दिवसाचे उद्दिष्ट ठरवणे अभ्यासक्रम नियोजनबद्ध पद्धतीने पूर्ण करण्यात मदत करते आणि प्रत्येक विषयाला पुरेसा वेळ दिला जातो. ज्या विषयांमध्ये आव्हान अधिक आहे, त्यांना प्राधान्य द्या आणि पुनरावलोकन, मॉक चाचण्या, तसेच उत्तरलेखन सरावासाठी पुरेसा वेळ राखून ठेवा. तथापि, तुमची उद्दिष्टे तुम्हाला प्रयत्न करण्यास प्रवृत्त करणारी असावीत; पण ती इतकी अवास्तव नसावीत की त्यामुळे दमछाक होईल किंवा उत्साह कमी होईल.

सामान्य चुका टाळा, अभ्यासाच्या कमी गुणकारक (low-yield) विषयांवर आवश्यकता नसताना जास्त वेळ घालवणे टाळा, जसे की जागतिक इतिहास किंवा स्वातंत्र्यानंतरचा इतिहास, ज्यांच्यावर सामान्यतः कमी प्रश्न विचारले जातात. आपल्या सात प्रेरणादायी हिरोंपैकी एक असलेले भारत यांनी या विषयांवर पंचवीस दिवस खर्च केल्याबद्दल खेद व्यक्त केला. मागील वर्षांच्या प्रश्नांचा सखोल अभ्यास करून जास्त गुण मिळवून देणाऱ्या विषयांवर लक्ष केंद्रित करणे श्रेयस्कर ठरेल.

श्रुतीने वेळ आधारित उद्दिष्टांऐवजी साहित्य आधारित उद्दिष्टे निश्चित करण्याचा सल्ला दिला आणि अभ्यासक्रमातील, जास्त गुण मिळवून देणाऱ्या भागांना प्राधान्य देण्याचे महत्त्व स्पष्ट केले. सत्यमने वाचायच्या पानांची संख्या आणि आवश्यक उजळण्या यांचे विश्लेषण करून आपली दैनंदिन उद्दिष्टे निश्चित केली. तीन ते सहा महिन्यांच्या काळातील प्रगतीची कल्पना करून त्याने त्या दिशेने सातत्यपूर्ण प्रयत्न केले.

सर्वांना लागू होणारी एकच योजना काम करत नाही, हे लक्षात ठेवा. प्रत्येक व्यक्तीची शिकण्याची पद्धत, अभ्यासाची आवडती वेळ आणि शैली वेगवेगळी असते. दुसऱ्या कुणाची तरी शैली किंवा ऑनलाइन हॅक्स यांचे अंधपणे अनुसरण (फॉलो) केल्याने दिशाभूल होऊ शकते. तुमच्या शैलीला, शिकण्याच्या क्षमतेला, वेळापत्रकाला, आवडींना, ताकदींना आणि कमकुवतपणाला अनुरूप अशी योजना तयार करा, जेणेकरून तुमची कार्यक्षमता कमाल पातळीपर्यंत पोहोचेल.

आपल्या प्रगतीचे वेळोवेळी प्रामाणिकपणे विश्लेषण करणे अत्यंत महत्त्वाचे आहे. आपल्या योजनेत अपेक्षित प्रगती होत नसल्यास त्यामध्ये योग्य बदल करण्यास कचरण्याची गरज नाही. लवचीकता ही कमजोरी नसून, ती तुमची ताकद ठरू शकते. प्रिलिम्स आणि मेन्ससाठी एकत्रित अभ्यास हा अत्यंत फायदेशीर ठरतो. दोन्ही टप्प्यांना एकाच परीक्षेचे भाग म्हणून पाहिल्यास अभ्यासक्रम अधिक सुसंगत व प्रभावी होतो. प्रिलिम्ससाठी मिळवलेले ज्ञान मेन्समधील सामान्य अध्ययन (GS) पेपर्ससाठी उपयुक्त ठरते. एक महत्त्वाची रणनीती म्हणजे प्रिलिम्सच्या आधीच मेन्ससाठी सखोल तयारी पूर्ण करणे. यामुळे प्रिलिम्सनंतर उजळणीसाठी आणि उत्तरलेखन कौशल्य सुधारण्यासाठी पुरेसा वेळ मिळतो. उत्तम उत्तरलेखन कौशल्य हे मेन्स परीक्षेत यशासाठी निर्णायक ठरते.

तुमच्या तयारीत तंत्रज्ञानाचा योग्य उपयोग हा प्रेरक शक्ती म्हणून कार्य करू शकतो. इंटरॅक्टिव्ह प्लॅटफॉर्म्स आणि ॲप्स वापरून गटचर्चा करा, ज्यामुळे तुमचे शिकणे अधिक प्रभावी व व्यापक होईल. याशिवाय, सहकार्यात्मक नोट्स तयार करण्यासाठी साधने वापरा, जे गटातील सदस्यांना आपले ज्ञान एकत्रित करण्यास मदत करतील. ताज्या घडामोडींच्या बाबतीत सतत अद्ययावत राहण्यासाठी पॉडकास्ट्स आणि यूट्यूब चॅनेल्सदेखील उपयुक्त ठरतात.

शिस्त आणि वेळेचे व्यवस्थापन : यशाचे दोन आधारस्तंभ

IAS उमेदवारांसाठी शिस्तबद्ध व संघटित दिनचर्या राखणे अत्यंत महत्त्वाचे आहे. आठवड्याचे आणि महिन्याचे ठरवलेले उद्दिष्ट वेळेत पूर्ण करणे गरजेचे आहे, कारण कोणतीही डेडलाइन चुकल्यास ताण वाढतो आणि कामाचा भार अधिक होतो. यासाठी तुम्हाला तुमच्या सुखद क्षेत्रातून (कंफर्ट झोन) बाहेर पडून आपल्या सीमा विस्तृत करणे आणि नियमितपणे स्वतःला आव्हान देत राहणे आवश्यक आहे.

वेळेचे शहाणपणाने व्यवस्थापन करणे हा यशाचा आणखी एक महत्त्वाचा घटक आहे. दररोज किती तास अभ्यास करायला हवा याचा कोणताही निश्चित आकडा नाही. अभ्यासाचा दर्जा महत्त्वाचा आहे, वेळ नव्हे. तथापि, संपूर्ण एकाग्रतेने अभ्यास करणे आवश्यक आहे, तसेच तुमच्या

वेळापत्रकात लवचीकता असावी, जेणेकरून विषयांमध्ये बदल करण्याचा पर्याय असेल. ही बाब मन ताजेतवाने ठेवते आणि तुमची अभ्यासातील रुची कायम राखते. गुणवत्तापूर्ण अभ्यास आणि नियोजनबद्ध वेळापत्रक यामुळे यशाच्या मार्गावर तुमची घोडदौड सहज शक्य होते.

दैनंदिन अभ्यासासाठी एक नियोजित वेळापत्रक तयार करणे आणि विविध उपक्रमांवर खर्च केलेला वेळ नोंदवणे यामुळे वेळेचे प्रभावी व्यवस्थापन शक्य होते आणि वाया जाणारा वेळ टाळता येतो. उदाहरणार्थ, सत्यम रात्री झोपण्यापूर्वी दिवसभराचा वेळ कशावर खर्च झाला, याचा कागदावर आढावा घेत असे. या आत्मचिंतनाच्या सवयीमुळे त्याला वेळेचा अपव्यय ओळखता आला आणि तो टाळण्यास मदत झाली, ज्यामुळे त्याच्या शिस्तीला आणखी धार आली.

याद राखा, UPSC पर्वत सर करण्याचा प्रवास ही एक दीर्घ पल्ल्याची शर्यत (मॅरेथॉन) आहे, १०० मीटर धावण्याची शर्यत नव्हे. अभ्यास करताना वेळोवेळी थकवा येऊ शकतो किंवा तयारी कठीण वाटू शकते, त्यामुळे तुमच्या वेळापत्रकात नियमित विश्रांतीसाठी आणि मनोरंजनासाठी वेळ राखून ठेवा.

निरोगी मन निरोगी शरीरात वास करते

UPSC पर्वत सर करण्याचा प्रवास दीर्घ, कष्टप्रद आणि शारीरिक तसेच मानसिकदृष्ट्या आव्हानात्मक आहे. या कठीण प्रवासात तुमच्या बुद्धिमत्तेबरोबरच तुमचे आरोग्यही एक मोठी संपत्ती ठरते. UPSC स्पर्धक दिवसाच्या बारा तासांपेक्षा अधिक वेळ अभ्यासासाठी समर्पित करत असतात, तेही अनेक महिन्यांपर्यंत. अनेकदा ते हलक्या दर्जाच्या राहणीमानात राहतात, वसतिगृहातील किंवा डब्यांमधून मिळणाऱ्या बेचव अन्नावर जगतात.

बैठी जीवनशैली, प्रचंड शैक्षणिक मागण्या, सततची स्पर्धा, कठोर वेळापत्रक आणि सतत वाढणारा अभ्यासक्रम यांचे दडपण शरीर आणि मनावर मोठा परिणाम करू शकते. त्यातच, मॉक टेस्टमधील अपयश, उत्तरलेखन सरावाचा ताण आणि अपयशाची भीती ही स्थिती अधिक कठीण करते. या आव्हानात्मक परिस्थितीत आरोग्याचे महत्त्व अतिशय वाढते.

छोट्या छोट्या रपेटी किंवा साधेसे शरीर ताणण्यासारखे व्यायाम अशा नियमित शारीरिक हालचाली तुमच्या मेंदूचा प्राणवायूचा पुरवठा वाढवतात, बौद्धिक क्षमतेत भर घालतात आणि स्मरणशक्तीतही सुधारणा करतात. ध्यान, योग आणि खोल श्वासोच्छ्वास यांसारख्या सजगतेच्या (माइंडफुलनेस) पद्धतींचा सराव केल्याने एकाग्रता वाढते आणि ताणतणाव कमी होतो. या तंत्रांमुळे तुम्हाला शारीरिक व मानसिक स्थैर्य मिळते, जे UPSCसारख्या कठीण परीक्षेची तयारी करताना आवश्यक असते. याशिवाय, पर्याप्त आणि शांत झोप घेतल्याने तुमची शरीरसंपदा व मानसिक क्षमता टिकून राहते. झोपेमुळे तुमचे महत्त्वाचे अवयव विश्रांती घेतात व पुनरुज्जीवित होतात, ज्यामुळे कार्यक्षमता सर्वोच्च पातळीवर राहते.

सकारात्मकता आणि आत्मविश्वासाची जोपासना

IAS अधिकारी होण्याचा मार्ग अनेक आव्हानांनी भरलेला असतो. इच्छुकांना मानसिक संघर्ष आणि भावनिक अडथळ्यांचा सामना करावा लागतो. उदाहरणार्थ, मिन्नूने तिच्या तिसऱ्या प्रयत्नात मुलाखतीपर्यंत पोहोचूनही चौथ्या आणि पाचव्या प्रयत्नात प्राथमिक परीक्षेतही अपयश आल्यावर नैराश्याच्या काळोख्या गुहेचा सामना केला. सत्यम मुख्य परीक्षेच्या काही दिवस आधीच तणावाखाली कोलमडला. कारण, त्याला आपली तयारी अपुरी असल्यासारखे वाटत होते. श्रुती तिच्या दुसऱ्या प्रयत्नातील पूर्व परीक्षा झाल्यावर रडली आणि तिच्या मुलाखतीनंतर तिला पुन्हा अश्रू अनावर झाले. वसीमने त्याच्या पहिल्या प्रयत्नात २२५वी रँक मिळवल्यानंतर दुसऱ्या प्रयत्नात पूर्व परीक्षाही पास करता न आल्यामुळे नकारात्मकतेची अवस्था अनुभवली.

बाह्य दबाव या अंतर्गत संघर्षांना आणखी गंभीर बनवतात. शिक्षकांनी उडवलेली टिंगल टवाळी, नातेवाइकांकडून तिरस्कार आणि समाजाचा संशय यांमुळे आत्मविश्वास खचतो; पण याच क्षणांमध्ये भविष्यातील यशाची बीजे पेरली जातात. सत्यमने शिक्षकांकडून ऐकलेले टोमणे सहन केले, जसे की, ''पाहा, आज आपले कलेक्टर साहेब वर्गात आले आहेत,'' किंवा ''तुला मूलभूत संकल्पनाच माहिती नाहीत, मग IAS अधिकारी होण्याचे स्वप्न कसे पाहतोस?'' मिन्नूला तिच्या अपयशी प्रयत्नांनंतर सहकाऱ्यांनी

चिडवले. भारतला त्याच्या चुलतभावाकडून असा उपहास ऐकावा लागला : ''तो घरी बसून काय करतोय? त्याला सांग, माझ्या मुलांची शिकवणी घेऊन पैसे कमवायला सुरुवात कर म्हणा!''

आपले मनोबल उंचावण्यासाठी सकारात्मक वाक्ये आणि प्रेरणादायी साधने, जसे की पुस्तके, व्हिडिओज आणि यशोगाथा यांनी स्वतःला वेढून घ्या. उदाहरणार्थ, मिन्नूला जेव्हाही निराश वाटले, तेव्हा एका मेहनती आणि समर्पित जिल्हाधिकाऱ्यावर आधारित असलेला चित्रपट पाहून तिला प्रेरणा मिळाली. भारतच्या आईने त्याला दररोज देवासमोर दिवा लावून थोडी प्रार्थना करण्याचा सल्ला दिला, ज्यामुळे त्याला लक्ष केंद्रित करायला आणि सकारात्मकता टिकवून ठेवायला मदत झाली.

तीन सींचा स्वीकार करा : consistency, confidence and calmness सातत्य, आत्मविश्वास आणि शांतता. आपल्या प्रयत्नांमध्ये सातत्य ठेवा, आपल्या क्षमतेवर विश्वास ठेवा आणि आव्हानांना सामोरे जाताना शांत राहा. गोष्टी आपल्या अपेक्षेनुसार घडल्या नाहीत तरी शांत राहा आणि आपले सर्वोत्तम प्रयत्न करत राहा. कधी कधी अभ्यासाला ठरावीक गती येण्यासाठी वेळ लागतो. आपल्या ज्ञानाचा पाया हळूहळू तयार करा, अध्ययनाच्या शिस्तबद्ध दिनचर्येचे पालन करा आणि अडथळे किंवा पराभव आले तरी गती थांबवू नका. आपल्या तयारीवर विश्वास ठेवा आणि आपल्या ध्येयाशी एकनिष्ठ असा.

दररोजचे समर्पित अध्ययन आणि प्रत्येक अडथळा पार करणे या गोष्टी, तुमच्या यशाच्या इमारतीतील एक एक वीट आहेत.

कुटुंब आणि मित्रपरिवाराची महत्त्वाची भूमिका

UPSCच्या शिखरावर पोहोचण्याचा प्रवास खडतर आहे, ज्यासाठी सातत्यपूर्ण समर्पण आणि चिकाटीची आवश्यकता असते. या श्रमसाध्य प्रवासात कुटुंब, जिवलग मित्र आणि सहकाऱ्यांचे पाठबळ या गोष्टी हा प्रवास सुलभ बनवतात आणि यशाचा आनंद अधिक मधुर बनवतात.

कुटुंब आणि जिवलग मित्रांकडून मिळणारे भावनिक आणि आर्थिक पाठबळ तयारीचा ताण कमी करते, ज्यामुळे इच्छुक संपूर्ण लक्ष अभ्यासावर केंद्रित करू शकतात. प्रियजनांची प्रोत्साहनात्मक साथ आणि

समजूतदारपणा एक भक्कम भावनिक आधार प्रदान करतात, जो उमेदवारांना प्रवासातील चढ-उतारांना तोंड देताना सकारात्मक आणि सातत्यपूर्ण राहण्यास मदत करतो.

आपल्या सात हिरोंच्या कथांमधून हे पुन्हा पुन्हा बघायला मिळते की, त्यांच्या कुटुंबीयांनी इच्छुकांच्या अभ्यासात कोणताही व्यत्यय येऊ नये म्हणून मोठ्या त्यागांचे दर्शन घडवले आहे. ही भावनिक साथ विशेषतः आत्मशंका आणि थकव्याच्या क्षणी अत्यंत महत्त्वाची ठरते. कुटुंब तुमच्यावर विश्वास ठेवते, हे जाणून घेण्याने तुमच्यात पुढे जाण्याचा आत्मविश्वास निर्माण होतो आणि तुमची प्रेरणा अधिक दृढ होते.

मित्रपरिवाराचा पाठिंबादेखील तितकाच महत्त्वाचा असतो. अशा गटामुळे सख्याचा भाव निर्माण होतो, जो तयारीचा टप्पा कमी एकाकी आणि अधिक प्रेरणादायी बनवतो. सहकाऱ्यांसोबत झालेल्या चर्चा गुंतागुंतीच्या मुद्द्यांची समज वाढवतात, शंका दूर करतात, ज्ञानाची पुनरावृत्ती करतात आणि संकल्पना स्पष्टपणे मनात रुजवतात. इतर इच्छुकांशी संवाद साधल्याने नवीन दृष्टिकोन आणि विचार मिळू शकतात, जे कदाचित तुम्ही पूर्वी लक्षात घेतले नसतील.

श्रुती जामियातील इच्छुकांच्या एका छोट्या गटात सामील झाली, जिथे त्यांनी एकत्रितपणे उत्तरलेखनाचा सराव केला आणि एकमेकांच्या उत्तरांचे मूल्यांकन केले. या सहकार्यात्मक दृष्टिकोनामुळे त्यांना एकमेकांकडून शिकण्याची संधी मिळाली आणि त्यांच्या कौशल्यात सामूहिकरीत्या सुधारणा झाली. त्यांनी Google Docsचा वापर करून नोट्स एकत्रित केल्या आणि शेअर केल्या. ''चांगला गट असणे खूप उपयुक्त ठरते; आम्ही एकमेकांच्या ज्ञानात भर घातली,'' असे श्रुतीने सांगितले.

त्याचप्रमाणे, लविशने चर्चेसाठी एका छोट्या गटाची स्थापना केली. त्यांनी विशिष्ट तारखा आणि वेळ निश्चित करून मॉक टेस्ट घेतल्या, ज्या परीक्षेच्या वेळी असलेल्या परिस्थिती बरहुकूम घेण्यात आल्या होत्या, ज्यामुळे त्यांची तयारी अधिक मजबूत झाली. ''कधी कधी, निराश वाटते किंवा प्रयत्न सोडून देण्याचा विचार मनात येतो, अशा वेळी असा गट तुम्हाला प्रेरित ठेवतो. तुम्ही एकमेकांकडून शिकता आणि एकमेकांना पुढे जाण्यास प्रवृत्त करता,'' असे लविशने स्पष्ट केले.

कोचिंग की स्व-अभ्यास?

IAS इच्छुकांसाठी कोचिंग संस्थेत प्रवेश घ्यावा की नाही, हा एक मोठा आणि महत्त्वाचा प्रश्न असतो. सत्यमने सुरुवातीला एका कोचिंग संस्थेत प्रवेश घेतला; परंतु लवकरच त्याला जाणवले की, त्याचा बराचसा वेळ वाया जात आहे, त्यामुळे त्याने कोचिंगच्या अभ्यासक्रमाच्या पुढे राहण्याचा निर्णय घेतला आणि स्वतःच्या अभ्यासात आव्हानात्मक वाटणाऱ्या विषयांसाठीच तो कोचिंगच्या वर्गांना उपस्थित राहिला. सत्यमच्या निरीक्षणानुसार, अनेक कोचिंग शिक्षक कहाण्या, विनोद आणि किश्श्यांवर भरपूर वेळ वाया घालवतात, जे त्याच्या मते अनुत्पादक असते.

लविशलाही काही वर्गांनंतर आणि मागील वर्षांच्या प्रश्नपत्रिकांचे विश्लेषण केल्यानंतर UPSCच्या प्रश्नांमध्ये आणि कोचिंगच्या अभ्यासक्रमामध्ये ताळमेळ नसल्याचे लक्षात आले. त्याने कोचिंगच्या वर्गांमध्ये हजेरी कमी केली आणि त्याऐवजी अधिक उपयुक्त अशा ऑनलाइन व्याख्यानांवर भर दिला.

अंजलीने पूर्णतः स्व-अभ्यासाच्या जोरावर यश मिळवले. श्रुतीलाही कोचिंग वर्ग उपयुक्त वाटले नाहीत. कारण, वर्गांचा आकार मोठा होता आणि चर्चाही असंबंधित होत्या. ''UPSCसाठी परीक्षा द्यायची असल्यास कोचिंग संस्थेत प्रवेश घ्यावाच लागतो, अशी सर्वसामान्य समजूत आहे; पण हे सत्य नाही. तुम्हाला इतर स्रोतांमधूनही मार्गदर्शन मिळू शकते,'' असे ती म्हणाली.

याउलट, वसीमला कोचिंग वर्ग आणि त्याच्या कोचिंग संस्थेच्या मार्गदर्शन कार्यक्रमामुळे मोठा फायदा झाला. भारत आणि मिन्नूने विशेषतः त्यांच्या वैकल्पिक विषयांसाठी कोचिंग वर्गांना हजेरी लावली.

यशस्वी उमेदवारांशी झालेल्या चर्चांमधून आणि विस्तृत संशोधनातून हे सिद्ध होते की, UPSC परीक्षेत यश मिळवण्यासाठी कोचिंग केंद्रात प्रवेश घेणे आवश्यक नाही. कोचिंगशिवायही हे शिखर सर करता येऊ शकते. यशस्वी उमेदवारांचे ब्लॉग्ज व व्हिडिओज आणि विविध टप्पे पार केलेल्या व्यक्तींसोबतच्या चर्चांमधून उमेदवार मार्गदर्शन मिळवू शकतात. शिवाय, कोचिंग परवडत नसल्यामुळे जे त्यांना प्रवेश घेऊ शकत नाहीत, ते सरकारी अनुदानित कोचिंग वर्गांचा लाभ घेऊ शकतात. काही राज्य

सरकारे बुद्धिमान विद्यार्थ्यांना, त्यांच्या खाजगी कोचिंग वर्गाच्या खर्चासाठी शिष्यवृत्तीसुद्धा पुरवतात.

तथापि, उमेदवारांनी सावधगिरी बाळगली पाहिजे आणि ऑनलाइन व्हिडिओ व साहित्य पोस्ट करणाऱ्या व्यक्तींचा किंवा टॉपर्सचा आंधळेपणाने पाठपुरावा करू नये. ज्या अनेकदा कोचिंग हबमधील चहाच्या टपऱ्यांवर, YouTube वर, लायब्ररीत किंवा इतर ठिकाणी आढळतात, अशा स्वतःला UPSCचे 'तज्ज्ञ' म्हणवणाऱ्या व्यक्ती, त्यांच्या तथाकथित 'परिपूर्ण रणनीतीं'द्वारे उमेदवारांची दिशाभूल करू शकतात. आपल्या स्वतःच्या विश्लेषणावर, आवडींवर, क्षमता आणि कमतरतांवर आधारित वैयक्तिक रणनीती तयार करणे अत्यंत महत्त्वाचे आहे.

परीक्षेच्या दिवसासाठी महत्त्वाच्या टिप्स

तुमची तयारी कितीही उत्तम असली तरी तुमचे अंतिम यश परीक्षेच्या दिवसाच्या तुमच्या कामगिरीवर अवलंबून असते. परीक्षेपूर्वीचा ताण हा स्वाभाविक असतो आणि अनेक उमेदवारांना रात्री झोप लागत नाही, चिंतेचा अतिरेक त्यांच्या दीर्घकालीन अभ्यास व तयारीला मोडीत काढतो. हा ताण हाताळणे आणि चिंतेचे व्यवस्थापन करणे अत्यंत गरजेचे आहे. स्वतःला याचे स्मरण करून द्या की, तुम्ही या संघर्षात एकटे नाही, प्रत्येकच उमेदवाराला परीक्षेपूर्वीचा ताण जाणवतो. स्वतःला ही खात्री द्या की, तुम्ही कष्ट घेतले आहेत आणि यशस्वी होण्यासाठी पात्र आहात. परीक्षेच्या आधी चांगली झोप घेण्याचा प्रयत्न करा, जेणेकरून तुम्ही विश्रांती घेतलेले आणि ताजेतवाने राहाल.

परीक्षेच्या काही दिवस आधीपासून आपल्या दिनचर्येत बदल करणे महत्त्वाचे आहे. काही उमेदवार, जसे सत्यम आणि लविश, रात्री उशिरापर्यंत अभ्यास करतात आणि सकाळी झोप घेतात; पण जर तुम्ही अशा वेळापत्रकाचे पालन करत असाल, तर परीक्षेच्या काही दिवस आधीपासून आपले जैविक घड्याळ (body clock) पुन्हा नीट बसवणे गरजेचे आहे, जेणेकरून परीक्षेदरम्यान तुम्ही पूर्ण जागृत आणि सतर्क राहाल.

परीक्षेच्या आदल्या दिवशी तुमचे प्रवेशपत्र आणि ओळखपत्र तयार असल्याची खात्री करा, जेणेकरून शेवटच्या क्षणी घाईगडबड होणार नाही.

सत्यमला आपल्या पहिल्या मुख्य परीक्षेच्या दिवशी प्रवेशपत्र आणि आधार कार्ड सापडत नसल्यामुळे तणावाचा सामना करावा लागला. यामुळे त्याचा बराच वेळ वाया गेला, रक्तदाब वाढला आणि त्याची एकाग्रता बिघडली. घाई गोंधळात त्याने त्या दिवसासाठी पाठ केलेले कोट्स, उदाहरणे आणि डेटा तो विसरला.

तुम्ही जर नागरी सेवांच्या इच्छुकांनी गजबजलेल्या परिसरात राहत असाल, तर परीक्षाकेंद्रासाठी वाहतूक व्यवस्थेची आधीच तयारी करा. इतर उमेदवार सर्व उपलब्ध रिक्षा किंवा टॅक्सी आधीच आरक्षित करू शकतात, ज्यामुळे शेवटच्या क्षणी वाहतूक मिळवणे कठीण होऊ शकते. वसीमला अशाच समस्येला सामोरे जावे लागले आणि वाहतूक मिळवण्यात अडचणींमुळे तो त्याच्या पूर्व परीक्षेला उशिराने पोहोचण्याच्या परिस्थितीत आला होता.

परीक्षेच्या दिवशी, भरपूर पाणी प्या, खोल श्वास घ्या, ध्यान करा आणि जर मदत होत असेल, तर प्रार्थनासुद्धा करा. शांत राहा आणि लिहिताना पूर्ण एकाग्रता ठेवा. तणावाखाली असताना चांगले काम करण्यासाठी शांत आणि केंद्रित मन असणे आवश्यक आहे.

लक्षात ठेवा, तुमच्या कठोर मेहनतीने तुम्हाला या क्षणासाठी तयार केले आहे. आत्मविश्वास ठेवा, तुमच्या तयारीवर विश्वास ठेवा आणि परीक्षेला सकारात्मक दृष्टिकोनातून सामोरे जा. तुमचे समर्पण आणि चिकाटी तुम्हाला निश्चितच फळ देईल.

यशाचे काही मुख्य मंत्र

तयारीच्या महत्त्वपूर्ण रणनीतींची चर्चा केल्यानंतर, आता आपण पुढील आकृतीत दर्शविल्याप्रमाणे काही मुख्य यश मंत्रांवर चर्चा करू या.

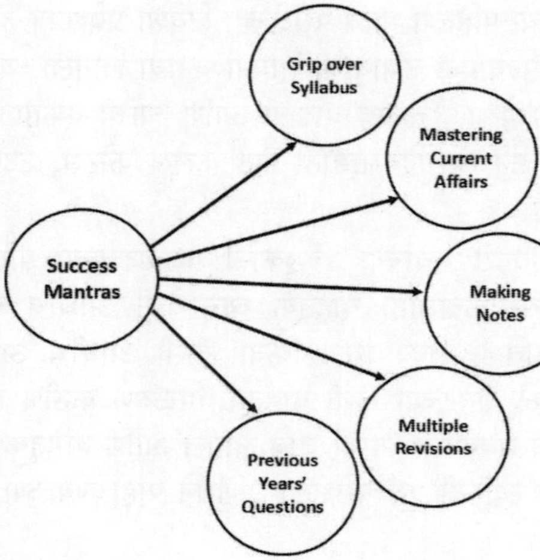

अभ्यासक्रमावर मजबूत पकड

सीएसईमध्ये यश मिळवण्यासाठी त्याच्या विस्तृत अभ्यासक्रमावर पूर्ण प्रभुत्व असणे आवश्यक आहे. प्रिलिम्ससाठी, यूपीएससी विस्तृत विषयांची यादी प्रदान करते, तर मेन्ससाठी, विविध विषयांचे व्यापक स्वरूप सांगणारा तपशीलवार अभ्यासक्रम आखला जातो. तुमचे पहिले महत्त्वाचे पाऊल म्हणजे प्रत्येक विषय आणि उपविषय नोंदवून घेत अभ्यासक्रम काळजीपूर्वक वाचणे आणि त्याचे पुनरावलोकन करणे. अभ्यासक्रमाची ही सखोल ओळख, प्रभावी आणि लक्ष्यित अभ्यासाचा पाया बनते.

परीक्षेतील सर्व प्रश्न हे अभ्यासक्रमावर आधारित असल्याने एक धोरण ठरवून केलेले वाचन परीक्षेत यश मिळवण्यासाठी महत्त्वाचे आहे. विविध स्रोतांमधून, कोणतेही लक्ष्य न ठेवता दिशाहीन वाचन करणे हे आपल्याच पायावर धोंडा पाडून घेतल्याप्रमाणे आहे. आयएएस टॉपर्स फक्त अभ्यासक्रम वाचत नाहीत, तर ते तो जगतात, त्यात रमतात. हा सततचा अनुस्मारक (रिमाइंडर) त्यांच्यासाठी प्रेरणा आणि मार्गदर्शक म्हणून काम करतो.

प्रथम दृष्टिक्षेपात, अभ्यासक्रमाचा विस्तार दडपून टाकणारा वाटू शकतो; परंतु त्याच्या आकाराने घाबरून जाऊ नका. कुणीही एकाच दमात एव्हरेस्ट शिखर चढू शकत नाही, तसेच इथेही यश पायरी पायरीने मिळते. प्रत्येक

उजळणीनंतर आव्हान अधिक झेपण्याजोगे बनते. अभ्यासक्रमाला ज्ञानाचा खजिना समजा, जो कांद्याचा प्रत्येक पापुद्रा उलगडत जावा तसा क्रमाक्रमाने, नवीन दृष्टिकोन आणि सूक्ष्म अंतर्दृष्टी उघड करत उलगडला जायचा आहे.

प्रत्येक पेपरसाठी अभ्यासक्रम वाचणे, विश्लेषण करणे, आत्मसात करणे आणि पूर्णपणे लक्षात ठेवणे, हे तुमच्या तयारीसाठी स्पष्ट नकाशा आखण्यास आणि तुमचा वेळ प्रभावीपणे वापरण्यास मदत करेल. ते तुम्हाला, अभ्यास करण्यासाठी काय महत्त्वाचे आहे आणि काय सोडले जाऊ शकते, याबद्दल मार्गदर्शन करते. अभ्यासक्रमाचे मजबूत ज्ञान तुम्हाला वाचलेल्या कोणत्याही गोष्टींपासून – वृत्तपत्रे, नियतकालिके, लेख किंवा पुस्तके – असंबंधित माहिती फिल्टर करण्यास आणि ती अभ्यासक्रमाच्या संबंधित भागांशी जोडण्यास सक्षम करते. हे समजून घेणे प्रभावी नोट्स तयार करण्यासाठी आणि पुनरावलोकन करण्यासाठी अमूल्य ठरणारी बाब आहे.

तुमच्या अभ्यासाच्या टेबलासमोरच्या भिंतीवर तुमचे सारे सिलॅबस एका नजरेत दिसू शकेल, अशा तऱ्हेने चिकटवून ठेवा. दररोज सकाळी जी पहिली गोष्ट तुम्ही पाहणार ती ही असू द्या. हा सततचा दृश्य संकेत तुम्हाला फोकस्ड ठेवतो, विषय आठवण्यात आणि त्यांना चालू घडामोडींशी जोडण्यात मदत करतो. आव्हानात्मक विषयांची लवकर ओळख करून घ्या आणि त्यांना हाताळण्यासाठीची रणनीती तयार करा.

चालू घडामोडींवर प्रभुत्व मिळवणे

चालू घडामोडी हा अभ्यासक्रमातील महत्त्वाचा आणि गतिमान घटक आहे. या विषयाचे सर्व प्रश्नपत्रिकांमधे सर्वव्यापी अस्तित्व असल्यामुळे, त्याला विशेष लक्ष आणि वेळ देणे आवश्यक ठरते. चालू घडामोडींच्या माहितीचा तुमच्या उत्तरांमध्ये आणि निबंधांमध्ये समावेश केल्याने उत्तरांची सखोलता, संदर्भातील महत्त्व, समग्र दृष्टिकोन आणि वास्तवाशी असलेल्या नात्याचा ठसा दिसून येतो. शिवाय तुमची शब्दसंपत्ती आणि अभिव्यक्ती सुधारते, हा अजून एक फायदा, त्यामुळे प्रत्येक IAS टॉपर, राष्ट्रीय व आंतरराष्ट्रीय घडामोडींविषयी सतर्क राहण्याच्या महत्त्वावर भर देतो.

विविध कोचिंग संस्थांकडून चालू घडामोडींची नियमितपणे केलेली संकलने प्रसिद्ध केली जातात. मात्र, अशा संकलनांची उपलब्धता असूनही,

या पुस्तकातील सातही नायकांनी प्रिलिम्स आणि मेन्स परीक्षेच्या तयारीसाठी दररोज किमान एक वृत्तपत्र, तर मुलाखतीच्या तयारीसाठी दोन वृत्तपत्रे वाचण्याची शिफारस केली आहे. वृत्तपत्र वाचनाला पर्याय नाही, असे त्यांनी ठामपणे सांगितले.

चालू घडामोडींसाठी मासिक नियतकालिके वाचणेदेखील फायदेशीर ठरते. काही उमेदवार त्यांच्या ज्ञानाला पूरक म्हणून न्यूज ॲनालिसिस पॉडकास्ट किंवा विश्वसनीय ऑनलाइन प्लॅटफॉर्मचा वापर करतात. मात्र, प्रिलिम्स आणि मेन्स परीक्षेच्या तयारीसाठी वृत्तपत्र वाचण्यात एका तासापेक्षा जास्त वेळ घालवू नये. केवळ बातम्यांवर लक्ष केंद्रित न करता, त्या संबंधित मुद्द्यांवर लक्ष द्यावे.

एखादा मुद्दा बातम्यांचे कारण का बनला आहे, हे समजून घ्या. त्या विषयाची पार्श्वभूमी, सद्यःस्थिती, त्या विषयाशी संबंधित विविध दृष्टिकोन, संधी व आव्हाने आणि भविष्यासाठी उपाय किंवा मतांविषयी जाणून घ्या, तसेच महत्त्वाच्या आकडेवारीची नोंद ठेवा.

यशस्वी नोट्स तयार करण्याची कला

प्रभावी नोट्स तयार करणे हे अनेक IAS उमेदवारांच्या यशाचे महत्त्वाचे घटक ठरले आहे. नोट्स केवळ माहिती संग्रहित करण्याचे साधन नसून, विचार व्यवस्थित मांडण्यासाठी, समज मजबूत करण्यासाठी आणि माहितीची कार्यक्षम पुनरावृत्ती आणि स्मरणशक्ती टिकवण्यासाठी प्रभावी साधन ठरतात. संशोधनानुसार, हस्तलिखित नोट्स तयार केल्याने स्मरणशक्ती चांगली राहते. कारण, लिहिताना मेंदूची प्रक्रिया, टायपिंगच्या तुलनेत अधिक कार्यक्षमपणे होते.

लहान, सुस्पष्ट आणि उद्देशपूर्ण नोट्स तयार करा, ज्यामध्ये विविध स्रोतांमधून घेतलेले मुख्य मुद्दे, संकल्पना, तथ्ये, सूत्रे आणि उदाहरणे एकत्रित केलेले असतील. IAS टॉपर अशी शिफारस करतात की, नोट्स, UPSC अभ्यासक्रमातील मुख्य शब्दांच्या आधारे (की वर्ड्स) रचाव्यात, तसेच विविध स्रोतांमधील माहिती एकत्र करावी. या पद्धतीमुळे सर्व संबंधित माहिती विविध स्रोतांमध्ये विखुरलेली न राहता, एका ठिकाणी एकत्रित होते.

नोट्स तयार करताना विषय अधिक सोपा करण्यासाठी, लक्षात ठेवण्यास सोयीस्कर करण्यासाठी आणि उत्तरांचा दर्जा सुधारण्यासाठी बुलेट पॉइंट्स, आकृत्या, नकाशे, फ्लो चार्ट आणि माईंड मॅप्सचा वापर करा. मुख्य मुद्दे, महत्त्वाची तथ्ये, सूत्रे आणि संबंधित उदाहरणे नोट्समध्ये समाविष्ट करा. अनेक उमेदवार वहीच्याऐवजी फाइल्स किंवा फोल्डर्स वापरणे पसंत करतात. कारण, तयारीदरम्यान एका विशिष्ट विषयावर अधिक माहिती सहज जोडता येते.

आपल्या सात हिरोंपैकी, मिन्नूने प्रत्येक पेपरसाठी सखोल आणि सविस्तर नोट्स तयार केल्या होत्या. सत्यमने एकाच वेळी दोन किंवा अधिक स्रोतांमधून एखादा विषय अभ्यासून सविस्तर नोट्स लिहिल्या आणि रजिस्टरऐवजी मोकळ्या कागदांचा वापर केला. वसीमने कोचिंग वर्गात अत्यंत काटेकोरपणे नोट्स तयार केल्या आणि घरी परतल्यावर त्या समृद्ध करण्यासाठी नोट्सच्या कडेला जागा ठेवली.

मात्र, श्रुतीने प्रत्येक पुस्तकावरून नोट्स काढण्याविरोधात सल्ला दिला. तिच्या मते, लक्ष्मीकांत आणि स्पेक्ट्रम यांसारखी काही पुस्तके स्वतःच नोट्ससारखी संक्षिप्त आहेत, त्यामुळे यापासून स्वतंत्र नोट्स बनवणे आवश्यक नसते. तिने या स्रोतांमधून थेट वाचन केले. तिने प्रत्येक पेपरसाठी वह्या ठेवल्या, ज्यांच्या पहिल्या पानावर अभ्यासक्रम लिहिला होता. जेव्हा तिला संबंधित लेख, डेटा किंवा माहिती सापडली, तेव्हा ती, त्या संबंधित अभ्यासक्रमाच्या शीर्षकाखाली चिकटवायची. यामुळे तिला प्रत्येक विषयावरील माहिती व्यवस्थित गोळा करता आली.

वसीमने परिभाषा, स्वातंत्र्यसैनिक, तत्त्वज्ञ, प्रशासकांची उदाहरणे आणि कोट्स यांचे सारणीबद्ध (टॅब्युलर) संकलन तयार केले. यामुळे परीक्षेदरम्यान कोट्स आणि उदाहरणे तत्काळ आठवणे सोपे झाले.

उजळणीची ताकद

UPSCचा विस्तृत आणि वैविध्यपूर्ण अभ्यासक्रम लक्षात घेता, अभ्यासलेली माहिती कालांतराने परीक्षार्थींच्या विस्मरणात जाणे स्वाभाविक आहे. सातत्यपूर्ण आणि सखोल उजळणी केवळ समज दृढ करत नाही, तर यशासाठी लागणारा आत्मविश्वासही निर्माण करते. उजळणीमुळे स्मरणशक्ती मजबूत होते, ती संकल्पनांना अधोरेखित करते आणि त्यामुळे

कमकुवत क्षेत्रांची ओळख पटते. नियमित उजळणी नसेल, तर मिळवलेले ज्ञान हळूहळू विस्मृतीत जाऊ शकते आणि त्यामुळे कित्येक महिन्यांच्या परिश्रमावर पाणी फेरले जाऊ शकते म्हणूनच उजळणीच्या अनेक फेऱ्या करणे हे यशाचे महत्त्वाचे सूत्र आहे.

IAS टॉपर्ससाठी, उजळणी त्यांच्या तयारीच्या योजनेचा केंद्रबिंदू होता. श्रुतीने याचे महत्त्व अधोरेखित करत असे म्हटले, ''परीक्षेच्या कठीण प्रसंगी केवळ खोलवर बिंबलेले मुद्देच मदतीला येतात म्हणूनच अनेक वेळा उजळणी करणे अत्यावश्यक आहे.'' उजळणीच्या फेऱ्या किती असाव्यात, हे व्यक्तीच्या स्मरणशक्ती आणि उपलब्ध वेळेवर अवलंबून असते.

अनेक उमेदवार दैनंदिन उजळणीची सवय लावून घेतात. दिवसभर अभ्यासलेल्या गोष्टींचे पुनरावलोकन केल्याने शिकलेली माहिती पक्की होते आणि महत्त्वाच्या संकल्पना ताज्या राहतात. कोणत्याही विषयावरील प्रगत सत्रानंतर मूलभूत संकल्पना पुन्हा दृढ करण्यासाठी NCERT पुस्तके पुन्हा वाचणे हा एक उत्तम अभ्यास आहे, तसेच ज्यामध्ये तुम्हाला आत्मविश्वास कमी वाटतो अशा विषयांना किंवा उपविषयांना प्राधान्य देऊन उजळणी करणे खूप महत्त्वाचे ठरते.

अनेक उमेदवार महत्त्वपूर्ण परिभाषा, उदाहरणे, सूत्रे आणि संकल्पना कागदावर लिहून, त्या त्यांच्या अभ्यासाच्या जागी चिकटवतात, जेणेकरून त्यांचे वारंवार पुनरावलोकन होऊन लक्षात ठेवणे सुलभ होते. काही उमेदवार सूक्ष्म नोट्स तयार करतात, ज्या विविध विषयांतील महत्त्वाच्या मुद्द्यांचा आणि डेटाचा थोडक्यात सारांश असतो. या नोट्स जलद आणि अनेक वेळा पुनरावलोकनासाठी उपयुक्त ठरतात आणि स्मरणशक्ती सुधारतात.

उजळणी करताना नवीनतम घडामोडींचा समावेश केल्याने परीक्षेच्या स्पर्धात्मक वातावरणात पुढे जाण्यास मदत होते. अशा प्रकारे उत्तरांचे गुणात्मक मूल्य वाढते, ज्यामुळे तुमची तयारी अधिक सशक्त आणि सर्वसमावेशक बनते.

UPSCचे मन जाणून घेण्यासाठी मागील वर्षांच्या प्रश्नपत्रिकांचे महत्त्व

मागील वर्षांच्या प्रश्नपत्रिकांचा संग्रह IAS उमेदवारांसाठी एक मौल्यवान साधन आहे. या प्रश्नपत्रिकांचा सखोल अभ्यास केल्याने परीक्षेचे स्वरूप,

नमुना (पॅटर्न) आणि वारंवार विचारल्या जाणाऱ्या विषयांबाबत महत्त्वपूर्ण माहिती मिळते. यामुळे उमेदवारांना परीक्षेच्या काठिण्य पातळीची जाणीव होते, उपयुक्त अभ्याससाहित्य निवडणे सोपे होते आणि परीक्षकांच्या अपेक्षांनुसार आपली तयारी योग्य प्रकारे मांडता येते. याशिवाय, या प्रश्नपत्रिकांमुळे नवीन ट्रेंड ओळखणे आणि उच्च गुणभार असलेल्या विषयांना प्राधान्य देणे शक्य होते. मागील प्रश्नांची पुनरावृत्ती होण्याची शक्यता असल्याने या अभ्यासाची गरज आणखी अधोरेखित होते.

मागील वर्षांच्या प्रश्नपत्रिका छापील स्वरूपात आणि ऑनलाइन सहज उपलब्ध असतात. या प्रश्नपत्रिका विषयवार वर्गीकृत असल्यामुळे अभ्यासासाठी सोयीच्या ठरतात. उमेदवारांनी मागील पंचवीस वर्षांच्या प्रश्नपत्रिका मिळवण्याचा सल्ला दिला जातो. एखादा विषय पूर्ण केल्यानंतर लगेचच त्या विषयावरील प्रश्नपत्रिका सोडवणे ही एक स्मार्ट युक्ती ठरते. यामुळे शिकलेली माहिती पक्की होते आणि तयारीचा वास्तव आढावा घेण्यास मदत होते. अशा प्रकारे, ही पद्धत आत्मविश्वास वाढवण्यासाठीही प्रभावी ठरते.

नावाजलेल्या कोचिंग संस्थांच्या संकेतस्थळांवर दररोज प्रकाशित होणाऱ्या प्रश्नांच्या सरावाचा उपयोग अनेक उमेदवार करून घेतात.

प्रिलिम्स क्रॅक करणे

सराव चाचण्या (मॉक टेस्ट्स) : प्रिलिम्स क्रॅक करण्याची गुरूकिल्ली

यूपीएससी प्रिलिम्सची तयारी करताना सराव चाचण्या महत्त्वपूर्ण ठरतात. यश मिळवण्यासाठी सराव चाचण्यांचा समावेश अभ्यासक्रमात अनिवार्य आहे, त्यामुळे प्रत्येक उमेदवाराने पुरेसा वेळ ठेवून अधिकाधिक सराव चाचण्या सोडवणे आवश्यक आहे. अनेक उमेदवार कोचिंग संस्थांकडून उपलब्ध असलेल्या सराव चाचणी मालिकांमध्ये सहभागी होतात, नियमित चाचण्या देतात, त्यांचे मूल्यमापन करतात, कमकुवत भाग पुनरावलोकित करतात आणि त्यानुसार आपली अभ्यास पद्धती सुधारतात. सराव चाचणीत सहभागी झाल्याने उमेदवारांना आपल्या सोबत्यांच्या तुलनेत आपली तयारी कोणत्या स्तरावर आहे याचेही मोजमाप करता येते.

सराव चाचण्या देताना आणि स्वतःचे उत्तर मूल्यमापन करताना चुकीच्या उत्तरांचे, कठीण विषयांचे आणि त्रुटीमुळे चुकलेल्या प्रश्नांचे

बारकाईने विश्लेषण करणे महत्त्वाचे आहे. उदाहरणार्थ, लविशने अनेक सराव चाचण्या दिल्या आणि आपल्या चुका बारकाईने तपासल्या. त्या चुका माहितीच्या अभावामुळे, प्रश्न नीट न वाचल्यामुळे की इतर कोणत्या कारणांमुळे झाल्या, हे त्याने ओळखले. त्याचप्रमाणे, वसीमने प्रत्येक विषय पूर्ण केल्यानंतर विषयवार सराव चाचण्या सोडवल्या, आपले दोष ओळखले आणि त्या सुधारण्यासाठी विषयाची उजळणी केली. काही उमेदवार 'चुकांची वही'सुद्धा ठेवतात, ज्यामध्ये सराव चाचणीतील चुका लिहून ठेवतात, त्यामुळे त्या चुका पुन्हा न होण्यासाठी सावध राहता येते आणि तयारी अधिक सुदृढ होते.

मॉक टेस्ट्स अनेक महत्त्वाच्या कारणांसाठी उपयुक्त ठरतात. त्या उमेदवारांना परीक्षेच्या स्वरूपाची ओळख करून देतात, परीक्षेला बसण्यासाठीचे मानसिक सामर्थ्य विकसित करतात, गती आणि अचूकता सुधारतात, वेळेचे व्यवस्थापन शिकवतात आणि ज्ञानातील कमतरता तसेच सुधारणा करावयाच्या भागांचा उलगडा करतात. अनेक IAS टॉपर्सनी, ज्यात वसीमसुद्धा आहे, प्रिलिम्सपूर्वी चाळीस ते पंचेचाळीस पूर्ण-लांबीच्या टेस्ट्स दिल्या. या टेस्ट्स वेळेचे बंधन असलेल्या, परीक्षेच्या वेळी असते तशाच परिस्थितीत घेतल्याने वेळेचे व्यवस्थापन अधिकाधिक सुधारते आणि परीक्षेतील ताणतणावाचा सामना करण्याची क्षमता विकसित होते.

भारत यांनीदेखील मॉक टेस्ट्सचे महत्त्व अधोरेखित केले : ''मॉक टेस्ट्स देऊन तुम्हाला तुमच्या तयारीच्या स्थितीची (स्टेटस) कल्पना येते.'' मात्र उमेदवारांनी तयारीच्या खूप सुरुवातीच्या टप्प्यात मॉक टेस्ट्स देणे टाळावे. कारण, कमी गुण मिळाल्यामुळे आत्मविश्वास आणि प्रेरणा कमी होऊ शकते. सत्यमने असे सांगितले, ''प्रथम जोमाने अभ्यास करा आणि उजळण्या करा, त्यानंतर मॉक टेस्ट्स द्या. ज्या विषयांत तुम्हाला कमी गुण मिळाले, त्यावर लक्ष केंद्रित करा आणि त्यामध्ये सुधारणा करा.''

CSATकडे दुर्लक्ष करणे म्हणजे स्वतःच्या पायांवर धोंडा पाडून घेण्यासारखे आहे

UPSC प्रिलिम्स जिंकण्याच्या प्रयत्नात अनेक उमेदवार एक महत्त्वाचा घटक दुर्लक्षित करतात : जीएस पेपर-२, ज्याला CSAT म्हणून ओळखले जाते. या पेपरचा केवळ पात्रता स्वरूपाचा दर्जा (क्वालिफायिंग नेचर) असल्यामुळे अनेक उमेदवार त्याच्या तयारीकडे दुर्लक्ष करतात आणि

त्याला एक किरकोळ अडथळा मानून चालतात. मात्र, हे दुर्लक्ष विनाशकारी ठरू शकते. २०० गुणांपैकी केवळ ६६ गुण मिळवणे उत्तीर्ण होण्यासाठी आवश्यक असले तरी CSATला कमी लेखल्यामुळे अनेक उमेदवारांची स्वप्ने उद्ध्वस्त झाली आहेत. काही उमेदवार, जे तीनही टप्पे पार करून गेले होते, त्यांना रँक सुधारण्यासाठी केलेल्या नंतरच्या प्रयत्नांमध्ये CSATमध्ये अपयश पत्करावे लागले. उदाहरणार्थ, मिन्नूने GS पेपर-१ मध्ये चांगली कामगिरी करूनही CSATमध्ये पात्रतेइतके गुण मिळवू न शकल्यामुळे दोन वेळा प्रिलिम्स उत्तीर्ण होण्यात अपयश अनुभवले.

तयारीच्या दरम्यान CSAT कडे दुर्लक्ष केल्यामुळे आणि प्रिलिम्सच्या दिवशी एकाग्रतेत झालेल्या कमीमुळे अपयशाला सामोरे जावे लागते. प्रिलिम्सच्या दिवशी GS पेपर-१ आणि CSAT यांच्या दरम्यान असलेल्या तीन तासांच्या विश्रांतीत अनेक उमेदवार GS-१मधील आपली कामगिरी विश्लेषित करण्यात वेळ घालवतात. यामुळे त्यांचा आत्मविश्वास कमी होतो आणि परिणामी CSATच्या कामगिरीवर विपरीत परिणाम होतो.

मिन्नूला याचा स्वतः अनुभव आला. ब्रेकमध्ये GS-१चे उत्तर तपासणे आणि इंटरनेट सर्फिंग यावर लक्ष केंद्रित केल्यामुळे तिचा मूड बिघडला आणि दोन वेळा CSATमध्ये तिची कामगिरी खराब झाली. वसीमनेही हेच निरीक्षण केले की, अनेक उमेदवार GS-१नंतर आपली कामगिरी विश्लेषित करण्यात मौल्यवान वेळ वाया घालवतात, जे CSATसाठी आवश्यक असलेल्या तयारीसाठी नुकसानकारक ठरते. काही कोचिंग संस्थाही यामध्ये भर घालतात, कारण त्या विश्रांतीच्या वेळी GS-१ उत्तरांवर चर्चा करणारे व्हिडिओ पोस्ट करतात.

CSATची काठिण्य पातळी वाढत चालली असल्याने या पेपरला पुरेसे प्राधान्य देणे अत्यावश्यक झाले आहे. सत्यम धोक्याचा इशारा देतो की, 'अधिक विश्लेषणात्मक कौशल्ये आणि गणितामुळे CSAT आता IIMच्या कॉमन अॅडमिशन टेस्ट (CAT) प्रमाणे होत आहे.' त्याचा साधा सल्ला आहे : 'प्रिलिम्सपूर्वी तीन महिने मागील वर्षाच्या CSAT प्रश्नपत्रिका परीक्षा पद्धतीने सोडवा. जर १०० गुणांपेक्षा कमी गुण मिळाले, तर तुम्हाला जरा अधिक वेळ CSATच्या तयारीसाठी द्यावा लागेल.'

CSATच्या तयारीसाठी मागील वर्षांच्या प्रश्नपत्रिका सोडवणे अत्यावश्यक आहे, जेणेकरून परीक्षेच्या स्वरूपाची सवय होईल. जर अडचणी

येत असतील, तर शॉर्टकट्स आणि ट्रिक्स शिकण्यासाठी मदत घेणे उपयुक्त ठरते. वसीमने असा सल्ला दिला की, उमेदवारांनी आधीच ठरवावे की, कोणत्या प्रकारचे प्रश्न ते प्रभावीपणे सोडवू शकतात आणि अशा भागांवर लक्ष केंद्रित करावे. अवघड प्रश्नांवर वेळ घालवण्याऐवजी सोप्या भागांवर भर द्यावा. मिन्नूने स्वतःच्या क्षमता आणि कमकुवत बाजूंचे विश्लेषण केल्यानंतर, वाचनसमज, तर्कशास्त्र आणि सोप्या गणितावर ती लक्ष केंद्रित करू लागली, ज्यामध्ये ती कुशल होती म्हणून CSATसाठी पुरेशी तयारी आणि स्वतःच्या ताकदीवर आधारित रणनीतीचा अवलंब करणे अत्यावश्यक आहे, अन्यथा हा पेपर तुमच्या IASच्या स्वप्नांवर पाणी फेरू शकतो.

मुख्य परीक्षेत विजय संपादन करणे

योग्य वैकल्पिक विषयाची निवड

IAS अधिकारी होण्याच्या प्रवासात योग्य वैकल्पिक विषयाची निवड करणे हा एक महत्त्वाचा टप्पा आहे. यासाठी काळजीपूर्वक विचार आणि रणनीतिक नियोजन आवश्यक आहे. ५०० गुणांवर आधारित हा विषय, उमेदवारांच्या एकूण गुणांवर आणि त्यांच्या IAS अधिकारी होण्याच्या संधींवर मोठा प्रभाव टाकू शकतो. दुसरीकडे, विचार न करता घेतलेला निर्णय अयोग्य तणाव निर्माण करू शकतो आणि काही प्रयत्नांनंतर विषय बदलण्याची वेळ येऊ शकते.

भारतचेच उदाहरण घ्या. ज्याने वरवरच्या Google शोधाच्या आधारावर भूगोल हा विषय निवडला. त्याचा हा निर्णय नंतर पश्चात्तापजनक ठरला आणि त्याने अंतिम प्रयत्नात आपला वैकल्पिक विषय बदलला. लविशलादेखील अशीच अडचण आली, ज्याने आपल्या पदवीच्या अभ्यासक्रमाशी विषयाची सुसंगतता आणि अभ्यासक्रमाचे स्वरूप तपासल्याशिवाय, यंत्र अभियांत्रिकी विषय निवडला.

दुसरीकडे मिन्नूने, दहावीनंतर भूगोलाचा अभ्यास केलेला नसूनही या विषयाबद्दलच्या तिच्या खऱ्याखुऱ्या आवडीमुळे भूगोल हा विषय निवडला. अंजलीने राजकारणशास्त्र आणि आंतरराष्ट्रीय संबंध हा विषय निवडला. कारण, तिला हा विषय आवडत होता आणि तिने कॉलेजमध्ये तो उपमुख्य (मायनर) विषय म्हणून अभ्यासला होता. श्रुतीसाठी, इतिहास निवडणे स्वाभाविक होते.

कारण, तो तिचा आवडता विषय तर होताच शिवाय महाविद्यालयीन पदवी अभ्यासक्रमातील प्रमुख विषय होता. वसीमने आपली ताकद आणि आवड काळजीपूर्वक विचारात घेतल्यानंतर मानववंशशास्त्र निवडले.

वैकल्पिक विषयाची निवड ही अनेक घटकांचा काळजीपूर्वक विचार करूनच केली पाहिजे. उमेदवारांनी प्रत्येक संभाव्य विषयाचे फायदे आणि तोटे तपशीलवार विश्लेषित केले पाहिजेत, अभ्यासक्रमाची बारकाईने पाहणी केली पाहिजे, मागील वर्षांच्या प्रश्नपत्रिकांचा आढावा घ्यायला हवा आणि अभ्यास साहित्याची उपलब्धता तपासायला हवी. विचारात घ्यावयाच्या महत्त्वाच्या गोष्टी म्हणजे विषयाची आवड, शैक्षणिक पार्श्वभूमी, सामान्य अध्ययन (GS) पेपरांसोबत अभ्यासक्रमाची सुसंगती, तसेच ताकद आणि सोयीसुविधा.

तुमचा वैकल्पिक विषय असा असावा, जो तुम्हाला अभ्यासासाठी, विशेषतः GS पेपरांपासून विश्रांती (ब्रेक)घेताना आवडेल. विषयाची आवड प्रेरणा टिकवून ठेवू शकते आणि अभ्यासाचा अनुभव अधिक आनंददायी बनवू शकते. विषयाचे पूर्वज्ञान किंवा शैक्षणिक अनुभव वेळ वाचवू शकतो आणि अधिक गुण मिळविण्यास मदत करू शकतो. पर्यायी विषयाचा अभ्यासक्रम GS पेपरांशी मोठ्या प्रमाणावर जुळत असल्यास त्याचा फायदा होतो. आत्मविश्वास निर्माण करण्यासाठी आणि परीक्षेत चांगले प्रदर्शन करण्यासाठी तुमची ताकद व विषयातील सोयीची पातळी यांचे मूल्यांकन करणे अत्यावश्यक आहे.

IAS टॉपर्स सल्ला देतात की, पर्यायी विषयाचा अभ्यासक्रम किमान एकदा प्रिलिम्सपूर्वी पूर्ण करावा. ही रणनीती महत्त्वाची आहे, कारण प्रिलिम्स आणि मेन्स परीक्षेमधील कालावधी मर्यादित असतो आणि या कालावधीत प्रारंभिक शिक्षणाऐवजी उजळणी व सखोल अभ्यास करण्यासाठी वेळ वापरला पाहिजे.

लेखन कौशल्ये विकसित करणे

मुख्य परीक्षेत यश हे केवळ तुम्हाला काय माहीत आहे यावरच नाही, तर ती माहिती मर्यादित वेळेत प्रभावीपणे कशी व्यक्त कराल, यावरही अवलंबून असते. प्रत्येक पेपर वेळेत पूर्ण करणे ही एक मोठी कसरत आहे, ज्यासाठी वेगासोबतच विचार सुसंगतपणे मांडण्याची क्षमता आवश्यक आहे, त्यामुळे लेखन कौशल्ये ही मुख्य परीक्षेत यश मिळविण्यासाठी अत्यावश्यक ठरतात.

श्रुती म्हणते, ''जेव्हा तुमच्याकडे मूलभूत सामग्री असेल, तेव्हा उत्तर लेखन हाच तयारी करण्याचा एकमेव मार्ग आहे. तुमच्याकडे कितीही ज्ञान असले तरी, जर तुम्ही संरचित उत्तरे (structured answers) लिहू शकत नसाल, तर ते निरुपयोगी आहे.''

लेखन कौशल्ये विकसित करणे ही एक रातोरात साध्य होणारी प्रक्रिया नाही; ती सातत्यपूर्ण सरावाची मागणी करते. नियमित उत्तर लेखन सत्रांमुळे उमेदवारांना विश्लेषणात्मक विचार सुधारणे, विचार स्पष्टपणे मांडणे, युक्तिवाद तर्कसंगतपणे सादर करणे आणि विविध विषयांतील ज्ञान एकत्रित करणे शिकता येते. यामुळे तुम्ही प्रत्येक प्रश्नाच्या मूलभूत पैलूंना उत्तरात समाविष्ट करू शकता आणि दिलेल्या वेळेत उत्तरांचा योग्य प्रकारे आकृतिबंध तयार करू शकता.

उत्तर लेखनाचा सराव आणि स्वतःच्या उत्तरांचे मूल्यमापन केल्याने विषयाची अधिक चांगली समज विकसित होते, सामग्रीचे चांगले स्मरण राहते, वेळेचे व्यवस्थापन सुधारते, शब्दमर्यादा पाळण्याची सवय लागते आणि आत्मविश्वास वाढतो. श्रुतीची पुनरावलोकन पद्धत उत्तर लेखनाभोवती केंद्रित होती. ती म्हणते, ''उत्तर लिहिल्यानंतर मी माझ्या नोट्ससह बसे आणि पाही की अजून काय भर घालता येईल किंवा माझ्या उत्तरांची रचना कशी सुधारता येईल.'' तिने मागील वर्षीच्या टॉपर्सच्या उत्तरपत्रिकादेखील अभ्यासल्या आणि त्यांच्या उत्तरांमधील चांगल्या पद्धती टिपल्या.

उमेदवारांनी तयारीच्या सुरुवातीलाच उत्तर लेखनाचा सराव सुरू करावा. सुरुवातीला NCERT पुस्तकांमधील प्रश्नांची उत्तरे लिहिण्याचा सराव करावा. तयारीच्या प्रगतीनुसार, मागील वर्षांच्या प्रश्नांवर सराव करावा. काही उमेदवार दहा प्रश्नांची उत्तरे रोज लिहिण्याची सवय लावून घेतात. त्यांनी कोचिंग सेंटरद्वारे दिलेल्या मॉडेल उत्तरांचा अभ्यास करून त्यातून शिकावे आणि आपल्या विश्लेषणात्मक व समीक्षात्मक विचार करण्याच्या क्षमतेवर भर द्यावा.

जर शक्य असेल, तर एखाद्या प्रतिष्ठित कोचिंग संस्थेच्या मुख्य परीक्षेच्या चाचणी मालिकेत सहभागी व्हा आणि दिलेल्या अभिप्रायावर काम करा. प्रत्यक्ष परीक्षेच्या वेळेच्या बंधनांनुसार संपूर्ण प्रश्नपत्रिका सोडविण्याचा सराव केल्याने तुमच्या कामगिरीत महत्त्वपूर्ण सुधारणा होऊ शकते. चाचणी पूर्ण झाल्यानंतर तुमच्या उत्तरांची मॉडेल उत्तरांशी तुलना करा, उणिवा ओळखा आणि त्यानुसार तुमच्या नोट्स अद्ययावत करा.

काही IAS टॉपर्स असे सुचवतात की, प्रत्यक्ष परीक्षेच्या आधी दोन सलग दिवस चारही जीएस प्रश्नपत्रिका लिहाव्यात, जेणेकरून तुम्ही परीक्षेसाठी पूर्णपणे सज्ज राहाल. लविश आणि त्याच्या मित्रांनी मुख्य परीक्षेच्या एक आठवडा आधी कोचिंग सेंटरमध्ये एका सिम्युलेटरमध्ये भाग घेतला. हे सिम्युलेटर, परीक्षा समयीचे वातावरण आणि वेळापत्रकाची प्रतिकृती तयार करतात, त्यामुळे प्रत्यक्ष परीक्षेसारख्या परिस्थितीत सराव करण्याचा अनमोल अनुभव मिळतो.

संरचना आणि सादरीकरणाची ताकद

फक्त लेखनाचा वेग पुरेसा नसतो, तर तुमच्या उत्तरांचा आशय, रचना आणि सादरीकरणदेखील तुमचे नाव यशस्वी उमेदवारांच्या अंतिम यादीत नेऊ शकते. प्रश्नाच्या प्रत्येक भागाच्या मागण्यांना समजून घेणे अत्यंत महत्त्वाचे आहे. तुमच्या उत्तरांनी वृत्तपत्रांच्या संपादकीय मानकांची पूर्तता करण्याची गरज नसली तरी ती साधी, व्यवस्थित मांडणी केलेली, सुसंगत, स्पष्ट आणि संक्षिप्त असायला हवीत, जेणेकरून संकल्पनात्मक स्पष्टता दिसून येईल. ठळक मुद्द्यांमध्ये मांडणी आणि नेमक्या वाक्यांचा वापर अधिक पसंतीस पडतो. अधिक प्रमाणात अस्पष्ट मुद्दे समाविष्ट करण्यापेक्षा, कमी पण स्पष्ट आणि प्रभावी मुद्दे सादर करणे केव्हाही चांगले.

व्यवस्थितपणे रचलेल्या उत्तराची सुरुवात एका स्पष्ट परिचयाने होते, जो संदर्भही देतो. हा परिचय विषयाचा थोडक्यात इतिहास, संबंधित उद्धरण किंवा मुख्य संकल्पनेची व्याख्या असू शकतो. परिचय तुमच्या उत्तराचा पाया घालतो आणि प्रश्नाच्या मूळ मुद्द्याचा गाभा दर्शवतो.

मुख्य भागात, दिलेल्या प्रश्नाला थेट संबोधित करा आणि त्याच्या सर्व पैलूंचा समावेश करणारे सर्वंकष उत्तर द्या. हे साध्य करण्यासाठी, प्रश्नाचे भाग पाडून नावीन्यपूर्ण उपशीर्षकांचा वापर करा, ज्यामध्ये प्रश्नातील कळीचे शब्द (की वर्ड्स) असतील. सामाजिक, राजकीय, आर्थिक आणि पर्यावरणीय अशा विविध दृष्टिकोनांमधून विषयाचे विश्लेषण करून बहुआयामी दृष्टिकोन विकसित करा. तुमच्या उत्तरांमध्ये, प्रकरणे (case studies) आणि उदाहरणांचा समावेश करा. वसीमसारख्या काही उमेदवारांनी त्यांच्या उत्तरांच्या बाजूला प्रकरणांचा आढावा घेण्यासाठी बॉक्समध्ये लिहिणे पसंत केले. शेवटी, आशावादी आणि भविष्याकडे पाहणाऱ्या विधानाने उत्तराची सांगता करा.

उत्तरांचे व्यवस्थित सादरीकरण अत्यंत महत्त्वाचे आहे, कारण ते परीक्षकाचे काम सुलभ करते. आकर्षक, वाचण्यायोग्य आणि समजण्यास सोपी उत्तरे इतर उत्तरांमध्ये उठून दिसतात. तुमची उत्तरे दृश्यरूपाने आकर्षक बनवा, ज्यामध्ये स्पष्ट शीर्षके, ठळक मुद्द्यांची मांडणी आणि पुरेशी मोकळी जागा असेल. संबंधित संज्ञांचा समावेश करा आणि त्यांना अधोरेखित करा. उदाहरणार्थ, नेतृत्वावरील प्रकरणात 'प्रेरणा' आणि 'सहानुभूती' यांसारख्या संज्ञा वापरा आणि त्या सहज ओळखण्यासाठी ठळक करा. तसेच, महत्त्वाच्या मुद्द्यांना अधोरेखित करणेदेखील उपयुक्त ठरू शकते.

उत्तराच्या स्थिर भागाला (static portion) चालू घडामोडींनी समृद्ध केल्यास व्यापक दृष्टिकोन सादर करण्यात मदत होते. अहवालांमधील उद्धरणे, निर्देशांक आणि डेटा यांचा समावेश केल्याने तुमच्या उत्तरांना आधार मिळतो आणि विषयाची सखोल समज दर्शवता येते. ग्राफ, आरेखने, फ्लोचार्ट, नकाशे आणि तक्ते मोठ्या प्रमाणावर वापरा. ही साधने केवळ वेळ वाचवत नाहीत, तर माहिती स्पष्ट आणि संक्षिप्त पद्धतीने सादर करतात. तक्ते डेटा सुव्यवस्थित करण्यासाठी उपयुक्त ठरतात, ज्यामुळे परीक्षकाला माहिती सहज शोधता येते. नकाशा-आधारित प्रश्नांची उत्तरे देण्यासाठी नकाशे फायदेशीर ठरतात आणि डेटा व तथ्ये लक्षात ठेवण्यास मदत करतात. आरेखने आणि फ्लोचार्टमध्ये सादर केलेल्या माहितीची पुनरावृत्ती टाळा; त्याऐवजी, पूरक माहिती मजकुराद्वारे पुरवा.

(Ethics) नैतिकतेची परीक्षा पार करणे

जीएस पेपर-४ म्हणजेच नैतिकता पेपर, मुख्य परीक्षेचा एक वैशिष्ट्यपूर्ण भाग आहे. या पेपरमध्ये मानवी मूल्ये, सार्वजनिक प्रशासनातील नैतिकता, जबाबदारी आणि शासकीय पारदर्शकता अशा विविध विषयांचा समावेश होतो. या पेपरमध्ये यशस्वी होण्यासाठी नैतिक संकल्पनांचे सखोल आकलन, त्या संकल्पना प्रत्यक्ष जीवनातील परिस्थितींमध्ये लागू करण्याची क्षमता आणि स्पष्टपणे व सखोलतेने उत्तर सादर करण्याचे कौशल्य आवश्यक आहे.

केस स्टडी हा या पेपराचा महत्त्वाचा भाग असतो. उमेदवारांना अशा परिस्थिती दिल्या जातात, जिथे त्यांना नैतिक तत्त्वांचा उपयोग करून समस्यांचे निराकरण करावे लागते. यातून विषयाचे त्यांचे व्यावहारिक ज्ञान सिद्ध होते. या विभागात उत्कृष्टता मिळवण्यासाठी उमेदवारांनी केस स्टडीचे

विश्लेषण करण्याचा सराव करावा, त्यातील नैतिक द्वंद्व ओळखावे, विविध हितधारकांच्या दृष्टिकोनांचा विचार करावा आणि संतुलित तसेच योग्य तोडगा सुचवावा. स्वतःचा आत्मपरीक्षणाचा अनुभव अनोखी दृष्टी देऊ शकतो आणि उत्तरांना सखोलता प्राप्त होऊ शकते.

विशेषतः शासन, सार्वजनिक प्रशासन आणि सामाजिक न्यायाशी संबंधित चालू घडामोडींची माहिती ठेवणे अत्यावश्यक आहे. उत्तरांमध्ये वास्तविक जीवनातील उदाहरणे, चालू घडामोडी आणि ऐतिहासिक घटनांचा समावेश केल्यास ती परीक्षकासाठी अधिक आकर्षक आणि परिणामकारक ठरतात.

नैतिकता पेपरची तयारी अधिक प्रभावी बनवण्यासाठी काही व्यावहारिक रणनीती उपयुक्त ठरू शकतात. संबंधित कीवर्ड आणि महत्त्वाच्या वाकप्रचारांच्या व्याख्यांचा संग्रह तयार करणे, तसेच वास्तव जीवनातील उदाहरणे आणि प्रतिष्ठित व्यक्तींचे संदर्भ एकत्रित करणे खूप उपयोगी ठरते. उदाहरणार्थ, मिन्नूने दैनंदिन बातम्यांमध्ये नैतिक पैलू ओळखण्याचा सराव केला आणि या मुद्द्यांना ती एका प्रशासक म्हणून कसे हाताळेल, याचा विचार केला. तिने रामायण, महाभारत यांसारख्या सांस्कृतिक ग्रंथांमधून तसेच बायबल आणि भगवान बुद्धांच्या जीवनातून उदाहरणे आणि गोष्टी घेतल्या.

सत्यम आणि भारत यांनी त्यांच्या वैयक्तिक आयुष्यातील अनुभवांमधून उदाहरणे गोळा केली आणि विविध नैतिक मूल्यांसाठी आदर्श व्यक्ती (रोल मॉडेल्स) शोधल्या. श्रुतीने यापलीकडे जाऊन एक वेगळी टिपणवही तयार केली, ज्यामध्ये तिने पुस्तकांमधील, मासिकांमधील किंवा वर्तमानपत्रांमधील उल्लेखनीय उद्धृते (क्वोट्स) नोंदवली. तिने ही उद्धृते संबंधित मथळ्यांखाली वर्गीकृत करून ठेवली, जेणेकरून तयारीदरम्यान त्यांचा उपयोग सहज होऊ शकेल.

प्रभावी निबंधलेखनाची कला

१९९३ साली माझ्या नागरी सेवा परीक्षेच्या पहिल्या प्रयत्नात, निबंधाचा पेपर नव्यानेच समाविष्ट झाला होता ती आठवण आजही ताजी आहे. हा पेपर केवळ सर्जनशील लेखन कौशल्यांची चाचणी नाही, तर उमेदवाराच्या चिकित्सक विचारसरणीची, कल्पना स्पष्टपणे मांडण्याच्या क्षमतेची आणि विविध मुद्द्यांवर संतुलित दृष्टिकोन सादर करण्याच्या कौशल्याची चाचणी

घेतो. प्रभावी निबंध तयार करण्यासाठी धोरणात्मक (स्ट्रॅटेजिक) दृष्टिकोन आवश्यक असतो, ज्यामध्ये विषयाची खोली आणि मांडणीची स्पष्टता यांचा समतोल साधलेला असतो.

उमेदवारांना दोन निबंध लिहावे लागतात. जास्त गुण मिळवण्यासाठी या निबंधांमध्ये संरचित विचार (स्ट्रक्चर्ड थिंकिंग), सुसंगत सादरीकरण आणि निवडलेल्या विषयांवरील सखोल आकलन यांचे उत्कृष्ट संयोजन असणे आवश्यक आहे. विविध विषयांवर नियमित सराव, जसे की तात्त्विक विचारमंथनापासून ते समकालीन विषयांपर्यंत, वेगाने विचार मांडण्याची आणि दिलेल्या वेळेत प्रभावीपणे लिहिण्याची कौशल्ये विकसित करण्यासाठी महत्त्वपूर्ण ठरतो.

राष्ट्रीय व आंतरराष्ट्रीय घडामोडींच्या बाबतीत सतत अद्ययावत राहणे हे संबंधित (रिलेव्हंट) आणि माहितीपूर्ण निबंध लिहिण्यासाठी अत्यावश्यक आहे. हवामान बदल, दहशतवाद आणि महिला सक्षमीकरण यांसारख्या सदाहरित विषयांवर नोट्स तयार ठेवणे उपयुक्त ठरते. यामुळे आवश्यक माहिती सहज उपलब्ध होते. शिवाय, सहकाऱ्यांकडून परीक्षण करवून घेणे आणि मार्गदर्शक किंवा प्रशिक्षण संस्थांकडून अभिप्राय घेणे, यामुळे लेखन कौशल्य अधिक विकसित होऊ शकते. टॉपर्सच्या निबंधांचे विश्लेषण करणे हे त्यांची रचना, विषयवस्तू आणि सादरीकरण यांसाठी दिशादर्शक ठरू शकते आणि आपल्या लेखनासाठी आदर्श ठरू शकते.

परीक्षेच्या दिवशी, तुम्हाला चांगल्या प्रकारे माहित असलेल्या विषयाची निवड करा. यामुळे तुम्हाला विषय सखोलपणे मांडता येतो आणि विविध दृष्टिकोनातून तुमचे ज्ञान सादर करता येते. भारतचा सल्ला असा आहे, ''निबंध लिहायला सुरुवात करण्यापूर्वी, पुरवलेल्या रफ कागदांवर एक ढाचा तयार करा.'' हा ढाचा निबंधासाठी चांगल्या संरचनेची पायाभूत तयारी करतो.

निबंधाची सुरुवात प्रभावी प्रस्तावनेने करा, जी तुमची मुख्य कल्पना किंवा मांडणी स्पष्टपणे व्यक्त करेल. एक सुसंगत वाक्य, एक लक्षवेधक तथ्य, एक प्रश्न किंवा एक छोटीशी गोष्ट यांपैकी कोणत्याही प्रकारे सुरुवात करून परीक्षकांचे लक्ष वेधता येते. निबंधाचा मध्यभाग वेगवेगळ्या परिच्छेदांमध्ये विभागला गेला पाहिजे, ज्यामध्ये प्रत्येक परिच्छेदात एक ठरावीक मुद्दा किंवा दृष्टिकोन दिला जाईल आणि तो योग्य उदाहरणांद्वारे

समर्थित केला जाईल. परिच्छेदांचा क्रम सुसंगत ठेवणे आणि एक परिच्छेद दुसऱ्यानंतर सहजतेने येईल याची काळजी घेणे महत्त्वाचे आहे. जटिल मुद्द्यांचे सोपे सादरीकरण करण्यासाठी उपशीर्षके वापरू शकता.

निबंधाचा शेवट महत्त्वाच्या मुद्द्यांचा सारांश देऊन करा आणि तुमची मुख्य कल्पना किंवा मांडणी नवीन दृष्टिकोनातून पुन्हा एकदा मांडून, पुढील परिणाम किंवा व्यापक दृष्टिकोनावर भर द्या. निबंधाचा शेवट परीक्षकांवर ठसा उमटवणारा असावा, जो निबंधातील मुख्य मुद्द्यांना एकत्रितपणे जोडणारा असेल.

चांगल्या निबंधाला साधारण निबंधापेक्षा वेगळे करणारे घटक म्हणजे विषयाची खोली आणि विश्लेषणाची गुणवत्ता. एका मुद्द्यावर अनेक दृष्टिकोन मांडणे हे विस्तृत समज आणि चिकित्सक विचारप्रक्रियेस अधोरेखित करते. तुमचे मुद्दे अधिक ठोस बनवण्यासाठी योग्य उदाहरणे, केस स्टडी, ऐतिहासिक संदर्भ किंवा वर्तमान घडामोडींचा उपयोग करा. प्रशासन, परराष्ट्र धोरण, कायदा, राजकारण, अर्थव्यवस्था आणि सामाजिक समता यांसारख्या यूपीएससीच्या महत्त्वाच्या विषयांशी जोड देऊन तुमच्या निबंधाला सखोलता आणि सुसंगतता मिळेल.

तुमची मते संशोधनपूर्वक आणि तथ्यांवर आधारित असल्याचे दाखवण्यासाठी, विश्वासार्ह स्रोतांकडून डेटा, आकडेवारी, उद्धरणे आणि अहवाल यांचा उपयोग करा.

उदाहरणार्थ, सत्यमने शिक्षण, महिला सक्षमीकरण आणि हवामानबदल यांसारख्या विविध विषयांवर सर्वसाधारण उद्धरणे गोळा केली आणि ती त्याच्या निबंधांमध्ये योग्य ठिकाणी वापरली.

प्रभावी संवाद कौशल्य हा आणखी एक महत्त्वाचा भाग आहे. स्पष्ट आणि नेमक्या भाषेत लिहा; अतिरेकी जटिल वाक्यरचना आणि तांत्रिक भाषेचा वापर टाळा. निबंधाच्या संपूर्ण लेखनप्रक्रियेत एकसंध शैली राखा आणि औपचारिक व अनौपचारिक भाषाशैली यामध्ये वारंवार बदल होऊ देऊ नका. हस्ताक्षर स्वच्छ ठेवा. अंडरलाइनिंग आणि कॅपिटल अक्षरांचा वापर यांचा अतिरेक टाळा. बुलेट पॉइंट्स फक्त आवश्यक तेव्हाच आणि मोजक्याच प्रमाणात वापरा.

भाषा विषयांची तयारीही महत्त्वाची आहे

मुख्य परीक्षेतील भाषा विषयांचे महत्त्व बरेचदा दुर्लक्षित केले जाते. इंग्रजी आणि अनुसूचित भाषांपैकी एक विषय हे केवळ अर्हता जोखण्यापुरते (qualifying in nature) असतात, त्यामुळे अनेक उमेदवार या विषयांची तयारी सोडून देतात, असे गृहीत धरून की ते सहजपणे उत्तीर्ण होतील; परंतु आकडेवारी असे दर्शवते की, सुमारे दहा टक्के उमेदवार या भाषा विषयांत अपयशी ठरतात. परिणामी, पूर्व परीक्षा आणि मुख्य परीक्षेतील इतर विषयांसाठी घेतलेल्या मेहनतीवर पाणी फिरते. एकदा तुम्ही या भाषा विषयांत नापास झालात की, तुमची इतर कोणतीही उत्तरपत्रिका तपासली जात नाही आणि तुमचे संपूर्ण प्रयत्न व्यर्थ ठरतात.

म्हणूनच विशेषतः ज्या उमेदवारांनी दहावीनंतर संबंधित भाषा शिकलेली नाही किंवा ज्यांचा त्या भाषेबद्दल आत्मविश्वास कमी आहे, अशा उमेदवारांनी भाषा विषयांची तयारी गांभीर्याने केली पाहिजे. आमच्या सात नायकांपैकी, मिन्नूने तिची दुसरी भाषा म्हणून मल्याळम निवडली. तिची भाषा कौशल्ये कुंठित झाल्याचे लक्षात घेऊन, तिने तिच्या आईची आणि मैत्रीण ऐश्वर्याची मदत घेतली आणि मागील वर्षांच्या प्रश्नपत्रिकांचा नियमितपणे सराव करून आपली सहजता (फ्लुएन्सी) पुन्हा मिळवली. तसाच अनुभव वसीमचाही होता. त्याने दहावीपर्यंतच उर्दू शिकली होती, त्यामुळे त्याने त्याची बहीण आरझू हिच्याकडून, विशेषतः व्याकरणाचे धडे घेतले आणि आपले कौशल्य सुधारले.

मुलाखत मंडळावर छाप पाडा

मुख्य परीक्षा उत्तीर्ण होणे हा एक मोठा टप्पा असतो; पण त्यानंतरचे अंतिम आणि महत्त्वाचे आव्हान म्हणजे व्यक्तिमत्त्व चाचणी, जी प्रचलित भाषेत मुलाखत म्हणून ओळखली जाते. सुमारे वीस ते तीस मिनिटे चालणाऱ्या आणि २७५ गुणांसाठी होणाऱ्या या मुलाखतीचा उमेदवाराची श्रेणी (रँक), सेवा निवड आणि आयएएसमधील केडर निश्चित करण्यात अत्यंत महत्त्वाचा वाटा असतो.

पूर्व आणि मुख्य परीक्षेच्या तुलनेत मुलाखत ही केवळ ज्ञानाची चाचणी नसते, तर ती व्यक्तिमत्त्वाचा सर्वांगीण आढावा घेणारी प्रक्रिया असते. मुलाखत मंडळ, उमेदवाराची स्पष्ट आणि समतोल विचारसरणी,

विश्लेषणात्मक क्षमता, तर्कशुद्ध मांडणी, समंजस निर्णयक्षमता, प्रसंगावधान, मुत्सद्दीपणा, नेतृत्वगुण, बौद्धिक आणि नैतिक प्रामाणिकता, आत्मविश्वास आणि प्रशासकीय सेवेसाठी एकूण योग्यतेचा विचार करते.

उमेदवारांनी आपल्या आवडी-निवडी, छंद, शिक्षण, कामाचा अनुभव, वैकल्पिक विषय आणि अभ्यासक्षेत्र यांच्याशी संबंधित प्रश्नांची उत्तरे देण्यासाठी तयार असले पाहिजे. तसेच, आपल्या राज्य आणि शहरासंबंधित प्रश्न विचारले जाण्याचीही शक्यता असते. मंडळाचा उद्देश म्हणजे उमेदवाराच्या व्यक्तिमत्त्वाची खोली आणि रुंदी तपासणे, तसेच प्रशासकीय कारकिर्दीसाठी आवश्यक गुणधर्मांची खात्री करणे.

मुलाखतीवर परिणाम करणारे अनेक घटक तुमच्या नियंत्रणाबाहेर असतात, जसे की मुलाखतीची वेळ, मंडळाची रचना, अध्यक्षांचा मूड आणि त्या दिवशी तुम्ही मुलाखतीच्या क्रमात कोणत्या स्थानी आहात. मात्र, हे बदल सगळ्या उमेदवारांसाठी सारखेच असतात, त्यामुळे या गोष्टींचा विचार करत बसण्याऐवजी, तुमच्या नियंत्रणात असलेल्या बाबींवर लक्ष केंद्रित करा आणि तयारीत कसूर करू नका.

आता या कठीण आव्हानासाठी तयारी कशी करायची, याबाबत थोडक्यात चर्चा करूया.

डीएएफ नावाची सोन्याची खाण

ज्या उमेदवारांनी पूर्व परीक्षेचा टप्पा पार केला आहे, त्यांना सविस्तर अर्जपत्रिका-१ (DAF-1) सादर करावी लागते. मुख्य परीक्षा उत्तीर्ण झालेल्या आणि मुलाखतीसाठी बोलावल्या गेलेल्या उमेदवारांना DAF-2 नावाची दुसरी अर्जपत्रिका भरावी लागते. या अर्जपत्रिकांमध्ये उमेदवारांची शैक्षणिक पार्श्वभूमी, राहण्याचे ठिकाण, छंद, कामाचा अनुभव, आवडीचे विषय, यश, सेवा निवडी, केडर पसंती आणि वैयक्तिक माहितीचा समावेश असतो. मुलाखतीच्या मंडळाकडून अनेकदा DAF-1 आणि DAF-2 मध्ये दिलेल्या माहितीनुसारच प्रश्न विचारले जातात, त्यामुळे हे फॉर्म प्रामाणिकपणे आणि अतिशय काळजीपूर्वक भरणे आवश्यक आहे.

मुलाखतीचे निमंत्रण मिळाल्यानंतर, उमेदवारांनी आपला DAF नीट तपासून त्यामधून विचारले जाण्याजोग्या प्रश्नांचा अंदाज घ्यावा. याशिवाय,

तुमच्या उत्तरांमधून पुढे येऊ शकणाऱ्या उपप्रश्नांचा विचार करावा. या प्रश्नांसाठी विचारपूर्वक उत्तरांची रचना करणे अत्यंत महत्त्वाचे आहे, तसेच शिक्षणात किंवा नोकरीच्या इतिहासात असलेल्या खंडाबाबतही (गॅप) एक विश्वासार्ह स्पष्टीकरण तयार ठेवणे गरजेचे आहे.

उदाहरणार्थ, संरक्षण पार्श्वभूमी असलेल्या उमेदवाराने संरक्षण क्षेत्रातील आवश्यक सुधारणा, सध्याचे प्रश्न आणि संबंधित इतर महत्त्वाची माहिती यावर चर्चा करण्यासाठी तयारीत असावे. त्याचप्रमाणे, जर एखाद्या उमेदवाराने क्रिकेट हा छंद म्हणून नमूद केला असेल, तर त्यांना खेळाचे नियम, भारतीय संघाची अलीकडील कामगिरी, या खेळाशी संबंधित वादविवाद, तसेच भारतीय क्रिकेट नियामक मंडळाच्या (BCCI) कार्यप्रणालीबाबत सखोल समज असणे आवश्यक आहे.

सध्याच्या घडामोडींवर प्रभुत्व मिळवणे

सध्याच्या घडामोडींविषयी अद्ययावत राहणे हा मुलाखतीसाठीच्या तयारीतील अत्यंत महत्त्वाचा घटक आहे. राष्ट्रीय आणि आंतरराष्ट्रीय घटनांचे सर्वसमावेशक आकलन केवळ तुमची जागरूकता दर्शवत नाही, तर समकालीन विषयांवर विचारपूर्वक विचार करण्याची तुमची क्षमतादेखील दाखवते. तसेच, नागरी सेवांमधील विविध आव्हानांसाठी तुमची तयारीही स्पष्ट करते.

अद्ययावत राहण्यासाठी उमेदवारांनी दररोज वृत्तपत्रे आणि सध्याच्या घडामोडींवरील मासिके वाचण्याची सवय लावून घ्यावी. या वाचनाला चालू घडामोडींवरील पॉडकास्ट ऐकणे, दूरचित्रवाणीवरील वादविवाद आणि बातम्या पाहणे यांसारख्या गोष्टींची जोड दिल्यास विशाल दृष्टिकोन प्राप्त होईल. राष्ट्रीय आणि आंतरराष्ट्रीय विषयांव्यतिरिक्त, तुमच्या राज्याशी संबंधित घडामोडी, वैकल्पिक विषय, तसेच पदवीच्या विषयांशी संबंधित मुद्द्यांवर प्रभुत्व असणे महत्त्वाचे आहे.

विवादास्पद मुद्द्यांसह विविध विषयांवर आधीच माहितीपूर्ण मते तयार करणे फार उपयोगाचे ठरते. उमेदवारांनी दिलेल्या विषयाचा आणि त्याच्याशी संबंधित इतर मुद्द्यांचा परस्पर संबंध जोडण्याची क्षमता विकसित केली पाहिजे. मुलाखतीदरम्यान प्रतिप्रश्नांचा सामना करण्यासाठी ही कौशल्ये

अत्यंत उपयुक्त ठरतात. उदाहरणार्थ, एखाद्या वृत्तलेखात सार्वजनिक लेखा समितीच्या अहवालाचा उल्लेख असेल, तर उमेदवारांनी त्यांच्या पाठ्यपुस्तकांमधील त्या समितीची भूमिका आणि कार्य यांची पुन्हा उजळणी करावी. सध्याच्या गतिमान घडामोडी आणि स्थितिशील (स्टॅटिक) ज्ञान यांच्यातील असे संबंध लक्षात ठेवणे आणि समजणे हे मुलाखतीदरम्यान स्मरणशक्ती व समज वाढवण्यासाठी उपयुक्त ठरते.

संवादकलेला धार लावणे

मुलाखतीदरम्यान प्रभावी संवाद कौशल्ये अत्यावश्यक असतात. विस्तृत शब्दसंपदा किंवा अलंकारिक भाषा असणे गरजेचे नाही; पण आपल्या विचारांना स्पष्टता आणि साधेपणाने मांडणे महत्त्वाचे आहे. आपले विचार प्रभावीपणे व्यक्त करण्याची क्षमता, मुलाखत समितीसमोर तुमची नागरी सेवांसाठीची उपयुक्तता प्रभावीपणे सादर करू शकते.

आपली संवादकौशल्ये सुधारण्यासाठी स्पष्ट आणि आत्मविश्वासपूर्ण बोलण्याचा सराव करा. प्रश्नांची उत्तरे रचनात्मक पद्धतीने द्या, जेणेकरून तुमचे उत्तर सुसंगत आणि तर्कसंगत वाटेल. सामान्य आणि संभाव्य प्रश्नांच्या उत्तरांचा पूर्वाभ्यास करणे महत्त्वाचे आहे. कुटुंबीय आणि मित्रांसमोर नियमितपणे सराव करा आणि मुलाखतीसारखे वातावरण तयार करण्यासाठी अशा वेळी औपचारिक पोशाख घाला. अशा प्रकारे घरीच मुलाखतीचे अनुकरण केल्यास आत्मविश्वास वाढतो, तुमच्या उत्तरांमध्ये सुधारणा होते आणि कमतरताही ओळखता येतात.

काही विशिष्ट प्रश्न वारंवार विचारले जातात, जसे की, 'तुमच्याबद्दल सांगा,' 'तुम्हाला नागरी सेवांमध्ये का सामील व्हायचे आहे?', 'तुमचे गुण व दोष कोणते?', 'तुमच्या नावाचा अर्थ काय?' आणि 'तुमची कर्तृत्वे व अपयशे कोणती आहेत?' अशा प्रश्नांची तयारी आधीच केल्यास तुम्ही विचारपूर्वक आणि समतोलपणे उत्तरे देऊ शकता.

तुमच्या वैकल्पिक विषयाशी, पदवीच्या शाखेशी आणि या क्षेत्रांतील अलीकडील बातम्यांमध्ये आलेल्या घडामोडींशी संबंधित ज्ञान पुन्हा उजळून काढणेही महत्त्वाचे आहे. अनेक उमेदवार विविध मंचांवर आणि अभ्यासगटांमध्ये मुलाखत समितीने विचारलेल्या प्रश्नांचा अनुभव शेअर

करतात. त्यांची PDF संकलनेसुद्धा ऑनलाइन उपलब्ध असतात, ज्यामुळे तुम्हाला संभाव्य प्रश्नांचा अंदाज येऊ शकतो. सध्याच्या आणि मागील मुलाखतींच्या अशा उताऱ्यांमधून तुमच्या प्रोफाइलशी संबंधित प्रश्नांची उत्तरे देण्याचा सराव करा. याशिवाय, अधिक सरावासाठी कोचिंग संस्थांनी ऑनलाइन पोस्ट केलेल्या प्रश्नांचा उपयोग करा.

सराव (मॉक) मुलाखतींचा जोमदारपणा

जशा टेस्ट सिरीज प्रिलिम्स आणि मेन्सची तयारी करण्यासाठी महत्त्वपूर्ण आहेत, तशाच सराव मुलाखती, व्यक्तिमत्त्व चाचणी किंवा इंटरव्ह्यूसाठी आवश्यक आहेत. त्या प्रत्यक्ष मुलाखतीच्या वातावरणासारखे वास्तववादी सिम्युलेशन (प्रतिरूप) प्रदान करतात, ज्यामुळे उमेदवारांना परिस्थितीशी परिचित होण्याची आगाऊ संधी मिळते. अधिक महत्त्वाचे म्हणजे सराव मुलाखती उमेदवाराच्या प्रदर्शनाबद्दल मौल्यवान अभिप्राय (फीडबॅक) देतात, ज्यामुळे उमेदवारांना त्यांची शारीरिक भाषा, संवाद कौशल्ये आणि एकूण आत्मविश्वास सुधारण्यास मदत होते.

खूप जास्त प्रमाणात सराव मुलाखतींमध्ये सहभागी होण्याने फायद्यापेक्षा तोटाच अधिक होऊ शकतो म्हणूनच प्रतिष्ठित कोचिंग संस्थांमध्ये तीन ते चार निवडक सराव मुलाखतीं देऊन बघणे फायदेशीर ठरेल असे सुचवावेसे वाटते. मुलाखतीच्या अभिप्रायावर विचार करा आणि सुधारणेची आवश्यकता असलेल्या क्षेत्रांवर अधिक मेहनत करा. टिकेला वैयक्तिकरीत्या घेऊ नका; त्याऐवजी तुमची कामगिरी सुधारण्यासाठी तिचा रचनात्मक वापर करा.

इतरांच्या अनुभवातून धडे घेण्यावर सत्त्यमने खूप जोर दिला होता. गत वर्षांमध्ये ज्या ज्या उमेदवारांनी मुलाखतीत २०० पेक्षा अधिक गुण मिळवले त्यांच्या सराव मुलाखतींचे व्हिडिओ सत्यमने बघितले. ''जर तुमच्या सराव मुलाखतीत तुम्हाला नकारात्मक अभिप्राय मिळाला तर त्यामुळे नाउमेद होऊ नका,'' असा त्याचा सल्ला आहे.

मुलाखतीदरम्यान उमेदवार अनेकदा सामान्य चुका करतात, जसे की खूप वेगाने बोलणे, अति आत्मविश्वास किंवा अहंकार प्रदर्शित करणे, अस्पष्ट किंवा संदर्भविहीन उत्तरे देणे, पूर्वग्रहदूषित दृष्टिकोन दर्शविणे, दृष्टी संपर्क (आय कॉंटॅक्ट) टिकवून ठेवण्यात अपयश आणि आपल्या डीएएफचे

पूर्ण ज्ञान नसणे. या चुका टाळण्यास, प्रखरतेने केलेला अभ्यास आणि सराव मदत करू शकतात.

तणाव व्यवस्थापित करता येणे आणि शांत राहणे महत्त्वपूर्ण आहे. खोल श्वासोच्छवासाच्या व्यायामासारख्या तंत्रांमुळे मनोवृत्ती शांत राखण्यास मदत होते, ज्यामुळे तुम्ही तुमचे विचार स्पष्टपणे आणि आत्मविश्वासाने प्रकट करू शकता. मुलाखतीच्या एक दिवस आधी, तुमच्या डीएएफचे शेवटचे पुनरावलोकन करा जेणेकरून प्रत्येक तपशीलाची तुम्हाला माहिती असेल. मुलाखतीच्या आधीच्या रात्री विश्रांतीवर लक्ष केंद्रित करा. कारण, चांगली झोप आवश्यक आहे जेणेकरून तुम्ही पुरेसा विश्राम घेतला असून, मुलाखतीच्या वेळी सतर्क असाल, याची खात्री बाळगता येईल.

अविस्मरणीय अखेरीसाठी (ग्रँड फिनाले) रणनीती

मुलाखतीआधी काटेकोर तयारी केलेली असणे आणि मुलाखतीच्या दिवशी स्थिरचित्त राहणे अत्यंत आवश्यक आहे. हा तो क्षण असतो, जिथे तुमची सर्व मेहनत कळसास पोहोचते आणि तुमची मुलाखतीतील कामगिरी तुमच्या भविष्यासाठी निर्णायक ठरू शकते. तुमचे पहिले दर्शन महत्त्वाचे असल्याने, औपचारिक आणि आरामदायक पोशाख घाला, तसेच तुमचे रूप नीटनेटके आणि स्वच्छ ठेवा. शेवटच्या क्षणी होणारी घाई-गडबड टाळण्यासाठी स्थळावर वेळेपूर्वी पोहोचा. कॉल लेटरमध्ये नमूद केल्यानुसार सर्व आवश्यक कागदपत्रे बरोबर ठेवा. अस्वस्थ वाटणे स्वाभाविक आहे; पण शांत आणि स्थिरचित्त राहण्याचा प्रयत्न करा.

मुलाखतीचा क्रम तुमच्या नियंत्रणाबाहेर असतो आणि तो तुमच्या कामगिरीवर परिणाम करू शकतो. उदाहरणार्थ, मिन्नूच्या पहिल्या मुलाखतीत ती दुपारच्या जेवणाच्या आधीची शेवटची उमेदवार होती आणि अध्यक्षांच्या 'जेवणाची वेळ जवळ आली आहे' या टिप्पणीनंतर तिचे चित्त विचलित झाले. त्याउलट, श्रुती सकाळच्या सत्रात मुलाखत देणारी पहिली होती, ज्यामुळे तिला स्थिरस्थावर होण्यासाठी वेळच मिळाला नाही आणि तिच्या एकाग्रतेवर परिणाम झाला. अशा परिस्थितींसाठी मानसिक तयारी करणे महत्त्वाचे आहे, जेणेकरून तुमच्या तालात व्यत्यय येणार नाही.

खऱ्या मुलाखतीचे खोलीचे वातावरण सराव मुलाखत कक्षांपेक्षा खूप वेगळे असू शकते. UPSCच्या मुलाखतीसाठीच्या खोल्या छोट्या

असतात आणि समितीतील सदस्य एकमेकांच्या जवळ बसलेले असतात. या फरकामुळे गोंधळून जाऊ नका.

मुलाखत कक्षात प्रवेश करताना समितीला विनम्रतेने अभिवादन करा आणि बसण्यासाठी त्यांच्या सन्मानपूर्वक निमंत्रणाची वाट पाहा. आत्मविश्वास, शांतता, संयम आणि सकारात्मक दृष्टिकोन दाखवा. तुमची देहबोली आत्मविश्वास, सतर्कता आणि आदर दाखवणारी असावी. सरळ बसा, योग्य स्थितीत राहा आणि अनावश्यक हालचाल टाळा; नैसर्गिक हावभाव आणि हातवारे मात्र स्वीकारार्ह आहेत. समितीने विचारलेले प्रश्न लक्षपूर्वक ऐका.

मुलाखत समितीशी आदरपूर्वक संवाद साधा आणि संपूर्ण मुलाखतीदरम्यान नम्र आणि सभ्य वर्तन ठेवा. नेत्रसंपर्क ठेवा; पण टक लावून पाहणे टाळा; अस्वस्थ हालचाली टाळा आणि घाबरल्यामुळे होणाऱ्या धांदलीवर नियंत्रण ठेवा. जर तुम्हाला दडपण जाणवत असेल, तर एक दीर्घ श्वास घ्या. स्वतःला या पदासाठीचा सर्वोत्तम उमेदवार म्हणून सिद्ध करून दाखविण्याची जबाबदारी तुमच्याच शिरावर आहे.

अनपेक्षित प्रश्नांमुळे अनेकदा उमेदवार गोंधळून जातात. उदाहरणार्थ, मिन्नूला विचारले गेले, 'तुमच्या DAFमध्ये जो नमूद केलेला नाही, असा तुमच्याबद्दलचा काही तपशील सांगा.'

जर बाहेरून येणारा एखादा आवाज तुमच्या एकाग्रतेत व्यत्यय आणत असेल किंवा त्यांनी अधिक मोठ्याने बोलण्याची गरज असेल, तर समितीला तसे सांगण्यात काहीही अयोग्य नाही. उदाहरणार्थ, वसीमच्या मुलाखतीदरम्यान जोरदार पावसाचा आवाज येत होता. त्याने अध्यक्षांना याबद्दल सांगण्याचे धाडस केले, जे अनेक उमेदवार करत नाहीत, त्यामुळे प्रश्न समजण्यात चूक होते आणि त्याचे उत्तर चुकीचे दिले जाते.

लक्षात ठेवा, मुलाखत ही एक संवाद प्रक्रिया आहे, उलटतपासणी नाही. समिती तुमच्याबद्दल जाणून घेण्याचा प्रयत्न करते आणि नागरी सेवांसाठी तुमची उपयुक्तता तपासते, त्यामुळे तुम्ही जसे आहात तसेच राहा, प्रामाणिक राहा आणि तुमचे व्यक्तिमत्त्व चमकू द्या. जर तुम्हाला एखाद्या प्रश्नाचे उत्तर माहीत नसेल, तर विनम्रपणे तुमच्या अज्ञानाची कबुली द्या आणि त्या विषयाबद्दल अधिक जाणून घेण्याची तयारी व्यक्त करा. ही प्रामाणिकता तुमचे चारित्र्य दर्शवते आणि असे वागणे मुलाखत समितीला आवडते.

उपसंहार

या पुस्तकातील सात नायकांच्या जीवनकथांमधून तुम्हाला दिसून आलेच असेल की, आयएएस अधिकारी होण्याचा प्रवास खरोखरच कठीण आहे. हा प्रवास बुद्धिमत्ता, समर्पण आणि रणनीतीपूर्ण नियोजन यांचे सशक्त मिश्रण मागतो, त्यात थोडासा नशिबाचाही वाटा असतो. यूपीएससीच्या नागरी सेवा परीक्षेत (CSE) यश मिळवणे कठीण असले तरी योग्य दृष्टिकोन, अढळ समर्पण आणि सुसूत्र अभ्यासयोजनेच्या माध्यमातून दरवर्षी सुमारे १८० उमेदवार आपले आयएएस अधिकारी होण्याचे स्वप्न साकार करतात. विशेष म्हणजे काही जण हे पहिल्याच प्रयत्नात साध्य करतात.

प्रवासाच्या लांबीमुळे किंवा संभाव्य अडथळ्यांमुळे नाउमेद होऊ नका. ही आव्हाने तुमची क्षमता उलगडत आहेत, तुम्हाला खंबीर बनवत आहेत आणि तुम्हाला शिस्त लावत आहेत. स्वतःवर विश्वास ठेवा, ठाम राहा आणि हे स्वीकारा की कठोर परिश्रमाला कोणताही पर्याय नाही. लक्षात ठेवा, हजारो मैलांच्या प्रवासाची सुरुवात एका पावलाने होते. रोज अभ्यासयोजनेचे पालन करून आणि वेळेचा कार्यक्षम वापर करून तुम्ही आपल्या ध्येयाकडे एकेक पाऊल पुढे जात आहात. तुमच्या संघर्षाच्या प्रत्येक क्षणामुळे तुम्ही भविष्यातील एका नेत्यामध्ये रूपांतरित होत आहात.

देशाच्या सेवेत, एक आयएएस अधिकारी म्हणून घालवलेल्या माझ्या तीस वर्षांच्या अनुभवातून मी ठामपणे सांगू शकतो की, आयएएस हे पद देत असणारी विविधता, समाधान, आव्हाने आणि लोकांची सेवा करण्याची संधी या सर्व गोष्टी, UPSC पर्वत चढण्याच्या कठीण प्रवासाला खरोखरच सार्थ ठरवतात म्हणूनच UPSCच्या CSE परीक्षेत उत्कृष्ट कामगिरी

करण्याचा प्रवास आजपासूनच सुरू करा! ही परीक्षा अजिंक्य नाही; ती जिद्दी आणि ठाम इच्छाशक्ती असलेल्या, तुमच्यासारख्या उमेदवारांसाठीच रचली गेली आहे.

परिशिष्ट :
आपल्या सात नायकांचे वाचन साहित्य आणि रणनीती

<table>
<tr><td colspan="4">मिन्नू पी.एम.</td></tr>
<tr><td>आयएएस मध्ये निवड होण्याचे वर्ष</td><td>२०२१</td><td>वैकल्पिक विषय</td><td>भूगोल</td></tr>
<tr><td>पूर्व परीक्षेसाठी मुख्य रणनीती</td><td colspan="3">योग्य नियोजन, वेळापत्रक तयार करून त्याचे काटेकोर पालन करणे, वृत्तपत्रांचे नियमित वाचन आणि मागील वर्षांच्या प्रश्नपत्रिका व चाचणी मालिकांचा सराव.</td></tr>
<tr><td>मुख्य परीक्षेसाठी मुख्य रणनीती</td><td colspan="3">विस्तृत वाचन करणे, टेस्ट सिरीजमध्ये सहभागी होणे, दररोज उत्तरलेखनाचा सराव करणे, मागील वर्षांच्या प्रश्नपत्रिका सोडवणे आणि तुमच्या वैकल्पिक विषयाच्या अभ्यासाला प्राधान्य देणे.</td></tr>
<tr><td colspan="4">मुख्य परीक्षेसाठी पेपरनुसार शिफारस केलेली पुस्तके आणि वाचनसाहित्य</td></tr>
<tr><td>General Studies-I</td><td colspan="3">Indian Heritage and Culture: Indian Art Culture by Nitin Singhania</td></tr>
</table>

	History: – NCERT books (both old and new) from Class 6 to 12 – The Wonder That Was India by A.L. Basham – India's Struggle for Independence: 1857-1947 by Bipin Chandra
	– A Brief History of Modern India by Rajiv Ahir (Spectrum) – NCERT books **Geography:** NCERT books (both old and new) from Class 6 to 12; Geography of India by Majid Hussain; Oxford Atlas **Society:** NCERT books
General Studies-II	**Governance, Constitution, Polity:** NCERT books (new) from Class 6 to 12; Indian Polity by M. Laxmikanth **Social Justice:** Yojana and Kurukshetra magazines **International relations:** Newspaper and magazine articles
General Studies-III	**Economic Development:** NCERT books (new) from Class 6 to 12; Indian Economy: Key Concepts by Sankarganesh Karuppiah; Indian Economy by Ramesh Singh
	Environment: Coaching academy's book **Technology:** NCERT books, newspapers and current affairs magazines **Disaster Management:** Newspapers and magazines
General Studies-IV	A Practical Approach to Ethics Integrity and Aptitude by D.K. Balaji; Case Studies by IAS Score

Essay	Fundamentals of Essay and Answer Writing by Anudeep Durishetty
Optional Subject (Paper-1)	– Physical Geography by Savindra Singh – Human Geography by Majid Hussain
	– Class Notes by Nikhil from iLearnIAS – 500+ Questions by Himanshu Sharma – NCERT geography books (old new) from Class 6 to 12
Optional Subject (Paper-2)	– India: A Comprehensive Geography by D.R. Khullar – Geography of India by Majid Hussain – Oxford World Atlas – Class Notes – 500+ Questions by Himanshu Sharma – NCERT books (old new) from Class 6 to 12 – Magazines: Down to Earth, Tell Me Why, Yojana and Kurukshetra – Newspaper articles – YouTube channels (Topic-specific)
मुलाखतीसाठी मुख्य रणनीती	मागील मुलाखतींच्या उताऱ्यांचे वाचन करा, वृत्तपत्र वाचनाद्वारे सतत अद्ययावत राहा, तुमचा DAF नीट समजून घ्या, निवडक सराव मुलाखतींमध्ये व चर्चा गटांमध्ये सहभागी व्हा आणि मित्र-परिवारासोबत मुलाखतींचा सराव करा.
आयएएस बनू पाहणाऱ्यांसाठी संदेश	केवळ तथ्यांचे पाठांतर करण्यापेक्षा ही परीक्षा प्रत्येक टप्प्यावर तुमच्या व्यक्तिमत्त्वाची चाचणी घेते. या परीक्षेला धैर्याने, धोके पत्करण्याची तयारी ठेवून आणि अढळ समर्पणाने सामोरे जा. स्वतःशी प्रामाणिक राहा आणि तुमचे सर्वोत्तम व्यक्तिमत्त्व बाहेर काढण्यासाठी सतत प्रयत्नशील राहा.

<table>
<tr><td colspan="4">सत्यम गांधी</td></tr>
<tr><td>आयएएसमध्ये निवड होण्याचे वर्ष</td><td>२०२१</td><td>वैकल्पिक विषय</td><td>राज्यशास्त्र आणि आंतरराष्ट्रीय संबंध</td></tr>
<tr><td>पूर्व परीक्षेसाठी मुख्य रणनीती</td><td colspan="3">NCERT आणि प्रमाणित पुस्तके वाचा, अभ्यासक्रम संपूर्णपणे कव्हर करा, मूलभूत संकल्पनांवर स्पष्टता ठेवा, अनेक वेळा उजळणी करा, चालू घडामोडींवर लक्ष केंद्रित करा, सराव चाचण्या आणि मागील वर्षांच्या प्रश्नपत्रिकांचा सराव करा, विश्लेषणात्मक कौशल्ये सुधारा, वेळेचे प्रभावी व्यवस्थापन करा, नकारात्मक गुणांकनाची जाणीव ठेवा आणि चांगले आरोग्य राखा.</td></tr>
<tr><td>मुख्य परीक्षेसाठी मुख्य रणनीती</td><td colspan="3">सविस्तर टिपणे तयार करा, नियमित उत्तरलेखनाचा सराव करा आणि शिस्तबद्ध उजळणी करा.</td></tr>
<tr><td colspan="4">मुख्य परीक्षेसाठी पेपरनुसार शिफारस केलेली पुस्तके आणि वाचनसाहित्य</td></tr>
<tr><td>General Studies-I</td><td colspan="3">Indian Heritage and Culture: An Introduction to Indian Art Part-1II (NCERT); coaching class notes
History: A Brief History of Modern India by Rajiv Ahir (Spectrum); coaching class notes; Nitin Sangwan's notes on World History and Post-Independence History
Geography: NCERT books; coaching class notes; selective reading of Certificate Physical and Human Geography by G.C. Leong
Society: Coaching class notes</td></tr>
</table>

General Studies-II	**Governance, Constitution, Polity:** Indian Polity by M. Laxmikanth; Vision IAS current affairs; newspapers; coaching class notes; NITI Aayog 3-year action agenda; NITI Aayog India 75 Action Plan **International Relations:** Monthly magazines and newspaper articles;coaching class notes
General Studies-III	**Economic Development:** Value Added Material of coaching academy; NITI Aayog 3-year action agenda; NITI Aayog India 75 Action Plan; current affairs magazines; coaching class notes **Technology:** Internet; agazines;coaching class notes **Disaster Management:** Value Added Material of coachng academy **Environment:** Coaching academy's book **Security:** Coaching class notes and Value Added Material of coaching academy;newspapers
General Studies-IV	Value Added Material of coaching academy; test series
Essay	FundamentalsofEssayandAnswerWriting by Anudeep Durishetty;newspapers and current affairs magazines

Optional Subject (Paper-1)	– An Introduction to Political Theory by O.P. Gauba – A History of Political Thought: Plato to Marx by Mukherjee and Ramaswamy – Modern Indian Political Thought by Bidyut Chakrabarty – Foundation of Indian Political Thought by V.R. Mehta – Shubhra Ranjan's IAS crash course notes and model answers – Notes of Tushar Gupta – Indian Polity by M. Laxmikanth – Newspapers for value addition
Optional Subject (Paper-2)	– Global Politics by Andrew Heywood and Ben Whitham – Shubhra Ranjan's notes and model answers – Globalisation of World Politics by Baylis, Smith and Owens – Tushar Gupta's notes – *Foreign Policy magazine* – *Indian Express* and *The Hindu* newspapers – Articles on Observer Research Foundation's (ORF) website – Coaching academy's material on PSIR – The Oxford Handbook of Indian Foreign Policy by Malone, Raja Mohan and Srinath Raghavan
मुलाखतीसाठी मुख्य रणनीती	तपशीलवार अर्ज फॉर्म (DAF)मधून सखोल तयारी करा, शैक्षणिक व वैकल्पिक विषयांचे पुनरावलोकन करा, सराव मुलाखतींमध्ये सहभागी व्हा आणि चालू घडामोडींच्या बाबतीत अद्ययावत राहा.

आयएएस बनू पाहणाऱ्यांसाठी संदेश	प्रारंभ करण्यापूर्वी योग्य अभ्यास योजना तयार करा आणि ही परीक्षा देण्याचा निर्णय का घेतला याबद्दल स्वतःशी प्रामाणिक राहा. दररोज दहा ते बारा तास अभ्यास करा आणि सोशल मीडिया, नातेवाईक, मित्र आणि इतर गोष्टींमुळे होणारे चित्त भरकटणे टाळा.

भारत सिंग			
आयएएसमध्ये निवड होण्याचे वर्ष	**२०२१**	**वैकल्पिक विषय**	**राज्यशास्त्र व आंतराष्ट्रीय संबंध**
पूर्व परीक्षेसाठी मुख्य रणनीती	मागील वर्षांच्या प्रश्नांवर लक्ष केंद्रित करा; तीस ते पंचेचाळीस मॉक टेस्ट्स सोडवा; या पाच प्रमुख विषयांवर लक्ष केंद्रित करा : राज्यशास्त्र, अर्थशास्त्र, इतिहास, भूगोल आणि पर्यावरण.		
मुख्य परीक्षेसाठी मुख्य रणनीती	उत्तरलेखन सराव करा; सध्या घडामोडींसह स्थिर घटक अद्यतनित करा; टेस्ट सिरीज आणि मागील वर्षांचे प्रश्न यावर काम करा आणि निबंध, जीएस-४, तसेच आपल्या ऐच्छिक विषयासारख्या उच्च गुण मिळवून देणाऱ्या पेपर्सवर लक्ष केंद्रित करा.		

मुख्य परीक्षेसाठी पेपरनुसार शिफारस केलेली पुस्तके आणि वाचनसाहित्य	
General Studies-I	**Indian Heritage and Culture:** Indian Art Culture by Nitin Singhania **History:–** A Brief History of Modern India by Rajiv Ahir (Spectrum) **Geography:** NCERT books (both old and new) from Class 11 to 12; Certificate Physical and Human Geography by G.C. Leong **Society;** Self Notes (updated with the current affairs)
General Studies-II	**Governance, Constitution, Polity:** Indian Polity by M. Laxmikanth; Self Notes (updated with the current affairs) **Social Justice:** Self Notes (updated with the current affairs) **International relations:** Self Notes (updated with the current affairs)
General Studies-III	**Economic Development:** Economy notes of coaching academy; Economic Survey; Union Budget (updated with the current affairs) **Environment:** Coaching academy's book (updated with current affairs) **Technology:** Self-notes **Security:** Coaching academy's notes (updated with the current affairs) **Disaster Management:** Self-notes
General Studies-IV	The Lexicon for Ethics, Integrity Aptitude 2024 by Niraj Kumar, selfnotes (updated with the current affairs); case studies, test series and previous years' questions
Essay	Anudeep Durishetty's Notes; self-notes (updated with the current affairs); test series and previous years' questions

Optional Subject	Shubhra Ranjan's class notes and supplementary reading materials; test series and previous years' questions; updating the static portion with the current affairs
मुलाखतीसाठी मुख्य रणनीती	डीएएफ आणि सध्याच्या घडामोडींवर लक्ष केंद्रित करा, ऐच्छिक व पदवीच्या विषयांवर भर द्या, प्रामाणिक राहा आणि आपले खरे व्यक्तिमत्त्व दाखवा आणि तीन ते चार मॉक मुलाखतींमध्ये सहभागी व्हा.
आयएएस बनू पाहणाऱ्यांसाठी संदेश	ही देशातील सर्वांत कठीण परीक्षांपैकी एक आहे, ज्यासाठी परीक्षार्थ्यांकडून योग्य आदर आणि पूर्ण लक्ष आवश्यक आहे. फक्त मनापासून केलेले प्रयत्नच यश मिळवून देतात.

अंजली शर्मा			
आयएएसमध्ये निवड होण्याचे वर्ष	**२०२३**	**वैकल्पिक विषय**	**समाजशास्त्र**
पूर्व परीक्षेसाठी मुख्य रणनीती	मागील वर्षांचे प्रश्न, प्रमाणित पुस्तके आणि एनसीईआरटी पुस्तकांचे अनेक वेळा पुनरावलोकन.		
मुख्य परीक्षेसाठी मुख्य रणनीती	मागील वर्षांचे प्रश्न; लेखन सराव; मूल्यवर्धित साहित्य व वृत्तपत्रांमधून माहिती, तथ्ये आणि आकडेवारी एकत्रित करा.		
मुख्य परीक्षेसाठी पेपरनुसार शिफारस केलेली पुस्तके आणि वाचनसाहित्य			
General Studies-I	Standard books for static portion, NCERT books, current affairs bulletins, previous years' questions, Value Added Materials of coaching academies		

Genera lStudies-II	Indian Polity by M. Laxmikanth,news papers
General Studies-III	Newspapers, Economic Survey,Value Added Material on websites of coaching academies
General Studies-IV	Lexicon books for concept, Value Added Material
Essay	Newspapers, essay writing practice, Value Added Material
Optional Subject	IGNOU material for basics; Essential Sociology by Nitin Sangwan, Seema and Shruti Jakhar; newspapers; previous years' questions
मुलाखतीसाठी मुख्य रणनीती	आत्मविश्वास निर्माण करा, आपल्या डीएएफमधील प्रत्येक तपशीलाची सखोल तयारी करा, मॉक मुलाखतींमध्ये सहभागी व्हा आणि सहकाऱ्यांसोबत सराव करा.
आयएएस होवू पाहणाऱ्यांसाठी संदेश	धैर्य आणि चिकाटी हे यशाचे मुख्य घटक आहेत; ताण कमी करण्यासाठी पर्यायी योजना (प्लॅन-बी) उपयुक्त ठरू शकते.

वसीम अहमद भट			
आयएएस मध्ये निवड होण्याचे वर्ष	**२०२३**	**वैकल्पिक विषय**	**मानववंशशास्त्र**
पूर्व परीक्षेसाठी मुख्य रणनीती	कोचिंग वर्गांमध्ये मनापासून टिपणे तयार करा आणि नंतर त्या प्रमाणित पुस्तकांमधील माहितीने पूरक करा.मॉक टेस्ट्सवर लक्ष केंद्रित करा, अनेक वेळा पुनरावलोकन करा, आणि गेल्या पंधरा वर्षात प्रिलिम्समध्ये विचारलेले प्रश्न सोडवा.		

मुख्य परीक्षेसाठी मुख्य रणनीती	गेल्या तीन वर्षांतील कोचिंग अकॅडमीच्या आदर्श उत्तरांचा अभ्यास करा, सध्याच्या घडामोडींबद्दल अपडेट राहा,मागील वर्षांचे अनेक प्रश्न पुन्हा विचारले जाऊ शकतात म्हणून लेखनाचा सराव करा, स्वतःचे मूल्यमापन करा आणि सतत शिकत राहा,टेस्ट सिरीज लिहा आणि सुधारण्यासाठी मिळालेल्या अभिप्रायाचा काळजीपूर्वक विचार करा.
मुख्य परीक्षेसाठी पेपरनुसार शिफारस केलेली पुस्तके आणि वाचनसाहित्य	
General Studies-I	**Indian Heritage and Culture:** NCERT books; India's Struggle for Independence and India Since Independence by Bipin Chandra; coaching academy's model answers; self-notes **Geography:** NCERT books; coaching academy's model answers for past 3 years;self-notes **Society:** Coaching academy's model answers for past three years; self-notes
Genera lStudies-II	**Governance, Constitution and Polity:** Coaching academy's model answers for past 3 years; self-notes **Social Justice:** Coaching academy's model answers for past three years; self-notes **International Relations:** Coaching academy's Mains 365 book; self-notes

General Studies-III	**Economic Development:** Coaching academy's model answers for past three years; self-notes **Environment:** Coaching academy's model answers for past three years; coaching academy's Mains 365 book; self-notes **Technology:** Coaching academy's Mains 365 book; self-notes **Security:** Coaching academy's model answers for past three years; coaching academy's Mains 365 book **Disaster Management:** Coaching academy's model answers for past three years; self-notes
General Studies-IV	Coaching academy's model answers for past three years; self-notes; short notes in tabular format containing quotes and examples
Essay	Non-fiction/fiction books, previous years'toppers' essays
Optional Subject	Anthropology by Ember and Ember Biological Anthropology by Susan C. Anton Physical Anthropology by P. Nath Books on Anthropology by Nadeem Hasnain If you have time, supplement your knowledge from books written by Jared Diamond,Chris Stringer, David Reich and others for biological anthropology; books by Napoleon Chagnon, Richard Lee, David Graeber and others for social anthropology; books by Yuval Noah Harari, Gaia Vince and others for general understanding; and books by Dr B.R. Ambedkar, M.N. Srinivas, Jean Dreze and others for Indian anthropology

मुलाखतीसाठी मुख्य रणनीती	आपल्या डीएएफची सखोल तयारी करा. सध्याच्या घडामोडी वाचताना संदर्भ समजून घेण्यावर लक्ष केंद्रित करा. मोकळ्या वेळेत नॉन-फिक्शन वाचनाचा उपयोग करा. स्वतःचे मूल्यांकन, SWOT विश्लेषण आणि मित्रांसोबत चर्चा करून आपली व्यक्तिमत्त्व वृद्धिंगत करा. प्रसिद्ध वक्त्यांचे ऑनलाइन व्याख्याने आणि वादविवाद पाहा. मॉक मुलाखतींना हजेरी लावा; पण अभिप्राय सावधगिरीने घ्या.
आयएएस होऊ पाहणाऱ्यांसाठी संदेश	आपल्या भीतींना सामोरे जा. या परीक्षेमध्ये आपले यश मुख्यतः आपली भीती आणि असुरक्षितता कशा प्रकारे व्यवस्थापित करता यावर अवलंबून आहे. आपल्या कुटुंबीय आणि मित्रांच्या पाठिंब्यासाठी संवाद साधा आणि आवश्यकतेनुसार मदत मागण्यास संकोच करू नका. फक्त पाठांतर करण्यापेक्षा आपण काय शिकत आहात ते समजून घेणे आणि आत्मसात करणे यांवर लक्ष केंद्रित करा. आपल्या प्रयत्नांचा अभिमान बाळगा आणि आपल्या प्रवासात नेहमीच आशावादी राहा.

<table>
<tr><td colspan="4">श्रुती शर्मा</td></tr>
<tr><td>आयएएस मध्ये निवड होण्याचे वर्ष</td><td>२०२२</td><td>वैकल्पिक विषय</td><td>इतिहास</td></tr>
<tr><td>पूर्व परीक्षेसाठी मुख्य रणनीती</td><td colspan="3">सध्याच्या घडामोडींचे व्यवस्थापन सांभाळून करा आणि भारावून जाऊ नका. मागील वर्षांचे प्रश्न सखोलपणे सोडवा आणि पुढील वर्षासाठी संभाव्य संबंधित प्रश्नांसाठी सर्व चार पर्यायांचे विश्लेषण करा. एलिमिनेशन तंत्राचा सराव करा, प्रभावी पुनरावलोकनासाठी संक्षिप्त किंवा सूक्ष्म नोंदी तयार करा. मॉक टेस्ट्समध्ये सहभागी व्हा, सीसॅटसाठी पुरेशी तयारी सुनिश्चित करा, परीक्षेदरम्यान शांत आणि आत्मविश्वासपूर्ण राहा, तसेच नकारात्मक गुणांकनाची जाणीव ठेवा.</td></tr>
<tr><td>मुख्य परीक्षेसाठी मुख्य रणनीती</td><td colspan="3">मुख्य परीक्षेच्या आधी संपूर्ण पाठ्यक्रम पूर्ण करा, आपली उत्तरे तयार करण्यासाठी डेटा, उद्धरणे, आकृत्या, नकाशे आणि मुख्य मुद्द्यांचे संग्रह तयार करून ठेवा. स्मरणात राहण्यासाठी आपल्या स्वतःच्या नोंदी तयार करा आणि त्यांना नियमितपणे अपडेट करा. परीक्षा जवळ आल्यावर जलद उजळणीसाठी सूक्ष्म नोंदी तयार करा. उत्तर लेखनाचा भरपूर सराव करा आणि आपल्या उत्तरांचे विश्लेषण करून कुठे सुधारणा करण्याची गरज आहे ते शोधा. गतवर्षांच्या टॉपर्सची उत्तरे अभ्यासा आणि आपल्या उत्तरांना सुधारण्यासाठी त्यापासून जाणकारी मिळवा.</td></tr>
<tr><td colspan="4">मुख्य परीक्षेसाठी पेपरनुसार शिफारस केलेली पुस्तके आणि वाचनसाहित्य</td></tr>
<tr><td>General Studies-I</td><td colspan="3">Indian Heritage and Culture: An Introduction to Indian Art Part-I II (NCERT)</td></tr>
</table>

	History: A Brief History of Modern India by Rajiv Ahir (Spectrum); self-notes **Geography:** NCERT Class 11 and 12 books **Society:** Self-notes
Genera lStudies-II	**Governance, Constitution and Polity:** Indian Polity by M. Laxmikanth; selfnotes; coaching academy's Yellow Book;coaching academy's IAS PT Mains 365; coaching academy's "Most Probable Topics' for current affairs' selective reading of press releases by Press Information Bureau (PIB) and New India Samachar
General Studies-III	**Economic Development:** Current issues from newspapers and Zulfiqar's notes **Technology:** Ayaz Khan's notes, Mains 365 by Vision IAS, NCERT books of Class 9 and 10 for basic understanding, especially for non-science background aspirants **Disaster management:** Self-notes **Environment:** coaching academy's book **Security:** Coaching academy's Yellow Book
General Studies-IV	Coachig academy's classroom notes;collection of numerous examples, quotes,case studies from newspapers which was used for essay paper as well
Optional Subject	Self-notes, combined package of maps and solved previous years' question papers from Self Study History; test series, newspapers for adding examples, arguments and perspectives beyond the basic books

मुलाखतीसाठी मुख्य रणनीती	मुख्य परीक्षेनंतर रोज किमान एक वृत्तपत्र वाचा. थ्री थिंग्स आणि कट द क्लटरसारख्या पॉडकास्ट्स ऐका. आपला डीएएफ काळजीपूर्वक विश्लेषित करा आणि प्रश्न तयार करा. आपल्या डीएएफशी संबंधित कोचिंग अकॅडम्यांद्वारे तयार केलेले आदर्श प्रश्न पुनरावलोकन करा. या प्रश्नांची उत्तरे देताना आपले व्हिडिओ रेकॉर्ड करा आणि त्याचे विश्लेषण करा. आरशासमोर उभे राहून उत्तरे देण्याचा सराव करा.
आयएएस होऊ पाहणाऱ्यांसाठी संदेश	आपल्या अभ्यासाच्या स्रोतांवर मर्यादा ठेवा आणि संकल्पनात्मक समज वाढवण्याला प्राधान्य द्या.

लविश ओर्डिया			
आयएएस मध्ये निवड होण्याचे वर्ष	**२०२०**	**वैकल्पिक विषय**	**मॅकेनिकल इंजिनिअरिंग**
पूर्व परीक्षेसाठी मुख्य रणनीती	मागील वर्षांच्या प्रश्नांचे विश्लेषण व्यापक अभ्यासक्रम हाताळण्यासाठी एक रणनीती म्हणून वापरा; मर्यादित वेळेत सराव चाचण्या घ्या आणि नंतर कमकुवत क्षेत्रे व सामान्य चुका यांचे सविस्तर विश्लेषण करा; अभ्यासक्रम लहान, साध्य अशा उद्दिष्टांमध्ये विभागा आणि सातत्यपूर्ण अभ्यासाचे वेळापत्रक पाळा.		

मुख्य परीक्षेसाठी मुख्य रणनीती	अभ्यासातील सखोलतेपेक्षा विस्तारावर अधिक भर द्या. विषयातील तज्ज्ञ असण्याची गरज नाही; त्याऐवजी २०० शब्दांत नेमके उत्तर लिहिण्याइतकी पुरेशी माहिती मिळवण्याचा प्रयत्न करा. महत्त्वाच्या क्षेत्रांचा शोध घेण्यासाठी मागील वर्षांच्या प्रश्नांचे विश्लेषण करा आणि त्यानुसार आपल्या प्रयत्नांची विभागणी करा. परीक्षेच्या उत्तरपत्रिका वेळेत पूर्ण करण्यासाठी भरपूर उत्तरलेखन सराव करा. स्पष्ट मांडणी व सुलभ वाचनासाठी प्रयत्न करून परीक्षकाचे काम सोपे करा.
मुख्य परीक्षेसाठी पेपरनुसार शिफारस केलेली पुस्तके आणि वाचनसाहित्य	
General Studies-I	**Indian Heritage and Culture:** Indian Art and Culture by Nitin Singhania **History:** Tamil Nadu Board's Class 11 textbook; A Brief History of Modern India by Rajiv Ahir (Spectrum) **Geography:** NCERT Class 11 and 12 books; Mrunal's Geography videos on YouTube
Genera lStudies-II	**Governance, Constitution and Polity:** Indian Polity by M. Laxmikanth; Coaching academy's notes **Social Justice:** Coaching Institute's notes and Mains 365 book International Relations: Coaching academy's Mains 365 book

	General Studies-III Economic Development: Indian Economy by Sriram Srirangam and Mrunal's videos on YouTube **Environment:** A coaching academy's book on environment **Technology:** Coaching academy's notes and Mains 365 book
General Studies-IV	Decode Ethics by Mudit Jain Amrita Jain **Essay** Studying other GS subjects and current affairs provide ample content to write essays, but it requires practice to integrate, structure and present everything in a comprehensive manner
Optional Subject	Previous years' questions (solved) and test papers; coaching academy books; National Programme on Technology Enhanced Learning (NPTEL) lectures;and standard textbooks
मुलाखतीसाठी मुख्य रणनीती	गेल्या चार-पाच वर्षांतील उमेदवारांच्या मुलाखतींच्या ट्रान्सस्क्रिप्ट्सचे विश्लेषण करा आणि त्यातून आपल्या डीएएफशी संबंधित प्रश्न शोधा. मित्रांसोबत दररोज चार-पाच प्रश्नांवर आधारित मॉक मुलाखतींचा सराव करा आणि कोचिंग अकॅडम्यांमध्ये निवडक मॉक मुलाखतींमध्ये सहभागी व्हा.
आयएएस होऊ पाहणाऱ्यांसाठी संदेश	तयारी करताना आपला सर्वोत्तम प्रयत्न करा; परंतु त्याबद्दल अति आसक्त होणे टाळा.

आभार

सुरुवातीलाच, मी केंद्रीय अर्थमंत्री सुश्री निर्मला सीतारामन यांचे; त्यांनी पोषक, प्रेरणादायी आणि तणावमुक्त वातावरण निर्माण केल्याबद्दल आणि अविचल पाठिंबा व प्रोत्साहन दिल्याबद्दल मनापासून आभार मानू इच्छितो.

जे माझे गुरू, एक अद्‌भुत व्यक्ती आणि एक परिपूर्ण व्यावसायिक आहेत त्या, भारत सरकारचे वित्त सचिव डॉ. टी. व्ही. सोमनाथन यांचा मी मनःपूर्वक आभारी आहे. त्यांचे निरंतर प्रोत्साहन आणि मार्गदर्शन अमूल्य आहे आणि त्यांच्या पाठिंब्याशिवाय हे पुस्तक उजेडात येऊ शकले नसते.

या पुस्तकाच्या सात हिरोंचा मी ऋणी आहे, ज्यांनी प्रचंड संयमाने माझ्यासोबत तासन्‌तास घालवले, आपला जीवनप्रवास सांगितला आणि UPSC पर्वत सर करण्यासाठी त्यांनी वापरलेली रणनीती सांगितली. श्रुती शर्मा, वसीम अहमद भट, अंजली शर्मा, लविश ओरडिया, भारत सिंग, सत्यम गांधी आणि मिन्नू पीएम, तुमच्या कथा या पुस्तकाच्या हृदयाच्या जागी आहेत.

माझ्या सर्व प्रिय मित्रांचे मी मनःपूर्वक आभार मानतो. हे पुस्तक लिहिण्याच्या काळात जे काही चढ-उतार आले, त्या वेळी माझी शक्ती टिकवून ठेवण्यासाठी तुम्ही माझे आधारस्तंभ बनलात. तुमचे अभिप्राय आणि पाठिंब्यामुळे पुस्तकात फार मोठ्या प्रमाणात सुधारणा झाल्या आहेत आणि तुमच्या माझ्यावरील दृढ विश्वासाबद्दल मी तुमच्याविषयी मनापासून कृतज्ञ आहे.

पेंग्विन रँडम हाउस इंडियाचे बिझनेस आणि नॉन-फिक्शन ग्रंथांचे संपादक मनीष खुराना यांचाही मी मनःपूर्वक आभारी आहे, ज्यांनी या पुस्तकाची कल्पना मांडली आणि सुरुवातीपासून ते पूर्ण होईपर्यंत सतत मार्गदर्शन केले. या पुस्तकाला आकार देण्यासाठी त्यांची दृष्टी आणि अंतर्दृष्टी मोलाची ठरली आहे.

व्यय खात्यातील माझे सहकारी, संजय प्रसाद, परमा सेन, अमित नेगी, मनोज कुमार, आशिष वाछानी आणि संजय अग्रवाल यांचे विशेष आभार. या प्रवासात तुमची साथ आणि सौहार्द अनमोल आहे.

शेवटी, ज्यांना हे पुस्तक समर्पित केले आहे, त्या माझी पत्नी सुनीता, मुलगी सिया आणि मुलगा करण यांचे मी मनापासून आभार मानतो. हे पुस्तक लिहीत असताना, दिवसाच्या किंवा रात्रीच्या कोणत्याही विचित्र वेळा आणि मी दिलेला सर्व त्रास त्यांनी तक्रार न करता सहन केला आहे आणि ते माझ्या शक्तीचे खरे आधारस्तंभ आहेत. तुमच्या प्रेमाने आणि पाठिंब्यामुळे हा प्रवास शक्य झाला आणि मी तुमचा सदैव ऋणी आहे.

अनुवादकाविषयी

नाव	:	विकास बलवंत शुक्ल
पत्ता	:	'निवांत', हनुमानवाडी, चाळीसगाव जि.जळगाव ४२४१०१
संपर्क	:	९८२२६५१०१०, vbscsn@gmail.com
शिक्षण	:	बी.कॉम.एलएल.बी.
व्यवसाय	:	भारतीय स्टेट बँकेचे माजी अधिकारी. सध्या इंटरनेट आधारित सेवा देण्याचा व्यवसाय. तसेच व्यावसायिक भाषांतरकार आणि डबिंग व व्हॉइसओव्हर आर्टिस्ट म्हणून काम करतात.
परिवार	:	पत्नी (जुलेखा, या कथालेखिका आहेत), मुलगा आणि मुलगी
छंद	:	सायकलिंग, फिटनेस, अंधश्रद्धा निर्मूलन चळवळीत सक्रिय कार्यकर्ता,
आवडी	:	आकाशवाणीचे बी हाय ग्रेडचे आर्टिस्ट, नाट्य अभिनेता, यू ट्यूबर (स्वत:चे 'विकासवाणी' हे यूट्यूब चॅनल), रोटरीच्या माध्यमातून आणि वैयक्तिक पातळीवर समाजसेवा, गाणी म्हणणे
अनुवादित साहित्य	:	शय्यागृहात (गी द मोपासाँच्या कथा) गॉडफादर (मारिओ पुझोची कादंबरी) हॅरी पॉटर (भाग १ आणि २) मोपासाँच्या सर्वश्रेष्ठ कथा खंड १ आणि २

समग्र मोपासाँ : खंड १, २ आणि ३ एकत्रित (आगामी)

सीमा आखा शांती मिळवा (ले. नेड्रा ग्लोव्हर तवाब)

चार्ली मंगर : द कम्प्लीट इन्व्हेस्टर (ले. ट्रेन ग्रिफिन)

सोल इन द गेम (ले. व्हिटाली कॅट्सेनेल्सन)

गरुड पुराण (ले. देवदत्त पट्टनायक)

द गुड लाइफ (ले. रॉबर्ट वॉल्डिंगर, मार्क शुल्झ)

द बुक ऑफ मिस्टेक्स (ले. स्किप रिचर्ड) (आगामी)

फील गुड प्रॉडक्टिव्हिटी (ले. अली अब्दाल)

मुंबई फेबल्स (ग्यान प्रकाश) (आगामी) लक्ष्य यूपीएससी (सज्जन यादव)